દૃશ્યમ્-અદૃશ્યમ્

(ડૉક્યુ-નૉવેલ)

પ્રફુલ શાહ

મુખ્ય પ્રાપ્તિસ્થાન

નવભારત સાહિત્ય મંદિર

જૈન દેરાસર પાસે, ગાંધી રોડ, અમદાવાદ - ૩૮૦ ૦૦૧

૨૦૨, પેલિકન હાઉસ, ગુજરાત ચેમ્બર ઓફ કોમર્સના કંપાઉન્ડમાં,
આશ્રમ રોડ, અમદાવાદ - ૩૮૦ ૦૦૯

☎ (૦૭૯) ૨૨૧૩૯૨૫૩, ૨૨૧૩૨૯૨૧
૯૮૨૫૦ ૩૨૩૪૦

e-mail : info@navbharatonline.com
www.navbharatonline.com
fb.com/NavbharatSahityaMandir

DRASHYAM-ADRASHYAM

(Docu-Novel)

by Praful Shah

Navbharat Sahitya Mandir

AHMEDABAD

2023

ISBN No. : 978-93-95339-50-6

પુનર્મુદ્રણ : ફેબ્રુઆરી, 2023

લાસ્ટ કવરપેજ લેખકનો ફોટો : કલાશ્રી ગાયકવાડ બર્વે

પ્રકાશક

મહેન્દ્ર પી. શાહ

નવભારત સાહિત્ય મંદિર

જૈન દેરાસર પાસે, ગાંધી રોડ, અમદાવાદ-૩૮૦૦૦૧

ફોન: (૦૭૯) ૨૨૧૩૯૨૫૩, ૨૨૧૩૨૯૨૧

E-mail : info@navbharatonline.com

Web : www.navbharatonline.com

fb.com/NavbharatSahityaMandir

મુખપૃષ્ઠ : વી રામાનુજ

www.vramanuj.com

મુદ્રક

અંબિકા મુદ્રણાલય

અમદાવાદ

અર્પણ

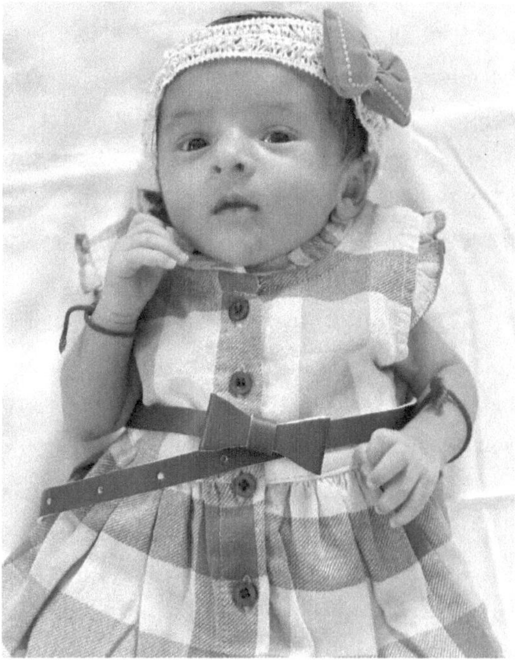

મારા ભાવવિશ્વમાં લાગણીના નવા પરિમાણ ઉમેરનારી
વહાલી દોહિત્રી
વિનીકા કરિશ્મા તિલક દેઢિયાને...

દશ્યમ્ કથા, અદશ્યમ્ વ્યથા

'દશ્યમ્-અદશ્યમ્'ના પુનર્મુદ્રણ વખતે ખૂબ લાગણીશીલ બની જવાય છે. આ મારી પહેલી નવલકથા અને પહેલું પુસ્તક. ૨૦૧૭માં 'મુંબઈ સમાચાર'માં ધારાવાહિક સ્વરૂપે પ્રગટ થયા બાદ ગુજરાતી અને મરાઠી આવૃત્તિ આવી. પછી 'ફાધર્સ ડે'ના નામે અંગ્રેજી અને હિન્દી પ્રગટ થઈ. ઉડિયા ભાષામાં આ પુસ્તક આવી રહ્યું છે. આ ડૉક્યુ નૉવેલ પરથી હિન્દી ફિલ્મ બનવાની ઘોષણા થઈ, પણ કોવિડ-૧૯ના લૉકડાઉને એના પર બ્રેક મારી, પરંતુ જલદી આ કથા તમે જોઈ શકશો.

મારી સર્જનાત્મકતાનું પ્રથમ સંતાન હતી આ કૃતિ. હવે થોડા ઊંડા ઊતરીએ સાચુકલા પાત્રો સાથે બનેલી વાસ્તવિક કથાના સર્જનના મૂળમાં.

બાળકનું અપહરણ થાય એટલે વાચકની રુચિ મુજબ અખબારમાં સાત-આઠ લાઇન, છ-સાત ફકરા કે ત્રણ-ચાર કૉલમમાં સમાચાર છપાય. આ ન્યૂઝને વાંચવામાં માંડ બે-પાંચ મિનિટ લાગે, પત્યું. આ કાળા અક્ષરના પછવાડેના અંધારામાં રહેલી વ્યક્તિઓનાં ડૂસકાં ન સંભળાય. એમની વેદના-યાતના જવલ્લે જ બહાર આવે. ઘણીવાર પત્રકાર તરીકે સમાચાર લખ્યા-વાંચ્યા બાદ વિચારો આવે કે આ ઘટનાના કેન્દ્રસમાં પાત્રોના મનોજગતને કાયમ અન્યાય થાય છે. એમાં ક્યારેક ઊંડા ઊતરવું જોઈએ. ફરી રોજિંદી ઘટમાળમાં આ વિચારો પાછળ હડસેલાઈ જાય.

મહારાષ્ટ્ર રાજ્ય પાઠ્યપુસ્તક મંડળ (બાલભારતી)ના ગુજરાતી વિભાગના વિશેષ અધિકારી કેતકી જાનીને મોઢે સૂર્યકાંત ભાંડેપાટીલનો નામોલ્લેખ પહેલીવાર સાંભળ્યો અને મને તક મળી સૂર્યકાંત વિષ્ણુ ભાંડેપાટીલને ઓળખવાની. તેઓ એક માસૂમ અપહૃત બાળકના પિતા બનીને રહી ગયા હોત પણ તેમને પોતાની પીડા એટલી બધી અસહ્ય લાગી કે અન્ય કોઈને એનો આકરો અનુભવ ન થાય એ માટે કમર કસી લીધી. આસાન નહોતું આ બધું કરવાનું. એક તો પોલીસના કાર્યક્ષેત્રમાં અનિચ્છનીય મહેમાન તરીકે પગપેસારો કરવાનો, વેદનાગ્રસ્તોનો

વિશ્વાસ જીતવાનો, અજાણ્યા શેતાનોનું પગેરું દબાવવાનો અને એમને જેર કરવાના. ત્યાર બાદ પણ એ કાનૂની હથકંડાના જોરે નિર્દોષ છૂટી ન જાય એની તકેદારી રાખવાની.

આ અદ્ભુત નિઃસ્વાર્થ અને અનન્ય પુરુષાર્થ વચ્ચે પોતાની વેદના અને પોતીકાઓની પીડા પર સતત મલમપટ્ટી કરવાની, હસતા મોઢે સૂર્યકાંતે જાતને સંભાળી, પત્ની પ્રતિભાનું ધ્યાન રાખ્યું, પુત્ર સૌરભના ઉછેરમાં વિશેષ ધ્યાન રાખ્યું.

સૂર્યકાંતે પોતાના પુત્રના અપહરણના કિસ્સાને આખી દુનિયાથી અલગ રીતે જોયો એટલે 'દશ્યમ્-અદશ્યમ્'નું અવતરણ થયું. આ કથામાં અગણિત વળાંક, આરોહ-અવરોહ અને આંચકા છે એ કબૂલ, પરંતુ એનું શબ્દાંકન આસાન નહોતું. સૂર્યકાંતે સાચવી રાખેલા સેંકડો દસ્તાવેજો, પોલીસ ફરિયાદ અને કોર્ટના ચુકાદાઓના અભ્યાસમાંથી ઘટનાની વાસ્તવિક રૂપરેખા તારવવાની, સૂર્યકાંત અને તેમની પત્ની સાથે કલાકોની રૂબરૂ અને ટેલિફોન પરની વાતચીત અને સવારે પાંચથી રાતે બાર વાગ્યા સુધી વૉટ્સએપ ચેટ... બધું મુશ્કેલ હતું, ખૂબ મુશ્કેલ. ઑફિસના રૂટિન કામકાજ ઉપરાંત સાડા ત્રણ-ચાર કલાકનો ટ્રેન પ્રવાસ. એમાંય રોજેરોજ એક પ્રકરણ લખવાનું દબાણ, પણ થઈ શક્યું એનો આનંદ ઓછો નથી. એક કબૂલાત, એક અફસોસ અને એક રંજ, ક્યાં કહી શક્યો, વાચકોને જકડી રાખી શક્યો, પણ પાત્રોની વ્યથાને વર્ણવવામાં સફળતા મળી? કેટલી? એ પીડા કે એની તીવ્રતાને વર્ણવવાનો પૂરતો ભંડોળ શબ્દકોશમાં પણ ન હોય તો મારા જેવા પાસે ક્યાંથી હોય? આમાં જે કંઈ ઊણપ કે કચાશ લાગી હોય એનો હૃદયપૂર્વક સ્વીકાર, ક્ષમસ્વ.

'દશ્યમ્-અદશ્યમ્' શક્ય બની એ માટે સૌથી મોટો આભાર 'મુંબઈ સમાચાર'નો અને તંત્રી મિત્ર નીલેશ દવેનો. રમણલાલ વ. દેસાઈની 'ભારેલો અગ્નિ' પૂરી થવામાં હતી, ત્યારે મેં આ વિચાર રજૂ કર્યો. પળનાય વિચાર વગર નીલેશે સ્વીકારી લીધો. રોજેરોજની પૂર્તિમાં રમણલાલ વ. દેસાઈ અગાઉ જ્યાં અશ્વિની ભટ્ટ, હરકિસન મહેતાની યાદગાર કૃતિ આવતી હતી, આશુ પટેલ અને સૌરભ શાહની નવલકથા પ્રગટ થઈ હતી. એ સામે મારે મારી જાતને પુરવાર કરવાની હતી. સેંકડો લેખ, ટીવી સિરિયલ, નાટ્યલેખન અને ફિલ્મલેખનમાં થોડાંઘણાં ખેડાણ છતાં નવલકથા-લેખન, રોજેરોજનું એક પ્રકરણ અને એમાંય ડૉક્યુ નોવલ નવું ક્ષેત્ર હતું. નીલેશ દવેના વિશ્વાસે ખૂબ જોમ આપ્યું. વાચકોનો પ્રેમભર્યો પ્રતિસાદ કલમને તાકાત આપતો રહ્યો.

અને વ્યસ્તતા વચ્ચે પોતાની લાગણી વ્યક્ત કરવા બદલ ફિલ્મ-સર્જક મિત્ર સંજય છેલનો ઋણી રહીશ.

'દશ્યમ્-અદશ્યમ્'ના પુનર્મુદ્રણ જેટલો જ આનંદ છે આ કૃતિ મારી દોહિત્રી વિનીકાને અર્પણ કરવામાં. મને અનોખા ભાવવિશ્વમાં લઈ જનારી આ નાનકડી પરીને મારા સર્જન સાથે સાંકળીને અનોખી, અવર્ણનીય લાગણી અનુભવું છું. દીકરી તો વહાલનો દરિયો ને દોહિત્રી વહાલનું આકાશ. નવજાત વિનીકા એટલે તો અમારા અસ્તિત્વમાં ઉમેરાયેલું લાગણીનું નવતર ઇન્દ્રધનુષી આકાશ. વાચકો જ અત્યાર સુધી લખાવતા આવ્યા છે, એમની ઇચ્છા હશે ત્યાં સુધી કલમ ચાલતી રહેશે.

અસ્તુ.

જાન્યુઆરી, ૨૦૨૨

— પ્રફુલ શાહ

મો. +૯૧-૯૮૬૯૬ ૦૦૨૦૦

E-mail: prafulshah1@gmail.com

બાળકના અપહરણ પરથી ડૉક્યુ-નૉવેલ? કેમ નહીં?

એક બાળકના અપહરણની ઘટના પર ડૉક્યુ-નૉવેલ લખી શકાય? એવા સવાલ સાથે મારા સહયોગી પ્રફુલ શાહ મારી પાસે આવ્યા. અમે એક પ્રયાસ કરવાનું નક્કી કર્યું અને જન્મ થયો 'દશ્યમ્-અદશ્યમ્'નો. આજે એક ડૉક્યુ-નૉવેલને મળેલી સફળતા જોઈને ખૂબ આનંદ થાય છે. પત્રકાર તરીકે પ્રફુલ શાહ ખૂબ જ બ્લન્ટ માણસ છે એટલે ઑફિસમાં જ્યારે કોઈ અઘરું કામ સોંપવું હોય તો પ્રફુલ શાહ યાદ આવી જાય. તેમની લખવાની શૈલી ખૂબ જ સરળ છે, સાહિત્યિક છે તેમ હું ન કહી શકું, પરંતુ સ્ટોરીને એન્ગલ આપવા, મહત્ત્વની વાતની અસરકારક રજૂઆત કરવી એ તેમના લખાણની આગવી છટા છે. તેમનું જમા પાસું એ છે કે તેઓ સતત ઍક્ટિવ રહે છે. ચારે તરફ ચાલતી ઘટનાઓ વિશે જાણકારી રાખવાની તેમને ટેવ છે અને આ જ બાબત તેમના લખાણને નેચરલ બનાવી જાય છે. વાર્તા વિશે હું વધુ નહીં લખું, કેમ કે વાચકોનો રસ જળવાઈ રહેવો જોઈએ. ક્રાઇમ રિપોર્ટર તરીકે કામ કર્યું હોવાથી ગુનેગારોની તિકડમબાજી અને પોલીસ સતર્કતા અથવા કુનેહ જેવા વિષયો મને ખૂબ જ સ્પર્શી જતા હોય છે, પરંતુ ગુનેગાર કે પોલીસ કરતાં જેના પર કોઈ ઘટના વીતી હોય અને તે માણસ મેદાનમાં પડે (રિયલ લાઇફમાં) તે પ્લોટ જ ખૂબ રસપ્રદ લાગે છે. તેમની આ નવલકથાને હું આવકારું છું.

– નીલેશ દવે

તંત્રી : 'મુંબઈ સમાચાર'

◈

લોહી, આંસુ, પરસેવો ટપકાવતી થ્રિલર

કહેવાય છે કે આદમી નામની ચીજ ક્યારેય વાસી નથી થતી! દરેક આદમી કે ઓરત એક જીવતીજાગતી વાર્તા હોય છે... અને અંત એનો ક્લાઈમેક્સ કે

પરાકાષ્ઠાપૂર્ણ પૂર્ણવિરામ! પણ ઘણીવાર અમુક રોચક વાર્તાઓ કોઈકની વિદાય પછી પણ પૂરું થવાનું નામ જ નથી લેતી. જી હા: 'દશ્યમ્-અદશ્યમ્', એક લડવૈયા. સૂર્યકાંત ભાંડેપાટીલની સો ટકા સાચી વાર્તા છે. જેણે દુર્ઘટના પછી પણ લડાઈ છોડી નથી. આ લહુ-અશ્રુ-પ્રસ્વેદ નીતરતી લડાઈમાં એક સામાન્ય માણસની, એક નિરાધાર બાપની અવિરત વીરતાની એક્શન-પેક વાર્તા છે. પુત્રના અપહરણ પછી ધારદાર સંજોગો કે બુઠ્ઠી સિસ્ટમ સામે લડનારા આ કૉમનમૅનની વાર્તા એટલી અસામાન્ય છે કે એમાં પાને પાને પાનો ચઢાવતી ઘટનાઓ છે.

વેલ, આમ તો પત્રકાર ટર્ન્ડ લેખક પ્રફુલ શાહની પ્રથમ નૉવેલ 'દશ્યમ્-અદશ્યમ્' એક સત્યઘટના પર આધારિત નૉવેલ છે, પણ એમાં કેવળ સેન્સેશનલ 'સત્યઘટના' કરતાં 'ઘટના-સત્ય' વધારે રોમાંચક અને દિલધડક છે. એમાં સિલસિલાવાર ખરેખર બનેલા પ્રસંગો છે છતાંય એ માત્ર રૂટિન રિપોર્ટિંગ બનીને અટકી નથી જતી. એમાં ચાલાકી અને ચતુરાઈ છે, પણ લિમિટેડ એવી છાપાવળી શૈલીનો ઉપયોગ નથી. એમાં 'ક્રાઇમ' છે, પણ 'કલાકારી' ક્યાંય ખૂટતી નથી. ભારતના જ નહીં, પણ એશિયાના આદ્ય અખબાર 'મુંબઈ સમાચાર'માં રોજેરોજ હપ્તા વાર છપાતી, વંચાતી આ નવલકથા 'પેજ ટર્નર' છે, કારણ કે એમાં જીવતાં-મરતાં-ઝૂમતાં કિરદારોની કથા છે.

એક લેખક-ફિલ્મલેખક-ફિલ્મમેકર તરીકે કહું તો 'દશ્યમ્-અદશ્યમ્'માં હૃદયને 'મૂવ' કરે એવો 'મૂવિંગ' મસાલો છે. સંવેદનાસભર સ્ક્રીનપ્લે છે. ગુનેગારની સનસનીખેજ સાઇકોલૉજી ઉપરાંત માનવમનનાં ઊંડાણની વાત કરે છે... સાચું કહું તો, બહુ ઓછી કથાઓ તમને તમારા કૉલરથી પકડીને, તમારી આંખોમાં આંખો પરોવીને કશુંક ઊંચે અવાજે કહીને તમને જકડી રાખી શકે છે. યેસ, એવી આ નવલકથા સાહિત્યિક વર્ણનો કે લાગણીવેડા વિના પણ હચમચાવી નાખતી એક ઉદાત્ત ઇમોશનલ ગાથા છે.

નવલકથાના પ્લોટને વધુ કહ્યા વિના એટલું તો કહેવું જ પડશે કે સંતાનના અપહરણથી શરૂ થતી આ વાર્તા માત્ર ત્યાં સુધી જ નથી અટકતી, પણ લેખક પ્રફુલ શાહની કલમ વાચકોના દિલ-ઓ-દિમાગનું અપહરણ કરી જ લેશે એમાં કોઈ શંકા નથી. કહેવાય છે કે 'ક્રાઇમ નેવર પેઝ' — પણ લેખક મિત્ર પ્રફુલ શાહને એમનું આ શાહકાર બહુ બધું 'પે' કરશે જ એવી મીઠી ઈર્ષ્યાવાળી શુભેચ્છાઓ.

— સંજય છેલ
(લેખક, ફિલ્મ-નિર્દેશક)

◈

મુખ્ય પાત્રો

સૂર્યકાંત ભાંડેપાટીલ : બાંધકામ કૉન્ટ્રાક્ટરમાંથી બિલ્ડર બન્યા. જેટલા જોરદાર લવ-મૅરેજ કર્યા એટલો જ દિલ ફાડીને ધંધો કર્યો. તડ ને ફડ કરનારો આ માણસ વિપરીત સંજોગો વચ્ચે એક પિતા, એક પતિ, એક પુત્ર અને એક સાચો નાગરિક કેવો હોવો જોઈએ એનું વિરલ દૃષ્ટાંત છે.

પ્રતિભા ભાંડેપાટીલ : આ શિક્ષિકાનું જીવન માત્ર બાળકો માટે નહીં, વડીલો માટે પાઠ છે, બોધપાઠ છે. સ્ત્રીના વિવિધ સ્વરૂપમાં સારીમાઠી લાગણીઓ વચ્ચે અડીખમ રહીને એક અમીટ છાપ છોડી જાય છે. શબ્દોથી ઓછું, મનથી વધુ બોલે.

સંકેત ભાંડેપાટીલ : સૂર્યકાંત-પ્રતિભાનો નાનો દીકરો, આ ડોક્યુ-નૉવેલમાં દેખાય ઓછો, પણ મા-બાપ અને વાચકોના મનમાં સતત છવાયેલો રહે, નજર સામે રહે, આ ભૂલકાએ અનેક અજાણ્યા માસૂમોને જીવતદાન આપ્યું.

સૌરભ ભાંડેપાટીલ : ઘરની અંદર બનતી ઘટનાની એક બાળમાનસ પર કેવી અને કેટલી અસર થાય એનો ડરાવી નાખતો અહેસાસ.

વિષ્ણુ ભાંડેપાટીલ : સિંચાઈ ખાતાના આ કર્મચારી સતત પરસેવો વહાવીને, લોહી બાળીને અને આંસુના ઘૂંટડા પીને એક વડીલની વ્યથાની અનુભૂતિ કરાવે છે.

જનાબાઈ ભાંડેપાટીલ : ઘરનો ઘેઘૂર વડલો. લાગણીની દુનિયાની તડકી-છાંયડીમાં અડીખમ રહીને સૌની ખબર રાખે, સૌની ખબર લઈ નાખે.

રફીક મુજાવર : બાજુમાં ઘરમાં પડોશી નહીં, પણ ગામમાં રહેનારો માણસ વિપદામાં કેવો અને કેટલો બધો નિકટનો સ્વજન-મિત્ર બની શકે એ દર્શાવતું એક ભાવનાશીલ વિરલ વ્યક્તિત્વ.

લહુ રામચંદ્ર ઢેકણે : એકદમ શાંત, કામ પૂરતું કામ. ન વ્યસન, ન ખટપટ, કારીગર એવો કે બધાની આંખ આશ્ચર્યથી પહોળી થઈ જાય.

આ ઉપરાંત 'દૃશ્યમ્-અદૃશ્યમ્'માં અનેક પાત્રો છે, પણ કથા-પ્રવાહમાં એમને મળવા-જાણવા-માણવાની વધુ મજા આવશે. હેપ્પી રીડિંગ.

1

સોમવાર, તા. ૨૯-૧૧-૧૯૯૯

૪૧૨૮૦૧. આ પિનકોડ છે શિરવળનો. તાલુકો ખંડાલા, જિલ્લો સાતારા. નજીકનું રેલવે સ્ટેશન દૌડજ; ૨૩.૬ કિલોમીટરના અંતરે અને નિકટતમ હવાઈમથક હડપસર ઍરપૉર્ટ ૪૦.૫ કિલોમીટર દૂર. ત્યારે આ કૃષિપ્રધાન ગામની વસતિ માંડ પાંચ-છ હજાર. યુનિવર્સલ ટાઇમ કો-ઑર્ડિનેટેડ (યુટીસી)માં ૫.૩૦ના ટાઇમ ઝોનમાં આવે, એટલે ઇન્ડિયન સ્ટાન્ડર્ડ ટાઇમ (આઈએસટી)થી સૂર્યોદય ૩૪ મિનિટ મોડો થાય. એ દિવસે સૂરજ જાણે ઊગવા ન માગતો હોય અને પરાણે ઊગ્યો હોય એવો માહોલ હતો.

મોંસૂઝણું થવામાં હતું છતાં ન ઊગીને કંઈક અજુગતું બની જતું રોકવાની અદમ્ય ઇચ્છા છતાં કમને થયેલા સૂર્યોદયને પ્રતાપે વાતાવરણ એકદમ બોજલ હતું, કંઈક માયૂસ હતું, સ્તબ્ધ હતું. કંઈક અકલ્પનીય, કંઈક અમંગળ થવાનાં એંધાણ સાથે આળસુ સૂર્યકિરણ ધીરે ધીરે શિરવળ પર ઊતરી રહ્યાં હતાં. વાત પૂરેપૂરી પામીને પવન પણ અનિચ્છાએ ઢસડતો હતો.

રિસાયેલો પવન નામરજીના ભાર સાથે નિરા નદી તરફ ગયો. ભીમા નદીની શાખા તરીકે ઓળખાતી નિરા ભલે સાતારા ઉપરાંત પુણે અને સોલાપુર જિલ્લામાં વહેતી હોય, પણ એ ભવ્યતાનાં આનંદ, જોશ કે ચમક પ્રવાહમાં વર્તાતાં નહોતાં. જાણે કોઈક ધક્કો મારતું હોય એમ પાણી થોડુંઘણું આઘુંપાછું થઈ રહ્યું હતું. આ પરાણેપણાની સીધી અસર નિરા પર ઊડતા એકમાત્ર પંખી પર થયા વિના ન રહી. નદી તરફ આગળ વધવાને બદલે એ યુ-ટર્ન લઈને શિરવળ ગામ તરફ ઊડવા માંડ્યું.

એ પંખીએ આકાશમાં વિહરતાં વિહરતાં નીચે ઊતરવા માટે શુભાનમંગલ કિલ્લા પર પસંદગી ઉતારી. ભવ્ય અને લડાયક ભૂતકાળ ધરાવતા આ ભુઈકોટથી પોતાનો આત્મવિશ્વાસ વધવાની એ અબોલને અપેક્ષા ખરી જ. ભુઈકોટમાં ભુઈ એટલે જમીન, કોટ એટલે કિલ્લો. છત્રપતિ શિવાજી મહારાજના સમયમાં મોટા ભાગના કિલ્લા પર્વત કે ઊંચાઈ પર બનાવવાની પ્રથા. ઊંચાઈ પર હોવાને લીધે દુશ્મનની પહોંચથી દૂર રહેવાય. શત્રુ આવે તો ઉપરથી સર્જિકલ સ્ટ્રાઇક કરવાનું આસાન બને. શુભાનમંગલ સપાટી પર બનેલો કિલ્લો હોવાથી ભુઈકોટ કહેવાતો.

શિરવળ બસ સ્ટેન્ડથી ગામ તરફ જવાના રસ્તામાં આ નાનકડો કિલ્લો આવે. ઈંટ અને માટીના બનેલા શુભાનમંગલનો દરવાજો પણ એટલો તોતિંગ કે મજબૂત નહીં કે શક્તિશાળી શત્રુને રોકી શકે. છતાં પુણે-કોલ્હાપુર રોડ પર આવેલા આ કિલ્લાનું ઐતિહાસિક મહત્ત્વ ઘણું.

ઇતિહાસ સાક્ષી છે કે આદિલશાહે શિરવળ તરફ મેલી મુરાદથી પહેલવહેલી વાર ઈ. સ. ૧૬૪૬માં જોયું હતું. સેનાપતિ મિયાં રહીમ અહમદ જોશભેર લડવા આવ્યો, પણ શિવરાયાના સૈનિકોએ દાંત ખાટા કરી નાખ્યા. આ છમકલામાં પરાજયથી આદિલશાહનું લશ્કર હતોત્સાહ થવાને બદલે ફરી ત્રાટક્યું ઈ. સ. ૧૬૪૮માં. શુભાનમંગલ કબજે કરવાના જોશ સાથે બાલાજી હૈબતરાવ મોટા આદિલશાહ લાવલશ્કર સાથે આવ્યો, પણ કાવજી મલ્હાર કોંઢાલકરના સૈનિકોના જોશ સામે ન ફાવ્યા, ને હૈબતાવે યુદ્ધના મેદાનની સાથોસાથ દુનિયામાંથી અલવિદા લીધી. શિવાજીના અને આદિલશાહના સૈન્ય વચ્ચે થયેલા આ પહેલાં સત્તાવાર અને ખુલ્લેઆમ જંગના પુરાવા સમાન રક્ત હજી જમીનમાં ઊંડે ઊંડે ક્યાંક ધરબાયેલું છે. આસપાસની હવામાં પણ કાળા પડી ગયેલા લોહીની ગંધ અનુભવાય. સુસ્તી અને કંટાળાથી બહાર આવીને એકલતા અને સૂમસામપણાને તગેડી મૂકવા સમગ્ર વાતાવરણ જાણે રાડો પાડી રહ્યું હતું. લોહી આપો, લોહી... કાપો, મારો...

નાસમજ પંખી ચકળવકળ આંખો ફેરવીને નાનકડા મગજમાં ગડમથલ કરતું હતું કે આ શું ચાલી રહ્યું છે, ત્યાં 'ધડામ'ના ધ્રુજાવી નાખતા અવાજ સાથે એક પથ્થર નજીક આવીને પડ્યો. જર્જરિત કિલ્લાના ખૂણામાં કુદરતી હાજતે બેઠેલા છોકરાએ સુસ્તી ખંખેરવા આ કાંકરીચાળો કર્યો હતો. એક જમાનો હતો કે કિલ્લા તરફ નજર કરવાની ભલભલા ચમરબંધીનીય મગદૂર ચાલતી નહોતી, ને આજે અડધા – નાગા બચ્ચાએ માત્ર મસ્તી ખાતર કિલ્લા પર પથરો ફેંક્યો. સમય બડા બલવાન. નાદાન પંખી એકદમ ફફડીને ઊડી ગયું.

હૈયાફૂટું પંખી બસ સ્ટેન્ડ સામેના એક વૃક્ષની ડાળી પર શ્વાસ લેવા બેઠું. આ ઝાડ નીચે બનેલી ચાની કાચી ટપરીવાળા રાઘોબાએ ધીમા તાપે બળતા નાના સ્ટવ સામે જોયું. ઍલ્યુમિનિયમની કાળી પડી ગયેલી તપેલીમાં ચા કૂદાકૂદ કરતી હતી, પણ જોશનો અભાવ હોય કે કંટાળો, અંદર જ ઊકળતી, ઊછળતી અને પછડાતી હતી. રાઘોબાએ દાંત ખોતરવાનું બંધ કરીને મોટું બગાસું ખાધું અને ટ્રાન્ઝિસ્ટર ઑન કર્યો. બટનને આંગળા અડવાની સાથે જ રેડિયોએ બળવો કર્યો.

'યહાં જિંદગી હાદસોં કા સફર હૈ...
યહાં રોજ રોજ હર મોડ પર હોતા હૈ
કોઈ ન કોઈ હાદસા હાદસા હાદસા...'

આ સાંભળીને પંખી ચિચિયારી સાથે ઝાડ પરથી ઊડી ગયું. ગુસ્સો હોય, નારાજગી હોય કે ડર, એ મોટા ને મોટા અવાજ કરતું નિરુદ્દેશે આકાશમાં ઘુમરાવો લેવા માંડ્યું. અચાનક એની નજરમાં એક સ્થળ આવ્યું અને એ નીચે આવવા માંડ્યું.

પંખીએ ઉતરાણ કર્યું શિરવળ ગામના સૌથી મોભાદાર મકાન 'સાંઈ-વિહાર' પર. આ નવો બંગલો ગામમાં ચારમાં ચર્ચાતા ને પાંચમાં પુછાતા બિલ્ડિંગ કૉન્ટ્રાક્ટર સૂર્યકાંત વિષ્ણુ ભાંડેપાટીલનો. ૩૨ વર્ષના આ જુવાનને અહીં રહેવા આવ્યાને હજી માંડ પંદરેક દિવસ થયા હતા. બહુ બોલકા, બોલવામાં ઉતાવળા અને સ્વભાવે આકરા સૂર્યકાંતનો મુખ્ય આધાર એટલે ૩૦ વર્ષની પત્ની પ્રતિભા. વ્યવસાયે શિક્ષક પણ સ્વભાવે એકદમ ચૂપ. મૌન જ પ્રતિભાની નબળાઈ, શક્તિ, શૃંગાર, શોખ અને શસ્ત્ર. ઘણા એને નબળાઈ સમજે. પ્રતિભા માટે બંને દીકરા સૌરભ અને સંકેત એટલે સર્વસ્વ. ચારેયના ફોટાવાળી ફ્રેમ ભીંતને શોભાવે. સૌરભ સાત વર્ષનો ને સંકેત ત્રણ વર્ષ, બે મહિનાનો. સૂર્યકાંતના ચાર જણના પરિવાર ઉપરાંત બંગલોમાં પ્રતિભાનો ભાઈ શેખર રહે. એ સિવિલ એન્જિનિયર – જીજાજી સાથે કામમાં જોતરાયેલો રહે. સૂર્યકાંતના ભાઈ વિવેકની આવનજાવન ચાલતી રહે. આજે તે હાજર હતો. તેનાં સંતાનો, દસ વર્ષનો પરાગ અને ૧૨ વર્ષની પાયલ કાકા-કાકી સાથે જ રહે.

'સાંઈ-વિહાર'નું કામ પૂરું થયાને હજી લાંબો સમય થયો નહોતો. ફર્નિચરનું કામકાજ ધાર્યા કરતાં લાંબું ચાલ્યું હતું. ફર્નિચરને ચમકાવતું પૉલિશિંગ વર્ક પત્યાને દોઢેક મહિનો થયો. આ બંગલો બનતો હતો ત્યારે જ કમ્પાઉન્ડની અંદર પહેલાં આઉટહાઉસ ઊભું કરાયું હતું. એમાં મોટે ભાગે સૂર્યકાંતની સાઇટ પર કામ કરનારા મજૂરો રહે. અત્યારે સિમેન્ટ મિક્સર બનાવતું વાહન ચલાવનારો ડ્રાઇવર તાજુદ્દીન ખાનનો આઉટહાઉસ પર કબજો. ઘરમાં બીબી અને બે બેટા રહે, પણ એની કોઈ નોંધ ન લે. ટીનએજર દીકરી ફાતિમાને ગામમાં ઘણા જુએ, ઓળખે. દસેક વર્ષથી સૂર્યકાંત પાસે કામ કરતા તાજુદ્દીન ખાનના આઉટહાઉસમાં સૌથી મહત્ત્વનું પાત્ર એટલે ટેલિફોન. બંગલોમાં રહેવા આવી ગયા બાદ પ્રતિભાએ વારંવાર યાદ કરાવ્યું અને સૂર્યકાંતે અરજી સુધ્ધાં કરી, પણ આ મોબાઇલ ફોનનું આગમન થઈ ચૂક્યું હોવાથી સમય પારખવાને બદલે જિદ્દી ટેલિફોનજી હજી આઉટહાઉસથી બંગલોનું અંતર કાપવાના મૂડમાં નહોતા.

માહોલ મુજબ સુસ્તાઈ રહ્યા હતા. એકદમ ગુમસૂમ. ફાતિમાએ આદત મુજબ રેડિયો ચાલુ કર્યો. કોઈકની યાદ સતાવતી હતી, એકદમ મીઠી યાદ. સવારના ઠંડા ઠંડા માહોલમાં કોઈક રોમૅન્ટિક ગીતથી ફ્રેશ મૂડ બનાવવો હતો ફાતિમાને.

પરંતુ આળસુ રેડિયો અબોલ પડ્યો રહ્યો. મીઠી રીસ સાથે ફાતિમાએ હળવી થપાટ મારી તો રેડિયો રડમસ થઈ ગયો. 'હર સન્નાટા કુછ કહતા હૈ, હર ખામોશી કુછ ગાતી હૈ...'

સાતના સુમારે 'સાંઈ-વિહાર'માં સવાર પડવામાં હતી, પણ કોઈને ક્યાં ખબર હતી કે આજનો દિવસ જીવનભર ભુલાવાનો નથી. દૂર કૂતરાના જોરજોરથી ભસવાના અવાજથી ડરીને પંખી ઊડવાની હિંમત ન કરી શક્યું. એ પાળ પરથી કૂદીને નીચે બેસી ગયું, ત્યારે એનો જ લાંબો અને કાળો પડછાયો પાછળ પાછળ આવી રહ્યો હતો, એને આંબી જવામાં જ હતો.

2

સોમવાર, તા. ૨૯-૧૧-૧૯૯૯

શિરવળ ગામમાં કોઈને નજરે ન પડતા, પણ ચોમેર પ્રસરી રહેલા માયૂસીના માહોલની અસર હજી સૂર્યકાંત ભાંડેપાટીલના 'સાંઈ-વિહાર'ની અંદર પહોંચી નહોતી. સાતના સુમારે ફ્રેશ થઈને સૂર્યકાંત સોફા પર બેઠા. બંને હાથ જોશભેર ઘસ્યા, પણ થોડી ભીનાશ અનુભવી. નેપ્કિનથી હાથ લૂછ્યા. સ્થાનિક અખબાર 'ઐક્ય' ઉપાડ્યું. કંઈક વિચારીને ન્યૂઝપેપર બાજુમાં મૂક્યું. જમણા હાથની આંગળીઓમાં પહેરેલી ચાર વીંટીઓ પર નજર ફેરવી, એક-એકને વારાફરતી ચૂમી લીધી, 'હવે મારું કામ થવું જ જોઈએ.' આવા વિશ્વાસ સાથે હોઠના ખૂણે મલકાટ આવી ગયો, 'આજનો દિવસ ફરી નહીં આવે?' તેમણે નવેસરથી અખબાર ઉપાડ્યું અને ઘડિયાળમાં નજર કરી, 'સાત વાગ્યા હતા.' નજર રસોડા ભણી ગઈ અને પ્રતિભા ચાનો કપ લઈને આવતી દેખાઈ. સૂર્યકાંતે હાથ લંબાવ્યો પણ ચાનો કપ આવતાં પહેલાં પ્રતિભાએ તાકીદ કરી, 'આઉટહાઉસમાંથી ફોન અહીં લઈ આવો હવે.' સૂર્યકાંત ચાનો કપ હાથમાં લઈને બબડ્યો, 'ઘણાં કામ પતાવવાનાં છે આજે તો. તું ફિકર છોડ, મેં ફોન ટ્રાન્સફરની અરજી આપી દીધી છે. આજે પાછો મળી આવીશ.'

આટલું કહીને તેમણે પ્રતિભાને હાથની ઘડિયાળ બતાવી. સાત વાગી ગયાનું જોઈને પ્રતિભા ચૂપચાપ ઉતાવળે ચાલવા માંડી. સૂર્યકાંતથી બબડી જવાયું, 'કોઈ

આટલું ચૂપ રહી કેવી રીતે શકે?' ચાની ચૂસકી સાથે એ ન્યૂઝપેપર લઈને નાસ્તો કરવા માંડ્યા.

ચારેક પાનાં વિગતવાર વંચાઈ ગયાં અને કપમાં વધેલી ચા પર મલાઈ જામવા માંડી, ત્યાં પ્રતિભા નાના દીકરા સંકેતને લઈને આવી. સંકેતના વાળ હજી ભીના હતા. સ્કૂલના યુનિફૉર્મની ચડ્ડી પર શર્ટ પહેરાવ્યું હતું, પણ બટન બંધ કરવાનાં બાકી હતાં. પ્રતિભા કંઈ બોલ્યા વિના ચૂપચાપ સૂર્યકાંતને જોઈ રહી. સૂર્યકાંતે સંકેતને પોતાની ભણી ખેંચી લીધો.

પ્રતિભા ચાલવા માંડી, તો સૂર્યકાંતે પૂછ્યું, 'આજે નાસ્તામાં શું છે?'

સંકેત ઉત્સાહપૂર્વક બોલ્યો, 'આઈ, વરણભાત બનાવ વરણભાત.'

સૂર્યકાંત મોટા અવાજે હસી પડ્યો, 'સવારના નાસ્તામાં ગળ્યા ભાત તે કંઈ હોય?'

પ્રતિભા : 'કાંદાપૌંઆ બનાવું છું.' સંકેતે નારાજગીથી પગ પછાડ્યા, 'આઈ, વરણભાત...'

પ્રતિભા એની સામે જોઈ રહી, 'સાંજે ચોક્કસ બનાવીશ તારા માટે વરણભાત. હજી સૌરભને જગાડવાનો છે.' સૂર્યકાંત બબડ્યા, 'આમેય સાંજે કંઈક ગળ્યું જોઈશે જ ને? વરણભાત ચાલશે...'

પ્રતિભા ઉતાવળે જતી રહી. સૂર્યકાંત સંકેતના વાળ લૂછવા માંડ્યો. પછી બધાં બટન બંધ કરીને, શર્ટ ઇન કરી આપ્યું. સૂર્યકાંતે ખૂબ પ્રેમથી સંકેતના માથે હાથ ફેરવ્યો. તેમની આંખો પોતાના નાનકડા સાવજ પરથી હટતી નહોતી, પણ તૈયાર થઈ ગયેલો સંકેત તેમની નજર-કેદમાંથી છટકી ગયો.

સૂર્યકાંતે ફરી અખબારનો આશરો લીધો. નાનો ભાઈ વિવેક આવીને બાજુમાં બેસી ગયો. વિવેકની આંખ થોડી લાલ હતી. કદાચ ઊંઘ પૂરી નહોતી થઈ. તેણે મોટા અવાજે બગાસું ખાધું. સૂર્યકાંતે છાપામાં જ નજર રાખીને પૂછી લીધું, 'બધું બરાબર છે ને?' વિવેકે હકારમાં માથું હલાવ્યું. સૂર્યકાંતે છાપામાં જ માથું રાખીને થોડા તીખા અવાજે પૂછ્યું, 'આજનું કામ બરાબર થઈ જશેને?'

વિવેકે થોડા છોભીલા અવાજમાં જવાબ આપ્યો, 'હા, દાદા હા. બધું પરફેક્ટ ગોઠવી નાખ્યું છે... આજે કામ થઈ જવું જોઈએ...' પછી ધીમા અવાજે ગણગણાટ કર્યો, 'અને આજ મારું કામ પતી જાય એટલે...'

થોડે દૂર સંકેત બેટ-બોલથી રમવા માંડ્યો હતો. તેણે જોરથી ફટકો માર્યો, તો બોલ જોશપૂર્વક બારી સાથે અથડાયો. એનો જોરદાર અવાજ બંગલોમાં ફરી વળ્યો. ઓચિંતા અવાજથી અગાશીમાં બેઠેલું પંખી ચિચિયારી પાડીને ઊડ્યું અને બંગલાની ઉપર ઘુમરાવા માંડ્યું.

'સાંઈ-વિહાર'ને થોડે દૂરથી બે આંખ ટીકીટીકીને જોઈ રહી હતી. ગ્રે કલરના સ્કૂટર પર બેઠેલાની આંખમાં ખુન્નસ હતું. સાથે હોઠ પર ડરામણું સ્મિત લાવીને તે ઉપર જોવા માંડ્યો.

અડધોએક કલાકમાં પ્રતિભા ગરમાગરમ કાંદા-પૌંઆની પ્લેટ સાથે રસોડામાંથી બહાર આવી. એની પાછળ પાછળ સૌરભ આવ્યો. એ સ્કૂલે જવાના યુનિફૉર્મમાં એકદમ તૈયાર હતો. સૂર્યકાંત, વિવેક અને સૌરભ નાસ્તો કરવા બેઠા. પ્રતિભાએ જઈને સંકેતના હાથમાંથી બેટ-બોલ લઈ લીધાં. સંકેતને તેડીને લાવીને સૂર્યકાંતને સોંપી દીધો. સૂર્યકાંતે ચમચીમાં પૌંઆ લીધા, ફૂંક મારી સંકેતને ખવડાવ્યા. સૌરભ અને વિવેક જોઈ રહ્યા, પરંતુ બંનેના જોવા જોવામાં ઘણો ફેર હતો. સૌરભને મનોમન માઠું લાગ્યું કે હવે મારા આવાં લાડ કેમ બંધ થઈ ગયાં? વિવેકે ખિન્નતા સાથે વિચાર્યું કે 'મારા, પરાગ અને પાયલના નસીબમાં આવું વહાલ નહીં હોય? ના, ના, આજે તો હું એમનાં નસીબ બદલી નાખીશ...'

સંકેત વધુ પૌંઆ ન ખાવા નાટક કરવા માંડ્યો. સૂર્યકાંતે માથું હલાવ્યું, ચહેરા પર સ્મિત સાથે એને નજીક ખેંચ્યો, 'ગુડ બૉય છોને? ફટાફટ નાસ્તો કરી લે. સ્કૂલે જવાનું મોડું થશે.'

સંકેતે લાડમાં પૂછ્યું, 'બાબા, તમે બાઇક પર મૂકી જશોને?'

સૂર્યકાંત: 'ના, ના. બાબાને આજે ખૂબ કામ છે...'

સંકેત નારાજગી સાથે: 'જાવ તો હું સ્કૂલે નથી જવાનો...'

વિવેક: 'અરે, હું મૂકવા આવીશ સ્કૂલે...'

સંકેત: 'ના, બાબા સાથે ખૂબ મજા આવે. એમની બાઇક પર...'

સૂર્યકાંત: 'અત્યારે તમે બંને વિવેક કાકા સાથે સ્કૂલે જાવ. સાંજે તને બાઇક પર દૂર સુધી લઈ જઈશ. એકદમ દૂર...'

સંકેતે ખુશીથી ઊછળીને: 'નદી, પુલ અને કિલ્લા સુધી લઈ જવું પડશે હો...'

સૂર્યકાંત: 'બહુ ચાલાક છે મારો બેટો. આજે તો તને એવી એવી જગ્યાએ લઈ જઈશ કે ન પૂછો વાત... દૂર... ખૂબ ખૂબ દૂર...'

સૂર્યકાંતે ઊંચકીને સંકેતના ગાલ પર બચી ભરી લીધી. સંકેતે મોઢું બગાડીને ગાલ લૂછી નાખ્યો અને સૂર્યકાંત ખડખડાટ હસી પડ્યો.

વિવેક બંને સામે જોઈ રહ્યો. સૌરભે સવાલ કર્યો: 'કાકા, પરાગ ને પાયલ ક્યાં?'

વિવેક કંઈ બોલે એ પહેલાં સૂર્યકાંતે જવાબ આપ્યો: 'સૂતાં હશે, બપોરની સ્કૂલ છેને એમની.'

નવ વાગ્યે સંકેત અને સૌરભને સ્કૂલે મૂકવા માટે વિવેક ઘરની બહાર નીકળ્યો. આ જોઈને પ્રતિભાનું મન ખિન્ન થઈ ગયું. સૂર્યકાંતની પાસે જઈને એ

ધીમા અવાજે બોલી, 'આજે છોકરાંવને સ્કૂલ ન મોકલીએ તો?'

સૂર્યકાંતને કંઈ સમજાયું નહીં, 'કેમ? તું સ્કૂલ જઈશ, ને હું સાઇટ પર. બચ્ચાં ઘરે એકલાં જ રહેવાનાં. એના કરતાં સ્કૂલે સારાં, પણ આજે અચાનક આવું કેમ લાગ્યું તને?'

પ્રતિભા કંઈ ન બોલી... મૌન ઓઢીને એ રસોડા ભણી ચાલવા માંડી. એની ચાલમાં જરાય જોશ નહોતો. સૂર્યકાંત વિચારમાં પડી ગયો, 'માતાનું મન બાળકને દૂર જતું ન જોઈ શકે, પણ એવું ક્યાં સુધી ચાલે? પૂછીએ તો જવાબ આપવાનો નહીં...' ચાલો સૂર્યકાંત તમે નાહી લો, નહીંતર સાઇટ પર જવામાં મોડું થશે. આજે ઘણાં મહત્ત્વનાં કામ પતાવવાનાં છે.

સૂર્યકાંતે બાથરૂમનો દરવાજો ખોલ્યો, એ સમયે વિવેક બંને બાળકો સાથે 'સાંઈ-વિહાર'ની બહાર નીકળ્યો. આઉટહાઉસની બારીમાંથી જોઈને ફાતિમા બબડી, 'હાશ, ત્રણ જણ ગયા.' એ દોડીને ટેલિફોન તરફ ગઈ. વિવેકે બાળકોને બેસાડીને બાઇકને કીક મારી. બાઇક ચાલુ થવાના અવાજ સાથે જ પંખી 'સાંઈ-વિહાર'ના ચકરાવા મારવાને બદલે સ્મશાન તરફ ઊડવા માંડ્યું. દૂર ઊભેલા ઇસમે જોશમાં આવીને ગ્રે કલરના સ્કૂટરમાં ભરાવી રાખેલી ચાવી ફેરવી. વિવેકની બાઇક દૂર જતી રહી, ત્યારે કોઈ જાણતું નહોતું કે આ ત્રણમાંથી એકના નસીબમાં નિયતિએ આજનો દિવસ કેટલો બધો ભયાનક લખ્યો છે.

3

સોમવાર, તા. ૨૯-૧૧-૧૯૯૯

શિરવળનાં પાંચ-સાત મોટા માથામાં ગણાતા સૂર્યકાંત વિષ્ણુ ભાંડેપાટીલે પોતાના માથા પર શેમ્પુ લગાડ્યું, પણ ચોળવાનું ભૂલીને વિચારોમાં ખોવાઈ ગયા, મારી મહેનત રંગ લાવી રહી છે. સંકેતના જન્મ પછી તો કરિઅરની ગાડી સડસડાટ દોડવા લાગી છે, પરંતુ મારી આટલી બધી સફળતા પ્રતિભાનું મૌન તોડી શકતી નથી. લવ-મૅરેજ અને આટલાં વર્ષના લગ્નજીવન પછીય એની શાંતિ બહુ ખેંચે છે, કંઈ સમજાતું નથી.

ક્યાં જવું? ક્યાં ન જવું? કંઈક આવી અસમંજસની સ્થિતિમાં એ પંખી ક્યારેક કિલ્લા તરફ, ક્યારેક નિરા નદી તરફ અને ક્યારેક 'સાંઈ-વિહાર' તરફ અવરજવર કરતું હતું. એની વિહ્વળતા વધી રહી હતી. કિલ્લા નજીકના દુર્ગા માતાના મંદિર પાસે રાઘોબા રોજ પંખીને દાણા ખવડાવે. પંખી મંદિરની

દિશામાં ગયું. નીચે ઊતર્યું, પોતાના ભાઈઓને બ્રેકફાસ્ટ કરતાં જોયાં. રાઘોબાનું સ્મિતભર્યું 'આવ આવ' રોજ ખૂબ ગમે, પણ આજે મન ન માન્યું. એકેય દાણાને ચાંચ અડાડ્યા વિના એ ઊડી ગયું... દૂર દૂર અને ફરી જઈને બેઠું 'સાંઈ-વિહાર'ની પાળ પર.

વિવેકની બાઇક ઇંગ્લિશ મીડિયમ એમ.ઇ.એસ. હાઈસ્કૂલ પાસે ઊભી રહી. જુનિયર કે.જી.માં ભાંખોડિયા ભરતો સંકેત અને ત્રીજા ધોરણમાં ભણતો સૌરભ ઉતાવળમાં કાકાને આવજો કીધા ન કીધા વિના દોડી ગયા. વિવેક બંનેને જોઈ રહ્યો. ગજવામાંથી રૂમાલ કાઢ્યો. એકદમ રોષભેર પરસેવો લૂછતો હોય એમ મોઢા પરની ખિન્નતા હટાવવાની મથામણ કરી. આછા ગુસ્સામાં ગોટો વાળીને રૂમાલ પેન્ટના ખિસ્સામાં ઠૂંસી દીધો. તેણે બાઇકને કીક મારી ત્યારે તેનું પગેરું દબાવીને પાછળ આવતું ગ્રે રંગનું સ્કૂટર બરાબર સ્કૂલની સામે ઊભું રહી ગયું. થોડીવાર સ્કૂલ તરફ જોઈ રહ્યા બાદ તેણે ઘડિયાળમાં નજર નાખી.

'દસ વાગી ગયા. બાપ રે, ક્યાંક મોડું ન થઈ જાય,' એમ વિચારીને પ્રતિભા રસોડામાંથી લગભગ દોડતી બહાર નીકળી. હજી તૈયાર થવાનું બાકી હતું. મોબાઇલ પર વાતચીતમાં વ્યસ્ત હોવા છતાં સૂર્યકાંત મલકી પડ્યા, 'આ પ્રતિભાનું રોજનું... છેલ્લી ઘડી સુધી કામ મૂકે નહીં, મોડા પડવાનો ફફડાટ રહે અને પાછી રોજ સમયસર સ્કૂલે પહોંચી જાય.'

અચાનક સૂર્યકાંતના ધ્યાનમાં આવ્યું કે સાળાસાહેબ શેખર નજરે પડતા નથી. માથું ખંજવાળતાં યાદ આવ્યું કે આ શેખર દેશમુખને તો કાલથી જોયો નથી. પોતે એટલી દોડધામમાં છે કે કોઈ વાતની ખબર રહેતી નથી અને સમય ઝડપભેર વહી રહ્યો છે. સવાદસે પ્રતિભા તૈયાર થઈને આવી. સૂર્યકાંતે મોબાઇલ પર હાથ મૂકીને સામે જોયું. બંને છોકરાવને સ્કૂલે લેવા-મૂકવાની રિક્ષાની વ્યવસ્થા કરાવી લઈએ તો? પ્રતિભાની આંખમાં ફિકર હતી. સૂર્યકાંતે હકારમાં ડોક હલાવી, છતાં પ્રતિભા ઊભી જ રહી. થોડીવારમાં વાત કરીએ એમ કહીને સૂર્યકાંતે ફોન કટ કરી નાખ્યો, 'જો પ્રતિભા, ગામ એકદમ નાનું છે. બધા આપણને ઓળખે છે. ટ્રાફિકની ભીડભાડ નથી. હું અને વિવેક સ્કૂલે મૂકવા જઈએ છીએ ને?' પ્રતિભાને વાત સાચી લાગી હોય એમ પરાણે હોઠ ભીડી દીધા... 'પણ પાછા આવતી વખતે શું?' સૂર્યકાંતે પ્રતિભા સામે જોયું. એનો હાથ પકડ્યો અને આંખોમાં આંખ પરોવી, 'તું નાની નાની વાતે ફિકર કરવાની આદત છોડી દે. છોકરાવ એકદમ સલામત છે. સંકેત અને સૌરભ રોજ સાથે જ પાછા આવે છેને? છતાં કોઈ ઓળખીતા રિક્ષાવાળાને શોધું છું, બસ? હવે તું નીકળ, ખરેખર મોડું થશે.'

પ્રતિભા કંઈ ન બોલી અને સ્કૂલે જવા નીકળી, ત્યારે ઘડિયાળનો નાનો કાંટો

દસ પર આરામ કરતો હતો અને મોટો કાંટો બે પરથી આગળ વધવાની મથામણમાં હતો! હવે એ ૧.૩૦થી ૫.૩૦ વાગ્યા સુધી શિરવળ જિલ્લા પરિષદ પ્રાઇમરી સ્કૂલમાં રહેશે. પોતાને ખૂબ વહાલાં લાગતાં ત્રીજા અને ચોથા ધોરણનાં બાળકોને ભણાવશે. પ્રતિભા બંગલોની બહાર નીકળી, ત્યારે આઉટહાઉસની બારીના પડદાની પડખેથી છુપાઈને જોઈ રહેલી ફાતિમાની આંખમાં ચમક આવી ગઈ, 'દેખા હૈ પહેલીવાર સાજનકી આંખો મેં પ્યાર...' ગણગણતી એ ટેલિફોન તરફ જોઈ રહી.

ઘંટડી વાગતાં જ સૂર્યકાંતે ગુસ્સામાં મોબાઇલ ઉપાડ્યો, 'દહા મિનિટ નંતર બોલતો.' દસ મિનિટમાં ફોન કરવાનું કહ્યું તો ખરું, પણ એમના મનમાં આગળની યોજના રમતી હતી. પહેલાં ચૌફાલા ગામની સાઇટ પર પહોંચવાનું, એ ત્રણેક કિલોમીટર દૂર. ત્યાં કામ પતાવ્યા બાદ તરત જ... આગળના વિચારોને ખંખેરીને તેઓ તરત જ તૈયાર થવા માંડ્યા.

સૂર્યકાંતે બરાબર અગિયાર વાગ્યે સ્કૂટરને કીક મારી. વાહન કરતાં વિચારો વધુ તેજ ગતિમાં હતા. વિચારોને ક્યાં સિગ્નલ, સ્પીડ બ્રેકર, ટ્રાફિક હવાલદાર, રસ્તાની વચ્ચોવચ પાર્ક કરેલી બાઇક, લખોટી લેવા દોડતાં બચ્ચાં, પૈડાં ટાયર સુધી આવી જતાં ગલૂડિયાં કે ગંદા પાણીના ખાડા નડે છે? ગામના પાદરે મોટું ખુલ્લું નાળું આવતાં આપોઆપ સ્કૂટરની ગતિ ધીમી પડી, ત્યારે ધ્યાનમાં આવ્યું કે મોબાઇલ ક્યારનો, બૂમાબૂમ પાડી રહ્યો હતો.

શર્ટના ઉપરના ગજવામાંથી મોબાઇલ કાઢીને નંબર જોયો. સ્કૂટર ઊભું રાખ્યું અને એક પગનું સ્ટેન્ડ બનાવીને ઊભા રહ્યા. કંઈક રોષ સાથે ફોન ઉપાડ્યો: 'આતા બોલા.' બોલવાનું કીધું, પણ પછી જે સંભળાયું એ જરાય ન ગમ્યું હોય એમ ચહેરો ગુસ્સાથી તમતમી ઊઠ્યો. 'કામ ન ફાવે તો હાથમાં લેવાનું નહીં. તેં જેટલી માગી એટલી રકમ આપી. વાહન માગ્યું તો ટુ-વ્હીલરની વ્યવસ્થા કરી. આજે કોઈ પણ સંજોગોમાં કામ થવું જોઈએ નહીંતર તને ખબર છે કે હું શું કરી શકું એમ છું... જુઠ્ઠાણું નહીં, હું કંઈ પણ કરી બેસીશ. કોઈ બહાનાંબાજી નહીં... આજ કામ સંપલા નાહિતર... વિષય સંપલા.'

છેલ્લા બે શબ્દ 'વિષય સંપલા' એટલા મોટા અવાજે બોલાયા કે પાસેથી પગપાળા જતા બે ગામવાળા ઝડપભેર ચાલવા માંડ્યા. એક જણ આંખ મીંચકારીને ધીમેથી બોલ્યો, 'આની જીભ છે કે કડવો લીમડો વીંટાયેલી છરી?' બીજાએ મોઢું બગાડ્યું, 'હોય કંઈ?' લાલચોળ મરચાનાં ભૂકીવાળી તલવાર છે એની જીભ. ધંધામાં તો ભારે ફટકો મારે છે, પણ કોઈક માથાફરેલ મળ્યો તો બરાબરનું આવી બનશે.'

આ બંને ખોટું નહોતા બોલતા. સૂર્યકાંતે બે-ત્રણ વર્ષની નોકરી પછી બિલ્ડિંગ

બાંધવા અગાઉ લગાવાતા સેન્ટરિંગનું કામ શરૂ કર્યું, પછી આખા બિલ્ડિંગનું લેબર વર્ક લેવા માંડ્યા. અને અત્યારે વિથ મટીરિયલ લેબર વર્ક લેવાની શરૂઆત કરી ચૂક્યા હતા. સાદા શબ્દોમાં કહીએ તો સૂર્યકાંત વિષ્ણુ ભાંડેપાટીલનો સારો સમય ચાલતો હતો.

બંને દૂર દૂર જતા સૂર્યકાંતને જોઈ રહ્યા, 'જે બહુ દોડે એ માથાભેર પડે જ. જોઈ લેજે આ સૂર્યકાંતના એવા બાર વાગવાના કે ક્યારેય કળ નહીં વળે.'

બરાબર બાર વાગ્યે એમ.ઇ.એસ. હાઈસ્કૂલમાં બેલ વાગ્યો. એક પછી એક બાળકો બહાર નીકળવા માંડ્યાં. આજે સૌરભને છૂટવાને વાર હતી એટલે સંકેત એકલો ઊભો હતો. એનાથી થોડે દૂર બે સ્કૂલટીચર અંજલિ વાળીમ્બે અને સ્વાતિ જોશી ઊભાં ઊભાં ગપ્પાં મારતાં હતાં અને સાથોસાથ નાનાં ભૂલકાં પોતાના વાલી અને ઓળખીતા સાથે પાછાં ફરે એની ચોકસાઈ રાખતાં હતાં. મોંઘવારી, ફેશન અને શાકભાજી ખરીદીની વાતો વચ્ચે બંનેની નજર એક પછી એક પછી એક રવાના થતાં બાળકો પર પડી.

બંનેને ધ્યાનમાં આવ્યું કે હવે કદાચ સંકેત ભાંડેપાટીલ એકલો જ બચ્યો છે. અંજલિ વાળીમ્બેએ સંકેત ભણી નજર કરી, ત્યાં જ સામેથી એક સ્કૂટરસવારે હાથ ઊંચો કર્યો. ૨૩ વર્ષની શિક્ષિકા સંકેતને સવાલ કરવા ગઈ, પણ બાઇકસવારે સંકેત સામે સ્મિત કર્યું અને જવાબમાં એ માસૂમ મીઠું સ્માઇલ આપીને એની તરફ દોડી ગયો. એ ઓળખીતા સ્કૂટરવાળા સુધી પહોંચવા માટે સંકેતના નાના-નાના પગે ભરેલાં પગલાં નીચે સમયે કેવી ભયંકર યાતના સંતાડી રાખી હતી તેની કોઈને જાણ નહોતી.

4

સોમવાર, તા. ૨૯-૧૧-૧૯૯૯

શિરવળના સ્મશાન પાસે જઈને એ પંખી બેઠું. હજારોના અંતિમ વિસામા બનેલા આ મુકામની ભેંકાર શાંતિ એને અકળાવતી હતી. એ ક્યારેક કાચી વાડ પર, ક્યારેક ટપકતા નળ પર, ક્યારેક વીજળીના થાંભલા સુધી જતું. ક્યાંય મનને શાંતિ કે શાતા ન ઊપજે. ચિતાની બંને બાજુ ખોડેલા લોખંડના પાટા પર બેઠું, ત્યાં ગરમાવો અનુભવાયો. એની પરવા કર્યા વિના ચિતાની હજી ધુમાડા કાઢતી અધબળી લાશ સામે તુચ્છકારભેર જોયું. ત્યાંથી ઊડીને વીજળીના થાંભલા પર જઈને બેઠું, ત્યાં જ વરસાદનાં પાણી અને તડકાથી કોહવાઈને ઉઘાડા પડેલા

વાયરની અંદરની વીજળી એના શરીરમાં ફરી વળી. હલકમાંથી હલકી આંચકી અને મોઢામાંથી આછા અવાજ સાથે એ ફંગોળાયું અને ધબાક સાથે નીચે પડ્યું, ત્યારે બધી લાગણી અને પીડાથી મુક્તિ મેળવવા અગ્રેસર હતું. બંને ખુલ્લી આંખોમાં શિરવળને ભરી લેવું હોય એમ ડોળા આમથી તેમ ચકળવકળ થતા હતા. અને અચાનક એ સ્થિર થઈ ગયા. દૂરથી એક કૂતરો ઝડપભેર એની તરફ દોડવા માંડ્યો. એ સિવાય ચોમેર એકદમ સ્મશાનવત્ શાંતિ.

શાંતિનો ભંગ કરતો શાળાનો ઘંટ ગુંજી ઊઠ્યો. શિરવળ જિલ્લા પરિષદની પ્રાઇમરી સ્કૂલમાં નાની રિસેસ પડી. બાળકો દોડાદોડ કરતાં બહાર આવ્યાં. પ્રતિભા ભાંડેપાટીલે આસપાસ જોયું. આસપાસ નજર ફેરવી. થોડે દૂર ફાતિમાનો ભાઈ ઇમરાન દેખાયો.

એ કોઈ છોકરા સાથે વાત કરતો હતો. પ્રતિભાએ બંનેને કહ્યું કે, 'બેટા, ફટાફટ જઈને સંકેતને સ્કૂલથી લઈ આવશો?' માથું હલાવીને બંને રીતસર દોડવા માંડ્યા. બંને સ્કૂલ વચ્ચે એકાદ કિલોમીટરનું અંતર. દશેક મિનિટનો સમય લાગે. ઇમરાન અને ઉત્સાહી બાળવાર મિત્ર ટીચર મેડમના કામે નીકળ્યા'તા એટલે સાડાઆઠ મિનિટમાં તો એમ.ઇ.એસ. હાઈસ્કૂલમાં પહોંચી ગયા. જવાબ મળ્યો કે સંકેત તો ગયો, એને લઈ ગયા. કમાનમાંથી છૂટેલું તીર યુ-ટર્ન મારે એમ બંને પાછા વળ્યા. દોડાદોડ, પાછા ફરીને મેડમ સામે ઊભા રહ્યા. હાંફતાં હાંફતાં ઇમરાને કહ્યું, 'સંકેત તો ગયો ઘરે કોઈકની સાથે.' આ સાંભળીને પ્રતિભાને નિરાંત થઈ, 'સારું થયું, એના પપ્પા જ સ્કૂલેથી લઈ ગયા હશે.'

મરેલા પંખીની લાશને કૂતરા વીંખી-પીંખી રહ્યા હતા, પણ હવે ચોતરફ ઊડતાં પીંછાંમાંથી અગાઉનાં અજંપા, વેદના, અકળામણ અને ફિકરનું બાષ્પીભવન થઈ ચૂક્યું હતું. પંખી માટે હવે ન ભૂખ, ન તડકો, ન તરસ, ન ઉતાવળ, ન પ્રેમ, ન ઈર્ષા, ન આકાર, ન નિરાકાર, ન ઇચ્છા, ન એષણા હતી. હવે તો માત્ર અનંતની શાંતિ, ચિરસ્થાયી.

એ સમયે સૂર્યકાંત વિષ્ણુ ભાંડેપાટીલ પાછળ ચિત્તો પડ્યો હોય એ ઝડપે સ્કૂટર ભગાવી કુદાવી રહ્યા હતા. સૂર્યકાંતને થયું કે સાળાસાહેબ હોત તો એને કામ સોંપી દીધું હોત, પણ શેખર હાય કુઠે? શિરવળના રાજકીય, સામાજિક અને સરકારી સાહેબ સૂર્યકાંતને ઓળખે, નામથી અને કામથી, પરંતુ આજે સૂર્યકાંત જાણે કોઈને ઓળખતા નહોતા. સરપંચ ગુરુદેવ ભરદાડેના 'કાય ભાઉ?' પંચાયત સમિતિના સભાપતિ નીતિન ભરગુડે પાટીલના 'કસા કાય?' ગ્રામ પંચાયતના બે સભ્ય રાજેન્દ્ર તાંબે અને રવીન્દ્ર પાનસરેના 'રામરામ ગાંવવાલે' વેપારી મિત્ર પ્રેમભાઈ પટેલના 'ક્યાં ચાલ્યા?' કે સાથે સ્કૂલમાં ભણેલા કૉન્ટ્રાક્ટ

વિજય મલેકરને 'અરે ઓય'નો કોઈ જવાબ ન મળ્યો. એમ કહેવું વધુ સારું ગણાશે કે આ બધાના અસ્તિત્વ કે અભિવાદનની કોઈ નોંધ સુધ્ધાં સૂર્યકાંતે ન લીધી. કોઈક ગજબનાક ઉતાવળમાં હતા એ.

એમના વિચારો અને બાઇકનાં પૈડાંની ગતિને હંફાવતો હતો સમય. સમયના કાંટાને શ્રાપ છે, ક્યારેય આરામ ન કરવાનો. મંઝિલથી બેખબર છતાં ઘાણીના બળદની જેમ ચૂપચાપ ફર્યા કરવાનું. એમનો પોતાનો સમય ક્યારેય ન બદલાય, પણ ભલભલા ચમરબંધીનો ટાઇમ એવો બદલી નાખે કે બધી ખો નીકળી જાય.

પોતાના એકદમ વધુ સારા સમયની પ્રતીક્ષામાં મોટા ભાઈ વિવેક ભાંડેપાટીલ ગડમથલમાં હતા કે આટલું તો કરી લીધું, પણ હવે આગળ શું? સૂર્યકાંત ભાંડેપાટીલ વધુ સારા સમયને પકડી લેવા માટે બાઇક દોડાવતા હતા. ભણાવવામાં મશગૂલ પ્રતિભાને સમયની પરવા નહોતી. સૌરભને લાગતું હતું કે આજે સમય વીતતો નથી, પીરિયડ ક્યારે પૂરો થશે?

શિયાળાના આગમન વચ્ચે ભરબપોરનો તડકો તન-મનને સારો લાગે. એટલે બપોરના બે વાગ્યાનો સમય કોઈને ઝાઝો પડતો નહોતો. એ સમયે 'સાંઈ-વિહાર'ના આઉટહાઉસમાં આડેપડખે થયેલી ફાતિમા કંઈક વિચારતાં વિચારતાં મલકતી હતી, 'મેરા અમજદ શેખ કહાં હોગા? કબ આયેગા?' આ ટીનએજરને પ્રેમભર્યા વિચાર-તંદ્રામાંથી જગાડી કાળમુખા ટેલિફોને. બેલ વાગતી રહી, પણ ફાતિમાને ઊભા થવાનું મન ન થયું. સામે છેડેય કોઈ જક્કી હોય એમ ઘંટડી વાગતી રહી. અંતે છણકો કરીને ફાતિમાએ ફોન ઉપાડ્યો.

ફાતિમા 'હેલ્લો' બોલે એ પહેલાં સામેથી, બહુ દૂરથી આવતો હોય એવો છતાં એકદમ ટાઢોબોળ અને ધારદાર અવાજ સંભળાયો.

'તુમચા મુલગા માઝા કડે આહે. પાહિજે અસેલ તર હોટેલ જયભવાની વર એક લાખ રૂપિયે ઘેઉન યા.' (તારો દીકરો મારી પાસે છે. જોઈતો હોય તો હોટેલ જયભવાની પાસે એક લાખ રૂપિયા લઈને આવી જા.)

5

સોમવાર, તા. ૨૯-૧૧-૧૯૯૯

બપોરે બે વાગીને ત્રણ મિનિટે ફાતિમા તાજુદ્દીન ખાને હાથમાં પકડેલા ટેલિફોન કેડલને જોતી હતી. પછી ફોનના ડબલા સામે જોયું. કાયમ ગામડામાં રહેલી, લગભગ નહીંવત્ ભણેલી અને બહારની દુનિયાથી સાવ અજાણ ફાતિમાને

જરાય સમજાયું નહીં કે સામે છેડે કોણ હતું? તેણે શું કહ્યું? શા માટે કહ્યું? ફોન કરનારની ભાષા, શબ્દો, શૈલી અને વાતની ગંભીરતામાંથી કંઈ એને પલ્લે ન પડ્યું. મોઢું બગાડીને તેણે ફોન મૂકી દીધો. ફાતિમા ફરી ચટાઈ પર આડી પડી, તરત જ વિચારોમાં ખોવાઈ ગઈ.

એ સમયે શિરવળ જિલ્લા પરિષદની પ્રાઇમરી સ્કૂલમાં જીવનમાં અતિ મહત્ત્વની વાતો ઇમરાન સાંભળી રહ્યો હતો. ફાતિમાના આ ભાઈનું ધ્યાન ભણવામાં ઓછું અને જમવામાં વધુ હતું. હા, બેલ પડે એટલે દોડતા ઘરે પહોંચીને પેટપૂજા કરવાના વિચારોમાં એ ખોવાયેલો હતો. થોડીવારમાં એની અરજના જવાબરૂપે રિસેસ જાહેર કરતો ઘંટ વાગવા માંડ્યો.

પાછળ હડકાયું કૂતરું પડ્યું હોય એમ ઇમરાન ભાગ્યો. ઘરે પહોંચીને રોટલી અને આચાર ઝાપટવા માંડ્યો. ફાતિમાને જેટલી યાદ આવી તેટલી ફોનની વાત કહી, પણ ઇમરાનનું ધ્યાન રોટલીના છેલ્લા ટુકડાથી અથાણાનું તીખું તેલ લૂછવામાં વધુ હતું. પાણી પીને છેલ્લે કોગળે એ ફરી દોડ્યો. સમયસર સ્કૂલમાં પહોંચીને ક્લાસમાં જતી વખતે નજર ટીચર મેડમ પર પડી, ઇમરાન દોડીને પ્રતિભા પાસે ગયો. તેણે ફાતિમાને આવેલા ફોનની અડધીપડધી વાત કરી.

આ સાંભળીને પ્રતિભા એકદમ સુન્ન થઈ ગઈ, 'સંકેત... ના, એને તો એના પપ્પા લઈ ગયા હશે... હશે? ના, ના ફોન કરીને પૂછી જ લેવું બહેતર છે. ના, એમને ડિસ્ટર્બ ક્યાં કરવા?' પ્રતિભાએ નક્કી કર્યું કે પોતે સંકેતની સ્કૂલે જઈને ખાતરી કરી લે તો સારું.

આ અગાઉ બપોરે લગભગ ૩.૩૦ વાગ્યે ત્રીજા ધોરણનાં બાળકોને ભણાવતી ટીચર સ્વાતિ જોશીએ અંજલિ વાળીમ્બેને ફોન કર્યો. આ સ્વાતિને સ્કૂલમાં જોડાયાને હજી સાત-આઠ મહિના થયા હતા. એનો ફોન જોઈને આશ્ચર્ય થયું. સ્વાતિએ અંજલિને કહ્યું કે, 'સંકેત ઘરે પહોંચ્યો નથી.' અંજલિએ સ્વસ્થપણે જવાબ આપ્યો કે, 'આપણી સામે તો એને કોઈ લઈ ગયું. હશે કોઈ સગા કે ફ્રેન્ડને ઘરે. પેરેન્ટને ફિકર થાય. આવી જશે એ તો. તુ કશાલા ટેન્શન ઘેતે!'

એક ચિંતાતુર માતાને એમ.ઇ.એસ. ઇંગ્લિશ હાઈસ્કૂલ સુધી પહોંચતાં કેટલીવાર? પરંતુ પહોંચીને કંઈ હાથ ન લાગ્યું, કારણ કે સ્કૂલ છૂટી ગઈ હતી અને બધા ઘરભેગા થઈ ગયા હતા. ઝાઝું વિચાર્યા વિના પ્રતિભાએ સ્કૂલટીચર અંજલિ વાળીમ્બેના ઘર ભણી પગલાં ઉપાડ્યાં. અંજલિ પાસેથી એ જ જવાબ મળ્યો, 'સંકેત તો ક્યારનોય ગયો ઘરે... લઈ ગયું કોઈક... મારી નજર સામે જ જતાં જોયો. મેં બે-ત્રણ વાર પૂછ્યું કે, 'કોણ લેવા આવ્યું છે? તું ઓળખે છેને?' એ હા પાડીને દોડી ગયો.' પ્રતિભાએ ચિંતામાં વધુ સવાલો કર્યા તો

માહિતી મળી, 'કોઈ કાળો છોકરો... ના, કાળો એવો માણસ હતો... બાઇક પર આવ્યો'તો, સંકેત એને ઓળખતો હતો. એને જોઈને સંકેત દોડી ગયો.'

હવે શું કરવું? પ્રતિભા આ સવાલના વિચારમાં પોતાની સ્કૂલે પાછાં ફર્યાં. ચાર વાગ્યા હતા. કામમાં મન પરોવવાના પ્રયાસો ઊંધા માથે પછડાયા. સંકેત કોની સાથે ગયો હશે? આ છોકરાવ પણ સમજે નહીં. હવે તો સ્કૂલે અવરજવર માટે રિક્ષાવાળાની વ્યવસ્થા કરાવ્યે જ છૂટકો. ક્યારેક નાહક ઉપાધિ આવી પડે. ચેતતા નર સદા સુખી.

પ્રતિભાના આ ચિંતા-સત્ર સમયે સૂર્યકાંત સાઇટ પરથી રવાના થવામાં હતા. 'આજે સારું કામ પતી ગયું. હવે સિમેન્ટનું નક્કી કરી લઉં એટલે પતે બધું.' કીક મારી તો સ્કૂટર તોખારની જેમ દોડવા માંડ્યું: પહેલું અને એકમાત્ર સ્ટોપ આવ્યું સિમેન્ટની દુકાને. જૂના ઓળખીતા વેપારી અને મિત્ર પ્રેમજીભાઈ પટેલે જોતાવેંત મીઠો આવકાર આપ્યો.

'કાય ભાઉ, એકદમ દોડાદોડીમાં? ગયા ત્યારે સામું જોવાનોય વખત નહોતોને.'

'પ્રેમજીભાઈ, કાય કરાયચા? ટેન્શનમાં કંઈ ધ્યાન રહેતું નથી.'

'હા ભા હા. ટેન્શન ઠીક, પણ આપલે સંબંધ ચે કાય. આમચ્યા કેડે બઘાયચા જ નાહીં. હે ઠીક હાય કાય?'

જવાબની રાહ જોયા વિના પ્રેમજીભાઈએ બે ચા મગાવી લીધી. સૂર્યકાંતે સિમેન્ટના ભાવતાલની વાતો શરૂ કરી, ત્યાં ૪.૩૦ વાગ્યે પ્રતિભાનો ફોન આવ્યો.

'સંકેત તમારી સાથે છેને?'

'ના, હું તો સાઇટ પર હતો...'

'પણ ટીચર તો કહે છે કે કોઈક લઈ ગયું એને. તો પછી સંકેત.'

'અરે, કોઈ લઈ ગયું હશે ઘરે.'

'એ ઘરેય નથી...'

'તું ફિકર નહીં કર... વિવેક કે બીજું કોઈ ગામવાળું લઈ ગયું હશે... કદાચ ક્યાંક રમતે ચડી ગયો હશે...'

'મને તો ડર લાગે છે... ઘરે ફાતિમા પર ફોન આવ્યો તો કે છોકરો પાછો જોઈતો હોય તો લાખ રૂપિયા લઈને આવો. મને ખૂબ ડર લાગે છે...'

'પ્રતિભા, ડરવાની જરૂર નથી. આખું ગામ જાણે છે કે લાખ રૂપિયા આપવાની આપણી તાકાત નથી. કોઈકે મજાક કરી હશે... રોંગ નંબર હશે... એ ફાતિમા પાછી અડધા ગાંડા જેવી છે, સાવ નાસમજ છે. એ શું સમજે આવી બધી વાતોમાં?'

સામેથી કંઈ જવાબ ન મળ્યો. અચાનક હીબકાં ભરીને રડવાનો અવાજ

સંભળાવા માંડ્યો. સૂર્યકાંતે રૂમાલથી ચહેરા પરનો પરસેવો લૂછ્યો.

'પ્રતિભા, પ્રતિભા. જો રડવાનું બંધ કર તો. સંકેત હશે ક્યાંક આસપાસમાં. એને શોધી લઈશું આપણે... ચિંતા છોડ તું, હું આવું છું...'

ચાના બે કપ આવીને પડ્યા હતા, પણ સૂર્યકાંત ઊભા થઈ ગયા. પ્રેમજીભાઈ પટેલે એમના ખભે હાથ મૂકીને નીચે બેસાડી દીધા. પ્રેમજીભાઈએ એક પછી એક મિત્રોને ફોન કર્યા. એક પછી એક દોસ્તો મારતે ઘોડે દોડી આવ્યા. જોતજોતામાં ૨૫-૩૦ જણ ભેગા થઈ ગયા.

સૂર્યકાંત ભાંડેપાટીલ મિત્રો સાથે સ્કૂલ ગયા. ત્યાંથી સ્કૂલટીચર અંજલિ વાળીમ્બેના ઘરે ગયા. કોઈ નવા સગડ ન મળ્યા. એ જ જૂની વાત સામે આવી કે સંકેત સ્કૂલેથી ગયો, કોઈક કાળા માણસ સાથે, બાઇક પર.

અગાઉ શિરવળમાં ક્યારેય આવું બન્યું નહોતું. બધા દોડધામ કરતા હતા, પણ સો ટકા ખાતરી હતી કે આવું કિડનેપિંગ-બિડનેપિંગ કંઈ ગામડાગામમાં થાય? બચ્ચું રમતું હશે ક્યાંક દોસ્તારો સાથે. આપણા નાનકડા ગામમાં ફરી વળતાં કેટલીવાર?

એક પછી એક સંકેતના દોસ્તોને ઘરે દોડી ગયા. મયૂરી ગાવડે, અપર્ણા માંગડે, સ્વપનીલ વાંગડે અને રોહન મીઠારી, પણ સંકેત કોઈના ઘરે નહોતો કે નહોતો જોયો કોઈએ, એને સ્કૂલ છૂટ્યા પછી. સંકેત મોટા ભાઈ સૌરભ સાથે ખૂબ મસ્તી કરે, ધમાલ કરે. ખૂબ ફેરવી ફેરવીને સૌરભને પૂછ્યું 'સંકેત ક્યાં જવાનો હતો? કોઈની વાત કરતો હતો? કોઈની સાથે જોયો હતો?' સવાલો અનેક હતા, આકરા હતા, અકળાવનારા હતા, પણ જવાબ એક જ, 'ના.'

હવે એક જ રસ્તો બાકી બચ્યો હતો પોલીસ પાસે જવાનો. સંકેત શોધક કાફલો રવાના થયો શિરવળ પોલીસચોકી તરફ. એ સમયે મૃત પંખીના અવશેષ પર લાલ કીડીઓ જયાફત ઉડાવી રહી હતી.

6

સોમવાર, તા. ૨૯-૧૧-૧૯૯૯

શિરવળ સાવ ખોબલા જેવડું ગામ. પાંચ-છ હજારની વસતિ. સૌ પેઢીઓથી રહે. એકમેકને વર્ષોથી ઓળખે. આંખની શરમને પ્રતાપે લડાઈ-ઝઘડા ઓછા થાય. ક્યારેક છૂટીછવાઈ મારપીટ થાય તો અંદરોઅંદર મામલો પતાવી લેવાય. આમાંથી પોલીસ સુધી ભાગ્યે જ કોઈ બાબત પહોંચે. ભૌગોલિક કદ અને વસતિને

કારણે ગામમાં પોલીસ સ્ટેશન નહોતું, માત્ર એક નાનકડી પોલીસચોકી હતી. ચોરી અને લૂંટફાટના પરચૂરણ ગુના આ ચોકીના ચોપડામાં નોંધાય. હાઈવેને અડીને ગામ હોવાથી માર્ગઅકસ્માતના કેસ આવે. ગામમાં ખૂન થયાનું કોઈને યાદ નહોતું આવતું અને શિરવળે તો ઠીક, આખા ખંડાલા તાલુકાએ હજી સુધી અપહરણનો બનાવ જોયો નહોતો, પરંતુ નાનકડી શિરવળ પોલીસચોકી હવે નવું, ભયંકર જોવા, સાંભળવાની હતી. કંઈક એવું બન્યું હતું કે સાંજે સાડાપાંચ વાગ્યે શિરવળ ગામમાં બધા એકદમ ઊંચાનીચા થઈ ગયા હતા. આ નાનકડા ગામમાં અત્યાર સુધી કદાચ મોટા ગુના આચરવા માટેનાં કારણો નહોતાં, વૃત્તિ નહોતી અને કોઈને જરૂર નહોતી.

એટલે ફર્સ્ટ કે.જી.માં ભણતા સંકેતનું એકાએક ગાયબ થઈ જવું સૌના માટે માની ન શકાય એવી ઘટના હતી. એમાંય સંકેત કોણ? સૂર્યકાંત વિષ્ણુ ભાંડેપાટીલનો દીકરો. સંકેતનું લાપતા થવું એ એકલા ભાંડેપાટીલ પરિવારની ચિંતા નહોતી, આખેઆખા ગામની ફિકર હતી. એટલે જ બધા આગેવાનો અને ગ્રામજનોનું ટોળું પોલીસચોકી ભણી આગળ વધી રહ્યું હતું. માત્ર સૂર્યકાંતને સાથ આપવા નહીં, પણ હાથોહાથ સંકેતને પાછો મેળવવા જતા હોય એમ પ્રેમજીભાઈ પટેલ, ગુરુદેવ ભરદાડે, નીતિન ભરગુડે, રાજેન્દ્ર તાંબે, રવીન્દ્ર પાનસારે, વિજય મલેકર અને ઈશાક મુજાવર જેવા ઓળખીતા-પાળખીતા, સાથી, મિત્રો, શુભેચ્છકો અને વેપારીઓ સાથે નીકળી પડ્યા હતા.

કોઈક સંકેતના પરાણે વહાલા લાગે એવા ચહેરાની વાત કરતું હતું, તો કોઈ એની ધમાલને પ્રેમપૂર્વક સંભારતું હતું. સંકેત કેવો ક્રિકેટનો શોખીન. અરે, કાલે જ મારી દુકાને આવીને કહે કે, 'કાકુ, બોલિંગ કરોને?...' નાની ઉંમરેય છોકરો કેવો ગજબનો ચાલાક... આપણે ચેસ રમતા હોઈએ તો ટગર ટગર જોઈ રહે... બધાં પ્યાદાને સ્પર્શ કરે, જાણે એની આગલી ચાલ સમજવા ન માગતો હોય... આવા હોશિયાર છોકરાને શું થવાનું?... રમતો હશે આસપાસ... પણ ચેતતા રહેવું સારું... આવી ગુસપુસ વચ્ચે શિરવળ પોલીસચોકી નજીક આવતી જતી હતી.

આ પોલીસચોકીના ઇનચાર્જ હતા પી.એસ.આઈ. સતીશ માને. એમના હાથ નીચે સાત-આઠ કૉન્સ્ટેબલનો કાફલો ખરો.

માનસાહેબે માનપૂર્વક સૂર્યકાંતને બેસાડ્યા. આસપાસની સાત-આઠ ખુરશી પર કેટલાક આગેવાનો ગોઠવાઈ ગયા. રાબેતા મુજબના સવાલો શરૂ થયા. લાપતા થયેલાનું નામ, ઉંમર, દેખાવ, શરીર પર ખાસ નિશાન, ઘરેથી નીકળવાનો અને સ્કૂલે પહોંચવાનો સમય, કોણ મૂકવા ગયું, છેલ્લે કોણે જોયો? એક પછી એક જવાબ પોલીસ ચોપડે એફ.આઈ.આર.માં નોંધાતા ગયા.

બધાની જેમ પોલીસ સાદી વાત તરત જ સમજી ગઈ કે સંકેત સ્કૂલે તો પહોંચ્યો હતો, સ્કૂલમાં ભણ્યો હતો અને સ્કૂલેથી નીકળ્યો પણ હતો. હવે શોધવાનું એ હતું કે સંકેત ક્યાં ગયો? કોની સાથે ગયો? અને અત્યારે છે ક્યાં?

ખુદ ફરિયાદી સૂર્યકાંત આણિ મંડળીને ગળા સુધી ખાતરી હતી કે સંકેત કોઈ મિત્રને ઘરે ગયો હશે કે કોઈ ઓળખીતા સાથે હશે. ભાઈ રમવામાં મશગૂલ થઈ ગયો હોવો જોઈએ. ફરિયાદી ઝાઝા ગંભીર નહોતા. તેમને લાગતું હતું કે ગમે ત્યારે સંકેત હસતાં હસતાં સામે આવશે. એના માસૂમ ચહેરા અને મલકાટને જોઈને બધા સવાલો અને આછા ઠપકાની જરૂરિયાત નૌ દો ગ્યારહ થઈ જશે.

આ બધું સાંભળીને, જાણીને માનસાહેબ કંઈ બોલ્યા નહીં, છતાં એમને લાગ્યું જરૂર, 'ભાઉ, તે પહેલાં બધે તપાસ કરીને છોકરાને મેળવી લેવાય... નાહક તમારો સમય બગાડો છો અને અમારું કામ વધારો છો?' પોલીસ ચોપડામાં વિગતો નોંધાયા બાદ એફ.આઈ.આર. નંબર લખાયો, 'મિસિંગ કમ્પ્લેઇન, સી. આર. નંબર ૧૩૦ ઑફ ૧૯૯૯, ૨૯મી નવેમ્બર, ૧૯૯૯.'

સતીશ માનેએ એક કૉન્સ્ટેબલને બોલાવીને ઇશારો કર્યો. કૉન્સ્ટેબલ ધડાધડ સૂર્યકાંત અને સાથે આવેલાને પૂછવા માંડ્યા, નજીકનાં સગાંનાં નામ-સરનામાં આપો, ઓળખીતાઓની વિગતો આપો, મિત્રોના ઍડ્રેસ આપો. ફરિયાદી ટીમ ઊભી થઈને રવાના થાય એ પહેલાં પી.એસ.આઈ. માનેએ સૂર્યકાંતને પૂછ્યું, 'સંકેતનો ફોટો લાવ્યા છો?' નકારમાં જવાબ મળતાં માનેએ તાકીદ કરી કે તાત્કાલિક ઘરેથી ફોટો મોકલાવી દો.

સાંજે લગભગ સવા સાત વાગ્યાના સુમારે બધા પોલીસચોકીમાંથી બહાર નીકળી ગયા. સંકેત ગમે તે ઘડીએ સામે આવી જવાની ખાતરી હતી, કદાચ પ્રતીક્ષા હતી કે આશા હતી છતાં સૂર્યકાંત ચૂપચાપ બેસી ન રહ્યો. તેઓ વિચારવા માંડ્યા કે આપણે સગાંસંબંધી અને સંકેતના મિત્રોના ઘરે તો ફરી વળ્યા, તો બાકી રહી ગયું કોણ? સૂર્યકાંતને થયું કે પોતાની સાઇટ પર કામ કરતા, ઘરે આવતા મજૂરોની તપાસ કરવી જોઈએ. એક પછી એક નામ યાદ આવતા ગયા અને ફટાફટ યાદી બનતી ગઈ.

પોલીસવાળાય યુદ્ધના ધોરણે કામે લાગી ગયા હતા. સંકેત કોઈ સાધારણ માણસનો દીકરો નહોતો કે ગામમાં બનતી આ કંઈ રોજબરોજની ઘટના નહોતી. એક પછી એક કૉન્સ્ટેબલ પોતાને સોંપાયેલા કામ મુજબ માણસોને બોલાવવા નીકળી પડ્યા.

'સાંઈ-વિહાર'માં પ્રતિભા સુનમુન બેઠી હતી. આંખ સામે સંકેતનો ચહેરો રમતો હતો. પરાણે વહાલો લાગે એવા દીકરાના અવાજના ભણકારા સંભળાતા

હતા. નજર દરવાજા પરથી હટતી નહોતી. એક જગ્યાએ બેસી રહેવાનું અશક્ય બની ગયું હતું. ક્યારેક દરવાજા સુધી બહાર આવીને જુએ. તો થોડીવારમાં બારીમાંથી દૂર તાકી રહે. સંકેતના ક્રિકેટ બેટ પર નજર પડીને આંખમાં ભીનાશ ધસી આવી.

દૂર ચૂપચાપ બેઠેલા સૌરભને કંઈ સમજાતું નહોતું. વર્ણવી ન શકાય એવી લાગણી થતી હતી. તે ડરતાં ડરતાં ધીમેથી બોલ્યો, 'આઈ, સંકેત...'

પ્રતિભાએ નજીક આવીને સૌરભને એકદમ પાસે ખેંચી લીધો. એના વાળમાં હાથ ફેરવતાં ફેરવતાં બોલી, 'અરે, સંકેત હમણાં આવી જશે... એના માટે વરણભાત બનાવ્યા છે. બંનેએ જમ્યા પછી જ રમવા જવાનું છે હો? અને જો હવે તારે રોજ બંને ટાઇમ સંકેતને સાથે જ રાખવાનો... આજ ને આજ રિક્ષાનું ગોઠવી દઉં છું તમારા બંને માટે.'

સૌરભ ઢીલો ન પડે એટલે પ્રતિભાના મુખેથી જાણે યંત્રવત્ આ બધા શબ્દો નીકળી રહ્યા હતા, પરંતુ એની ઇચ્છાથી વિરુદ્ધ અને જાણબહાર આંખમાંથી આંસુ વહેવા માંડ્યાં. સૌરભ કંઈ સમજે એ પહેલાં તો પ્રતિભા હીબકાં ભરીભરીને રડવા માંડી.

7

સોમવાર, તા. ૨૯-૧૧-૧૯૯૯

સૂર્યાસ્ત પછી શિરવળ ગામ એકદમ ડાહ્યાડમરા છોકરા જેવું થઈ જાય. ધમાલ બંધ, મસ્તી બંધ, કહ્યાગરા બચ્ચાની જેમ હાથ-પગ ધોઈ, વાળું પતાવીને ભણવા, વાંચવા કે ગપ્પાં મારવા બેસી જવાનું. અમુક નવરા ગામના બહુ જાણીતા અંબેમાતા મંદિર નજીકના ચોરે ભેગા થાય, બીડી ફૂંકે કે તમાકુ ચોળીને હાથમાંથી ચૂનો ખંખેરે. એ પછી તો ગામના સરપંચથી લઈને વડા પ્રધાને શું કરવું જોઈએ એની ફિશિયારીઓ શરૂ થઈ જાય. ભલેને ઘરમાં એક ફદિયાનુંય ઊપજતું ન હોય. પાનના ગલ્લા પર રેડિયો સાચું જ કહેતો હતો, 'રોજ શામ આતી થી મગર ઐસી ન થી...' આજે શિરવળ અને એની સાંજ એકદમ અલગ હતી. હજી શાંતિનું આગમન થયું નહોતું ને દૂર-દૂર ક્યાંય એના પગરવ પણ સંભળાતા નહોતા.

ઘેરઘેર, બહાર અને ચોરા પર એક જ ચર્ચા અને એક નામ, સંકેત, સંકેત, સંકેત.

નામ એક પણ જેટલાં મોઢાં એટલી વાત.

'એમ તે કંઈ છોકરાને રેઢો મુકાય?'

'આખા ઘરમાં કોઈને બચ્ચાની પડી નથી લાગતી. એવું કમાવાનું તે વળી શા કામનું?'

'આવડા અંગૂઠા જેવા છોકરાવની મસ્તીથી બધાને કેટકેટલું ટેન્શન.'

'મી એકદમ સ્ટ્રીક્ટ. એની મમ્મીને કહી દીધું કે છોકરીને ભણાવવી હોય તો તારે તેડવા અને મૂકવા જવાનું. ઝંઝટ જ નહીં.'

'લખી રાખજો મારી વાત. ભાઈસાહેબ કોઈક ઓળખીતાના ઘરે જલસા કરતા હશે.'

આ બધી ચોવટ વચ્ચે શિરવળ પોલીસચોકીના કૉન્સ્ટેબલ એકદમ દોડાદોડી કરી રહ્યા હતા. અમુક લોકોને પોલીસચોકી લઈ જવાના હતા. એક કૉન્સ્ટેબલ સાઇકલને જોરથી પેંડલ મારતાં બબડ્યો, 'આવી દોડધામ તો વિધાનસભ્યની પધરામણી વખતેય થતી નથી.' બીજા કૉન્સ્ટેબલની પીડા અલગ હતી, 'ત્રણ મહિને ઘરવાળી પિયરથી આવી પણ આજે એનું મોઢું જોવા મળે એવું લાગતું નથી.'

ત્રીજા કૉન્સ્ટેબલે એક ઓળખીતા છોકરાને રસ્તામાં રોકીને મૅસેજ આપી દીધો, 'પોરા, જરા કાકુલા નિરોપ દે. માઝા જેવણ ચોકી વર જ પાઠવ.' (બેટા, કાકીને કહેજે કે મારું ટિફિન પોલીસચોકી પર જ મોકલી દે.)

અંબિકા માતા મંદિર પાસેના ચોરા પર ચોવટિયાઓના ગામગપાટાથી દૂર 'સાંઈ-વિહાર'માં સ્થિતિ એકદમ અલગ, ખૂબ ગંભીર હતી. કલાકો થવા છતાં સંકેત પાછો ન આવવાથી પ્રતિભા એકદમ ડરી ગઈ હતી. ઓછું બોલવાની આદત અને એમાંય આઘાત. સતત વિચારો આવે, 'ક્યાં હશે મારો સંકેત? કેવી હાલતમાં હશે? કંઈ ખાધુંપીધું હશે ખરું?' સંકેતના ખાવાપીવાની ચિંતા કરનારી માતાની પોતાની ભૂખ અને તરસ તો ક્યારનાં મરી ચૂક્યાં હતાં. ન જાણે છેલ્લે ક્યારે પાણી પીધું હશે!

સૂર્યકાંત તો સંકેતને ખોવાયાની ફરિયાદ લખાવવા પહેલાં પોલીસચોકી ગયા. ત્યાં બે-અઢી કલાક લાગ્યા. પછી મિત્રો સાથે બેસી 'સાંઈ-વિહાર'ના અલગ રૂમમાં અંદરના ભાગમાં ન જ ગયા, આગળનો પ્લાન વિચારવા. આ સમય દરમિયાન અંદર પ્રતિભા સાવ એકલી, અટૂલી અને મનથી ભાંગી ગયેલી, એકદમ ડરી ગયેલી બેઠી હતી.

ભલું થજો આડોશપાડોશની મહિલાઓનું કે તેમના પ્રતાપે પ્રતિભા ટકી રહી. બાજુમાં રહેતાં તારુઆઈના સફેદ વાળમાં સમાયેલા અમૂલ્ય અનુભવે પ્રતિભાને સાચવી લેવામાં સિંહફાળો આપ્યો. મહાડિક કાકુ સતત 'સાંઈ-વિહાર'માં જ રહ્યાં, પ્રતિભાની સાથે ને સાથે. સામે રહેતું એક વયોવૃદ્ધ દંપતી પણ જાણે

સગી દીકરીને સાચવતા હોય એમ આ પુત્ર-ઝંખતી માતાની કાળજી લેતું હતું.

એકદમ હેબતાઈ ગયેલી પ્રતિભા માંડ કંઈ બોલી શકતી હતી. એની આંખો ચકળવકળ થતી હતી. મગજ એકદમ બહેર મારી ગયું હતું. અનેક દાયકા અને કેટલાય સારામાઠા પ્રસંગોના સાક્ષી બનેલી વૃદ્ધ મહિલાઓ જુદી જુદી રીતે, અલગ અલગ શબ્દોમાં પ્રતિભાને સધિયારો આપતી હતી, 'ચિંતા છોડી દે, સંકેત મજામાં હશે. તું શાંત રહે, સૂર્યાભાઉ બેટાને લઈને આવતા જ હશે. સંકેત જેવા ભૂલકાએ કોઈનું શું બગાડ્યું હોય કે એને કંઈ થાય. એ છોકરમતમાં ક્યાંક ગયો હશે, હવે આવવો જ જોઈએ.' આ માત્ર શબ્દો કે વચન નહોતાં. પુત્ર વગર ઝૂરતી અને અધમરી થઈ ગયેલી માતા માટે ઑક્સિજન હતો. આશાનું કિરણ હતા. જીવતા રહેવાનો આધાર હતો. અંધકારમાં પ્રકાશ હતો.

અંધારાનું સામ્રાજ્ય શિરવળ ગામમાં વધવા સાથે બહાર ગયેલા કૉન્સ્ટેબલ અલગ અલગ લોકોને લઈને પોલીસચોકી પાછા ફરી રહ્યા હતા. આ બધા કોઈ ને કોઈ રીતે સૂર્યકાંત ભાંડેપાટીલ પરિવાર સાથે સંકળાયેલા હતા. કોઈ સૂર્યકાંતના ઓળખીતા, સગા કે મિત્ર હતા, તો કોઈક વેપારી હતા. પોતાને પોલીસચોકીએ લઈ જવાય છે અને એ પણ સંકેતના ગાયબ થવાના મામલામાં? ક્રોધ અને નારાજગી સાથોસાથ ચાલતાં હતાં, પરંતુ પ્રસંગ અને પોલીસની આમન્યાને લીધે કોઈનું મોઢું ખૂલતું નહોતું.

'સાંઈ-વિહાર'ની અંદર સૂર્યકાંત અને તેના મિત્રો વિચારતા હતા કે, પોલીસ પોતાનું કામ કરી રહી છે, પણ આપણે ચૂપ ન બેસી રહેવાય. હકીકતમાં નાના ગામમાં મોટો ગુનો થાય ત્યારે બધા ગામવાળા એક થઈ જાય. પોલીસ ભલે પોલીસનું કામ કરે પણ ગામવાળા શક્ય એટલું કરી છૂટે.

એમાંય સૂર્યકાંત ભાંડેપાટીલનું ગામમાં મોટું નામ. થોડાં ઘણાં પોલિટિક્સ કનેક્શન. સફળ બિઝનેસમૅન. ગામવાળા તરીકે, માનવી તરીકે અને ઘરોબાને કારણે બધા સતત સાથે હતા, તેમના દુઃખમાં સહભાગી હતા. બધા સામે મીટ માંડીને બેઠા હતા. સૂર્યકાંત કંઈક વિચારમાં હતા. અંતે મૌન તૂટ્યું, 'પોલીસ ગામના મારા, પ્રતિભાના અને સંકેતના બધા ઓળખીતા-પાળખીતાને પૂછ્યા વિના નહીં રહે. સાઇટ પર અને ઘરે કામ કરતા મજૂરોની તપાસ કરવી જોઈએ. મજૂર, કડિયા, રંગારા, મિસ્ત્રી, પાલિશ કરનારા, ઇલેક્ટ્રિશિયન... કોઈ બાકી ન રહે. એક પછી એક જણને યાદ કરવા માંડ્યા. અમુક નામ સામે આશ્ચર્ય વ્યક્ત કરાયું, પણ સૂર્યકાંતને મક્કમ શંકા કોઈ પર નથી, પરંતુ તપાસ બધાની કરવી પડશે.'

લગભગ આ જ થિયરી પર શિરવળ પોલીસચોકીમાં કામ થઈ રહ્યું હતું. સૂર્યકાંત, પ્રતિભા અને સંકેતનાં સગાં, ઓળખીતા, મળનારા અને મિત્રો મળીને

પચ્ચીસેક જણને કૉન્સ્ટેબલો લઈ આવ્યા હતા કે બોલાવી આવ્યા હતા. ઘણાને પોતાની બદનામી લાગતી હતી, પણ પોલીસ મનમાં કોઈ ગાંઠ બાંધી લે તો એની સામે કોનું ચાલે છે? એકએકનાં નામ, ઉંમર, સરનામાં અને વ્યવસાય પૂછી લેવાયાં. બધા પાસેથી આખા દિવસની દિનચર્યાની વિગતો મગાઈ. ખાસ તો બપોરે બાર પછી ક્યાં હતા? શું કર્યું? તમે જે કર્યું એની સાક્ષી આપનારું કોઈ છે? કોઈ કંટાળીને, કોઈ રોષમાં, કોઈ નારાજગીમાં, કોઈ મોઢામાં ભરેલું પાન જોરથી ચાવીને જવાબ આપતું હતું. બધાના મનમાં એક જ વિચાર ઘુમરાતો હતો, 'હું ગુંડો છું? કિડનેપર છું?'

સ્કૂલટીચર અંજલિ વાળીમ્બેએ શકમંદનું વર્ણન કર્યું હતું. પચ્ચીસેક વર્ષનો યુવાન અને રંગ કાળો, ગ્રે કલરના સ્કૂટર પર આવ્યો હતો. સ્કૂટર તો કોઈ પાસે ગ્રે નહોતું. અંજલિના વર્ણન મુજબના કેટલાક લોકોને અલગ પડાયા ત્યારે સાડા નવ-દશ વાગ્યા હતા. કૉન્સ્ટેબલ બધા કંટાળ્યા હતા, ભૂખ્યા હતા, પણ ન સંકેતનો અતોપતો મળ્યો હતો કે ન સગડ. સ્વાભાવિકપણે બધા કૉન્સ્ટેબલની ઇચ્છા ઘરભેગા થઈ જવાની હતી. તેમણે પી.એસ.આઈ. સતીશ માને સામે જોયું. માનેએ સિનિયર કૉન્સ્ટેબલને નજીક બોલાવીને કાનમાં ધીમેથી કહ્યું, 'આટલી રાતે તો પેલી ટીચરને પોલીસચોકી ન બોલાવાય. તેના વર્ણન મુજબના ઇસમોને એક પછી એક એને ઘરે લઈ જાઓ. અંજલિ વાળીમ્બે કોઈને ઓળખી શકે તો આપણું કામ આસાન થઈ જાય. આટલું સાંભળીને કૉન્સ્ટેબલ જવા માંડ્યો, તો માનેએ રોક્યો, 'એકદમ સંભાળીને કામ કરજો. બધા ગામના માણસો છે, સજ્જન છે. કોઈની સામે ક્યારેય પોલીસ કેસ થયો નથી. અને આમેય ગુનેગાર પુરવાર ન થાય ત્યાં સુધી બધા નિર્દોષ ગણાય... લઉકર જાવા.'

કૉન્સ્ટેબલ હકારમાં માથું નમાવીને ગયો. બીજા કૉન્સ્ટેબલ સાથે ગુસપુસ કરી. એક પછી એક કૉન્સ્ટેબલ પોતાની સાથે એક માણસને લઈને થોડા થોડા સમયના અંતરે રવાના થવા માંડ્યા. કૉન્સ્ટેબલ સાથે જનારા ખુશ તો નહોતા જ, પણ તેમના મનમાં અલગ-અલગ વિચારો હતા. બે-ત્રણ જણનાં બાળકો તો એમ.ઇ.એસ. સ્કૂલમાં ભણતાં હતાં. એકાદ બેનાં બચ્ચાં તો અંજલિ વાળીમ્બેના જ ક્લાસમાં હતાં. એક ગરમ મગજવાળાનું માથું તપી ગયું હતું, 'આ શું નાટક છે? દાયકાથી શિરવળમાં રહું છું, પણ કોઈએ ઊંચી નજર કરી નથી. અને... અને... અને... આ લોકો મને કિડનેપિંગ માટે... જોઈ લઈશ એકએકને.'

રાતે દશ વાગ્યાથી અંજલિ વાળીમ્બે કૉન્સ્ટેબલ સાથે આવેલા એકએકને જોયા બાદ સરખા પ્રતિભાવ આપતી હતી. દરેક માણસ સાથે આવેલા કૉન્સ્ટેબલને આશા હતી કે મારો ફેરો સફળ થાય તો મજા આવી જાય. પોલીસચોકી અને

ગામમાં વટ પડી જાય, પરંતુ એકેયના હાથમાં જશની રેખા નહોતી. અંજલિના ચહેરા પર વિચિત્ર ભાવ હતા. આઠ જણની અનૌપચારિક ઓળખવિધિ થઈ ગઈ. અંજલિએ કોઈને જોઈને પોલીસને ગમે એવો પ્રતિભાવ ન આપ્યો. અર્થ સીધો હતો કે સંકેતને લઈ જનારો આમાંથી નહોતો. શિરવળના માહોલમાં, ઘરઘરમાં એ એક-એક માણસના મનમાં ટાંચણીની જેમ સવા કરોડ રૂપિયાનો સવાલ ભોંકાતો હતો, 'સંકેત સૂર્યકાંત ભાંડેપાટીલ છે ક્યાં?'

8

સોમવાર, તા. ૨૯-૧૧-૧૯૯૯

સ્કૂલ ટીચર અંજલિ વાળીમ્બેની નજર પોતાના દરવાજે, કૉન્સ્ટેબલ સાથે, આવેલા એકેય જણ પર ન ઠરી. આગંતુકોએ નિરાંતનો શ્વાસ લીધો, પણ કૉન્સ્ટેબલ સમજી ગયા કે નસીબ સાથે નથી, આપણી મુસીબત લાંબી ચાલવાની. ઇસ રાત કી સુબહ નહીં.

રાત, ભૂખ, થાક, ઘર અને ઊંઘ ભૂલીને 'સાંઈ-વિહાર'ની અંદર સૂર્યકાંત ભાંડેપાટીલ અને મિત્રો માથાકૂટ કરી રહ્યા હતા. અંજલિ વાળીમ્બેએ કરેલા વર્ણનને બંધબેસતા માણસો આપણી આસપાસ કોણ અને કેટલા? કોઈક બોલી ગયું કે, 'સૂર્યકાંતભાઉ, આ વર્ણન તો તમારા સાળા શેખર દેશમુખ સાથે બંધબેસતું છે એકદમ...' સૂર્યકાંતે સામે જોયું એટલે બોલનારો, છોભીલો પડી ગયો. એ માણસ લાળા ચાવવા માંડ્યો. 'અરે, મોઢામાંથી નીકળી ગયું. શેખરભાઈ તો મામા થાય સંકેતના...'

આટલા ટેન્શન વચ્ચેય સૂર્યકાંતને સાળાની ખોટ સાલી. એ ઘણો ઉપયોગી થયો હોત, પણ છે ક્યાં સાળાસાહેબ? મુજાવર કે કોઈ કંઈક બોલ્યું એટલે સૂર્યકાંતે શેખર દેશમુખના વિચારો ખંખેરી નાખ્યા. એકદમ લાંબીલચક યાદી બનાવીને કામ સોંપી દેવાયાં. જાણે યુદ્ધ કરવા આગેકૂચ થતી હોય એમ ગામમાં સાઇકલ, સ્કૂટર, બાઇક, મોટરસાઇકલ, કાર અને જીપની ધડબડાટી બોલવા માંડી. શિરવળમાં કોઈને સાંભરતું નહોતું કે આટલી મોડી રાતે આવી ધમાલ ગામે અગાઉ ક્યારે જોઈ હતી? આ બધા વાહનસવારો અંધારાને ચીરતા પોતપોતાની મંઝિલ ભણી દોડવા માંડ્યા. કોઈને ખબર નહોતી કે મંઝિલે પહોંચ્યા પછી સાચો માણસ કોને હાથ લાગશે? ગતિ બુલેટ જેવી ઝડપી હતી.

અંદર પ્રતિભા એકદમ સ્થિર. ન બોલે, ન ચાલે, ન હાલે, ન ચાલે, ચહેરો

એકદમ ભાવશૂન્ય. આંખ રડીરડીને થાકી ગઈ હતી. સંકેત હેમખેમ પાછો ન આવે ત્યાં સુધી પ્રતિભાને એકલી ન મૂકવાનો નિર્ધાર કરીને આવેલા પાડોશીઓથી એની આ સ્થિતિ જોવાતી નહોતી, પણ આ સમય દુઃખની વાતો કરીને એની વેદના વધારવાનો અને તબિયત બગાડવાનો નહોતો. તારુઆઈએ ચહેરા પર પરાણે બનાવટી સખતાઈ લાવીને પ્રતિભાને ઠપકો આપ્યો, 'આમ ગુમસૂમ શું બેઠી છે? સંકેત પાછો આવી જાય એવી ઇચ્છા હોય તો ઈશ્વરને યાદ કરવા માંડ ચૂપચાપ.' દિવસોના ભૂખ્યાને ભોજન મળે એમ પ્રતિભા તરત જ ભગવાનના ફોટા સામે જોઈને મનોમન સ્મરણ કરવા માંડી.

શિરવળ પોલીસચોકીમાં એક પછી એક ગામવાળા હાજર કરાતા જતા હતા. પોલીસવાળા બધાને માત્ર શંકાની નજરે જોવાને બદલે ઊલટતપાસ કરતા હતા ને સાથોસાથ સંકેત વિશે, એના ગાયબ થવા વિશેની માહિતી, સગડ કે કડી મેળવવા પ્રયાસરત હતા. ક્રમ ઉલટાવીને સૌને એકના એક સવાલ પુછાતા હતા, 'કાલે તમે ક્યાં હતા?, શું કર્યું?, બપોરે બારથી એક વાગ્યા વચ્ચે ક્યાં હતા, શું કર્યું અને જે કંઈ કર્યું એ જોનારો કોઈ સાક્ષી છે? સંકેતને છેલ્લે ક્યારે જોયો? કોની સાથે? સંકેત વિશે કોઈના મોઢે કંઈ વાતો સાંભળી? સૂર્યકાંત ભાંડેપાટીલ સાથે કોઈને દુશ્મની ખરી?'

વધતી રાતને કારણે ઊંઘને લીધે આંખમાં લાલાશ વધતી જતી હતી, પણ સમખાવા પૂરતી એકેય કામની માહિતી પોલીસને મળતી નહોતી. એકએકને પૂછપરછ કરીને મોટા ભાગનાને રવાના કરી દેવાતા હતા. હા, અંજલિ વાળીમ્બેના વર્તન સાથે એકદમ બંધબેસતા દેખાવવાળા કેટલાક માણસોને આવતી કાલે સવારે દશ વાગ્યે પાછા આવવાની તાકીદ કરીને જવા દેવાયા, તો કેટલાક ગામના ઉતાર જેવા મુફલિસોને તો ખૂણામાં બેસાડી દેવાયા. પોલીસને સમજાતું નહોતું કે સંકેતને ગાયબ થયાને બાર કલાકથી વધુ સમય વીતી જવા છતાં રજમાત્ર માહિતી કેમ મળતી નથી. સમાજરક્ષકોની અકળામણ અને ગુસ્સામાં વધારો થઈ રહ્યો હતો.

પોતાનું દુઃખ છુપાવવા માટે પ્રતિભા એક ડાયરી લઈને અકારણ પાનાં ફેરવવા માંડી. અચાનક એના હાથ અને નજર સ્થિર થઈ ગયાં. આ ડાયરીની અંદર સંકેતનો ફોટો હતો. એક મહિનાના સંકેતનો, બીજા ફોટામાં પ્રતિભા નાનકડા સંકેત અને સૌરભ સાથે હતી. હવે આવો ફોટો ફરી પડાવાશે? આ વિચારમાત્રથી પ્રતિભા ફફડી ગઈ અને એની માનસિક સ્થિતિ એકદમ બગડી ગઈ. એની વેદના આંખમાંથી ઊભરાવા માંડી. તારુતાઈએ ઇશારો કરવાની સાથે જ મહાડિક કાકુ ઊભા થયા. મોટા છાલિયામાં પાણી ભરીને લઈ આવ્યા. એકદમ પ્રેમથી પ્રતિભાને

માથે હાથ ફેરવ્યા, 'રડુન કાઈ હોણાર બાળા? આ પાણીમાં ગણેશજીની મૂર્તિ મૂક અને તેમને અરજ કર. વિઘ્નહર્તા સૌ સારાં વાનાં કરશે.'

પ્રતિભાની આંખમાં આશા અને શ્રદ્ધાની આછી ચમક આવી ગઈ. યંત્રવત્ ઊભા થઈને પ્રતિભા ગણેશજીની નાનકડી મૂર્તિ લઈ આવી, પાણીમાં મૂકી અને હાથ જોડી, આંખ બંધ કરીને સામે બેસી ગઈ. ઓમ ગણેશાય નમઃ, ઓમ ગણેશાય નમઃ, ઓમ ગણેશાય નમઃ...

જાણે ગણેશજી ખરેખર મદદ કરતા હોય તેમ સૂર્યકાંતના મિત્રોમાંથી એક તદ્દન સાચી દિશામાં આગળ વધી રહ્યો હતો. આ ભલે ઈશ્વરીય ઇશારો હોય, પણ સમગ્ર શિરવળને પ્રતીક્ષા હતી: સંકેત વિશે એકાદ, એકાદ આછોપાતળો સંકેત મળવાની. સૂર્યકાંત ભાંડેપાટીલ ઊભા થયા, 'લાવ પ્રતિભાને પૂછી લઉં કે શેખર ગયો છે ક્યાં? પરંતુ આવા સમયે આ સવાલ યોગ્ય નહીં લાગે? કાય કરાયચા આતા?' સવાલને ઉડાડી દેતી મોબાઇલની રિંગ વાગી. રાતે ત્રણ વાગ્યે કોનો ફોન? ક્યાંક માઠા સમાચાર તો નહીં હોયને?

9

મંગળવાર, તા. ૩૦-૧૧-૧૯૯૯

સોમવાર, ૨૯ નવેમ્બરની મોડી રાતે અને મંગળવાર તા. ૩૦મીના આરંભિક કલાકોમાં વાગેલી મોબાઇલની રિંગથી સૂર્યકાંત પાટીલનું હૃદય એક પળ તો ધબકવાનું ભૂલી ગયું. મનોમન ઈશ્વર-સ્મરણ કરીને ફોન ઉપાડ્યો.

'બોલીએ રફીકભાઈ...'

'ભાઉ, ઇતી રાત્રીલા કોણાલા ઘેઉન યેઆયચા યોગ્ય આહે કા?' (ભાઈ, આટલી રાતે કોઈને લઈને આવવું યોગ્ય ગણાશે?)

'કુછ ગલત નહીં હૈ ઉસ મેં. હમારા ઇરાદા નેક હૈ. સવાલ મેરે બેટે કી લાઇફ કા હે. હમ માફી માંગ લેગે આપ ફિકર મત કરો. કહાં હો આપ?'

'વોહ દેગાંવ મેં નહીં મિલા. હમ લોગ મુકાદમપુરા જા રહે હૈં. યહાં અપની બહન કે ઘર રહતા હૈં ઐસા જાનને મિલા હૈં. અભી રખતા હૂં ફોન.'

પુણે જિલ્લાના ભોર તાલુકામાં આવેલું ગામ દેગાંવ, મુંબઈ-પુણે રોડ પર શિરવળથી ૩૦ કિલોમીટર દૂર. માંડ એકાદ હજારની વસતિ. ગામમાં ૨૧૫-૨૨૦ ખોરડાં. મુંબઈ-પુણે રોડ પર શિરવળની એક બાજુ ૩૦ કિલોમીટરે દેગાંવ અને એની વિરુદ્ધ દિશામાં ૩૦ કિલોમીટરે આવેલું ગામ એટલે લોણંદ. આ બંને

ગામ સુધી સૂર્યકાંતની મિત્ર સેના પહોંચવામાં હતી.

શિરવળ પોલીસચોકીમાં એક પછી એક માણસો ઠલવાતા હતા. બધા કૉન્સ્ટેબલ ખડે પગે હતા. તક મળે ચાની ચૂસકી, તમાકુની ફાકી અને બીડીના કશ મારી લે. પી.એસ.આઈ. સતીશ માને બે-ત્રણ મિનિટના અંતરે આવેલા રેસ્ટહાઉસમાં થોડીવાર જઈ આવ્યા, પરંતુ ટેન્શનવાળો કેસ હતો સંકેત મિસિંગનો અને હજી સુધી એકેય સગડ હાથ લાગ્યા નહોતા. આ રેસ્ટ કે હાઉસ ન જામ્યા એટલે માને તરત જ પોલીસચોકી પાછા ફર્યા. કૉન્સ્ટેબલે એમના ટેબલ પર ચાનો કપ મૂક્યો.

સૂર્યકાંતની સામે પડેલી ચા ઠરી રહી હતી. એમના ધ્યાનમાં આવ્યું કે પોતાને લીધે બીજા કોઈએ ચાના કપને હાથ લગાવ્યો નથી. ચાનો કપ ઉપાડીને તેમણે બધાને વિનંતી કરી, 'પ્લીઝ, ચાય આવશ્યક આહે. મન-મગજ શાંત સ્વસ્થ હશે, તો કંઈક ભુલાઈ ગયેલું યાદ આવશે. સઘળે ઘેઉન ટાકા રે બાબા.' બધાએ કપ મોઢે માંડ્યા, નવેમ્બરની શિયાળાની રાત અને દિવસભરની દોડધામ અને તાણ બાદ કંઈક સારું લાગ્યું.

સારું નહોતું લાગતું સૌરભને. સંકેતના લાપતા થવા, પપ્પાના ગળાડૂબ કામમાં ડૂબી જવા અને મમ્મીની વેદના વચ્ચે બિચારો સૌરભ જાણે ભુલાઈ જ ગયો હતો. એકદમ ગુમસૂમ બેસી રહ્યો હતો. થોડી થોડીવારે રડવું આવી જતું હતું. નહોતી એને કંઈ ખબર કે નહોતું કંઈ સમજાતું. ક્યારે થશે બધું પહેલાં જેવું... સંકેતને તેડીને એની સાથે રમવું છે... હવે એને ક્યારેય ખિજાવું નથી... એ આવી જશે એટલે પાછું બધું થઈ જશે પહેલાં જેવું સારું. સારું નહોતું લાગતું પ્રતિભાને. કંઈ જ સારું નહોતું લાગતું. હોઠ ઈશ્વરનાં નામ-સ્મરણમાં ફફડતા હતા. આંખો પ્રભુ પરથી હટતી નહોતી, પણ મનમાં એક જ નામ, એક જ વિચાર: સંકેત, સંકેત મારો સંકેત. ભરશિયાળે ઠંડા પાણીના છાલિયામાં બિરાજમાન ગણેશજી, સામે બેઠેલી માતાની ભક્તિ, શ્રદ્ધા અને આશા સામે સતત મલકાતા હતા.

હસવાનું બંધ કર, કૉન્સ્ટેબલે ચીડમાં એક માણસને ઠમઠોર્યો. એ શિરવળવાસી એકદમ ડરીને ઊભો થઈ ગયો. હાથ જોડીને બોલ્યો, 'કાય કરુ સાહેબ? તમે એકનો એક સવાલ ગોળ ગોળ ફેરવીને પૂછો છો, પણ મેં સંકેતને કાલે જોયો જ નહોતો. આખો દિવસ ખેતરમાં હતો, માઝી બાયકો શાંગણાર તુમ્હાલા.' કૉન્સ્ટેબલ અંજલિ વાળીમ્બેએ આપેલા વર્ણનની નોંધ પર ફરીથી નજર કરી. ગુસ્સો કંઈક ઠંડો પડ્યો. 'જા ચલ જા આતા. હુશિયારી કરાય ચી નાહિ.'

હકીકતમાં આખી શિરવળ પોલીસચોકીમાં ધમધમાટ, રઘવાટ, ઉકળાટ વધતા હતા. આખા વર્ષમાં ન આવે એટલા બધા માણસો, એક રાતમાં ઠલવાઈ રહ્યા હતા. જાણે પોલીસચોકી ન હોય, કોઈ મેળો લાગ્યો હોય. અંજલિના વર્ણન

મુજબની ઉંમર, કદ, કાઠી અને રંગ સાથે સમાનતા ધરાવતા માણસોને રોકી રાખીને બાકીનાને જવા દેવાતા હતા.

શિરવળ ગામના કોઈ ઘરમાં આજે પુરુષ હાજર નહોતા. થોડા સંકેત કે એના સગડની શોધમાં ઠેર ઠેર ગામમાં અને ગામ બહાર નીકળી ગયા હતા, થોડા સૂર્યકાંત સાથે બેઠા હતા અને થોડા કથિત શકમંદ તરીકે પોલીસચોકીમાં હતા. આ ત્રણેય વર્ગમાં ક્યાંય બંધ ન બેસનારા પાંચ-સાત જણ અંબિકા માતા મંદિર નજીકના ચોરા પર બેસીને બીડી ઉદ્યોગનું ટર્નઓવર વધારી રહ્યા હતા. ઘડી ઘડી ઉધરસ ખાઈને પશુપંખીઓની ઊંઘમાં ખલેલ પહોંચાડી રહ્યા હતા. એક કૂતરો ભસભસ કરવા માંડ્યો, તો પાંડુએ ગુસ્સામાં એના તરફ પથ્થર ફેંક્યો, 'ગામવાળાનું ખાવાનું ખરું, પણ ધ્યાન રાખવાનું નહીં અને ઊલટાનું અમારી સામે જ ભસવાનું?' બાજુવાળાની બીડીથી પોતાની બીડી પેટાવતાં બબડ્યો, 'ઘોર કળિયુગ આવી ગયો... સંકેતને લઈ જનારા સામે ભસ્યો હોત તો આખું ગામ અત્યારે કેવું નિરાતે ઊંઘતું હોત.'

ઊંઘ કે નિરાંતનો અર્થ ખોવાઈ-ભુલાઈ ગયો હતો 'સાંઈ-વિહાર'ની અંદર બહારની રૂમમાં સૂર્યકાંતને અને અંદર પ્રતિભાને સમજાવાયા, 'થોડીવાર આડા પડો. સારું લાગશે તમને.' પણ હકીકતમાં બંનેને ક્યાંય કંઈ સારું લાગતું નહોતું. સંબંધ જ રહ્યો નહોતો ઊંઘ સાથે.

ઊંઘ સાથેના સંબંધમાં ખલેલ પડે એ રીતે દેગાંવમાં એક ઘરના દરવાજા પર હાથ ઠપકારતો હતો. આ ઘર રામચંદ્ર ઢેકોએ બનાવ્યું હતું. અત્યારે રામચંદ્રની પત્ની સીતા, મોટો દીકરો અંકુશ, એની પત્ની અને નાનો દીકરો લહુ રહેતાં હતાં. રામ, સીતા, લવનું અપભ્રંશ લહુ અને કુશનું થયું અંકુશ. આંખ ચોળતાં-ચોળતાં અંકુશે દરવાજો ખોલ્યો, 'કોણ હાય બાબા ઈતી રાત્રીલા?'

સામેથી થોડી કરડાકી સાથે રફીક મુજાવરનો વળતો સવાલ આવ્યો, 'તું લહુ હાય?'

હવે થોડા સ્વસ્થ થઈને, ધીમા અવાજે અંકુશે જવાબ આપ્યો, 'નાહિ, મી અંકુશ આહે. માઝા ભાઉ લહુ મુકાદમપુરા આહે.'

'કા?'

ભરઠંડીમાં અંકુશના ચહેરા પર પરસેવો બાઝવા માંડ્યો, 'પણ ઝાલા કાય ભાઉ?'

કોઈ જવાબ ન મળતાં અંકુશ બોલવા માંડ્યો કે એ બહેનના ઘરે ગયો છે.

આટલું સાંભળતાં જ રફીક મુકાદમ અને પ્રેમજીભાઈ પટેલ તરત જ મુકાદમપુરા રવાના થયા. મુકાદમપુરામાં લહુની બહેન પાસેથી જાણવા મળ્યું કે

લહુ મંદિરમાં સૂતો છે. મહારાષ્ટ્રનાં ઘણાં ગામોમાં અપરિણીત યુવાનો મંદિરમાં સૂવે એવી પ્રથા હોય છે.

તરત જ મંદિરમાં જઈને લહુને જગાડ્યો. આ પાતળા, ઊંચા, આછા શ્યામવર્ણા અને અંકુશથી વધુ આત્મવિશ્વાસી લહુનાં કપડાં-હાથમાંથી હજી ફર્નિચરના પૉલિશની આછી વાસ આવતી હતી. એ સવાલભરી નજરે રફીકભાઈ, પ્રેમજીભાઈ આણિ મંડળી સામે જોઈ રહ્યો.

રફીકભાઈએ રીતસર આદેશ આપ્યો, 'ચલ જીપ મધે બસ. અર્જન્ટ કામ હાય શિરવળ લા.'

રાતના ૩.૩૦ વાગ્યે શિરવળ ગામમાં એકદમ ધમધમાટ હતો. આ ગામે વરસોવરસ જોયા નહોતા એટલા માણસ અને વાહનોની અવરજવર આજની રાતે જોઈ હતી. સોમવાર રાતે નવ વાગ્યાથી શિરવળ પોલીસચોકીમાં એક પછી એક માણસોને પૂછપરછ, જાણકારી અને ઊલટતપાસ માટે લવાયા હતા.

રાતના ૩.૩૦ વાગ્યાના સુમારે દેગાંવ અને લોખંડનાં વાહનો આવી પહોંચ્યાં. લોણંદથી ફર્નિચરવાળા કારીગરોને લવાયા હતાઃ કૈલાસ, દેવરામ અને હસ્તી. દેગાંવથી કડિયા દુર્યોધન અને પૉલિશ કરનારા લહુ ઢેકણેને લવાયા હતા.

આ કારીગરો-મજૂરોએ ગુનો કર્યો હોય, અપરાધમાં સાથ આપ્યો હોય, ક્રાઇમનું કાવતરું ઘડ્યું હોય કે પછી કંઈક મહત્ત્વની માહિતી સાંભળી હોય એ જાણવામાં પોલીસને દિલચસ્પી હતી. એક કે બાદ એકની પૂછપરછ ચાલતી હતી.

લહુ રામચંદ્ર ઢેકણે એકદમ ગરીબડો બનીને બધું જોઈ રહ્યો હતો. ચહેરા પરથી લાગતું હતું કે અહીં શું થઈ રહ્યું છે એ અને પોતાને શા માટે અહીં લવાયો છે એ તેને સમજાતું નહોતું. એમાંય છેક ૩૦ કિ.મી. દૂર આવીને અડધી રાતે ઊંઘમાંથી જગાડીને લાવવાનો? અન્ય બધાની પૂછપરછ સાંભળતી વખતે ઊંઘ અને કંટાળાથી એને બગાસાં આવતાં હતાં. વચ્ચે ટેન્શનથી પોલીસચોકીનાં લાકડાંના ટેબલ, ખુરશી અને કબાટ પરની ચમક ખતમ થઈ ગયાની મનોમન નોંધ લીધી અને હવે પૉલિશ કરવાની તાકીદે જરૂર હોવાનું સહુને લાગ્યું ખરું, પણ પછી વિચાર્યું, 'પોલીસવાળા મને થોડા કામ આપે? ને કામ મળે તો ય પૈસા મળે?'

10

મંગળવાર, તા. ૩૦-૧૧-૧૯૯૯

શિયાળાની કાળી ડિબાંગ રાતના ૩.૩૦ વાગ્યે લાલચોળ આંખે લહુ ઢેકણે

શિરવળ પોલીસ સ્ટેશનમાં બેઠો-બેઠો ફર્નિચરના ઊખડી ગયેલા પૉલિશના વિચાર કરતો હતો. એને એકવાર બોલાવાયો, બે વાર બોલાવાયો, પણ એ વિચાર-તંદ્રામાંથી ન જાગ્યો.

કૉન્સ્ટેબલે હલબલાવ્યો, ત્યારે વિચારમાળા અટકી. ઊભડક બેઠેલો લહુ ઊભો થયો. કૉન્સ્ટેબલ સામે જઈને હાથ જોડીને ઊભો રહ્યો. કૉન્સ્ટેબલ પૂછે એ અગાઉ જ લહુ બોલવા માંડ્યો, 'સા'બ, મી નિર્દોષ આહે. કાય નાહી કેલા. ગઈ કાલે દિવસભર હું મારી માસીના દીકરા માટે છોકરી જોવા બીજા ગામે ગયો હતો. ત્યાંથી પાછા આવીને મારા ગામના મેચ રમતા છોકરાઓ સાથે ક્રિકેટ રમવામાં જોડાઈ ગયો હતો.' કૉન્સ્ટેબલે પોતાની ડાયરીમાં નજર કરી અને પછી લહુને પગથી માથા સુધી જોયો, 'પેલી ટીચરે આપેલા વર્ણન સાથે આનો મેચ ખાતો નથી.'

આ મેચિંગ ન થવું એ જાણે લહુનો વાંક હોય એમ કૉન્સ્ટેબલ ગિન્નાયો, 'હોશિયારી બંધ. ફાલતુ જીભ નહીં ચલાવવાની. ચાલ ભાગ હવે.' કૉન્સ્ટેબલને એનાં વર્ણન અને વર્તનથી જરાય શંકા ન ગઈ.

લહુ રામચંદ્ર ઢેકણેએ નિરાંત અનુભવીને કૉન્સ્ટેબલને 'રામ રામ' કર્યા, ત્યાં જમા થયેલા અન્ય બધાને જોયા અને ફરી ટેબલ-ખુરશી, કબાટ પર નજર ફેરવી હડપચી નીચે વળેલો પરસેવો મેલા-ગંધાતા રૂમાલથી લૂછી લીધો. ધીમા પગલે એ શિરવળ પોલીસચોકીની બહાર નીકળી ગયો.

ધડાધડ ન જાણે કેટલાયની પૂછપરછ થતી રહી. સવાર પડી ગઈ. શિરવળમાં સૂર્યોદય થયો, પણ સંકેત ભાંડેપાટીલ વિશે બધા એકદમ અંધારામાં હતા. સૂર્યકાંત એકદમ તાણમાં હતા, દોડધામમાં હતા.

શિરવળમાં હવે અફવા બજારમાં ગાંડી તેજી આવી હતી. સૌ પોતપોતાને સ્માર્ટ સમજે. એમાં ઘણા ઓવરસ્માર્ટ હતા. કડકડતી ઠંડીમાં ચાની ચૂસકી મારતા કોઈએ આગાહી કરી કે આજે સંકેત પાછો આવી જશે. બીજા ભાઈએ સતત ત્રીજા દિવસે નહાવાનું માંડી વાળ્યાની જાહેરાત સાથે અભિપ્રાય આપ્યો કે હવે આ છોકરાના પાછા આવવા વિશે કંઈ કહી ન શકાય. પોલીસ સ્ટેશનમાં રાત બગાડી આવેલો એક ભાઈ પત્ની પર તાડૂક્યો, 'ચા બનાવતાં આવડી નહીં તને. સાલું કોઈ સમજવા માગતું નથી કે બધા કરપ્ટ છે. સૂર્યકાંતના સાળાને હાજર કરો એટલે મામલો ખતમ થયો સમજો!'

પ્રતિભા માટે રાત કે દિવસનો કોઈ અર્થ નહોતો. પ્રતિભાને માત્ર ને માત્ર એક જ વાતમાં અર્થ, રસ અને મતલબ કે સંકેત છે ક્યાં? એ ક્યારે દોડતો આવીને પોતાની આદત મુજબ એના ગાલ પર બકુ ભરી લેશે.

દિવસ વીતતો ગયો એમ સૂર્યકાંત અને મિત્રો વધુ ને વધુ લોકોના નામ યાદ કરવામાં, શક્યતાઓ વિચારવામાં અને વધારે માણસોને પોલીસ સુધી લઈ આવવામાં રચ્યાપચ્યા રહ્યા.

અંદરના રૂમમાં પ્રતિભાને ક્યાંય ચેન પડતું નહોતું. ધીરજ ખૂટતી જતી હતી. ડર વધતો જતો હતો. કોઈકના કહેવાથી ક્યારેક પૂજા કરે, તો ક્યારેક જાપ કરવા માંડે. એક જણે સલાહ આપી કે સંકેતની ત્રણ પૈડાંવાળી સાઇકલને બારી પર બાંધીને ટીંગાડો, એના પર સંકેતના જ કપડાં સૂકવો. આ જોઈને એ દૂરથી ખેંચાઈ આવશે. આ ટુચકો ખૂબ અસરકારક હોવાનો દાવો સુધ્ધાં કરાયો, પરંતુ વિશ્વાસ-અવિશ્વાસ કરવાની પ્રતિભાને ક્યાં સૂધબૂધ હતી? સાઇકલ લટકાવી, એના પર કપડાં લટકાવ્યાં અને એના પર ક્યાંય સુધી નજર લટકાવી રાખી પણ...

બારી પર બાંધીને લટકાવાયેલી ટ્રાઇસિકલ જોઈને પ્રતિભાનું મન અતીતમાં સરી પડ્યું. કેવા ઉત્સાહભેર સૂર્યકાંત આ સાઇકલ સંકેત માટે લાવ્યા હતા. સંકેત તો એકદમ ખુશખુશાલ થઈ ગયો, પણ પ્રતિભા એકદમ પિત્તો ગુમાવી બેઠી હતી. એના ક્રોધમાં શબ્દોની વધુ કરકસર અને ચુસ્ત રેશનિંગ. સૂર્યકાંત સમજી ગયો કે એ નાખુશ છે, પણ કારણ શું? બહુ પૂછતાં પ્રતિભા માંડ બોલી, ‘હજી સાઇકલ ચલાવવા માટે ઘણી ઉંમર પડી છે. ક્યાંક પડ્યો-આખડ્યો તો?’

સૂર્યકાંતે ખુશખુશાલ થઈને સાઇકલ ચલાવતા સંકેત તરફ જોવા પ્રતિભાને સમજાવ્યું. દીકરાની ખુશી જોઈને એનો રોષ ઓગળી ગયો.

સાઇકલ આવ્યાના બીજા કે ત્રીજા જ દિવસે સંકેતના ઉત્સાહને લીધે સાઇકલ અથડાઈ અને ભાઈને હાથમાં વાગ્યું. વાગ્યું તો જરાક પણ મોટો ભેંકડો તાણ્યો. એકદમ વિહ્વળ મને પ્રતિભા દોડી ગઈ. સંકેતને છાતીસરસો ચાંપીને પૂછવા માંડી કે, ‘શું થયું? ક્યાં વાગ્યું મારા સંકેતને?’

આ વહાલને પ્રતાપે સંકેતે રડવાનો વૉલ્યુમ વધારી દીધો. પાછળથી આવીને સૂર્યકાંતે ચૉકલેટ ધરી તો રડવાની સ્વીચ એકદમ બંધ થઈ ગઈ. આશ્ચર્યથી પ્રતિભાએ પાછળ જોયું. સંકેત ચૉકલેટનું રેપર ખોલતો હતો અને સૂર્યકાંતના ચહેરા પર સ્માઇલ હતું. બંનેને જોઈને પ્રતિભા નારાજ હોવાનું નાટક કરવા ઇચ્છતી હોવા છતાં મલક્યા વિના ન રહી શકી.

પણ આજે એ ઘટના યાદ આવતાં જ બંને આંખમાંથી શ્રાવણ-ભાદરવો વરસવા માંડ્યા અને આંસુની આરપાર સાઇકલ ઝાંખી દેખાવા માંડી. દૂરથી સંકેત સાઇકલ લેવા નજીક દોડી આવતો હોય એવું દેખાયું.

પ્રતિભા બારીમાં લટકેલી સાઇકલને રડતાં-રડતાં જોઈ રહી. કોઈકના પગરવનો અવાજ સાંભળીને આંસુ લૂછી નાખ્યાં. બાજુવાળાં મહાડિક કાકુ પાસે આવ્યાં.

સાઇકલ પર લટકતું ટી-શર્ટ જોઈને પ્રતિભા બોલ્યા વિના ન રહી, 'આ ટી-શર્ટ એને ખૂબ જ ગમતું હતું. નવું લાવ્યા પછી ત્રણ દિવસ સુધી કાઢવા તૈયાર નહોતો. કાકુ, એ ફરી આ ટી-શર્ટ પહેરશેને?'

મહાડિક કાકુ પ્રતિભાનાં આંસુ લૂછીને, એના ખભા પર હાથ મૂકીને એટલું જ બોલ્યાં, 'ઈશ્વર ખૂબ દયાળુ છે. એના પર ભરોસો રાખ.' માત્ર મહાડિક કાકુ જ નહીં ગામવાળા અને સંબંધીઓ પણ સંકેત માટે ખૂબ ફિકરમંદ હતાં. પોતપોતાની રીતે શકય એટલું બધું કરી છૂટવા માટે મંડી પડ્યાં હતાં. બધા પોતપોતાના જાણીતા અને માનીતા જ્યોતિષીઓને મળી આવ્યાં. અલગ-અલગ વાતો પ્રતિભા પાસે આવતી રહી, 'સંકેત પશ્ચિમ દિશામાં છે... સંકેત પૂર્વ દિશામાં છે. એને તો છે ને, કોઈક લઈ ગયું છે... છોકરો પાછો જરૂર આવશે... ગાયને ઘાસ ખવડાવો. કાલ સુધીમાં સંકેત ઘરે હશે.'

કેટલાક ઓળખીતા નજુમી સામેથી ચાલીને 'સાંઈ-વિહાર' આવ્યા. એક વાસ્તુવિદ્ કમ જ્યોતિષે સૂર્યકાંતને ખાતરી સાથે કહ્યું, 'હું કહું છું એ મંત્ર બોલતા જ રહેજો, પછી છોકરો સામેથી હેમખેમ અને રમતો હસતો ન આવે તો મને કહેજો.'

કાર્તવિર્યા જૂનોનામં રાજા બાહુ સહસ્રવાનં
તસ્યૈ સ્મરણ માત્રેણં ગતં નષ્ટંચ લભ્યતે!!

એ ભાઈએ સમજાવ્યું કે ખોવાયેલી વસ્તુ કે વ્યક્તિ થોડો સમય મળે નહીં, આથી નારાજગી કે ક્રોધ કરવાને બદલે આ મંત્રનો ૧૦૮ વખત જાપ કે પઠન કરીને ફરીથી શોધખોળ ચાલુ કરવાથી નિશ્ચિતપણે વ્યક્તિ કે વસ્તુ મળી જાય. આ મંત્ર સિદ્ધમંત્ર હોવાથી અલગ વિધિથી સિદ્ધ કરવાની આવશ્યકતા નથી. કાર્તવીર્ય રાજાના નામમાં જ વરદાન હોવાથી એમના સ્મરણમાત્રથી ચોક્કસપણે વ્યક્તિ કે વસ્તુ મળી જાય એવું સમજાવાયું અને સૂર્યકાંતે મંત્ર બોલવાનું શરૂ કરી દીધું...

લગભગ સવારે ૧૦.૩૦ વાગ્યે લહુ રામચંદ્ર ઢેકણે 'સાંઈ-વિહાર'માં આવ્યો. આ ઘરના નવા ફર્નિચરનું પૉલિશ કામ તેણે કર્યું હતું. લહુ અન્ય બધા મજૂરોથી સાવ અલગ. એકદમ શાંત. ન એને તમાકુની આદત, ન ગુટકાની લાય, ન બીડીની લત. અરે, બીજા મજૂરો ચા માટે રીતસર દાદાગીરી કરતા હોય એમ કામ બંધ કરીને બેસી જાય પણ લહુ ન ચાની માગણી કરે કે ન ચા આવે ત્યાં સુધી કામ બંધ કરીને બેસી રહે. આ માણસ માટે તો પોતે ભલો અને એનું કામ ભલું.

લહુને ફર્નિચર પર પૉલિશવાળું કપડું ફેરવતાં જોવો સંકેતનેય ખૂબ ગમતું હતું. એ થોડે દૂર બેસીને ચૂપચાપ લહુને કામ કરતો જોઈ રહેતો હતો. એને લહુ ગમવા માંડ્યો હશે કે પછી પૉલિશની સુગંધ, પણ ત્યાંથી જલદી હટતો નહીં. કામની વચ્ચે લહુ પણ એની સામે જોઈને હસી લેતો.

અત્યારે એ લહુ સૂર્યકાંતની સામે હાથ જોડીને ઊભો રહ્યો. એકદમ રડમસ અવાજે બોલ્યો, 'આ લોકો મને રાતે મારા ગામમાંથી ઉપાડી લાવ્યા... રાતે ૩.૩૦ વાગ્યે બોલો?! મારો ન કોઈ વાંક ન કોઈ ગુનો છતાં...!'

11

મંગળવાર, તા. ૩૦-૧૧-૧૯૯૯

લહુ રામચંદ્ર ઢેકણેની દુઃખભરી દાસ્તાન સાંભળીને સૂર્યકાંતને દયા આવી. એ કંઈ કહેવા જાય એ પહેલાં લહુએ કહ્યું, 'પોલીસે પૂછપરછ કરીને આખી રાત બગાડી. હવે ઘેર પાછા જવું છે. ખિસ્સામાં એક રૂપિયો નથી. શેઠ, ગામ પાછા જવા માટે કંઈક આપો તો આપનો ઉપકાર.'

લહુના ચહેરા સામે જોઈને સૂર્યકાંત ઇનકાર ન કરી શક્યા. શર્ટના પૉકેટમાંથી પચાસ રૂપિયાની નોટ કાઢીને આપી. લહુએ તરત લઈ લીધી. હાથ જોડીને ચાલવા માંડ્યો. દરવાજા સુધી જઈને પાછું વળીને જોયું અને ફરીથી હાથ જોડ્યા.

હાથ જોડું છું, આપ સૌની માફી માગું છું... પ્રતિભાએ યાદ આવ્યા એટલા બધા ભગવાન અને દેવી-દેવતાઓને હાથ જોડીને ફરી ફરી માફી માગી. એને લાગવા માંડ્યું કે સંકેતના લાપતા થવા માટે પોતે જવાબદાર છે. મારા લીધે જ મારો લાલ હેરાન-પરેશાન થઈ ગયો. ગાયબ થઈ ગયો.

પ્રતિભાને સંકેતના ગાયબ થયાના આગલા દિવસનો કિસ્સો સાંભર્યો. રવિવાર, તા. ૨૮મી નવેમ્બરે ઘરે મહેમાન બનીને આવેલ સંકેતની કાકી એટલે કે પ્રતિભાની જેઠાણી કુસુમ પોતાના ગામ ભોંગોવલી પાછી ફરવાની હતી. સ્વભાવે મળતાવડો સંકેત કુસુમ કાકી સાથે ખૂબ હળીમળી ગયો હતો. ચાલાક, મસ્તીખોર, સતત દોડાદોડી કરતો આ છોકરો કોઈનેય પહેલી નજરે ગમી જાય. કુસુમ કાકી એમાં અપવાદરૂપ નહોતી. કુસુમ કાકીએ જિંદગીમાં બેલ-બોટને હાથ નહોતા લગાવ્યા. સંકેતે કુસુમ કાકીને ક્રિકેટ રમવા બોલાવી. પહેલાં તો કુસુમ કાકી ખોટે ખોટું ગુસ્સે થઈ, એને ખિજાઈ પણ એમ કંઈ સંકેત ગાંજ્યો જાય? તે કુસુમ કાકીને ક્રિકેટ રમાડીને જ રહ્યો. 'સાંઈ-વિહાર'માં

અગાઉ ક્યારેય એવું દશ્ય નજરે પડ્યું નહોતું. કુસુમ કાકીએ હસતાં હસતાં પ્રતિભા સમક્ષ મીઠી ફરિયાદ કરી હતી, 'તારા વિવેક કાકાને કહીકહીને થાકી કે મેચ નહીં તો ક્રિકેટનું મેદાન જોવા તો લઈ જાવ, પણ એ તો એક જ વાત પકડી રાખે કે સ્ત્રીને ક્રિકેટ સાથે શો સંબંધ? પણ આ તારો છોકરો મને ક્રિકેટ રમાડીને જ રહ્યો હો.'

કુસુમ કાકી મનોમન ખુશ હતા, પણ હવે સંકેતે નવી જીદ પકડી. મારે કાકી સાથે ગામ જવું છે. પ્રતિભાને આંચકો લાગ્યો, પણ પછી હસી પડી, 'સંકેત, એક તો તારી સ્કૂલ ચાલુ છે... અને મોટે ઉપાડે ત્યાં જઈને રડવા માંડ્યો તો અડધી રાતે ઘરે મૂકવા આવશે કોણ?'

સંકેત ધરાર ન માન્યો. કુસુમ કાકી સાથે જવા માટે રડવા માંડ્યો. કુસુમ કાકી અને પ્રતિભાએ એને સમજાવી-પટાવીને સુવડાવી દીધો. સંકેત ઊંઘી ગયો એટલે કુસુમ કાકી ભૂલકાના પરાણે વહાલા લાગે એવા ચહેરા પર હાથ ફેરવીને એને ધારીધારીને નીરખી રહી. વધુ અવાજ કર્યા વિના કુસુમ કાકી ચાલવા માંડી. 'રજા પડે એટલે સંકેતને લઈને ગામ આવજો.' માથું હલાવીને હા પાડતા સાથે પ્રતિભા એમની સાથે ચાલવા માંડી.

અત્યારે પ્રતિભાને થતું હતું કે સંકેતને કુસુમ કાકી સાથે જવા દીધો હોત તો આજે હસતો-રમતો અને હેમખેમ હોત. એ વળી કયું દાક્તરીનું ભણે છે કે એક-બે રજામાં ભણતર બગડવાનું હતું અને અડધી રાતે સંકેત રડ્યો હોત તો એના પપ્પાએ ગાડી મારી મૂકી હોત, પણ હું જ ન માની, ન સમજી. મેં એને કેમ ગામ જવા ન દીધો, એવો કોઈ સવાલ કરે તો?

સવાલ થવાના હતા. એક નહીં, પણ અનેક. સાવ નાનકડા ગામમાં ભૂલકાનું અપહરણ થાય એને ગ્રામીણ અખબારો મહત્ત્વ આપે જ. કોઈ જાણતું નહોતું કે આગામી દિવસોમાં ગામ, તાલુકા, જિલ્લા, શહેર અને રાજ્યનાં અખબારોમાં બે નામ વારંવાર ચમકતાં રહેવાનાં હતાં. સંકેત અને શિરવળ, પરંતુ આ સવાલ હશે કેવા?

સૂર્યકાંતના મનમાં એક સવાલ ફરીફરીને ઘુમરાતો હતો : પરમ દિવસથી શેખર છે ક્યાં? ને કરે છે શું? સગો ભાણિયો ગાયબ છે ને સાળાસાહેબનો અતોપતો નથી! પ્રતિભાને પૂછી જોઉં, કદાચ એને ખબર હોય?

પહેલાં તો સૂર્યકાંતના મને એને રોક્યો કે અત્યારે આવું પૂછવાની જરૂર નથી. પછી એ જ મને એને ધક્કો માર્યો કે પૂછી લેવામાં ખોટું શું છે? પ્રતિભાએ જવાબ આપ્યો કે, 'મને કંઈ ખબર નથી. પરમ દિવસે શેખર ગયો એ ગયો. એ પછી ફોન સુધ્ધાં આવ્યો નથી. કેમ કંઈ ખાસ કામ હતું?' સૂર્યકાંતે જવાબ

ન આપ્યો, પણ સામે પડેલા ફોનના ડબલાને જોઈને વિચાર આવ્યો કે શેખર એક ફોન તો કરી જ શકે.

હા, પોલીસની દરમિયાનગીરીથી લૅન્ડલાઇન ઝડપભેર આઉટહાઉસમાંથી ‘સાંઈ વિહાર’માં આવી ગઈ હતી, પરંતુ એ કાળો ડબ્બો જરાય અવાજ કર્યા વિના પડ્યો હતો. એ ફોનને જોઈને લહુએ થોડા દિવસ અગાઉ મોબાઇલ પર કરેલો ફોન સૂર્યકાંતને યાદ આવી ગયો: એની સાથે પોતાનાથી કેવું ભયંકર વર્તન થઈ ગયું હતું.

12

મંગળવાર, તા. ૩૦-૧૧-૧૯૯૯

સૂર્યકાંત સ્વભાવે ગરમ. આખાબોલા. એમાંય વ્યવસાયે કૉન્ટ્રાક્ટર. માણસ રફટફ અને આખાબોલો બની જ જાય. ન બને તો આવી બને. જાતજાતના મજૂરો સાથે પનારો પાડવાનો હોય, સમયમાં કામ આટોપવાનું હોય અને ઘરથી દૂરની સાઇટ પર ખાવા-પીવાનો સમય સચવાતો ન હોય એટલે વધુ સ્વસ્થ રહેવું કે હસતા રહેવું, ફ્રેન્કલી કહીએ તો, સૂર્યકાંતને ન ફાવે. ઘણીવાર મહત્ત્વની વાતો અને એમાંય પ્રતિભાએ તાકીદ કરી કહેલી બાબતોય ભૂલી જવાય. આવું જ કંઈક લહુ ઢેકણે સાથે પોતાનાથી થઈ ગયાનું યાદ આવ્યું. સૂર્યકાંતને ઘરે લહુએ પૉલિશિંગનું કામ પૂરું કરી દીધાને આઠેક દિવસ થયા હતા. એનો હિસાબ પણ પૂરેપૂરો પતાવી દેવાયો હતો. કોઈ લેતીદેતી બાકી નહોતી. એ કાયમી કર્મચારી પણ નહોતો, છતાં એક દિવસ લહુનો મોબાઇલ પર ફોન આવ્યો, ‘શેઠ અર્જન્ટ કામ છે, મને પાંચસો રૂપિયાની જરૂર છે!’

એ સમયે સૂર્યકાંત સાથે બે-ત્રણ મિત્રો હતા અને તરત જ શિરવાથી પુણે પણ જવાનું હતું. તેમણે લહુને પૂછ્યું, ‘ક્યાં છે તું?’ લહુએ જવાબ આપ્યો, ‘શિરવળ એસ.ટી. સ્ટેન્ડ પાસે, હોટેલ ઈશ્વર પર ઊભો છું.’

સૂર્યકાંતે કહ્યું, ‘ઠીક છે, ત્યાં જ રહેજે, હું આવું છું.’

પરંતુ કામકાજની દોડધામમાં સૂર્યકાંત તો લહુને ભૂલી ગયા, અને પુણે જતા રહ્યા. છેક સાંજે ચારેક વાગ્યે લહુનો ફોન આવ્યો, ‘સા’બ મેં હોટલ ઈશ્વર પે રુકા હૈ અબી તક.’

સૂર્યકાંતે જવાબ આપ્યો, ‘અરે, હું તને મળવાનું ભૂલી ગયો. હું પુણેમાં છું, તું ઘરે જા.’ લહુ કંઈ ન બોલ્યો. ન ગુસ્સો, ન નારાજગી. સૂર્યકાંતને મનોમન

લાગી આવ્યું, પણ હવે કંઈ થઈ શકે એમ નહોતું.

'સાંઈ-વિહાર'માં અંદર પ્રતિભાની હાલત પળે પળે ખરાબ થતી જતી હતી. એ આસપાસની મહિલાઓને વળગીને એક જ રટણ કરતી હતીઃ મારા સંકેતને લઈ આવો! બિચારાએ કાલ બપોરથી કંઈ ખાધું નથી... એને સાંત્વન આપનારાઓ પાસે હવે શબ્દોમાં ઓટ આવી ગઈ હતી, પણ પ્રતિભાનાં આંસુની ભરતી બધાથી જીરવાતી નહોતી. હવે પ્રતિભા રડતાં રડતાં શું બોલતી હતી એ પૂરું સંભળાતું કે સમજાતું નહોતું. માત્ર એક જ શબ્દ સ્પષ્ટપણે કાને પડતો હતો, 'સંકેત, સંકેત, સંકેત.'

સૂર્યકાંતે લહુ ઢેકણે વિશેના વિચારો મનમાંથી ખંખેરી નાખીને ફરી મન મંત્રના રટણમાં પરોવ્યું.

કર્તાનિર્યા જુનોનામાં રાજા બાહુ સહસ્રવાનં,
તસ્યૈ સ્મરણં માત્રેણં ગતં નષ્ટંચ લભ્યતે!!

આ મંત્રના ધીમા ધીમા સંભળાતા રટણ વચ્ચે એ જ રૂમના બીજા ખૂણામાં બે ઓળખીતા ઘુસપુસ કરતા હતા, 'ખોવાયેલી વ્યક્તિ કે વસ્તુ ઘરની અંદર હોય તો જ આ મંત્ર કામ કરે એવું ખરુંને?' બીજા માણસે ધીમા અવાજે બોલવા માટે મોઢા પર આંગળી રાખી, 'શીશ્શ્, પ્રયાસ કરવામાં ખોટું શું? એક તો બિચારાનું મન લાગેલું રહે, આશા બંધાયેલી રહે અને છોકરો પાછો આવી જાય તો ભયો ભયો.'

સંકેત હવે પાછો આવી જાય તો સારું, એમ ચીખીચીખીને સૌરભનું મન કહેતું હતું. 'સાંઈ-વિહાર'માં એક ખૂણામાં આ સાત વર્ષનો બાળક એકદમ ગુમસૂમ બેઠો હતો. આ એકદમ ધમાલિયો, દોસ્તો સાથે ગલીએ ગલીએ ધિંગામસ્તી કરનારો છોકરો જ હતો? આ બહુબોલકા બાળકની જીભ પર જાણે તાળાં લાગી ગયાં હતાં. સતત સંકેત વિશેની વાતો, અપહરણની શક્યતા કે કંઈક ખરાબ બની ગયાની ચર્ચાથી એ એકદમ ગભરાઈ ગયો હતો. ઘરમાં કંઈ જ નૉર્મલ નહોતું, કોઈ સામાન્ય વર્તન કરતું નહોતું. ક્યારે મળશે સંકેતની ભાળ?

છોકરાની ભાળ મળવાની આશાનો દીવડો શિરવળ ગામમાં જ નહીં, પોલીસચોકીમાં પણ વધુ પ્રકાશ સાથે ટમટમવા માંડ્યો હતો. રાતભરની માથાકૂટ બાદ કૉન્સ્ટેબલોએ આઠ જણને અલગ તારવ્યા હતા. આ બધાને એક ખૂણામાં બાંકડા પર બેસાડી રાખ્યા હતા. આ આઠેઆઠ બરાબર અંજલિ વાળીમ્બેના વર્ણનમાં બંધબેસતા હતા. હવે સ્કૂલટીચર અંજલિ આવીને આરોપીને ઓળખી બતાવે એટલીવાર. બધા કૉન્સ્ટેબલોના હાથમાં ચળ આવતી હતી, 'માસૂમ

ભૂલકાને ઉપાડી ગયો, ને પાછી આપણી આખી રાતની ઊંઘ બગાડી. મળ્યો એટલે ખેર નથી હરામખોરની.'

સવારે ૧૦.૩૦ વાગ્યે અંજલિ વાળીમ્બે પોલીસચોકીમાં આવી પહોંચી. એક કૉન્સ્ટેબલે એની નજીક જઈને કંઈક વાત કરી, પછી અંજલિ કૉન્સ્ટેબલ સાથે આંટા મારતી મારતી આઠેય જણને બેસાડ્યા હતા, બરાબર એની સામે જઈને ઊભી રહી. સામે બેઠેલામાંથી કોઈના ચહેરા પરના ભાવમાં ઝાઝો ફરક પડતો નહોતો. મોટા ભાગના કંટાળેલા હતા, થાકેલા હતા, અડધાપડધા ઊંઘમાં હતા, ગુસ્સામાં હતા. બે જણના ચહેરા એકદમ ભાવવિહીન હતા, જાણે કંઈ બન્યું જ નથી. એક આરામથી કાન ખોતરતો હતો અને બીજો હાથમાં તમાકુ મસળતો હતો.

અંજલિ વાળીમ્બે એક જણ સામે ઊભી રહી, એટલે સાથેના કૉન્સ્ટેબલને ઉત્સુકતા જાગી, 'મળ્યો? મળી ગયો?' કંઈ બોલ્યા વિના અંજલિ આગળ વધી. ત્રણવાર આંટા મારીને તે કૉન્સ્ટેબલ પાસે ગઈ. કૉન્સ્ટેબલ આદેશ મુજબ તેને સાહેબ પાસે લઈ ગયો.

પી.એસ.આઈ. સતીશ માનેએ ચાનો કપ નીચે મૂક્યો. અંજલિ વાળીમ્બેને ચાનો વિવેક કર્યો, પણ તેણે માથું હલાવીને નનૈયો ભણ્યો.

માનેએ પૂછ્યું, 'બોલો મેડમ, કોણ છે અમારો ગુનેગાર?'

'આમાંથી કોઈને મેં જોયો નહોતો કાલે...'

'અરે બધા આપના વર્ણનમાં બંધબેસતા આવે છે...'

'એની ના નહીં, પણ એ માણસ કાળો હતો.'

'મેડમ, આ બધા કાળા નથી?'

'છે, પણ મેં જોયો એ માણસ આમાં નથી. એ કદાચ વધુ કાળો હતો. સ્કૂલે પહોંચવામાં મોડું થાય છે, હું નીકળું હવે?'

કંઈ બોલવાને બદલે માનેએ ડોકું હલાવીને હા પાડી.

અંજલિ વાળીમ્બે ઊભી થઈને જતી રહી અને માને વિચારમાં પડી ગયા. બાજુમાં ઊભેલો કૉન્સ્ટેબલ દાંત ભીંસીને બોલ્યો, 'હવે તો આફ્રિકન નીગ્રોને પકડી લાવવો પડશે. આ બધા દેખાવે ઓછા કાળા છે? ખબર નહીં આ ટીચરે કોને જોયો હશે? કોઈને જોયો હશે ખરો?'

શિરવળના ઘરે ઘરે, દુકાને દુકાને અને સ્કૂલના વર્ગે વર્ગે એક જ ચર્ચા હતી, સંકેત ગયો ક્યાં? ક્યારે આવશે! ક્યારેય પાછો આવશે ખરો? હવે વડીલો છોકરાઓને એકલા મોકલતા ફફડતા હતા. આખા ગામનાં મા-બાપ સ્કૂલે મૂકવા જતી વખતે દફ્તરમાં નોટ ચોપડાના ભાર સાથે શિખામણોનાં ટોપલાં બચ્ચાંના

માથે મૂકતાં હતાં. 'અજાણ્યા સાથે વાત કરવાની નહીં. કોઈ કંઈ ખાવાનું આપે તો નજર સુધ્ધાં કરવાની નહીં. સીધા ઘરે આવી જવું હો. હવે ગામમાં જ્યાં ત્યાં રખડવાનું બંધ. ઘરની અંદર જ રહેવાનું, બહુ બહુ તો ઘર નજીક, અમારી નજર સામે રમતા રહેવાનું.'

આટઆટલું કીધા છતાં વડીલોના જીવને જંપ નહોતો, તો બચ્ચાં મૂંઝાતાં હતાં. રોજબરોજ રમનારા મિત્રોને સમજાતું નહોતું કે સંકેતને કોઈ શા માટે લઈ જાય? એકદમ મીઠી લાગતી મધુરી ગાવડે બોલી, 'સંકેતને હું રોજ મારા ડબ્બામાંથી ચૉકલેટ આપીશ.'

અર્પણા માંગડકરે દફતરમાંથી બે પેન્સિલ કાઢીને મધુરીને બતાવી. 'જો મારા જેવી જ નવી પેન્સિલ સંકેત માટે લાવી.' સ્વપ્નીલ વાંગડે ધીમા અવાજે બોલ્યો, 'હવે હું ક્યારેય સંકેતને આઉટ નહીં કરું, એને ખૂબ બેટિંગ કરવા દઈશ.' રોહન મીઠારી રડમસ થઈને માંડ માંડ બોલી શક્યો હતો, 'હું ક્યારેય સંકેત સાથે ઝઘડો નહીં કરું. હી ઇઝ સો ક્યુટ.'

ભોળાં બાળકોની નિર્દોષ દુનિયામાં લાપતા કે ગાયબ, કિડનેપિંગ કે રેન્સમ જેવા શબ્દો નહોતા. પછી વધતી ઉંમર અને બદલાતા બગડતા સમય સાથે આ ગંદકીએ તેમના શબ્દકોશમાં ઘૂસણખોરી કરવા માંડી હતી.

સૌરભને પણ આ બધા મિત્રોની જેમ સંકેત પર વધુ ને વધુ પ્રેમ ઊભરાતો હતો. એ જ સમયે એક વ્યક્તિના આગમનથી એની આંખમાં આશાની ચમક દેખાઈ.

13

મંગળવાર, તા. ૩૦-૧૧-૧૯૯૯

સૌરભને થયું કે પોતે દોડીને જાય. પરાગ, પાયલ, માધુરી, અપર્ણા, સ્વપ્નીલ અને રોહનને જઈ કહી દે કે, હવે સંકેત તરત મળી જશે. મારા પોલીસ અંકલ આવી ગયા છે.

'સાંઈ-વિહાર'માં બપોરે અઢી વાગ્યે સૂર્યકાંતના પિતરાઈ સંજય ભાંડેપાટીલનું આગમન થયું. એ પોલીસમાં હતો. સાતારામાં કૉન્સ્ટેબલની ફરજ બજાવતો હતો. સંકેત ગાયબ થયાની ખબર પડતાં જ એ દોડી આવ્યો હતો. એક પોલીસવાળા તરીકે છોકરાનો છવ્વીસ કલાકથી પત્તો ન લાગવાનો અર્થ એ સમજી શકતો હતો. તર્કબદ્ધ શક્યતા નિહાળવા મહાભારતની સંજય-દૃષ્ટિની જરૂર નહોતી,

પરંતુ સંજયે મોટા ભાઈને સધિયારો આપ્યો. 'ફિકર કરતા નહીં. સંકેત મળી જશે. આવડા ખોબલા જેવા ગામમાં તે અપહરણ કરવા કોણ આવે? એક એક માણસ આપને ઓળખે, બધાને આપના હાઈ લેવલ કૉન્ટેક્ટની ખબર હોય જ એટલે કોઈ બેવકૂફ આવી ભૂલ ન કરે.' તો પછી સંકેત છે ક્યાં? ને ઉપાડી ગયું કોણ?

'સાંઈ-વિહાર'માં બનતી ઘટનાઓ અને આવન-જાવન પર લોકોની નજર રહેતી હતી. સંકેતનું સ્કૂલેથી ગાયબ થઈ જવાનું ઘણાને ગળે ઊતરતું નહોતું. એમાંય સગો મામો બે-બે દિવસથી ગાયબ હતો. ખરેખર નહોતો શેખર દેશમુખનો કોઈ અતોપતો કે કોઈ ફોન! સંકેત અગાઉ શેખર ગાયબ. એમાંય સંકેતને લઈ જનારા માણસનું ટીચર અંજલિ વાળીમ્બેએ કરેલું વર્ણન શેખર પર એકદમ બંધબેસતું આવે. અધૂરામાં પૂરું, સૂર્યકાંતનો પોલીસખાતામાં કામ કરતો પિતરાઈ સંજય દોડી આવ્યો. એક ચોવટિયાએ મહાન ભેદ ખોલતો હોય એમ બધાને એકદમ નજીક બોલાવીને ધીમા અવાજે કહ્યું, 'આ સૂર્યકાંત અને પ્રતિભાનાં લવ-મૅરેજ થયા હતા હોં... એ વખતે ઘણી ખટપટ થયાનું સાંભળ્યું હતું... પણ આટલાં વર્ષે કોઈ ભાઈ આડુંઅવળું પગલું ભરે એવું માની ન શકાય. એ પણ પાછા માસૂમ સગા ભાણિયાને ગાયબ કરીને...?'

આ કાનાફૂસીને પગ આવ્યા અને શાહમૃગને શરમાવતી ઝડપે એ શિરવળ પોલીસચોકી સુધી પહોંચી ગઈ અને પી.એસ.આઈ. સતીશ માને ઊંડા વિચારમાં પડી ગયા, 'આ કેસ વધુ ગૂંચવાતો જાય છે. બરાબરની તાવણી થવાની અમારા પોલીસવાળાની.'

આખા શિરવળ ગામ, નિરા નદીનાં જળ, શિરવળ પોલીસચોકી અને 'સાંઈ-વિહાર'માં બે જ સવાલો ગુંજતા હતા. સંકેત ક્યાં છે? એ ક્યારે પાછો આવશે. આ સવાલોની ગુંજ મોટી ને મોટી થતી જતી હતી, પણ સમય જાણે બહેરો થઈ ગયો હતો. કાં તો એને કોઈના સવાલોની પરવા નહોતી, તમા નહોતી. ઘડિયાળના બેય કાંટા પર સવારી કરીને સમય મગરૂરીથી આગળ ધસ્યે જતો હતો.

બરાબર પાંચ વાગ્યે શિરવળ એસ.ટી. સ્ટેન્ડ પર રાજ્ય પરિવહન નિગમની બસ આવીને ઊભી રહી. કાદવ અને માટીથી ગંદી થયેલી બસનો દરવાજો ખોલીને બે વ્યક્તિ નીચે ઊતરી. એમના વૃદ્ધ અને અનુભવી મનમાં એક જ નામ હતું, સંકેત.

શિરવળ એસ.ટી. સ્ટેન્ડ પર સાંજે પાંચ વાગ્યે આવેલી બસમાંથી ઊતરેલી બે વ્યક્તિ ભોંગવલી ગામથી આવી હતી. આમ તો શિરવળ અને ભોંગવલી વચ્ચે નિરા નદી જ હતી. નિરા નદીના એક કિનારે શિરવળ અને બીજા છેડે ત્રણ

કિલોમીટરના અંતરે ભોંગવલી ગામ, પરંતુ વચ્ચે આવતી નદીને લીધે બસને ફરીને આવવામાં બાર કિલોમીટરનું અંતર કાપવું પડે.

બસમાંથી ઊતરેલી બે વ્યક્તિઓમાંથી એકની ઉંમર ૬૮ અને બીજીની ઉંમર ૫૮ વર્ષ. ઉંમર અને અવસ્થાથી થોડા ઘણા નબળા પડેલા પગમાં જરાય તાકાત નહોતી, પણ બેઉમાં ગજબનો જોશ હતો પોતાની મંઝિલે પહોંચવાનો. જૂની રહેણીકરણી અને ખાણીપીણીને પ્રતાપે આટલી ઉંમરેય આંખ એકદમ સાજી-નરવી હતી, પણ એમાં ચમકને બદલે ડર હતો.

આ વિષ્ણુ ભાંડેપાટીલ અને જનાબાઈને આખું શિરવળ ઓળખે. એ બંનેય સૌને બરાબર જાણે. આ વડીલ ખૂબ વાતોડિયા, લોકોને હળવુંમળવું ખૂબ ગમે. સૌ માટે કંઈ ને કંઈ કરી છૂટવા માટે તત્પર એટલે ઘરોબો કેળવતાં વાર ન લાગે, પરંતુ અત્યારે કોઈની સાથે વાત કરવાની ઇચ્છા કે સમય નહોતાં. ઉતાવળે ઊપડતાં પગ જોઈને કોઈનામાં હિંમત નહોતી તેમને સામેથી બોલાવવાની. કોઈકને દયા આવતી હતી કે આ ઉંમરે બંને પર કેવી વીતતી હશે? કોઈ વળી એમ માનતું હતું કે સારું થયું બને આવી ગયા. હવે ઘરને અને ખાસ તો પ્રતિભાને સંભાળવાનું આસાન બની જશે.

સિંચાઈ ખાતામાં નોકરી કરતા વિષ્ણુ ભાંડેપાટીલનું મુખ્ય આભૂષણ કે હથિયાર એટલે ગુસ્સો. કાયમ નાકના ટેરવા પર હોય જ. મોઢામાં એક બાજુ તમાકુ હાજર ને હાજર. ચાલતાં ચાલતાં અકારણ થોડા ગુસ્સાભર્યા અવાજમાં તેમણે જનાબાઈને કહ્યું, 'જરા શાંતિ રાખજો. જઈને રડવા ન માંડતાં.' ઓછું બોલવાની આદત પ્રમાણે જનાબાઈએ ફક્ત માથું હલાવીને જવાબ આપ્યો.

આનો જવાબ તો મેળવવો જ પડશે, એમ બબડીને પી.એસ.આઈ. સતીશ માનેએ સૌથી સિનિયર કૉન્સ્ટેબલને બોલાવ્યો, 'એક ખાસ ચૌકશી કરાયચી આહે. આ શેખર દેશમુખનો મામલો સમજવો પડશે. એની કુંડળી કાઢો. કંઈ જ બાકી ન રહે. એ શું કરે છે? ક્યાં જાય છે? કોને હળેમળે છે? આદતો કેવી છે? એની ઊઠબેસ કોની સાથે છે. કોની સાથે ખાસ દોસ્તી છે? કોઈની સાથે દુશ્મનાવટ ખરી? અને ખાસ તો એ જાણવું પડશે કે આ સાળા-બનેવી વચ્ચે કેવુંક બને છે?' કૉન્સ્ટેબલ સાહેબની ચતુરાઈ પર ખુશ થઈ ગયો. 'બરાબર આહે સાહેબ. કંઈ કહ્યા કારવ્યા વિના આવા સમયે અમસ્તો ગાયબ ન થયો હોય, એય પાછો અપહરણના આગલા દિવસથી? મી બરાબર કાઢતે શેખર દેશમુખચી કુંડળી.'

'કુંડળી મુજબ તો સંકેતની આવરદા ઘણી લાંબી છે. કયા ગ્રહયોગને લીધે આ આફત આવી એની ગણતરી માંડવી પડશે.' એમ કહીને પાડોશી ગામના જ્યોતિષે

પોતાની પોથી સંકેલી લીધી. સૂર્યકાંત અને પ્રતિભા સામે જોયું. આગળીના વેઢે કંઈક ગણતરી કરી, 'ગાયને ઘાસ ખવડાવજો. છોકરો પૂર્વ દિશામાં છે અત્યારે, કાલે સાંજ સુધી ઘરે આવી જશે.'

14

મંગળવાર, તા. ૩૦-૧૧-૧૯૯૯

કાલે સાંજ સુધી ઘરે આવી જશે... સંકેત આવી જશે... ઘરે આવી જશે... જ્યોતિષના શબ્દો 'સાંઈ-વિહાર'ના બધાના કાનમાં ગુંજવા માંડ્યા. સૂર્યકાંતે જ્યોતિષને દક્ષિણા આપવા માટે ગજવામાં હાથ નાખ્યો, પણ તેમણે પહેલાં પૈસા લેવાનો સાફ નનૈયો ભણી દીધો. સંકેત ઘરે આવી જાય પછી જ ખુશીથી મળે એ લેવાની ઇચ્છા વ્યક્ત કરી. કોઈકને એ ભલો માણસ લાગ્યો, તો કોઈકને સાક્ષાત્ ભગવાન!

સૂર્યકાંતે ગજવામાં હાથ નાખ્યા તો જ્યોતિષે મનાઈ કરી, 'હમણાં કંઈ નહીં, સંકેત ઘરે આવી જાય પછી ખુશીથી જે આપવું હોય એ આપજો.'

જ્યોતિષ 'રામ રામ' કહીને ઊભા થયા, ત્યારે પ્રતિભા વિચારમગ્ન થઈ ચૂકી હતી. સૂર્યકાંત ઊભા થઈને દરવાજા સુધી વળાવવા ગયા. જ્યોતિષના ગયા બાદ તેઓ દરવાજાની બહાર જોતા રહ્યા, 'સંકેત અહીં જ રમતો હોય... મને જુએ એટલે ક્રિકેટ રમવા બોલાવે... પણ આ અભાગિયા પાસે ક્યારેય ટાઇમ ન હોય.' એક પિતા પુત્રના વિરહમાં મનોમન તરફડતા હતા. ત્યાં બીજા પિતાએ ધરપત આપવા પુત્રના ખભા પર હાથ મૂક્યો. સૂર્યકાંતની વિચાર-તંદ્રા તૂટી. બાજુમાં વિષ્ણુ ઊભા હતા. સૂર્યકાંતે ચરણસ્પર્શ કર્યા. જવાબમાં સાવ હળવું સ્મિત આપીને વિષ્ણુએ તેમના ખભા થપથપાવ્યા. સૂર્યકાંત તરત જ માતાને પગે લાગ્યા. જનાબાઈ ઝાઝુ બોલી ન શક્યાં. 'ઘાબરાય ચા નાહીં.'

ત્રણેય અંદર ગયા. વિષ્ણુ અને સૂર્યકાંત બહારની રૂમમાં બેસી ગયા. સૌરભ આવીને દાદાના ખોળામાં બેસી ગયો. એના રડમસ ચહેરા પર આછેરી ચમક આવી ગઈ. જાણે નાનકો સંકેત તરત પાછો આવવાની ગૅરન્ટી મળી ગઈ.

બીજા રૂમમાં મહાડિક કાકુ પ્રતિભાને સમજાવતાં હતાં, 'થોડું ઘણું પાણી તો પી લે. કેટલા કલાક આમ નિર્જળા રહેવાય? તારી તબિયત બગડી તો પછી સૌરભ અને ભાઉ કરશે શું?' જનાબાઈને અંદર આવતાં જોઈને પ્રતિભા સટાક કરતી ઊભી થઈ. એમની પાસે દોડી ગઈ. પગે લાગવા ગઈ, ત્યાં જનાબાઈએ

એને છાતીસરસી ચાંપી લીધી. જાણે જિંદગીભરનું રડી લેવાનો પરવાનો મળી ગયો હોય એમ પ્રતિભા ફૂટીફૂટીને રડવા માંડી. જનાબાઈ છાની રાખવાનો જરાય પ્રયાસ કર્યા વગર માત્ર પ્રેમપૂર્વક એની પીઠ પર હાથ ફેરવતી રહી.

સમાન ધ્રુવ વચ્ચે અપાકર્ષણ થાય એ નિયમ અહીં ખોટો પડી રહ્યો હતો. પ્રતિભા ભણાવવામાં માહેર, તો જનાબાઈ ખેતીકામમાં નિષ્ણાત. બેઉ હોશિયાર. બંનેની પહેલી, બીજી અને છેલ્લી પ્રાથમિકતા પોતાનું કુટુંબ. બંનેને ન બોલવું કે ઓછું બોલવું ગમે.

'બસ આતા.' જનાબાઈના આ બે શબ્દની જાદુઈ અસર થઈ હોય એમ પ્રતિભાનું રડવાનું બંધ થયું. એ નીચું જોઈ ગઈ. જનાબાઈએ હડપચીથી પકડીને પ્રતિભાનું માથું ઊંચું કર્યું. એની આંખમાં આંખ નાખીને જોઈ રહ્યા, 'તારે સંકેત જોઈએ છેને? એ પાછો આવી જશે. પંઢરપુરમાં છે સંકેત. એ વિઠ્ઠલાનાં દર્શન કરીને આવી જશે.'

પંઢરપુરમાં છે સંકેત, પંઢરપુરમાં છે સંકેત, પંઢરપુરમાં છે સંકેત... સાસુમા જનાબાઈના આ શબ્દના પડઘા ચારેય ચોમેરથી સંભળાવા માંડ્યા. પ્રતિભાને એના રોમેરોમમાં આશા અને ઉમંગનો સંચાર થયો. એ દોડીને પંઢરપુરના વિઠોબાના ફોટા પાસે ઊભી રહી. હાથ જોડીને જોતી રહી અને અચાનક હીબકાં ભરીભરીને રડવા માંડી.

ધીમે પગલે જનાબાઈ પ્રતિભાની નજીક ગઈ એનો હાથ પકડીને નીચે બેસાડી. બે હાથમાં ચહેરો લઈને આંખોમાં આંખ નાંખીને જોતી રહી.

'તને વિશ્વાસ નથી ઈશ્વર પર?'

પ્રતિભા કંઈ બોલી નહીં, માત્ર હકારમાં માથું હલાવ્યું.

પોતાની નવવારી સાડીના છેડાથી જનાબાઈએ પ્રતિભાની આંખમાંથી આંસુ લૂછ્યાં. સગી દીકરીને પ્રેમ કરતાં હોય એમ બોલ્યાં, 'અરે ગાંડી, ઈશ્વર આપણી સૌની કસોટી કરે છે. શું મને દુ:ખ નથી? તું તો જાણે છે કે કેટલો વહાલો હતો મને સંકેત? બોલ તો બધા મારા અને સંકેત વિશે શું બોલે છે, માને છે?'

પ્રતિભા કંઈ ન બોલી. માંડ માંડ શબ્દો નીકળ્યા, 'એ પંઢરપુરમાં છેને?'

'પહેલાં એ કહે કે સૌ સંકેત અને મારા વિશે શું કહે છે?'

પ્રતિભા સાસુમા સામે જોઈ રહી પછી પરાણે બોલી, 'સૌ કહે છે કે એ એકદમ તમારા જેવો લાગે છે એટલે તમને બહુ જ વહાલો છે સંકેત... એ એ પંઢરપુરમાં છેને? ક્યારે ક્યારે આવશે?'

ભીતર વેદનાને ધરબી દઈને જનાબાઈએ હસવાનો પ્રયાસ કર્યો, 'અરે ગાંડી એકલો સંકેત શું કામ, આપણે સૌ વિઠ્ઠલના જ ચરણમાં છીએ. એ આપણા

સૌનું ધ્યાન રાખે છે, રક્ષણ કરે છે. એ પ્રમાણે સંકેતનો ખ્યાલ કેમ નહીં રાખે? બોલ, રાખે કે નહીં?'

પ્રતિભાએ સાસુજીના ખોળામાં માથું છુપાવી દીધું. ફરી રડવા માંડી. જનાબાઈ કંઈ ન બોલ્યાં. એકદમ પ્રેમપૂર્વક એના માથા પર હાથ ફેરવતાં રહ્યાં. એમની નજર વિઠ્ઠલના ફોટા પર ગઈ. મનોમન આજીજી કરવા માંડ્યાં. જાણે મૌન અરજની પૂરતી અસર થવાની ન હોય એમ એમાં આંસુ ભળી ગયાં. ક્યાંક મોઢામાંથી રડવાનો અવાજ નીકળી જાય અને પ્રતિભા વધુ ભાંગી ન પડે એટલે જનાબાઈએ સાડીના છેડાનો ડૂચો વાળીને પોતાના મોઢા પર મૂકી દીધો અને હાથથી ભાર વધારતાં ગયાં, પણ મનની સાથે આંખ પર અંકુશ રહ્યો નહોતો.

અંકુશ તો વિષ્ણુ ભાંડેપાટીલ પણ રાખી શકતા નહોતા. બીજા રૂમમાં સૂર્યકાંત સાથે બેઠેલા પિતા પોતાના પુત્રનું દુઃખ જોઈ શકતા નહોતા. સૂર્યકાંતની આંખમાં આંસુ નહોતાં. આમેય પિતા કે પુરુષને લડી લઈને વેદના હળવી કરવાનું વરદાન ઉપરવાળાએ ક્યાં આપ્યું છે? છતાં વિષ્ણુ ભાંડેપાટીલ દીકરાની મૌન પીડા સમજી શકતા હતા. અનુભવી શકતા હતા. એમાંય વહાલસોયા પૌત્રની ફિકર એમને સતત કોરી ખાતી હતી.

15

મંગળવાર, તા. ૩૦-૧૧-૧૯૯૯

વિષ્ણુ ભાંડેપાટીલે ગજવામાંથી તમાકુ અને ચૂનાની ડબ્બી કાઢી હાથમાં રોજ કરતાં વધુ તમાકુ લીધી. એમાં ચૂનો ભેળવ્યો અને જોશભેર તમાકુ મસળવા માંડ્યા. એ વખતે તાકાત એટલી વધી હતી કે તમાકુ તો ઠીક, લોખંડનો પણ પાઉડર થઈ જાય. સૂર્યકાંત તરફ નજર ગઈ.

'હે બઘ, પોરાલા કાંઈ નાહિ હોણાર... એ સલામત ઘરે આવી જશે, પણ હવે ધંધાની દોડાદોડ ઓછી કરો અને ઘર પર ધ્યાન આપો. રૂપિયા સાથે બાંધીને લઈ જવાના નથી.'

'પણ બાબા મી તો...'

'તો પછી આવું થાય કઈ રીતે?' ગુસ્સામાં પૂછીને વિષ્ણુ ઊભા થઈને બારી પાસે ગયા, હથેળી પરના તમાકુ પર ફૂંક મારી, કચરો ઉડાડી મૂક્યો. પછી મોટી ચપટીમાં બાકીનું મિક્સર ઉપાડ્યું, હાથ મોઢા સુધી લઈ ગયા. અચાનક તમાકુ બારીની બહાર ફંગોળી દીધી.

'હે બઘ મલા સંકેત હવે, તુલા કરાયચા હાય તે કર પણ...' (જો મને સંકેત પાછો જોઈએ, તારે જે કરવું હોય તે કર પણ...)

બંને બાપની વેદનાને દૂર દરવાજામાં ઊભાં ઊભાં જનાબાઈ જોઈ રહ્યાં હતાં. અંદર પ્રતિભાને સંભાળવાનું મુશ્કેલ હતું અને બહાર આ બંનેની હાલત બદથી બદતર થઈ રહી હતી.

બદથી બદતર સ્થિતિમાં પોલીસે બે જ કામ કરવાનાં હતાં. પ્રયાસ કરવાના અને આશા રાખવાની. પી.એસ.આઈ. સતીશ માનેને સમજાતું નહોતું કે નહોતો સૂર્યકાંતનો કોઈ સાથે ઝઘડો કે નહોતી કોઈ દુશ્મની, તો પછી સંકેતને લઈ ગયું કોણ? શા માટે? આવા ગામડાગામમાં આટલો અધમ અપરાધ થાય કઈ રીતે? સૂર્યકાંત ભાંડેપાટીલ પાસે કંઈ દોમદોમ સાહ્યબી નહોતી કે પૈસા પડાવવા માટે કોઈ એના દીકરાને ઉપાડી જાય. છતાં ધ્યેય પૈસા પડાવવાનો જ હોય તો પછી ગુનેગાર ચૂપ કેમ છે? ખૂબ અટપટો કેસ છે આ? ક્યાંય ધડ માથાનો મેળ ખાતો નથી. આગળ વધવા માટે એકેય કડી તો ઠીક, નાનાઅમથા સગડ સુધ્ધાં હાથ લાગ્યા નથી.

માનેને થયું કે પોતે અને આખી પોલીસચોકીનો સ્ટાફ આ કિડનેપિંગ કેસમાં જોતરાયેલો છે, પણ સૂર્યકાંત ભાંડેપાટીલની ફિશિયારી તો જુઓ, મને સમજાવે છે, કહે છે કે, સાહેબ, ભલે બે-ચાર હજારની પૂછપરછ કરો પણ કોઈના પર અત્યાચાર ન થાય. કોઈને અન્યાય ન થાય એનું ખાસ ખાસ ધ્યાન રાખજો. પોલીસચોકીમાં આડાઅવળા આક્ષેપ થાય કે વધુ પડતી ધોલધપાટ થાય તો સમાજમાં મોઢું બતાવવાનું અને જીવવાનું મુશ્કેલ બની જાય હો.

માનેએ આસપાસ જોયું, તરસ નહોતી લાગી છતાં સામે પડેલો પાણીનો ભરેલો આખો ગ્લાસ એક જ શ્વાસે ગટગટાવી ગયા. ટેબલ પર ગ્લાસ લગભગ પછાડ્યો. જોરથી બેલ પર હાથ માર્યો પછી વિચારમાં ખોવાઈ ગયા. બેલનો અવાજ સાંભળીને કૉન્સ્ટેબલ દોડી આવ્યો. એ સાહેબ સામે ઊભો રહી ગયો, ચૂપચાપ. થોડીવારમાં માનેનું ધ્યાન ગયું, 'કેમ ઊભો છો મારી સામે?'

'સર, આપે બેલ મારી એટલે?'

'મેં... બેલ મારી? હા, હા... માથું બહુ દુઃખે છે... કડક ચા પીવડાવ.'

'ક્યાંક કટિંગ ચા મળી જાય તો?' ચાની બરાબરની તલપ તો ખંડાલા લોણંદ રોડ પર આગળ વધતા કૉન્સ્ટેબલને પણ લાગી હતી. હોટેલ મયૂર દેખાઈ પણ ત્યાં અંદર જવાને બદલે તે નજીકની પાનની દુકાને ગયો. બીડીનું બંડલ લીધું, દસ રૂપિયાની નોટ આપી અને પછી દુકાન માલિક રમેશ ગાઢવેને રોષભેર કહ્યું, 'જો બરાબર સાંભળ... પછી જે પૂછું એના સાચેસાચા જવાબ

આપજે. હું પોલીસવાળો છું.'

રમેશ ગાઢવે એકદમ ગભરાઈ ગયો. દસ રૂપિયાની નોટ નીચે મૂકી દીધી. પાછી ઉપાડીને કૉન્સ્ટેબલ તરફ ધરી, 'સાહેબ, કંઈ ભૂલ થઈ મારાથી?'

'સોમવારે કોઈ માણસને નાના છોકરા સાથે અહીંથી આવતાં કે જતાં જોયો હતો?'

'સોમવારે...?'

'સોમવારે કે આજે કોઈને જોયો હતો?'

'સાહેબ, સોમવારે બપોરે એક માણસ છોકરા સાથે આવ્યો હતો ખરો.'

કૉન્સ્ટેબલની આંખમાં ચમક આવી ગઈ, 'કેવો લાગતો હતો એ માણસ? છોકરાને ધ્યાનથી જોયો હતો તેં?'

'સાહેબ, એ માણસે ચૉકલેટ લીધી અને છોકરાને આપી.'

'અચ્છા. અચ્છા કેવી રીતે આવ્યો હતો એ?'

'બાઇક કે સ્કૂટર હતું સાહેબ.'

કૉન્સ્ટેબલને અચાનક કોહિનૂર હીરો મળી ગયો હોય એટલો આનંદ થયો. ગજવામાંથી ડાયરી કાઢીને તે એક પછી એક સવાલ પૂછવા માંડ્યો અને જવાબ ડાયરીમાં ટપકાવવા માંડ્યો. તારું નામ? ઉંમર? રહેવાનું ક્યાં? કેટલા વર્ષથી આ દુકાન ચલાવે છે? એ માણસ કેટલા વાગ્યે આવ્યો? દેખાવ કેવો હતો? કેવાં કપડાં પહેર્યાં હતાં? ટેન્શનમાં લાગતો હતો? કપડાં પર લોહીના કે બીજા કોઈ ડાઘ દેખાયા? છોકરો કેવો દેખાતો હતો? શું પહેર્યું હતું? ગભરાયેલો લાગતો હતો? રડતો હતો? કેટલી ચૉકલેટ લીધી? કેટલા રૂપિયાની નોટ આપી? એ નોટ અત્યારે છે તારી પાસે? ફરી દેખાય તો એ માણસ કે છોકરાને ઓળખી શકે ખરો?

જવાબો સાંભળીને ડાયરીમાં ટપકાવતી વખતે કૉન્સ્ટેબલને લાગ્યું કે આ છોકરો સંકેત જ હોવો જોઈએ અને કૉન્સ્ટેબલ સાચો હતો.

સંકેત સૂર્યકાંત ભાંડેપાટીલ. અત્યાર સુધી સૌ માટે મૂંઝવતા, અકળાવતા અને ટટળાવતા કોયડા સમા આ એકમાત્ર નામ સુધી દોરી જતી પહેલી કડી સુધી પોલીસ પહોંચી હતીઃ રમેશ ગાઢવે. ખંડાલા-લોણંદ રોડ પર હોટેલ મયૂર નજીકની પાનવાળાની દુકાને ગાયબ થયેલો સંકેત અને સતત હાથતાળી આપતા ઇસમ ૨૯મી નવેમ્બરની બપોરે દેખાયા હતા.

પી.એસ.આઈ. સતીશ માને શાબાશી આપશે એવી કૉન્સ્ટેબલની માન્યતા અને ઇચ્છાય ખરી. એ રાહ જોતો હતો પોતાની પીઠ થાબડાઈ કે બે સારા શબ્દો સાહેબના મોઢામાંથી નીકળે એની. માનસાહેબે મોઢું ખોલ્યું, 'જુઓ, પહેલી કડી

હાથ લાગી છે. હવે આખો તાલુકા અને જિલ્લો ફેંદી વળો. એ બહુ દૂર જતો રહે એ પહેલાં આપણો હાથ એ બદમાશના ગળા સુધી પહોંચી જવો જોઈએ.'

16

મંગળવાર, તા. ૩૦-૧૧-૧૯૯૯

કૉન્સ્ટેબલ માનસાહેબને જોઈ રહ્યો. માને તાડૂક્યા, 'આયકલા યેત નાહિ કે ખોપડી મધે ઊતરત નાહીં?' (સંભળાતું નથી કે ખોપડીમાં ઊતરતું નથી?)

ખોપડી ખંજવાળતા હતા સૂર્યકાંત ભાંડેપાટીલ. એક તરફ સંકેતના કોઈ કરતાં કોઈ સમાચાર નહોતા. પોતાના શક્યતાના વિચાર-વલોણામાંથી કંઈ નક્કર ઊપજતું નહોતું. પ્રતિભાનું રડવાનું બંધ થતું નહોતું. સૌરભ મૂરઝાતા ફૂલ જેવો થવા માંડ્યો હતો. પિતા અને માતાની આંખમાં આંખ નાખીને વાત કરવાની હિંમત નહોતી. પોતાની કમાણી, પૈસા, સફળતા, રૂઆબ અને સંપર્કોમાંથી કંઈ કરતાં કંઈ જ કામ આવતું નહોતું. જાત પર નફરત થવા માંડી કે એક પતિ તરીકે, પિતા તરીકે, પુત્ર તરીકે અને પુરુષ તરીકે પોતે નાકામિયાબ છે, સદંતર નિષ્ફળ. બધા મિત્રો સાથે બેસીને ફરી ફરી ચર્ચા કરી, શક્યતાઓ તપાસી પણ ક્યાંય કોઈ આશાનું નાનકડું કિરણ નજરે પડતું નહોતું. પોલીસચોકીનો પૂરો સ્ટાફ અને પોતાના બધા મિત્રો તો ઠીક, આખું શિરવળ ગામ મચી પડ્યું હતું છતાં પરિણામ શૂન્ય.

શૂન્ય ઘૂંટતો હતો સૌરભ. એક નોટમાં પેન્સિલથી શૂન્ય ઘૂંટતી વખતે મગજમાં સતત સંકેત હતો. પાયલ અને પરાગ એની પાસે આવીને બેઠાં. ઘરના માહોલને કારણે બંનેના ચહેરા પર એકદમ માયૂસી છવાયેલી હતી. નાની ઉંમરને લીધે કારણ બહુ સમજાતું નહોતું, પાયલ મૂંઝાયેલી હતી. એના મનમાં સવાલ ઊઠતો હતો કે કાલે રાતે સંકેત કેમ મારી સાથે રમવા ન આવ્યો? અરે, રાતે સૂવા પણ ક્યાં આવ્યો હતો? રોજ કેવો એ મારી અને પરાગ સાથે સૂવા આવે. એ ઊંઘી જાય પછી કાકી એને ઊંચકીને લઈ જાય. એ પહેલાં ત્રણેય કેવી ધમાલ અને મસ્તી કરે રોજ. આસપાસ જોયું કોઈનું એના પર ધ્યાન નહોતું છતાં પાયલે હિંમત કરીને પૂછી જ લીધું, 'સૌરભભાઉ, આજ સંકેત ખેળાયેલા યેણાર?' (સૌરભભાઈ, આજે સંકેત રમવા આવશે?) સૌરભે ખભા ઊંચકીને લાપરવાહીથી જવાબ આપી દીધો કે મને ખબર નથી. ત્રણેય છોકરાના ચહેરા પર નોંધારા, નમાયા અને અનાથપણાના ભાવ ડોકાતા હતા. સૌ પોતપોતાનાં

દુઃખમાં ગળાડૂબ હતા. એમના પર કોઈનુંય નહોતું ધ્યાન.

ધ્યાનમાં કેમ ન આવ્યું કંઈ? ઉપરવાળો કેટકેટલા ઇશારા કરતો હતો. સંકેત પાસે નિતનવું કરાવતો હતો, પણ પોતાને કંઈ ન સમજાયું એવો અફસોસ પ્રતિભાને થતો હતો. રવિવારે કુસુમ સાથે સંકેતને ન જવા દીધો. એના ઊંઘી ગયા પછી કુસુમ રવાના થઈ ત્યાર બાદ જાગીને તે નવી મમત પર ઊતરી ગયો, જેની કલ્પના જ ન થઈ શકે. મા-દીકરો એક ઘરમાં નહીં, પણ એક રૂમમાં હતા છતાં સંકેતે જીદ કરી કે આઈ, મારે તારી સાથે ફોન પર વાત કરવી છે. પ્રતિભાએ બહુ સમજાવ્યો કે જે વાત કરવી હોય એ કર, હું સામે જ બેઠી છું. સંકેતે ધરાર જીદ ન છોડી. નાછૂટકે પ્રતિભા આઉટહાઉસમાં ગઈઃ ત્યાંથી ફોન લગાવ્યો.

સંકેતે દસ-પંદર મિનિટ ફોન પર પ્રતિભા સાથે વાત કરી. એ કાલી-વહાલી ભાષામાં પૂછતો રહ્યો, 'આઈ, આજે તેં શું કર્યું? તું જમી કે નહીં?' પ્રતિભાએ એને પ્રેમથી કહ્યું કે, 'તું કુસુમ સાથે ગામ જાય તો મને તારી બહુ યાદ આવે કે નહીં?' આ સાંભળીને સંકેતે જવાબ આપ્યો હતો કે, 'ભલે, હવે ક્યારેય તને છોડીને નહીં જાઉં.'

આ વાત યાદ આવતાં જ પ્રતિભા એકદમ ભાંગી પડી. જનાબાઈએ માંડ માંડ સંભાળી એને. પ્રતિભાએ આંસુ લૂછતાં-લૂછતાં સાસુજીને સંકેતના ગાયબ થવાના આગલા દિવસની વધુ એક વાત ગળગળા અવાજે કરી. ક્યારેય નહીં અને એ જ રાતે સંકેત મોડી રાત સુધી પ્રતિભા સાથે જાગ્યો. ઘણી બધી વાતો કરી. રમ્યો અને ખૂબ હસ્યો. એ બધું પ્રતિભાની નજર સામેથી હટવાનું નામ જ નહોતું લેતું.

પ્રતિભા ફરી રડમસ થઈને બોલી પડી, 'જતાં પહેલાં મા સાથે રહેવાની અને જે જે કરવું હતું એ બધી ઇચ્છા પૂરી કરીને ગયો...' ગળે ડૂમો ભરાઈ આવ્યો. એકદમ ઉધરસ ઊપડી આવી.

જનાબાઈએ ગુસ્સા સાથે ઠપકો આપ્યો, 'શું ગયો ગયો કરે છે? ક્યાંય નથી ગયો... સંકેત આવશે... મારો સંકેત જરૂર પાછો આવશે...' પ્રતિભાને સધિયારો આપવાના પ્રયાસમાં જનાબાઈ ભાંગી પડ્યાં. પહેલીવાર પુત્રવધૂ સામે રડવા માંડ્યાં, 'મલા સંકેત હવા, કાહી પણ કરા. માલા મુલગા હવે ચ.' (મને સંકેત જોઈએ છે. કંઈ પણ કરો. મારો છોકરો જોઈએ જ.)

દરવાજામાં ઊભાં-ઊભાં માતા અને પત્નીની વેદના સૂર્યકાંતથી જોઈ ન શકાઈ અને એ ઉતાવળે પગલે રવાના થઈ ગયા. ગુસ્સામાં બબડાટ સંભળાયો, બબ્બે દિવસ થયા, પણ સંકેતની ભાળ મળતી નથી. કરે છે શું આ પોલીસવાળા?

પોલીસવાળા બધા ખડે પગે હતા. ખુદ પી.એસ.આઈ. સતીશ માનેય ઊભા હતા. તેમણે લગભગ બધા કૉન્સ્ટેબલ સામે જોયું, 'હમણાં બધું ભૂલી જાઓ. શિરવળ અને આસપાસની એક-એક ઇંચ જગ્યા ફેંદી વળો. ગુનેગાર સંકેતને વધુ દૂર નહીં લઈ ગયો હોય. અત્યાર સુધી અંજલિ વાળીમ્બેએ અને રમેશ ગાઢવેએ આપેલી માહિતી પરથી આપણા ગુનેગારનો સ્કેચ બનાવવાના પ્રયાસ શરૂ કરી દો!'

બધા કૉન્સ્ટેબલો એકસાથે 'જી સર' બોલ્યા. અચાનક માનેને કંઈક યાદ આવ્યું, 'અરે, સાળાસાહેબનો કંઈ અતોપતો લાગ્યો કે નહીં? શેખર દેશમુખની માહિતી મેળવવાનું કોને સોંપાયું હતું?'

એક કૉન્સ્ટેબલે જવાબ આપ્યો, 'સર, આપણો કૉન્સ્ટેબલ કોઈને મળવા ગયો છે. કદાચ શેખર દેશમુખ વિશે મહત્ત્વની માહિતી મળી પણ જાય.'

એ જ સમયે પોલીસચોકીમાં પ્રવેશતાં સૂર્યકાંત ભાંડેપાટીલે છેલ્લું વાક્ય સાંભળ્યું.

શિરવળ પોલીસચોકીમાં પગ મૂકતાં જ સાંભળેલા વાક્યથી સૂર્યકાંત ભાંડેપાટીલ સ્તબ્ધ થઈ ગયા, ખિન્ન થઈ ગયા. ગુસ્સાની લાલાશ આંખમાં ઊતરી આવી.

'ઇન્સ્પેક્ટરસાહેબ, આ શું ચાલી રહ્યું છે? બબ્બે દિવસથી મારો દીકરો ગાયબ છે, નથી એ પાછો આવ્યો કે નથી સમ ખાવા પૂરતું એકેય સગડ મળ્યું અને તમે પોલીસચોકીમાં બેઠાં બેઠાં મારા સગા સાળા પર, સંકેતના મામા પર શંકા કરો છો?'

પી.એસ.આઈ. સતીશ માને એક પિતાની વેદના સમજતા હતા. એનાથી વધુ સૂર્યકાંતના ગામમાં રહેલા દબદબાને જાણતા હતા. 'બઘા ભાઉ, ટેન્શન નકો ઘ્યા...' (જુઓ ભાઈ, તમે ટેન્શન ન લો...)

'ટેન્શન ના લઉં? તો શું ઘરે જઈને ઊંઘી જાઉં?'

'મી અસા નાહિ મ્હણતે...' (હું એમ નથી કહેતો...)

'તો જવાબ આપો કે હજી પોલીસ સાવ અંધારામાં કેમ છે? નથી છોકરો પાછો આવ્યો કે નથી મળી એના વિશેની કોઈ નક્કર જાણકારી.'

'અમારી તપાસ ચાલુ છે.'

'શું ચાલુ છે? શેખર દેશમુખ પર શંકા કરવાનું?'

'શંકા કરવા માટે કારણો છે. એક, એ અપહરણના આગલા દિવસથી ગાયબ છે. બે, તે કોઈ કરતાં કોઈને કહીને ગયો નથી કે પોતે ક્યાં અને શા માટે જાય છે. સગા જીજાજીને નહીં કે સગી બહેનને નહીં. ત્રણ-ત્રણ દિવસ થયા છતાં નથી એ પાછો આવ્યો કે નથી તેણે એક ફોન સુધ્ધાં કર્યો. ચોથી અને સૌથી

મહત્ત્વની વાત. સ્કૂલટીચર અંજલિ વાળીમ્બેએ કરેલા આરોપીના વર્ણનમાં એ એકદમ ફિટ બેસે છે. આ સંજોગોમાં અમારે એની ચર્ચા કરવી પડે, તપાસ કરવી પડે, સમજ્યા?'

17

મંગળવાર, તા. ૩૦-૧૧-૧૯૯૯

શિરવળ પોલીસ સ્ટેશનમાં સંકેતના સંભવિત અપહરણકર્તા તરીકે પોતાના સગા સાળાના નામની ચર્ચા થતી સૂર્યકાંત ભાંડેપાટીલ સાંખી ન શક્યા. તેઓ પૂરેપૂરી નારાજગી અને થોડાઘણા રોષ સાથે પી.એસ.આઈ. સતીશ માનેને સમજાવવાનો પ્રયાસ કરવા માંડ્યા.

'સમજતા તમે નથી. શેખર પાછળ સમય ન બગાડો. એ આવું કરે જ નહીં.'

'સાહેબ, સાહેબ, સાહેબ આપના લવ-મૅરેજ છે. શરૂઆતમાં ખૂબ વિરોધ થયો હતો. બધા ખૂબ નારાજ હતા. અરે, આપના ખુદના પરિવારે ઘરમાંથી કાઢી મૂક્યા હતા. તો માત્ર તર્ક ખાતર માની શકાય કે છોકરીના ઘરવાળા તો કંઈ પણ કરી શકે...'

'નોનસેન્સ. લવ-મૅરેજ જૂની વાત થઈ ગઈ અને કડવાશ ભુલાઈ ગઈ છે. શેખર તો સંકેતને ખૂબ પ્રેમ કરે છે.'

'એ તો શેખર કે સંકેત મળ્યા પછી ખબર પડે... મામા ભાણિયાને કેટલો પ્રેમ કરતા હતા? બાય ધ વે, તમારા દીકરાની જિંદગીનો સવાલ છે, સાચું કહેજો કે તમને શેખર પર એક ટકોય શંકા ખરી?'

'લેશમાત્ર શંકા નથી. જરાય શંકા હોય તો હું એને મારા ઘરમાં ન રાખું, ધંધામાં સાથે ન રાખું. જરા સમજો કે આ મામા છે, સંકેતના મામા...'

'સાહેબ, કંસે દેવકીનાં કેટલાં સંતાનોને મારી નાખ્યાં હતાં? કૃષ્ણનો જીવ લઈ લેવા કેટલા ફાંફાં માર્યાં હતાં. કંસ પણ મામો હતો... સત્યુગમાં એ થઈ શક્યું, તો અત્યારે કળિયુગ છે કળિયુગ.'

કળિયુગ છે ઘોર કળિયુગ... એવા બબડાટ સાથે જનાબાઈ બારીમાંથી દૂર જોતાં હતાં. સૌરભ ધીમે ધીમે આવ્યો. એકદમ દાદીને વળગીને રડવા માંડ્યો. 'સાંઈ-વિહાર'માં બે દિવસથી છવાયેલી તાણ, ચિંતા અને ડરનો માહોલ એની અંદરના બાળકને ધીરે ધીરે ખતમ કરી રહ્યો હતો. તેણે બે-ત્રણ જણના મોઢેથી સાંભળ્યું કે હવે સૌરભનું ધ્યાન રાખવું જોઈએ.

'દાદી, કોઈ મને પણ ઉપાડી જશે?'

'શું? ના બેટા ના. એમ કોઈ થોડા ઉપાડી જાય?'

'સંકેતને તો ઉપાડી ગયું કોઈક...'

'અરે સંકેત તો આવી જશે – બહુ જલદી... અને તને કંઈ નહીં થાય. હવે તો હું અને તારા દાદા પણ અહીં જ છીએને...'

'ખરેખર, સંકેત આવી જશે?'

'હા, હા, હા સંકેત બહુ જલદી આવી જશે... દાદી ખોટું બોલે?'

સૌરભને ખૂબ સારું લાગ્યું. આ વાત પાયલ અને પરાગને જણાવવી જોઈએ. એ લોકો થઈ જશે એકદમ ખુશ.

ખુશ હતો. કેટલો ખુશ હતો સંકેત. પ્રતિભા સંકેત ગાયબ થયો એ દિવસની સવારના વિચાર કરતી હતી. રોજ સવારે ઊઠવામાં માથાકૂટ કરે. ગઈ કાલે કેવો તરત જાગી ગયો. એકદમ ખુશખુશાલ મિજાજ સાથે પથારીમાંથી ઊઠતાવેંત મને વળગી પડ્યો. પ્રતિભાને લાગ્યું કે સ્કૂલે ન જવાની મસ્કાબાજી કરતો લાગે છે, પણ એવું કંઈ ન થયું.

હા, તૈયાર થતી વખતે નખરાં શરૂ કરી દીધાં, 'આઈ, આજ યુનિફૉર્મ નાહિ ઘાલણાર.' (મમ્મી, આજે યુનિફૉર્મ નથી પહેરવાનો.)

'અરે સ્કૂલ જવા માટે તો યુનિફૉર્મ જ જોઈએ...'

'ના, ના, ના. મારે નવાં કપડાં પહેરવાં છે આજે...'

'સંકેત બેટા, જો...'

'આઈ, નવીન કપડે હવે મલા.' (મમ્મી, મને નવાં કપડાં પહેરવાં છે.)

સંકેત ધરાર ન માન્યો. સવારની કામની ધાંધલધમાલ વચ્ચે પ્રતિભા પાસે એને મનાવવાનો વધુ સમય નહોતો. ફટાફટ નવાં કપડાં પહેરાવ્યાં, તો ખુશખુશાલ થઈને દોડી ગયો. પ્રતિભા હસી પડી કે હવે ભાઈ એના પપ્પા, સૌરભ, પાયલ અને પરાગ પાસે વટ પાડવા પહોંચી ગયા. એ બીજું કામ હાથમાં લે એ અગાઉ સંકેત દોડતો પાછો આવ્યો, હાથમાં બૂટ હતા.

'આઈ, માલા હે બૂટ હવે...' (મમ્મી, મારે આ બૂટ પહેરવા છે.)

'અરે, પણ સ્કૂલમાં બૂટ પહેરવાની શી જરૂર છે? ચપ્પલ પહેરી લે. મારી પાસે આ બધું કરવાનો સમય નથી હો...'

'નાહિ, મી બૂટ ચ ઘાલણાર... પ્લીઝ આઈ...'

એકદમ મીઠડા અવાજે અરજ, પરાણે વહાલો લાગે એવું મુખારવિંદ અને માનું હૃદય, મલકાટ સાથે સંકેતના માથા પર ટપલી મારીને પ્રતિભાએ બૂટ પહેરાવ્યા. બૂટની વાધરી બાંધી. સંકેત એકદમ ખુશ થઈને મમ્મીને ભેટી પડ્યો.

પ્રતિભાએ એને અળગો કરતાં કહ્યું, 'મારે ઘણાં કામ છે હો... તૈયાર થઈ ગયોને?'

'હા, આઈ...'

'તો પછી જા હવે...'

પોતાના એ શબ્દો યાદ આવતાં પ્રતિભા ફસડાઈ પડી. સંકેતે કેમ જીદ કરી તૈયાર થવાની? પોતાના મોઢામાંથી કેવી રીતે નીકળ્યા શબ્દો કે 'જા હવે...' આ બધાની વચ્ચે પ્રતિભા જાણતી નહોતી કે સંકેતને તૈયાર કરવામાં પોતે એક ચીજ કરી હતી, જે બદલ પસ્તાવો અને પીડા પારાવાર થવાનાં છે.

18

ગુરુવાર, તા. ૦૨-૧૨-૧૯૯૯

નિરા નદીનાં પાણી પોતાની મંદ ગતિએ વહી રહ્યાં હતાં, પરંતુ સમયને આ સ્પીડમાં ફેરફાર ન ફાવે.

'સંકેતને ગાયબ થયાને આજે ચોથો દિવસ છે,' એમ એકમેકને યાદ અપાવતા બે કૉન્સ્ટેબલ નદીને કિનારે બારીકાઈથી નિરીક્ષણ કરી રહ્યા હતા.

'કેટલીવાર અહીં આંટો મારી ગયા આપણે...'

'કદાચ એ છોકરો ભૂલથી નદીમાં પડી ગયો હોય કે કોઈએ ફેંકી દીધો હોય.'

'અરે, પણ તો બોડી ચાર દિવસ સુધી થોડી પાણીની અંદર રહે?'

'તારી વાત સાચી. માનસાહેબ સાથે દલીલ કરાય ખરી? પણ એમની એ વાત સાચી કે વારંવાર એકના એક સ્થળે જવાથી કદાચ અગાઉ નજરચૂકથી રહી ગયેલી વસ્તુ કે બાબત દેખાવાની શક્યતા ખરી.'

'હા. હવે આ કેસ એકદમ ગરમાવો પકડી રહ્યો છે. આજે સવારના છાપામાં ન્યૂઝ પણ આવી ગયા.'

'માનસાહેબ એટલે વધુ ટેન્શનમાં છે.'

રઝળપાટ કરતા બંને કૉન્સ્ટેબલ કિનારાની સાથોસાથ નજર જાય ત્યાં સુધી નદી પર પણ જોઈ લેતા, પણ એવું કંઈ દેખાતું નહોતું કે ક્યાંક રોકાઈ જાય નજર.

નજર હટતી નહોતી પ્રતિભાની. કેવો રૂપકડો લાગે છે મારો દીકરો. સંકેતના ત્રીજા બર્થ-ડેનો ફોટો જોઈ રહી હતી એ. કેટલો બધો ઉત્સાહમાં હતો સંકેત? પોતાના બર્થ-ડેની પાર્ટીમાં ઘણા બધાને બોલાવવા હતા, ખાસ તો બધા મિત્રોને,

પણ સૂર્યકાંત ખૂબ વ્યસ્ત હતા. એકદમ દોડધામમાં હતા. રાતરાતભર સાઇટ પર રહેવું પડતું હતું, એટલે માત્ર ઘરવાળા વચ્ચે જ કેક કપાઈ. હું, સૌરભ, પાયલ, પરાગ, સાસુજી, સસરાજી અને બર્થ ડે બોય. એ દિવસે જ અમે નવો કૅમેરો લાવ્યા હતા. એ જીદે ચડ્યો કે મને કૅમેરો આપો, મારે ફોટા પાડવા છે. આટલો મોંઘો અને એકદમ નવો કૅમેરો બચ્ચાના હાથમાં આપવાની કોઈની ઇચ્છા નહોતી, પરંતુ રડીનેય કૅમેરો લઈને જંપ્યો. એ દિવસે બધા ફોટા નવા કૅમેરાથી પાડ્યા. કેવો રાજીનો રેડ હતો સંકેત... બેટા ફરી એકવાર મમ્મીને એ સ્માઇલ બતાવવા આવી જા... આવ... આવ...

આવ... આવ... આવના આમંત્રણ સાથે શિરવળ એસ.ટી. સ્ટેન્ડ પર બસની રાહ જોવાતી હતી. કોઈ બબડ્યું કે બે વાગ્યાનો ટાઇમ છે, પણ છે બસનાં ઠેકાણાં? જાણે વધતા રોષની ખબર પડી ગઈ હોય એમ ધૂળ ઉડાડતી બસે એસ.ટી. સ્ટેન્ડમાં પ્રવેશ કર્યો. અંદરથી કોઈએ જોરથી લાત મારી હોય એવા મોટા અવાજ સાથે દરવાજો પરાણે ખૂલ્યો. ચારેક જણ ઊતર્યા બાદ પાંચમો માણસ ઊતર્યો.

બહારગામ જવા બસ સ્ટેન્ડ પર આવેલા શિરવળવાસીઓની આંખ આ યુવાનને જોઈને ખુલ્લી રહી ગઈ. ત્રણેક જણને છૂટકો નહોતો એટલે બસમાં ચડી ગયા, પણ ચડતી વખતેય પાછળ વળીને એ યુવાનને જોતા રહ્યા. બે જણ તો કામસર બહારગામ જવાનું માંડી વાળીને બસ છોડીને એ યુવાન પાછળ ચાલવા માંડ્યા. ચામડીનો રંગ તો ઉપરવાળાએ શ્યામ આપ્યો, પણ કોઈ કરે આવાં કાળાં કામ...?

કામ... કામ... કાંઈ સૂઝતું નહોતું પ્રતિભાને. ક્યાંથી સૂઝે... ચોથે દિવસેય સંકેતની ભાળ નહોતી મળી. એ શૂન્યમનસ્કપણે ઘરમાં ચારેતરફ જોવા માંડી. કેટકેટલા ભગવાન અને દેવ-દેવીઓની મૂર્તિ, ફોટા, હારતોરા, અગરબત્તી, દીવાબત્તી... કોઈએ રક્ષણ ન કર્યું મારા સંકેતનું... હવે તો એક એક મૂર્તિ-ફોટા પધરાવી દઉં નિરા નદીના જળમાં... જો એમને મારી, મારા પરિવારની અને મારા સંકેતની ન પડી હોય તો શું કામ કરું પરવા? મારી સાથે આવું શું કામ કર્યું? મારી જ સાથે? એકલી હું જ મળી... એ ગુસ્સામાં પહેલાં ફોટાઘર તરફ ધસી ગઈ... શ્રીકૃષ્ણના ચહેરા પર સ્મિત હતું, મોહક સ્મિત, શાતાદાયી... નીચે ગીતાનો શ્લોક હતો... બીજી તરફ બાળકૃષ્ણને ઘોર અંધારી રાતે ટોપલીમાં લઈને નદી પાર કરતા વસુદેવ હતા... દૂર જેલના સળિયા પાછળ રડતાં દેવકી માતા અને લાચાર વસુદેવ હતાં...

અચાનક પ્રતિભાના મગજમાં કંઈક ચમકારો થયો. દેવકી તો કૃષ્ણનાં માતા

હતાં... ભગવાન શ્રીકૃષ્ણનાં... છતાં તેમણે પોતાની નજર સામે છ-છ સંતાનોનાં કારમાં મોત જોયાં... એ પણ સગા ભાઈના હાથે... કૃષ્ણને કંઈ ન થયું, પણ વિખૂટા તો પડ્યા ને? જો ભગવાન અને એની માતાનું કર્મનાં ફળ અને નિયતિ સામે કંઈ ન ચાલે તો હું કોણ...? એ કૃષ્ણના ફોટા સામે બેસી પડી... બે હાથ જોડીને ચૂપચાપ... બંધ આંખમાંથી આંસુની ધારા વહેતી હતી. કૃષ્ણના ચહેરા પર મલકાટ હતો, એમની શોભામાં જરાય ઓછપ નહોતી લાગતી કાળા વાનથી...

કાળો વાન, પચ્ચીસેક વર્ષ અને લાંબું કદ... જાણે ચુંબકીય વ્યક્તિત્વ હોય એમ સામે આવતા સૌ કોઈ આકર્ષાતા હતા એના તરફ. અમુક હટી જઈને બાજુમાં ઊભા રહી જતા હતા, તો કેટલાક યુ-ટર્ન મારીને એની પાછળ-પાછળ ચાલવા માંડતા હતા. એ ઘણાને ઓળખતો હતો, ઘણા એને જાણતા હતા. ખબર નહીં કેમ, પણ બન્ને પક્ષમાંથી ઔપચારિક અભિવાદન તો ઠીક, ફિક્કા-સુક્કા સ્મિતની આપ-લે કરતા નહોતા. પાછળ ચાલનારાઓ કલ્પનાશક્તિમાં સરી પડ્યા.

હવે કેવું ભજવાશે નાટક...

તમાશાને તેડું ન હોય એમ એ યુવકથી થોડું અંતર રાખીને ઘણા પાછળ પાછળ ચાલતા હતા. બસ-સ્ટેન્ડથી બારેક મિનિટ ચાલ્યા બાદ મામો શેખર દેશમુખ ઊભો રહી ગયો. સામે હતું ભાણિયા સંકેતની અનંત પ્રતીક્ષામાં તરફડતું 'સાંઈ-વિહાર'. સમય બપોરના ૨.૩૦ કલાક.

બપોરે અઢી વાગ્યે 'સાંઈ-વિહાર'માં એક પળ તો સમય થીજી ગયો. સૌ આંખનું મટકું મારવાનું ભૂલી ગયા. પાંચમે દિવસે શેખર દેશમુખે દેખા દીધી હતી. આ માણસ એટલે લાપતા થઈ ગયેલો સંકેતનો મામો... સંકેતને લઈ જનારા ભેદી આદમીના જેવાં કદ, કાઠી, દેખાવ અને શ્યામ રંગ... એક એકને ઉત્સુકતા હતી કે એ શું કહેશે? દરેકને ઉચાટ હતો કે ક્યાંક ઘરનો માહોલ વધુ ન ડહોળાઈ જાય, પણ પ્રતિભાને એક જવાબ જોઈતો હતો, 'ભાઈ, સંકેત ક્યાં છે એની તને કંઈ ખબર છે?'

જાણે શેખર પાસે કંઈ કહેવાનું હોય અને બહેનને જ, એમ એ પ્રતિભા પાસે ગયો. ભાઈ-બહેનની આંખો મળી. શેખર વધુ સમય સામે ન જોઈ શક્યો, નજર નીચી કરી દીધી.

'ક્યાં છે સંકેત? તારો ભાણિયો છે ક્યાં? મામા થઈને તું...' પ્રતિભા આગળ ન બોલી શકી અને શેખરે એના હાથ પકડીને ખુરશી પર બેસાડી દીધી.

વિષ્ણુએ ઇશારો કરતાં સૂર્યકાંતે હળવે પગલે નજીક જઈને ધીમેથી શેખરના ખભા પર હાથ મૂક્યો. શેખરે માથું ફેરવીને સૂર્યકાંત તરફ જોયું. એ જીજાજીને એકદમ ભેટી પડ્યો. એકદમ ગળગળા અવાજે માંડ 'સૉરી' બોલી શક્યો.

સૂર્યકાંતે શેખરને સોફા પર બેસાડ્યો અને પોતે બાજુમાં બેઠા.

'કસાલા સૉરી? કાય ઝાલા?' (સૉરી શા માટે? થયું છે શું?)

'સંકેત... આપલા સંકેત...' (સંકેત... આપણો સંકેત...)

'સંકેત ચા કાય?' (સંકેતનું શું?)

'એ ચાર-ચાર દિવસથી લાપતા છે... આવી મુશ્કેલ ઘડીમાં નહોતો હું આપની સાથે, નહોતો એને શોધવામાં... ઊલટાનું મેં તમારાં બધાંનું ટેન્શન વધારી દીધું...'

19

ગુરુવાર, તા. ૦૨-૧૨-૧૯૯૯

ભરબપોરે ૨.૩૦ વાગ્યે 'સાંઈ-વિહાર'માં શેખર દેશમુખનો પ્રવેશ થયો. ઈમાનદારની જેમ સાવ ગાયબ થઈ જઈને છેક પાંચમા દિવસે દેખા દેનારા શેખર વિશે ગામ અને પોલીસમાં ઘણી શંકાકુશંકા હતી, કારણ કે તે સંકેતના ખોવાઈ ગયાના આગલા દિવસથી જતો રહ્યો હતો અને કોઈ ફોન, ખબર, જાણકારી કે માહિતી આપ્યા વિના. સ્વાભાવિક રીતે એ શંકાના કૂંડાળામાં આવી ગયો હતો.

હવે પાછા આવ્યા બાદ શેખરને વસવસો થતો હતો કે ભાણિયો ચાર-ચાર દિવસથી લાપતા છે અને એને શોધવામાં પોતે ક્યાંય નહોતો. ફૅમિલી પર આવી પડેલા આટલા મોટા દુઃખમાં સહભાગી થવા માટે પોતે હાજર નહોતો.

એની વેદનાની સદંતર અવગણના કરીને સૂર્યકાંત ભાંડેપાટીલે શબ્દોમાં પૂછી લીધું, 'પણ તું હતો ક્યાં?'

'મારા ફ્રેન્ડને એક છોકરી સાથે પ્રેમ થઈ ગયો. નાછૂટકે બંનેને ભાગીને લગ્ન કરવાં પડે એમ હતાં. એ ખૂબ ડરપોક પ્રકારનો છે... જીદ કરી કે હું પણ એની સાથે આવું... પણ કોઈને કંઈ જ કહેવાનું નહીં એવી શરત બંનેએ રાખી હતી...'

'એટલે તું લવ-બર્ડ્સ સાથે હતો... પણ ક્યાં!'

'ગોવામાં... બંને પરણી ગયાં. બંનેના ઘરે જાણ કે હું એનો ખાસ ફ્રેન્ડ છું એટલે કદાચ અહીં આવીને કોઈ જાણી લે કે કપલ ક્યાં છે... આ ડરને લીધે અમે ગોવામાં છીએ એ કહેવાની મનાઈ કરી હતી... અને મને સાચું લાગ્યું એટલે હું માની ગયો... આઈ એમ સૉરી... વેરી સૉરી!'

વિષ્ણુ અને જનાબાઈએ મોઢું બગાડ્યું. સૂર્યકાંતે સાળાને હિંમત આપી, 'વાંધો

નહીં. તને ક્યાં ખબર હતી કે ઘરમાં આવું કંઈ થવાનું છે, પણ ફૅમિલીમાં એકાદને, અરે મને તો કહી રાખ્યું હોત તો...'

'મી ચુકલા. એકદમ ચુકલા.' (ભૂલ થઈ ગઈ, મોટી ભૂલ થઈ ગઈ.)

'જો શેખર, સંજોગોને જોતાં ગામવાળાને અને પોલીસને શંકા હતી કે સંકેતને તેં ગાયબ કર્યો હોઈ શકે?'

'મેં... મેં મારા સંકેતને?' શેખર એકદમ સ્તબ્ધ થઈ ગયો.

'એક તો કંઈ જ કીધાકારવ્યા વગર તું અદૃશ્ય થઈ ગયો. ન કોઈ ફોન, ન કોઈ માહિતી કે ન કોઈ જાણકારી. સંકેતને લઈ જનારા માણસનું સ્કૂલટીચરે કરેલું વર્ણન એકદમ તારા પર ફિટ બેસે છે.'

દરવાજા પર દંડો અડાડીને કૉન્સ્ટેબલે બધાનું ધ્યાન પોતાની તરફ ખેંચ્યું. 'શેખરભાઉ તુમ્હાલા ચોકી પર આણાયલા સાહેબને સાંગીતલે આહે...' (શેખરભાઈ, તમને ચોકી પર લઈ આવવાનું સાહેબે કીધું છે.)

સૂર્યકાંત ઊભા થઈ ગયા, 'ચાલો હું પણ આવું છું.'

કૉન્સ્ટેબલે મનાઈ કરી, 'હમણાં ફક્ત શેખર દેશમુખને એકલા જ બોલાવ્યા છે.'

પ્રતિભા સૂર્યકાંતને નિરાંત થઈ કે સંકેતના ગાયબ થવામાં શેખરનો હાથ નથી, હોઈ જ કેવી રીતે શકે. ઈટ ઈઝ ઇમ્પૉસિબલ.

નથિંગ ઈઝ ઇમ્પૉસિબલ, મિસ્ટર દેશમુખ. આવા પ્રતિભાવ સાથે પી.એસ.આઈ. સતીશ માનેએ શેખર દેશમુખને સામે બેસાડ્યો. શેખરની કેફિયત સાંભળીને તેમણે ડાબા હાથે હડપચી ખંજવાળી. જમણા હાથમાં રાખેલી બોલપેનની ઊંધી બાજુ ધીમે ધીમે ટેબલ પર ઠપકારતા રહ્યા. હકીકતમાં તેઓ વિચારતા હતા. શેખરની વાત, વર્તણૂક અને હાવભાવનું એનાલિસિસ કરી રહ્યા હતા.

અચાનક ઊભા થઈને માનેએ બૂમ પાડી, 'કૉન્સ્ટેબલ, આ દેશમુખ સાહેબ પાસેથી બધી વિગતો લઈ લો. એમના મિત્રનું નામ, સરનામું, ટેલિફોન નંબર, ઉંમર, નવપરિણીતાનું નામ, સરનામું... બધા કઈ હોટેલ કે લોજમાં રહ્યા એના નામ, સરનામાં અને ફોન નંબર... પૂરી તપાસ પૂછપરછ કરો... જરૂર પડે તો નવદંપતીની આગતાસ્વાગતા અહીં બોલાવીને કરો...'

પછી શેખર સામે જોઈને જવાનો ઇશારો કર્યો. શેખર ઊભો થાય, ત્યાં જ ખભા પર હાથ મૂકીને માને બોલ્યો, 'તમે જણાવ્યું એ બધું સાવ સાચું હોય તો સારું... નહીંતર ન્યુલી મેરિડ કપલનું હનિમૂન બગડવાનું નક્કી છે. જાણતા-અજાણતાં... ભૂલથી કે ઇરાદાપૂર્વક કંઈ ખોટું બોલાયું નથીને? છુપાવાયું નથીને?'

શેખરે થોડી નારાજગી સાથે ડોકું હલાવીને ના પાડી. પછી એ કૉન્સ્ટેબલ પાસે જઈને બેસી ગયો. માનેને સમજાતું નહોતું કે શેખરના પાછા આવવાથી

ખુશ થવું કે નહીં? એની વાતો તો સાચી લાગે છે, પણ મારો મુખ્ય શકમંદ ગયો... હવે પાછી શરૂ કરવાની એક ચહેરા અને નામ વિનાના પણ શિયાળના દિમાગવાળા શૈતાનની શોધ.

શોધ હતી સંકેતની... માત્ર સંકેતની.

પ્રતિભાની નજર વહાલા દીકરાની એક ઝલક માટે ઝઝૂમતી હતી, ઝૂરતી હતી. હાથ લાગ્યાં હતાં માત્ર સંભારણાં. સ્મૃતિ બધી મીઠી હતી, પણ અત્યારે તો તીરની જેમ કાળજામાં ભોંકાતી હતી. અનાયાસે આલબમનાં પાનાં ઉથલાવ્યાં. આંખ એક ફોટા પર થંભી ગઈ. સંકેતના પહેલા જન્મદિવસનો ફોટો હતો. પહેલવહેલો બર્થ-ડે હોવાથી ખૂબ ધામધૂમથી ઉજવણી કરી હતી. ઘણા મહેમાનો, સગાંવહાલાં અને છોકરાઓને બોલાવ્યાં હતાં. એની આરતી ઉતારી ત્યારે કેવો ટગર ટગર મારી સામે જોતો હતો જાણે વર્ષોથી ઓળખતો ન હોય. એના કપાળ પર ચાંદલો કર્યો ત્યારે કેવો હસી પડ્યો હતો. ફરી ક્યારે એવો હસતો જોઈશ? ક્યારે એને ચાંદલો કરી શકીશ?

શોધની સાચી દિશામાં શિરવળ પોલીસચોકીનો એક કૉન્સ્ટેબલ આગળ વધી રહ્યો હતો. વાઈ સુધી પહોંચી ગયો. એ બબડ્યો કે બદમાશ અહીં સુધી આવ્યો હશે ખરો? સામે ટેલિફોન બૂથ દેખાતાં થયું કે લાવને પોલીસચોકીમાં પૂછી લઉં. કંઈ મહત્ત્વની કડી મળી હોય તો આ રઝળપાટ પતી જાય. ટેલિફોન બૂથમાં એક મહિલા બેઠી હતી. ફોન કરવા માટે રિસિવર ઉપાડ્યું અને નંબર ડાયલ કરવા હાથ લંબાવ્યો, પણ કંઈક વિચારીને રિસિવર પાછું મૂળ ઠેકાણે મૂકી દીધું.

પોતાની પોલીસ તરીકેની ઓળખ આપવાની જરૂર નહોતી, વર્દીએ જ આપી દીધી. કૉન્સ્ટેબલે મહિલાને પૂછ્યું, 'તુમ ચા નાવ?' (તમારું નામ?)

મહિલાને કંઈ સમજાયું નહીં. થોડા ગભરાટ સાથે પૂછ્યું, 'સાહેબ, કંઈ ભૂલ થઈ ગઈ મારાથી? તમતમારે ફોન કરી લો, આરામથી!'

'નાવ સાંગા પટકન.' (ઝડપભેર નામ જણાવો.)

'સુલભા.'

'સુલભા. આડ નાવ?' (સુલભા. અટક-સરનેમ?)

'સુલભા કડાણે.'

'સુલભાતાઈ, મને કહો કે રોજ અહીં કેટલા લોકો ફોન કરવા આવે...?'

'સાહેબ, એવો ચોક્કસ આંકડો તો કેવી રીતે આપું?'

'અંદાજે કહો...'

'લગભગ ૨૦૦-૩૦૦ જણ આવતા હશે.'

20

રવિવાર, તા. ૦૫-૧૨-૧૯૯૯

'અરે વાહ... સારી કમાણી થઈ જાય. હવે જરા યાદ કરીને કહો કે ૨૯મી નવેમ્બરે, એટલે કે સોમવારે કોઈ માણસ અહીં ત્રણ-સાડાત્રણ વર્ષના છોકરા સાથે આવ્યો હતો ખરો?'

'સોમવાર...? સોમવાર... હા સાહેબ, એક માણસ આવ્યો હતો, નાના છોકરા સાથે!'

'કેવી રીતે આવ્યો હતો? પગપાળા ચાલતો, કારમાં, સાઇકલ પર કે...'

'લગભગ સ્કૂટર પર...કે બાઇક પર હતો?'

'બદામ ખાવાની કેવી રીતે પરવડે છે તમને?'

'અરે સાહેબ, મજાક છોડો બે ટાઇમનું સાદું જમવાનું માંડ મળે ત્યાં તમે બદામની વાત કરો છો.'

'ચાર દિવસ પહેલાં જોયેલો માણસ છે... રોજ બસો-ત્રણસો આવે એમાં આ એક માણસ યાદ રહી ગયો...!'

'હા સાહેબ, એટલા માટે યાદ રહી ગયો કે એની સાથેનો છોકરો રડતો હતો.'

કૉન્સ્ટેબલે ફટાફટ છોકરાનું અને એ માણસનું વર્ણન ડાયરીમાં ટપકાવી લીધું. બુથમાંના ટેલિફોનનો નંબર ટપકાવી લીધો, તરત જ એક ફોન જોડીને બોલ્યો, 'સાહેબ, ખૂબ મહત્ત્વની કડી મળી છે.'

સંકેત સૂર્યકાંત ભાંડેપાટીલને હવામાં ઓગળી ગયાને સાત-સાત દિવસ થઈ ગયા, પણ ન છોકરો મળ્યો કે ન કોઈ નક્કર કડી. પોલીસ અંધારામાં ગોળ ગોળ ફરે રાખતી હતી. ઘરવાળામાં આશાનું સ્થાન હવે અમંગળ ભય લેવા માંડ્યો હતો. સૂર્યકાંત, પ્રતિભા, વિષ્ણુ, જનાબાઈ, સૌરભ, શેખર, વિવેક, પાયલ અને પરાગ ભલે અંદરથી ખૂબ ગભરાઈ ગયાં હતાં, પણ ચહેરા પર સ્વસ્થતાનું મહોરું પહેરી રાખ્યું હતું અને વાતચીતમાં આશાનો સૂર જાળવી રાખતાં હતાં. જાણે સૌ એકમેકને બદલે પોતાની જાતને સધિયારો આપતાં હતાં, 'સંકેત આવી જશે. હો... ના રે ના, એને શું થવાનું હતું.'

પ્રતિભાને હવે રાતે ડરામણાં સપનાં આવતાં હતાં, તો દિવસે કંઈક ન થવાનું થઈ ગયાના ભણકારા વાગતા હતા. જનાબાઈ પ્રતિભાને ખાસ સંભાળવા સાથે ત્રણેય છોકરાવની જરૂરિયાતો પૂરી કરવામાં સમય વિતાવતાં હતાં. આ બધી પ્રક્રિયા દરમિયાન મનોમન પ્રભુ-સ્મરણ ચાલતું જ રહે.

વિષ્ણુ ભાંડેપાટીલને સમજાતું નહોતું કે આવો ઘોર કળિયુગ કેવી રીતે શક્ય છે? હજી તો માંડ સવાત્રણ વર્ષના થયેલા છોકરાએ કોઈનું બગાડ્યું શું હોય? બિચારો મારી સાથે નાનપણથી કેટલાં લાડ કરતો? બોલતાં નહોતો શીખ્યો, ત્યારથી મારી માયા લાગી ગઈ હતી.

સૂર્યકાંત ભાંડેપાટીલ એકદમ ગુમસૂમ હતા. જાત પરના ગુસ્સા પર અંકુશ મેળવવા મથતા હતા. એમની અંદર એક જ્વાળામુખી ભભૂકવા માંડ્યો હતો, 'આટઆટલી લાચારી? વિવશતા? પરવશતા?' ક્યાંકથી કોઈ દિશા મળી જાય એટલે કે પછી સમય પસાર કરવા માટે સૂર્યકાંત ચોપડી, ડાયરી અને આલબમનાં પાનાં ફેરવે રાખે. મૈસૂરની ટ્રિપનો ફોટો જોઈને સાંભરી આવ્યું કે સાત-આઠ મહિનાનો હોવાથી બોલી તો નહોતો શકતો, પણ બધાને પરાણે વહાલો લાગે એવો હતો. ગમે તેવા અજાણ્યા પાસે હસતો-હસતો જાય અને મન મોહી લે.

ડૂબતો તરણું ઝાલે એમ ભાંડેપાટીલ પરિવાર આલિયા-માલિયા-જમાલિયા બધાની વાતો સાંભળે, સ્વીકારે અને એનો અમલ કર્યા વિના ન રહે. જે કરવું હોય તે કરીએ, પણ સંકેત પાછો જોઈએ. તાત્કાલિક, હેમખેમ.

પથ્થર એટલા પૂજ્યા દેવની જેમ લોકોએ જે ભૂવા, બાવા કે જ્યોતિષની ભલામણ કરી ત્યાં ભાંડેપાટીલ પરિવારનું કોઈ ને કોઈ દોડી જાય. એક નામાંકિત જ્યોતિષને મળવા પુણે ગયા. બધી વિગતો જાણી, ગણતરી માંડી અને ગ્રહો સાથે ચર્ચા કર્યા બાદ જ્યોતિષાચાર્ય ઉવાચઃ એ ફલાણી જગ્યાએ હોઈ શકે, એની સાથે આવો માણસ હોઈ શકે અને એ જ માણસ સંકેતને ઘરે લઈને આવશે.

સાંગલી-મીરાજ બાજુ ભવિષ્યનું અફલાતૂન દર્શન કરાવતા હોવાની જાણકારી આવી તો ત્યાં દોડી ગયા. અહીં નાના છોકરાના નખ પર આંજણ લગાવે. એવું કહેવાતું કે બાળકો એકદમ ભોળા હોય, પાપ-મુક્ત હોય અને દિલના સાચા હોય એટલે એમના નખ પર લગાવેલા આંજણમાં વર્તમાનની સાચેસાચી સ્થિતિ દેખાય, પરંતુ આ દૂરનાં નજીક દર્શન માત્ર એક બાળકને જ થાય, બીજા કોઈને નહીં. તેણે નખ પરના આંજણમાં જોઈને કહ્યું કે અત્યારે સંકેત એક દુકાન સામે ઊભો છે અને તેણે આવાં કપડાં પહેર્યાં છે, પરંતુ એ ક્યાં ઊભો છે એની જાણકારી ન મળે.

ગમે તે જ્યોતિષ પાસે જાઓ, બધા પોતપોતાની રીતે એકદમ પૉઝિટિવ જવાબ આપતા હતા. આનાથી સમસ્યાનો ઉકેલ મળી જતો નહોતો, પણ છોકરો સલામત હોવાનો સંતોષ થતો હતો ખરો. સંકેત સાજોસમો છે, પાછો આવશે. જરૂર આવશે જ.

પરંતુ સંકેત ક્યારે મળશે, એવા સેંકડોવાર પુછાતા સવાલના જવાબ માટે

આપવાના તર્ક ખૂટી ગયા હતા. પી.એસ.આઈ. સતીશ માને પાસે એક સ્કૂલ ટીચર, એક પાનવાળા અને એક ટેલિફોન બૂથવાળી મહિલાએ પૂરી પાડેલી માહિતી અત્યાર સુધીની તથાકથિત સિદ્ધિ હતી.

જાણકારી અને માહિતીને આધારે પોલીસે અપહરણકારનો સ્કેચ બનાવડાવ્યો હતો. સ્કેચ તૈયાર થઈ ગયો અને ગમે ત્યારે શિરવળ પોલીસચોકી આવી પહોંચવાની શક્યતા હતી. કોઈકની કાચીપાકી જાણકારી અને કલાકારની કલ્પના અને પાકા રેખાંકનથી પોતાની ઉપાધિ હળવી થશે? છૂટકો નથી આશા રાખ્યા સિવાય.

બસ, આવી જ આશા રાખીને સૂર્યકાંતની મિત્રમંડળીએ એ દિશામાં પગલાં ઉપાડ્યાં હતાં. અત્યાર સુધી કોઈ પાક્કી કે નક્કર સાક્ષી, માહિતી કે જાણકારી વિના માની લેવાયું હતું કે સંકેતને કોઈક ઉપાડી ગયું હશે એટલે સંકેત કરતાં વધુ ધ્યાન ગુનેગારને ઓળખવા અને પકડવા પર અપાતું હતું.

કદાચ સંકેતને અકસ્માત થયો હોય? એ રમતરમતમાં રખડવા નીકળી પડ્યો હોય, એકદમ દૂર નીકળીને રસ્તો ભૂલી ગયો હોય એવું પણ બની શકે.

આ દિશામાં પણ પ્રયાસ કરવા જોઈએ. એટલે એક કાગળ પર સંકેતનું વર્ણન લખાયું, વિશિષ્ટતા દર્શાવાઈ, છેલ્લે કેવાં વસ્ત્રો પહેર્યાં હતાં એ લખાયું. એ કાગળની ઘણી બધી ઝેરોક્ષ નકલ બનાવાઈ. દરેક નકલ સાથે સંકેતનો એક-એક ફોટોગ્રાફ લગાવી દેવાયો. આ માહિતી અને ફોટા મુંબઈ, થાણે, પુણે, કોલ્હાપુર, સાતારા, બીડ અને જાલનાનાં બાળસુધાર ગૃહને મોકલવાનું નક્કી કરાયું. કદાચ સંકેત ભૂલો પડી ગયો, રડતા-રડતો કોઈને મળ્યો હોય અને આ બાળસુધાર કેન્દ્રોમાં મૂકી આવ્યા હોય એવું પણ બને. એક-એક સ્થળે માણસોને દોડાવાયા, સાથે સંકેતની માહિતી અને ફોટો મોકલી દેવાયા.

સંકેતના પાછા આવવા માટે આશા રાખવાનું એક નિમિત્ત મળ્યું હતું. એક જણે પોતાના ફૈબાના માસાના પડોશીના સાળાનો દીકરો અગિયાર દિવસે હેમખેમ મળી આવ્યાનો કિસ્સો સંભળાવ્યો. બધાને એ માણસ ખૂબ ગમ્યો. પોલીસ અને આખું ગામ સંકેતને શોધી ન શક્યું તો હવે એ બાળસુધાર કેન્દ્રમાં જ હોવો જોઈએ. આ આશા સાથે વિવિધ બાળસુધાર કેન્દ્રની આધુનિક સગવડ, માનવતાવાદી અભિગમ અને ક્યાંકના ભોપાળા ગોટાળાની ચર્ચાના ફુવારા ઊડવા માંડ્યા.

પ્રતિભા અને જનાબાઈ ઈશ્વરને પ્રાર્થના કરવા માંડ્યા કે સંકેત બાળસુધાર કેન્દ્રમાં સાજોસમો હોય અને જલદી મળી જાય એવું કરાવી આપજો પ્રભુ.

21

સોમવાર, તા. ૦૬-૧૨-૧૯૯૯

ઘડિયાળના કાંટાની ટીક ટીકનો અવાજ બહુ મોટો હોતો નથી, પણ જીવનમાં નિયતિએ આપેલા ઘાને વધુ ને વધુ ઊંડા જરૂર કરતા જાય. સૂર્યકાંત ભાંડેપાટીલ હાથઘડિયાળના કાંટાને જોઈ રહ્યા હતા. કાંટા પોતાની નિયતિ મુજબ ગોળ ગોળ ફરી રહ્યા હતા, પણ સૂર્યકાંત ઘડિયાળ ભણી તાકી રહ્યા હોવા છતાં એની સામે જોઈ નહોતા રહ્યા. એક વિચાર એવો આવ્યો કે મારો બધો સમય વીતી ગયો અને હવે એ સમય... સંકેત સાથેનો સમય... ક્યારેય પાછો નહીં આવે? તરત વિચાર આવ્યો કે ના, મારા માટે તો ગયા સોમવારે જ સમય થીજી ગયો, જીવન થીજી ગયું, પણ કમબખ્ત શ્વાસ થીજવાને બદલે ચાલુ છે.

સંકેતને ગાયબ થયાને બીજું અઠવાડિયું શરૂ થયું હતું. સવારે સાડાનવ વાગ્યાના સુમારે પ્રતિભા રસોડામાં ચોખા ધોઈ રહી હતી. ચોખાની તપેલી સિન્કમાં રાખીને નળ ચાલુ કર્યો. પાણી તપેલીમાં પડવા માંડ્યું અને એ વિચારે ચડી ગઈ. હકીકતમાં તો વિચારો કંઈ જ નહોતા. મગજ એકદમ ખાલી થઈ ગયું હતું. એકદમ શૂન્યાવકાશ. તેના મનમાં સંકેતનાં અલગ-અલગ રૂપ, ચહેરા અને અવાજનું ઑડિયો-વિઝ્યુઅલ શરૂ થઈ ગયું. એને સંકેતમય થઈ જવું ગમ્યું, ખૂબ ગમ્યું. આ સ્થિતિમાં આંખમાંથી આંસુ નીકળીને ચોખાની તપેલીમાં ભળવા માંડ્યાં, કદાચ જોશભેર આવતાં નળના પાણીને લીધે નહીં, પણ માનાં આંસુઓને લીધે તપેલી છલકાઈ ગઈ. અચાનક પ્રતિભાને સંકેતનો અવાજ સંભળાયો, 'આઈ, વરણભાત બનવતે કા? મલા લય આવડતે.' (મમ્મી, વરણભાત બનાવે છે કે? મને ખૂબ ભાવે છે.) પ્રતિભા એકદમ તંદ્રામાંથી જાગી અને બબડી, 'હા, વરણભાત બનાવીશ. મારા સંકેત માટે...' એની નજર તપેલી પર ગઈ તો તેમાં હવે ચોખા નહોતા. એ બધા સિન્કમાં વહી ગયા હતા. તપેલીમાં હતું માત્ર પાણી, એક માના આંસુવાળું પાણી.

પ્રતિભાના મોઢામાંથી ચીસ નીકળી ગઈ. 'ચોખા ક્યાં ગયા? સંકેત માટે વરણભાત બનાવવાના હતા.' એ તપેલી મૂકીને બંને હાથ માથા પર મૂકીને ઊભી રહી ગઈ. પાછળથી આવીને જનાબાઈએ તેના ખભા પર હાથ મૂક્યો 'તું બેસ ભગવાન સામે, હું રાંધી લઈશ.'

પ્રતિભા, 'વરણભાત બનાવવાના છે... સંકેતને બહુ ભાવે છે... હમણાં જ પૂછતો હતો કે, આઇ, વરણભાત બનાવ. ગયા સોમવારે સવારે સ્કૂલે જતાં

પહેલાં નાસ્તામાં વરણભાત ખાવા હતા. મેં દોઢડહાપણ ડહોળ્યું કે સવારના પહોરમાં વરણભાત ન ખવાય. મેં અભાગણીએ એની આટલી ઇચ્છા પૂરી ન કરી. આજેય સોમવાર છે... વરણભાત બનાવો, એ જરૂર આવશે ખાવા માટે.'

ખાવામાં કે પીવામાં કોઈને રસ નહોતો. સંકેતના વિષાદમાં સહભાગી થવા માટે ઘરે આવી પહોંચેલા વધુ ત્રણ સ્વજન પણ આવી જ લાગણી અનુભવતા હતા. આ સ્વજન એટલે કાકા શામરાવ ભાંડેપાટીલ જેને સૌ 'આબા' કહીને બોલાવતા હતા. એમની સાથે કાકી શાલન પણ આવ્યાં હતાં. આ બંને સંજયનાં માતા-પિતા. એમને પોતાના સગા દીકરા સંજય અને અજય જેટલો જ પ્રેમ સૂર્યકાંત પર, કારણ કે બાળપણમાં સૂર્યકાંત વાઈમાં એમના ઘરે રહીને જ ભણ્યા હતા. અજય ભાંડેપાટીલ પણ સિવિલ એન્જિનિયર હતો. તેણે ૧૯૯૮માં સૂર્યકાંત સાથે માત્ર બે મહિના સુધી સુપરવાઇઝર તરીકે કામ કર્યું હતું. 'સાંઈ-વિહાર'ના બીજા રૂમમાં વિષ્ણુ, સૂર્યકાંત, શામરાવ, શાલન, અજય, શેખર, વિવેક અને સંજયની સામે કાંદા-પૌંઆની ડિશ ક્યારની પડી હતી. ગરમાગરમ આવેલા કાંદા-પૌઆ હવે ઠંડા થઈ ગયા હતા. કોઈ પાસે કંઈ બોલવા માટે શબ્દો નહોતા. આશા અને વચનના સિક્કા હવે એકદમ ઘસાઈ ગયા હતા. એકમેકને સધિયારો આપવો કઈ રીતે? અને કયા શબ્દોમાં?

પિતરાઈ સંજય ભાંડેપાટીલે સૂર્યકાંતનો હાથ પોતાના હાથમાં લીધો, 'દાદા, હિંમત સોડાયચા નાહિ. તુમ્હી હારલે તર સઘળાચા કાય હોણાર? સંકેત હજુન પરત યેઉ સકતે કધી પણ યેઉ સકતે.' (ભાઈ, હિંમત ગુમાવવાની નહીં. તમે હારી જશો તો બાકી બધાનું શું થશે? સંકેત હજી પાછો આવી શકે છે, ગમે ત્યારે આવી શકે છે.)

ગમે ત્યારે આવી શકે છે સ્કેચ. શિરવળ પોલીસચોકીમાં જે આરોપીના સ્કેચની પ્રતીક્ષા હતી એ આવી ગયો હતો. એની અનેક કૉપીઓ ટેબલ પર પડી હતી. પી.એસ.આઈ. સતીશ માનેએ સ્કેચની એક નકલ ઉપાડી, 'આના જેવો કોઈ માણસ સેંકડોની પૂછપરછમાં સામે આવ્યો હોય એવું લાગતું નથી. સૂર્યકાંતનો સાળો શેખર પણ આવો લાગતો નથી.'

માને ટીકીટીકીને સ્કેચમાં રહેલા ચહેરાનાં રેખાંકનોને જોઈ રહ્યા. એમના દાંત ભીંસાવા માંડ્યા, આંખમાં ઠીક, નસ-નસમાં ખુન્નસનાં ઘોડાપૂર આવ્યાં. ગુસ્સા સાથે સ્કેચનો એવી રીતે ડૂચો વાળ્યો કે જાણે ગુનેગારની ડોક હાથમાં આવી ગઈ હોય.

માનેએ જોરથી બેલ મારી, એકસાથે બે કૉન્સ્ટેબલ આવી ગયા. માનેએ બન્ને સામે જોયું. હાથમાં ડૂચો થઈ ગયેલો કાગળ ખોલ્યો, ટેબલ પર પાથર્યો અને

એના પરની કરચલી દૂર કરવા હાથ ફેરવવા માંડ્યા, 'ધ્યાનથી સાંભળો. બધા સ્કેચ લઈને નીકળી પડો. શિરવળ અને આસપાસના ગામમાં એક-એક માણસને બતાવો. એક-એક બસ ડેપો, ચાની દુકાન, પાનની દુકાન અને રસ્તા પર આ સ્કેચ ચીપકાવી દો. આઠ દિવસ થયા અને આપણે કંઈ કરી શક્યા નથી. આ બદમાશ આપણા પર હસી રહ્યો છે. પોલીસવાળાની કર્તવ્ય-નિષ્ઠા, કાર્યક્ષમતા અને વર્દીની મજાક ચાલે છે મજાક.'

મજાક બની ગઈ જાણે એક માનવીની જિંદગી એવો વસવસો રફીક મુકાદમે વ્યક્ત કર્યો. અંબિકા માતાના મંદિર પાસે રફીકભાઈ અને બીજા મિત્રો ભેગા થયા હતા. વાત એમ હતી કે રાજ્યભરના જે જે બાળસુધારક કેન્દ્રોમાં સંકેતની વિગતો અને ફોટા મોકલ્યા હતા, એમાંથી એકેયનો પૉઝિટિવ રિસ્પોન્સ નહોતો મળ્યો. હવે તો સવાર-સાંજ ફોન કરવાથી કેન્દ્રવાળા કંટાળી જાય છે, એમને સહાનુભૂતિ છે, પણ કરે શું? બિચારા વિનંતી કરે છે કે તમે ફોન નહીં કરો, કંઈ પણ હશે તો અમે સામેથી સંપર્ક કરીશું. હવે આ વાત સૂર્યકાંત ભાઉ અને પ્રતિભા ભાભીને કહેવા કોણ જાય? પ્રેમજીભાઈ પટેલ, ગુરુદેવ ભરદાડે, નીતિન ભરગુડે પાટીલ, રાજેન્દ્ર તાંબે, રવીન્દ્ર પાનસરે કે વિજય મલેકર જેવા પોતપોતાના ક્ષેત્રમાં સફળ માણસો પાસે આ સવાલનો જવાબ નહોતો. બધા પર એક નજર ફેરવીને રફીકભાઈએ પ્રેમભાઈ સામે જોયું, 'આપણે બંને જઈને સૂર્યકાંતભાઉને વાત કરીએ તો? અને અત્યાર સુધી સંકેત ત્યાં નથી ગયો, કદાચ કાલે જાય પણ ખરો. એટલે આપણે ફોન કર્યે રાખવાના.'

આ લોકો સાથે જ બેસેલા ગામના એક વડીલે સૂચન કર્યું, 'સરકારી હૉસ્પિટલોમાં તપાસ કરો. કંઈક વાગ્યું આખડ્યું હોય અને છોકરો બેહોશ થઈને પડ્યો હોય. કાળજું કઠણ કરીને આવી હૉસ્પિટલોના ઘરમાં પણ તપાસ કરો... કોઈ બાળકની બિનવારસી લાશ હોય તો...' એકદમ સોપો પડી ગયો. વાત વ્યાવહારિક હતી, સાચી હતી, પણ જરાય ગમી નહીં એટલે કોઈએ જવાબ ન આપ્યો, જવાબ. લાશ... સંકેતની લાશ? ના, ના... હજી તો કાલ સુધી આપણી નજર સામે હસતો હતો, રમતો હતો, દોડતો હતો, ધમાલ મસ્તી કરતો હતો. આટલો બધો દૂર ન થાય ઈશ્વર...

ઈશ્વર પરની શ્રદ્ધા એળે ગયાની લાગણીથી પ્રતિભાના મનમાં કડવાશ ઊગવા માંડી હતી. સાસુજીએ પરાણે કિચનમાંથી બહાર કાઢી તો એ બહારની રૂમમાં આવી ગઈ.

એ રૂમમાં સૂર્યકાંત અને સંજયને મળવા માટે બે પોલીસવાળા આવ્યા હતા. સાતારા પોલીસની એલ.સી.બી. (લોકલ ક્રાઇમ બ્રાંચ)ના હેડ કૉન્સ્ટેબલ રમેશ

દેશમુખ અને કૉન્સ્ટેબલ રાજેન્દ્ર કદમને તપાસની ભાવિ દિશા અને વ્યૂહરચના નક્કી કરવા માટે ફરી સંકેતના ઘરવાળા સાથે વાતચીત કરવી હતી, ચર્ચા કરવી હતી. કોઈ સામાન્ય દેખાતી પણ મહત્ત્વની કડી છૂટી તો નહોતી ગઈને?

22

સોમવાર, તા. ૦૬-૧૨-૧૯૯૯

શિરવળના સૌથી ચર્ચાસ્પદ મકાન 'સાંઈ-વિહાર'માં સવારે ૧૧.૩૦ વાગ્યે ફોનની ઘંટડી વાગી. પતિના કહેવાથી પ્રતિભાએ ફોન ઉપાડ્યો.

'હેલ્લો...'

'પિલ્લુ પાહિજે ના તુલા?' (તને છોકરો જોઈએ છે ને?)

'કોણ બોલતે?' (કોણ બોલે છે?)

'તુમચા મુલગા માઝા કડે આહે.'

'એક તાસાત એક લાખ રૂપિયા દ્યા...'

'મુલગા સંધ્યાકાળી દેતો...' (તમારો છોકરો મારી પાસે છે... એક કલાકમાં એક લાખ રૂપિયા આપો... છોકરો સાંજે આપીશ.)

'કુઠે પૈસે દેઆચેય?' (ક્યાં આપવાના છે પૈસા?)

'પતા લીહુન દ્યા.' (ઍડ્રેસ લખી લો.)

'એક મિનિટ' પ્રતિભાએ સૂર્યકાંત સામે જોયું. સંજય ડાયરી અને બોલપેન લઈને નજીક આવ્યા.

'હા આતા બોલા.' (હવે બોલો.)

'ખંભાટકી ઘાટ જવળ, ડાવ્યાબાજુ રસ્તેચા કડેલા, ટેલિફોનચી એક ખોલી, આહે. તીકડે પૈસે ઠેવા. આણિ ઘરી ગેલ્યાવર સંધ્યાકાળી મુલગા મિળેલ... આણિ પોલીસના કળવુ નકા.' (ખંભાટકી ઘાટ નજીક... ડાબી બાજુના રસ્તા તરફ ટેલિફોનની એક રૂમ છે... ત્યાં પૈસા મૂકી દેવાના... અને ઘરે પહોંચ્યા બાદ સાંજે છોકરો મળી જશે... અને પોલીસને જાણ કરતા નહીં.)

સામેથી ફોન મુકાઈ ગયો, પણ પ્રતિભા બોલતી રહી, 'હેલ્લો... હેલ્લો... કેમ છે મારો સંકેત... એની સાથે વાત કરાવોને... એક જ મિનિટ... પ્લીઝ.' સામેથી કોઈ જવાબ ન મળતાં યંત્રવત્ હાથમાંથી ટેલિફોનનું રિસિવર છૂટી ગયું. સૂર્યકાંતે નજીક આવીને તેને સોફા પર બેસાડી દીધી. પ્રતિભા જાણે ત્યાં હતી જ નહીં. દૂર દૂર જોઈ રહી હતી.

'સાંઈ-વિહાર'માં બે વિરોધાભાસી લાગણીનાં પૂર ફરી વળ્યાં. સંકેત છે, સાજોસમો છે અને હવે ઘરે આવી જશે. આશા જાગી, મનમાં શાંતિ થઈ, શાતા ઊપજી. સાથોસાથ એક છૂપા ડર, ફફડાટે પણ હાઉકી કરીને ડોકિયું કર્યું, સંકેતને આપવાને બહાને એ બદમાશ સૂર્યકાંતને કંઈ નુકસાન પહોંચાડી દે તો? ડર કે આગે જીત હૈ, ઉમ્મીદ હૈ.

આ બધી લાગણીઓની દુનિયા સાથે પોલીસને લેશમાત્ર લેવાદેવા નહોતી. અપહરણ બાદ રેન્સમ, ખંડણી કે ફિરોતી માટે ફોન આવ્યો હતો. એ પણ આઠ આઠ દિવસ વીતી ગયા બાદ. અપરાધી ખૂબ ચાલાક છે કાં ખૂબ નાદાન. જે હોય તે હવે ક્યાં ભાગી જવાનો હતો બદમાશ.

પોલીસ એકદમ હરકતમાં આવી ગઈ. પોલીસ ગુનેગારને સપડાવવા માટેનો ટ્રેપ વિચારવા માંડી. સાતારા પોલીસ એલ.સી.બી.ના વધુ પાંચ-છ જણને મારતે ઘોડે બોલાવી લેવાયા. શિરવળ પોલીસચોકીએ ફોન કરીને માનેને જણાવી દેવાયું. ગણતરીની મિનિટોમાં તેઓ પાંચ-છ કૉન્સ્ટેબલને લઈને આવી પહોંચ્યા.

પોલીસવાળાને ગળા સુધીની ખાતરી હતી કે આજે અપરાધીનું આવી બન્યું સમજો. કેસ બંધ થશે અને એના કાગળિયા શરૂ થઈ જશે. તપાસ, પૂછપરછ, થર્ડ ડિગ્રી, કબૂલાત, પુરાવા, સાક્ષી, ચાર્જશીટ, ખટલો અને ચુકાદો.

પોલીસની આ મારમાર કરતી ગાડીને બ્રેક લાગી શિરવળના કેટલાક લોકોના 'સાંઈ-વિહાર'માં થયેલા આગમનથી. પ્રેમભાઈ પટેલ, એમના ભાઈ શિવલાલ પટેલ, રફીક મુજાવર અને પંચાયત સમિતિના સભાપતિ નીતિન ભરગુડે પાટીલ રીતસર ધસી આવ્યા હતા.

પોલીસને આ બધાનું આગમન જરાય ન ગમ્યું, પણ બધા ગામના આગેવાન હતા. એટલે ચૂપ રહેવા સિવાયનો વિકલ્પ નહોતો.

લાલ કલરની રેકઝીનની બ્રીફકેસમાં સૂર્યકાંતે કબાટમાં રાખેલી પ્લાસ્ટિકની બૅગમાંથી કાઢીને ૫૦૦-૫૦૦નાં બે બંડલ મૂક્યાં. શિવલાલ પટેલની વેનમાં જવાનું નક્કી થયું. વેનમાં સૂર્યકાંત સાથે સંજય ભાંડેપાટીલ, નીતિન ભરગુડે પાટીલ અને રફીક મુજાવર બેઠા. આ બધાને વળાવવા આવેલા સૌ એમની સલામતી માટે અને સંકેતના સાજાસમા પાછા આવવા માટે મનોમન પ્રાર્થના કરવા માંડ્યા હતા.

સૂર્યકાંતની વેનમાં કોણ-કોણ બેઠું છે અને શા માટે સાથે આવે છે એ સવાલ પોલીસે ન કર્યો, કારણ કે સાતારા લોકલ ક્રાઇમ બ્રાંચના માણસો અને શિરવળ પોલીસચોકીનો સ્ટાફ તો અગાઉ જ નીકળી ચૂક્યો હતો. એમાંથી કોઈ પોલીસના યુનિફૉર્મમાં નહોતા, બધા મુફ્તીમાં હતા. તેઓ આગળ જઈને સ્થળનું

વ્યવસ્થિત નિરીક્ષણ કરીને એવી જાળ બિછાવવા માગતા હતા કે ગુનેગાર કોઈ સંજોગોમાં છટકી ન શકે.

ફોન આવ્યાના અડધા કલાકમાં સૂર્યકાંતનો રસાલો લાલ બ્રીફકેસમાં એક લાખ રોકડા, દિલમાં આશા અને દિમાગમાં ફફડાટ સાથે રવાના થયો: પૈસા આપ્યા બાદ સંકેત મળી તો જશેને? કેટલા જણ હશે એ લોકો? ક્યાંક હુમલો તો નહીં કરે?

શિરવળથી ખંભાટકી ઘાટ ૧૨ કિલોમીટરના અંતરે આવે. નેશનલ હાઈવે ફોર પર ગાડી ચલાવવાની હતી. એ સમયે ગાડી લઈને ૧૫ મિનિટમાં પહોંચી જવાનું હતું.

સૂર્યકાંતની ગાડી હજી સ્પીડ પકડે એ પહેલાં શિરવળ ગામમાં વાત ફેલાઈ ગઈ. પહેલાં સાતારાની લોકલ ક્રાઇમ બ્રાંચના પોલીસવાળા અને પછી શિરવળ પોલીસના અધિકારી અને કૉન્સ્ટેબલ્સ 'સાંઈ-વિહાર' ધસી ગયા એ બધું અડધા ગામે જોયું હતું. એ અડધાએ બાકીના અડધા ગામને કહેવામાં જરાય વાર લગાડી નહોતી. આ બધું શું ચાલી રહ્યું છે એ જાણવા માટે પાંચ ઉત્સાહી અને કુતૂહલપ્રેમીઓ બાઇક અને સ્કૂટર પર નીકળી પડ્યા હતા.

એક કે વધારે ગુનેગાર ખંભાટકી ઘાટ પાસેના સ્થળે હોઈ શકે એને પકડવાની જાળ બિછાવવા માટે ૧૫-૧૬ પોલીસવાળા પોતાની મંઝિલ ભણી આગળ વધતા હતા. પોતાના હાથ ગુનેગારની ગરદન સુધી પહોંચવાનો રોમાંચ વધતો જતો હતો. સૂર્યકાંતની ગાડીમાં પાંચેક જણ હતા. એમની ગાડીના ટાયરનું પગેરું દબાવતાં પાંચ ગ્રામજનો આગળ વધતા હતા.

સૂર્યકાંત ચલાવતા હતા એ ગાડીમાં બધા એ સ્થળના ભૌગોલિક રચનાની ચર્ચા કરતા હતા. સમય કેટલો ખરાબ આવ્યો છે એની વાતો થતી હતી. પૂરતી ચોકસાઈ કર્યા વિના અને સંકેત એમની પાસે હોવાની ખાતરી કર્યા બાદ જ લાખ રૂપિયા આપવાની શિખામણ અપાતી હતી. સૂર્યકાંતના કાન સુધી આ વાતો પહોંચતી હતી, પણ અંદર જતી નહોતી. એનું મન સંકેત પાસે પહોંચી ગયું હતું. એકવાર મારો દીકરો પાછો મળી જાય પછી એને ખૂબ સમય આપવો છે, ભરપૂર વહાલ કરવું છે. અચાનક રફીકના મોઢામાંથી ચીખ નીકળી ગઈ. આ સાથે જ સૂર્યકાંતની બાજુમાં બેઠેલા સંજયના મોઢામાંથી નીકળી ગયું ભાઉ... અચાનક તંદ્રા તૂટી હોય અને આંચકો લાગ્યો હોય એમ સૂર્યકાંત ચીખી ઊઠ્યા, 'સંકેત, સંકેત, સંકેત...'

વેનને ઓચિંતી બ્રેક મારવા સાથે રોડ પર ટાયરના ઘસડાવા અને ઘસાવાના જોરદાર અવાજથી શાંતિનો ભંગ થયો, ઝાડ પરથી પંખીઓ ઊડી ગયાં. રફીક

મુજાવરના મોઢામાંથી 'યા અલ્લાહ' નીકળી ગયું, તો નીતિન ભરગુડે પાટીલને પરસેવો વળી ગયો. ગાડી ઊભી રાખીને બધા નીચે ઊતરીને જોવા માંડ્યા કે થયું છે શું? ટાયરમાં પંક્ચર પડ્યું? કે ગુંડાઓએ કંઈક અટકચાળું કર્યું? ગ્રહણ ટાણે વળી આ સાપ ક્યાં નીકળ્યો? અચાનક સ્ટિયરિંગ વ્હીલથી બહાર નીકળેલા સૂર્યકાંત ભાંડેપાટીલે તરત જ પાછા વળીને જોયું... હાશ, એની સીટની બાજુમાં રેકઝીનની લાલ બૅગ તો સલામત પડી હતી.

23

સોમવાર, તા. ૦૬-૧૨-૧૯૯૯

સંકેતને છોડાવવા માટે એક લાખ રૂપિયા આપવા માટે સૂર્યકાંત ભાંડેપાટીલ મારતી ગાડીએ જઈ રહ્યા હતા. સાથે સંજય ભાંડેપાટીલ અને રફીક મુજાવર પણ હતા. પોતાના વિચારોમાં મગ્ન સૂર્યકાંતની ગાડી એક ચીસ સાથે ઊભી રહી ગઈ. બધા હેબતાઈ ગયા કે શું થયું, શું થયું?

સંજય ભાંડેપાટીલે ફોડ પાડ્યો કે રસ્તામાં કૂતરો કે એવું કોઈ પ્રાણી આવતું હતું અને તે કચડાઈ જતાં જરાક માટે બચી ગયું. આટલું બોલીને તેમણે સૂર્યકાંત સામે જોયું. નજીક જઈને સ્મિત આપવાનો પ્રયાસ કરતાં કહ્યું, 'આતા ટેન્શન ઘ્યાયચી આવશ્યકતા નાહી. સંકેત પરત ભેટણાર આતા.' (અત્યારે ટેન્શન લેવાની જરૂર નથી. હવે સંકેત પાછો મળી જવાનો છે.)

સંકેતના સહીસલામત પાછા ફરવા સાથે હવે 'સાંઈ-વિહાર'માં સૂર્યકાંતના હેમખેમ પાછા ફરવા માટે પણ પ્રાર્થના થવા માંડી હતી. જનાબાઈ અને પ્રતિભા ઈશ્વરના ફોટા સામે બેસી ગયા હતા. શાલન કાકી બંનેને ચૂપચાપ જોઈ રહ્યાં હતાં. એમને એ દિવસ યાદ આવી ગયો જ્યારે સાવ નાનકડો સંકેત પોતાના ખોળામાં બેસીને મલકાતાં-મલકાતાં પોતાને ટગર ટગર જોઈ રહ્યો હતો.

સૌરભ માંડ માંડ ખુશી છુપાવી શકતો હતો, 'મારો નાનો ભાઈ આવી જશે આજે... રાતે સંકેતની બાજુમાં જ સૂવાનો હું... કાલથી એને સ્કૂલે મૂકવા અને તેડવા હું જવાનો જ... હવે એને ક્યારેય એકલો નહીં મૂકું.'

પાયલ અને પરાગ આ બધું જોતાં હતાં. ઝાઝી સમજ નહોતી પડતી, પણ સૌરભને ખુશ જોઈને વિશ્વાસ બેસી ગયો હતો કે આજે સંકેત જરૂર આવી જશે. વિષ્ણુને ભાઈ શામરાવ કંઈ બોલ્યા વિના સધિયારો આપી રહ્યો હતો. એક માટે સંકેત પૌત્ર હતો, તો બીજા માટે પૌત્ર જેવો હતો.

શિરવળની અને સાતારા લોકલ ક્રાઇમ બ્રાંચની ટીમ ખંભાટકી ઘાટ પર આવેલા સ્થળે પહોંચી ગઈ હતી. સ્વાભાવિકપણે બધા મુફ્તીમાં હતા. પોલીસનો ગણવેશ પહેરવામાં ઘણું જોખમ હતું. પોલીસને એક વાત સમજાતી નહોતી કે અપહરણકર્તાએ ખંડણીની રકમ મેળવવા માટે આવી જગ્યા કેમ પસંદ કરી હશે? નહોતી આ સાવ નિર્જન કે અવાવરું જગ્યા કે નહોતી પૂરેપૂરી સલામત. કોઈ રડ્યાખડ્યા કે ભૂલા પડેલા માણસો રસ્તામાં ભટકાઈ જતા હતા. પોલીસવાળાએ જગ્યાનું નિરીક્ષણ કર્યું. પોતે પૂરેપૂરું જોઈ લીધું હોય અને સમજી લીધું હોય એમ માનીને બધા અલગ અલગ દિશામાં વિખેરાઈ ગયા, પરંતુ બધાનું ધ્યાન ટેલિફોનની રૂમ તરફ હતું.

બરાબર સવાબાર વાગ્યે સૂર્યકાંત ભાંડેપાટીલની દોડતી વેન ઊભી રહી. કરોડો રૂપિયાની આશા અને એક લાખ રોકડા લઈને સૂર્યકાંત ગાડીમાંથી નીચે ઊતર્યા. એમને પોતાની સલામતી કે લાખ રૂપિયાની પરવા નહોતી, માત્ર અને માત્ર ફિકર હતી સંકેતની, એના સાજાનરવા હોવાની.

સૂર્યકાંત સિવાય કોઈ વેનમાંથી ન ઊતર્યું, પણ તેમની નજર પુત્રને પાછો મેળવવા જતા પિતાનો પીછો કરી રહી હતી.

ખંભાટકી ઘાટ તો બધા પહોંચી ગયા. સૂર્યકાંત ઍન્ડ કંપની. પોલીસ આણિ મંડળી. કિડનેપર... ઍન્ડ ગૅંગ? ચોક્કસ સ્થળ વિશે સૂર્યકાંત અને પોલીસવાળા એકદમ સ્પષ્ટ નહોતા. ખંભાટકી ઘાટની ડાબી બાજુએ રસ્તામાં એક રૂમ હતી. આર.સી.સી. બાંધકામથી બનાવેલી આ રૂમ ટેલિફોન ખાતાએ ઇન્સ્પેક્શનની કામગીરી માટે કે સાધન-સામગ્રીના સંગ્રહ માટે બનાવી હશે.

હાથમાં લાલ બ્રીફકેસ, જિગરમાં હામ અને હૃદયમાં આશા લઈને સૂર્યકાંત એક-એક કદમ આગળ વધતા હતા. આ પગલામાં એક તરફ ઉત્સાહ હતો, બીજી તરફ ફફડાટ. એક બાજુ જુસ્સો હતો, બીજી તરફ લાચારી હતી. કંઈક બતાવી દેવાની અને સંકેતને પાછો મેળવી લેવાની. મિશ્ર અને વિરોધાભાસી લાગણી વચ્ચે એ આગળ વધતા હતા. એ વખતે કેટલી બધી આંખો એના પર ચાંપતી નજર રાખી રહી હતી. એ નહોતી સૂર્યકાંતને જાણ કે નહોતી એ નજર રાખનારાઓને ખબર.

સૂર્યકાંત ટેલિફોન ખાતાની રૂમ પાસે પહોંચ્યા, ત્યારે લોકેશન વિશે પૂરેપૂરી ખાતરી નહોતી. બૅગ હાથમાં રાખીને તેમણે ચારે તરફ નજર ફેરવી. થોડે દૂર એક નાનકડી ટેકરી પાસેથી કોઈએ હાથ હલાવ્યો. જાણે કહી રહ્યો હોય કે આ જ એ જગ્યા છે, સાચી જગ્યા છે. સૂર્યકાંતે બ્રીફકેસ ત્યાં મૂકી દીધી અને ત્યાં જ ઊભો રહ્યો. હવે ઉંદર અને બિલાડીની રમત પરાકાષ્ઠાએ પહોંચવાનું

કાઉન્ટડાઉન શરૂ થઈ ચૂક્યું હતું. સામેના નાનકડા ઝાડ પાછળથી કોઈએ એક હાથ હલાવ્યો. જાણે બ્રીફકેસની રસીદ મળી ગઈ. ના, ના. આ તો સંકેતના પોતાના જીવનમાં હસતા-રમતા પાછા ફરવાની પ્રોમિસરી નોટ હતી. લાખ રૂપિયા ગયાનો લેશમાત્ર રંજ અનુભવ્યા વિના સંકેતને ફરી સ્પર્શ કરવાના રોમાંચ સાથે સૂર્યકાંત પાછા ફર્યા.

હવે શરૂ થઈ વેઇટિંગ ગેમ. જાળ બિછાવીને બેઠેલા પોલીસોની નજર લાલ બ્રીફકેસ પર હતી. કોઈકના હાથમાં રિવૉલ્વર હતી ને ટ્રિગર પર આંગળી હતી. કોઈકના હાથની પકડ દંડા પર વધી રહી હતી. દાંત ભીંસાઈ રહ્યા હતા. ખુન્નસ બહાર આવવાનો માર્ગ શોધી રહી હતી.

સૂર્યકાંત દોસ્તો પાસે ગયા. ઝાઝું રાહ જોયા વિના વેનમાં બેસી ગયા. એમને ગળા સુધી ખાતરી હતી કે એ માણસ/માણસો ટેકરી તરફ જોતો/જોતા હશે જ. સૂર્યકાંત ગાડીમાં બેસીને માત્ર એટલી ખાતરી કરવા માગતા હતા કે કોઈ માણસ એ બ્રીફકેસ લઈ જાય એ જરૂરી છે. પોતે જતા રહે અને બૅગ પડી રહે ને કોઈ મુફલિસ કે જાનવર ઉપાડી જાય... તો સંકેત પર મુશ્કેલી આવી પડે.

24

સોમવાર, તા. ૦૬-૧૨-૧૯૯૯

ટેલિફોન ખાતાની રૂમ પાસે એક લાખ રૂપિયા ભરેલી બ્રીફકેસ મૂકીને સૂર્યકાંત પાછા ફર્યા. દૂરથી કેટલાય પોલીસવાળાની નજર આ બ્રીફકેસ પર હતી. કોઈ બ્રીફકેસ ભણી આગળ વધતો દેખાય એટલે દબોચી જ લેવાનો. વેનમાં બેસી ગયા બાદ સૂર્યકાંત બ્રીફકેસ સામે જોઈ રહ્યા હતા. બધા એકદમ ચૂપચાપ હતા... સૌને પોતાના હૃદયના ધબકારા વધતા હોય એમ લાગતું હતું.

બ્રીફકેસ પોતાની જગ્યાએ પડી હતી. અલગ અલગ ખૂણા અને દિશામાંથી પોલીસ જોઈ રહી હતી. સૂર્યકાંત અને મિત્રો રાહ જોઈ રહ્યા હતા. રાહ ન જોવાનું કામ માત્ર સમય કરી રહ્યો હતો. ટીક, ટીક, ટીક...

સૂર્યકાંતે બીજી ગાડીમાં પિતરાઈ સંજયને ઘરે મોકલી દીધો. આ તરફ એકદમ આજ્ઞાંકિત અને લક્ષ્યવિહીન હોવા છતાં એક લક્ષ્યવેધીની જેમ ઘડિયાળના કાંટા પોતાની ચોક્કસ ગતિએ આગળ ધપતા હતા. સૂર્યકાંતના હૃદયના ધબકારા અસમંજસમાં હતા. ધડકવાનું છે કે હવે બંધ પડી જવાનું છે? પળે પળે જીવ કળીએ કળીએ કપાતો હતો.

બપોરે ત્રણ વાગ્યા સુધી લાલ બ્રીફકેસ લેવા કોઈ ન આવ્યું. એક માણસ સુધ્ધાં એ લેવા ન ફરક્યો. પછી પોલીસે આસપાસ હવાતિયાં માર્યાં, પણ ઘોડા નાસી ગયા હતા. શિરવળ પોલીસચોકીના પી.એસ.આઈ. સતીશ માને આવીને સૂર્યકાંતની ગાડીમાં બેઠા. સૂર્યકાંતની સામે જોઈ રહ્યા.

પોલીસવાળા મનોમન બડાશ હાંકવા માંડ્યા કે બદમાશ ડરી ગયો. ફફડી ગયો હશે કે બ્રીફકેસ લેવા ગયો તો પોલીસના હાથમાંથી છુટાવાનું નથી. સૂર્યકાંતે માનેને કહ્યું: કદાચ એ તમને લોકોને જોઈ ગયો હોય. ઓળખી લીધા હોય. એ કદાચ ફરીથી ફોન કરશે. ફોન ઘરે જ આવશે.

પણ સતીશ માનેએ સૂર્યકાંતની વાત ન માની, તેઓ બધા કૉન્સ્ટેબલને લઈને લંચ માટે રવાના થઈ ગયા. સૂર્યકાંત ભાંડેપાટીલ માટે લાલ બ્રીફકેસ લઈને ઘરે પાછા ફરવા સિવાયનો વિકલ્પ નહોતો, પણ ઘરે કહેવું શું? સમજાતું નહોતું કે સંકેતના પાછા આવવાની કાગડોળે રાહ જોતી પત્ની, માતા, પિતા અને પુત્રની આંખમાં આંખ મેળવવી કેવી રીતે? આવા વિચારો સાથે સૂર્યકાંતે ગાડી સ્ટાર્ટ કરવા અગાઉ ફરી આસપાસ જોયું, પણ ક્યાંય કોઈ હિલચાલ નજરે ન પડી.

ઘરે શું કહેવું? કેવી રીતે કહેવું? કિનારે આવીને ડૂબી ગયેલા જહાજનો આઘાત વધુ આકરો લાગશે. આવા વિચારવમળમાં સૂર્યકાંત ભાંડેપાટીલની ગાડી સાંજે ૪.૩૦ વાગ્યે 'સાંઈ-વિહાર' પહોંચી ગઈ.

પરંતુ થયું સૂર્યકાંતની ધારણાથી એકદમ વિપરીત. તેણે ન કોઈ સાથે નજર મેળવવી પડી કે કોઈ જવાબ આપવા પડ્યા. સંજય ભાંડેપાટીલ દોડીને બહાર આવ્યો. સૂર્યકાંત કંઈ સમજે એ પહેલા સંજયે ટૂંકમાં પતાવ્યું. 'ગાડીમાં બેસો. આપણે હમણાં જ જવાનું છે.' પ્રતિભા, જનાબાઈ, વિષ્ણુ શામરાવ, અજય અને શાલન પાસે માત્ર જોઈ રહેવા અને પ્રાર્થના કરવા સિવાયનો છૂટકો નહોતો.

સૂર્યકાંતને કંઈ ન સમજાયું, કારણ કે ઘરમાં દસ મિનિટ પહેલાં જે બની ગયું એનાથી એ અજાણ હતા. દસ મિનિટ પહેલા ફોનની ઘંટડી વાગી હતી. સંકેતના શુભ સમાચાર મેળવવાની ધારણામાં પ્રતિભા લગભગ દોડી ગઈ.

'હેલ્લો...'

'પિલ્લુ હવેન? પોલીસ ઘેઉન યેતે કા તિથે મલા પકડાયેલા?'

'પિલ્લુ જીવંત પાહિજે અસલ તર મિ સાંગતે તીથે પૈસે ઘેઉન યે...' (છોકરો જોઈએ છેને? ત્યાં પોલીસ લઈને મને પકડવા આવ્યા હતા? છોકરો જીવતો જોઈતો હોય તો હું કહું ત્યાં પૈસા લઈને આવ.)

એ જ અવાજ, ધારદાર, ઠંડો અને કંઈ પણ કરી શકવાની હિંમતના પડઘા પાડનારો. પ્રતિભાના પ્રતિભાવ જોઈને સંજય નજીક ગયો. ફોન કરનારે નવા સ્થળની

વિગત આપી. પ્રતિભા બોલતી ગઈ અને સંજય ડાયરીમાં નોંધ ટપકાવતો ગયો.

ડાયરીમાંથી ફાડેલા કાગળમાંથી સંજયે વિગતો વાંચીને સંભળાવવા માંડ્યો, 'કાત્રજ ઘાટથી પુણે તરફ ઊતરતી વખતે બૉબી કૉર્નર આવશે એની ડાબી તરફ જંગલ ખાતાની જમીન છે. એમાં એક પગદંડી પર ચાલવા માંડવાનું...'

સૂર્યકાંતે તરત જ ગાડી મારી મૂકી. રસ્તાની હાલતની અને અંતરની એમને ખબર હતી. શિરવળથી પચાસેક કિલોમીટર દૂર હશે આ સ્થળ, પણ વચ્ચે ટ્રાફિક હોય તો? ના, ના હવે કોઈ ચાન્સ ન લેવાય. સૂર્યકાંત કિડનેપરને વધુ ગુસ્સો કરાવવા માગતા નહોતા. આનું પરિણામ તો સંકેતે જ ભોગવવું પડે.

સૂર્યકાંતે ગિયર બદલ્યો. ગાડી અને વિચારો વચ્ચે સ્પર્ધા જામી હતી. કોણ કેટલું અંતર કાપે છે? કોણ ક્યાં પહોંચે છે? અને ક્યારે? શિયાળાની સાંજ હોવાથી અંધારા અને ઠંડક પગપેસારો કરવા માંડ્યા હતા, પરંતુ સૂર્યકાંત અને સંજયના જીવ ઉચાટમાં હતા. તેમનાં શરીરમાં ગરમાવો હતો... કારમાં કારમી ચુપકીદી હતી. બંનેનું મૌન એકમેકને કંપની આપતું હતું, સધિયારો આપતું હતું.

'સાંઈ-વિહાર'માં પ્રતિભા માથું પકડીને બેસી પડી હતી. 'હે ઈશ્વર હજી કેટકેટલી કસોટી કરવાની છે તારે? અમારું તો ઠીક, જે કરવું હોય તે કર... પણ પેલા માસૂમનો તો વિચાર કર... મારો સંકેત આઠ-આઠ દિવસ ઘરથી દૂર છે... એની આઈથી દૂર છે... એ શું ખાતો હશે? એ લોકો અત્યાચાર તો નહીં કરતા હોયને એના પર?... ના, ના આવા ભૂલકા અને માસૂમ પર તો શૈતાનના હાથ પણ ન ઊપડે...'

જનાબાઈ અને શાલન પાસે આવીને બેસી ગયા. પ્રતિભા આંખમાં આંસુ અને રોષ સાથે બોલીઃ ઘરમાં આટઆટલા ભગવાન છે... હું તો ઠીક, પણ તમે બંને તો વર્ષોથી પૂજો છોને એમને? કહો એમને કે મારા સંકેતને પાછો મોકલી દે... જનાબાઈ પાસે પ્રતિભાના ચહેરા સામે દયાભાવથી જોવા અને ઈશ્વરની મૂર્તિ, ફોટા સામે અરજભર્યા ભાવ સાથે જોઈ રહેવા સિવાય છૂટકો નહોતો.

તેઓ બંને વારાફરતી આ કામ કરતાં રહ્યાં. શાલન કાકીથી પણ આ બધું જોવાતું નહોતું. સૂર્યકાંતને પોતે દીકરાની જેમ ઉછેર્યો છે. સંકેતના જન્મ બાદ પોતે કેવી દોડી આવી હતી? નાનકડા સંકેતને ખોળામાં લઈને થયેલો આનંદ એ હજી સુધી ભૂલી શકી નહોતી.

સૂર્યકાંત ભાંડેપાટીલ કાત્રજ ઘાટથી પુણે તરફ જતા માર્ગે સંજય ભાંડેપાટીલ સાથે ઊતરવા માંડ્યા. બૉબી કૉર્નરથી ડાબી બાજુએ જંગલની જમીન જોઈ. ઝાંખા પડતા સૂર્યપ્રકાશ વચ્ચે બંનેએ પગદંડી શોધી કાઢી. એક-એક ડગલે પોતે સંકેતની નજીક જઈ રહ્યાની લાગણી અને સંતોષ સાથે સૂર્યકાંત આગળ વધતા હતા.

પ્રતિભાને ફોન પર મળેલી અને સંજયે ડાયરીમાં ટપકાવેલી નોંધમાં વર્ણવેલા માર્ગ અને દિશાસૂચન મુજબ બંને ભાંડેપાટીલ પિતરાઈ આગળ વધતા ગયા.

લગભગ એકસો ફૂટ આગળ વધ્યા બાદ સામે એક ઝાડ દેખાયું. ફોન પર જણાવ્યા મુજબ ઝાડ પર 'ભારત વૂલન'ની પ્લાસ્ટિકની બૅગ નજરે પડી. પોતે સાચે રસ્તે હોવાના સંતોષ સાથે તેઓ આગળ ચાલતા થયા. ૫૦ ફૂટ ચાલીને વધુ એક નિશાની મળી. ઝાડ પર ફાટેલી લેડીઝ નીકર લટકતી દેખાઈ. આદેશ મુજબ ૨૦ ફૂટ આગળ ચાલવાનું હતું. સૂર્યકાંતે અને સંજયે એ પ્રમાણે કર્યું. ત્યાં પહોંચીને જોયું તો ઝાડ પર ગોલ્ડ ફ્લેક સિગારેટનું ખાલી પૅકેટ લટકતું હતું. પૈસા એ ઝાડ નીચે મૂકી દેવાનો આદેશ અપાયો હતો. અહીં લાખ રૂપિયાની બૅગ મૂક્યા બાદ શું કરવાનું હતું? ઑર્ડર હતો કે પછી ઘરે જાઓ, છોકરો મળી જશે, પણ પોલીસને જાણ કરતા નહીં હો.

રૂપિયા પાંચસો-પાંચસોનાં બે બંડલવાળી બ્રીફકેસ મૂકી દીધી. અહીંથી ૧૦૦-૧૫૦ ફૂટના અંતરે હાઈવે હતો, જ્યાં ગાડી પાર્ક કરેલી હતી. સૂર્યકાંત અને સંજયે આસપાસ નજર કરી, પણ ઝાઝું ન રોકાયા, કારણ કે તેમનો એકમાત્ર ધ્યેય સંકેતને પાછો મેળવવાનો હતો. પાર્ક કરેલી ગાડી સુધી બંને પહોંચ્યા, એમાં ત્રણ મિનિટનો સમય નહીં લાગ્યો હોય. બંનેને થયું કે હવે બ્રીફકેસ લેવાઈ ગઈ હશે? આની ચોકસાઈ કરવા માટે પાછા દોડીને ગયા એ જ સ્થળે તો બ્રીફકેસ ગાયબ! આસપાસ નજર કરી તો ન કોઈ માણસ દેખાયો કે ન કોઈ હિલચાલ.

આશ્ચર્ય થયું કે આવી ચીલઝડપ? લેશમાત્ર ધમાલ કે અવાજ તો શું, વિના અણસારે બ્રીફકેસ મેળવી લીધી! જે હોય તે ગુનેગાર એકદમ ચાલાક અને ચપળ છે. સારું થયું કોઈ ખોટી માથાકૂટ ન કરી. સંકેતની જિંદગીનો સવાલ છે. બંને પાછા ફર્યા અને ગાડી પાસે પહોંચે, ત્યાં તો નજર સામેનું દૃશ્ય જોઈને એકદમ થીજી ગયા. પોતાની આંખ પર વિશ્વાસ ન કરી શક્યા.

25

સોમવાર, તા. ૦૬-૧૨-૧૯૯૯

રૂપિયા પાંચસો-પાંચસોનાં બે બંડલ મળીને એક લાખવાળી લાલ રંગની બ્રીફકેસ ચોક્કસ સ્થળે મૂકીને સૂર્યકાંત અને સંજય હાઈવે પર પાર્ક કરેલી ગાડી પાસે પાછા ફર્યા, તો સામે ઊભી હતી આખી પોલીસ ફોજ. શિરવળ પોલીસ અને સાતારા લોકલ ક્રાઇમ બ્રાંચ ઉપરાંત પુણે ટ્રાફિક પોલીસવાળા

પણ આવી પહોંચ્યા હતા. સૂર્યકાંત મનોમન ફફડી ગયા કે આ વર્દીધારીઓની હાજરીથી ક્યાંક બીજીવાર અપહરણકર્તાનું મગજ ફરી ગયું તો? હે ભગવાન, મારા સંકેતનું ધ્યાન રાખજે પ્લીઝ.

પોલીસમાં હોવા છતાં સંજય ભાંડેપાટીલને સમજાયું નહીં કે પોલીસ આટલી ઝડપથી કેવી રીતે આવી પહોંચી? હકીકતમાં થયું એવું હતું કે સૂર્યકાંત અને સંજય ઘરેથી નીકળ્યા બાદ બધા એકદમ ડરી ગયા હતા. વિષ્ણુ અને એના ભાઈ શામરાવને થયું કે આપણા બંનેના દીકરા પર જોખમ આવી શકે છે. બચાવ માટે સાથે બીજું કોઈ નથી. એટલે વિષ્ણુ ભાંડેપાટીલે તરત જ શિરવળ પોલીસ સ્ટેશને ફોન કરી દીધો. શિરવળ પોલીસવાળા અને સાતારા એલ.સી.બી.વાળા તરત જ ઊભા થયા. સતીશ માનેને લાગ્યું કે કદાચ આપણને કોઈક કારણસર મોડું થાય કે ટ્રાફિક નડી શકે. અગમચેતી રૂપે તેમણે પુણે ટ્રાફિક પોલીસને ફોન કરીને સૂર્યકાંતની ગાડીની વિગતો આપી દીધી. એને ખાતરી હતી કે પોતાની પહેલાં પુણે ટ્રાફિક પોલીસ સૂર્યકાંતની વહારે પહોંચી શકે. સૂર્યકાંત અને સંજય જાણતા નહોતા કે પોલીસ તેમની ગાડીનો પીછો કરી રહી હતી. બંને ગાડી વચ્ચે માત્ર પંદર મિનિટનું અંતર હતું.

સૂર્યકાંત અને સંજય તથા પોલીસવાળા સામસામે આવ્યા કે તરત જ સાતારા લોકલ ક્રાઇમ બ્રાંચના પી.એસ.આઈ. સદાનંદ બેલાસરેએ સવાલ પૂછ્યો, 'પૈસા ક્યાં મૂક્યા છે? જલદી એ જગ્યા બતાવો અમને.'

સૂર્યકાંત અને સંજય પોલીસ ટુકડી સાથે અંદર જતા હતા, ત્યાં સામેથી સ્કૂટર આવતું દેખાયું. એના પર એક યુવાન બેઠો હતો. થોડું વધુ પડતું વજન, ખાખી પેન્ટ અને ઉપર સાદું શર્ટ. એ ખુદ અપહરણકર્તા હશે કે એનો સાગરીત? જ્યાં લાખ રૂપિયા મૂક્યા હતા, તે જ દિશામાંથી યુવાન આવતો હતો એટલે આવો સવાલ ન થાય તો નવાઈ.

જરા કડકાઈ સાથે સદાનંદ બેલાસરેએ પૂછ્યું, 'કોણ છે તું?'

'હું પોલીસવાળો છું. આ એરિયામાં ચેકિંગ માટે આંટાફેરા મારું છું.'

એ સાચું બોલતો હતો. એ સાળુંકે હતો. જાડો હોવાથી સ્ટાફવાળા ડોગ્રં સાળુંકે કહીને બોલાવતા હતા. એનું આઈકાર્ડ જોયા બાદ અવિશ્વાસ કરવાને કારણ નહોતું. અવાવરું જગ્યામાં કંઈ આડુંઅવળું બનતું રોકવા માટે પોલીસવાળા એકાદ આંટો મારતા રહે એ સ્વાભાવિક છે. આનાથી ગુનેગારો પર કડપ બેસે કે આ સ્થળ સાવ નિર્જન નથી અને આપણે માનીએ છીએ એટલું સલામત નથી. જોકે પોતે કોઈને આવતા કે જતા જોયા નહોતા, એવો સાળુંકેનો દાવો હતો.

સાળુંકેનો કોયડો ઉકેલાયો, ત્યાં નવો, એકદમ નવોનક્કોર પ્રૉબ્લેમ. એ પણ

એક-એક નહીં બબ્બે પ્રૉબ્લેમ. એક લાખ રૂપિયા મૂક્યા હતા એ જ દિશામાંથી સ્કૂટર પર એક યુવાન અને એક યુવતી આવી રહ્યાં હતાં. સૂર્યકાંતને થયું કે આ લોકો અપહરણકર્તા સાથે હોય તો કમાલ કહેવાય હો. બાળકનું અપહરણ કરે અને એને સાચવવા માટે સાથે લેડીઝને રાખે.

આ યુગલને રોકીને પોલીસ કંઈ પૂછપરછ કરે એ પહેલાં સાળુંકેએ કહ્યું, 'આ બંનેને હું ઓળખું છું. તેઓ આવું ખોટું કામ ન જ કરે.' સ્પોટ પર પહોંચવાની ઉતાવળમાં બધાએ આ કપલને જવા દીધું. પોલીસમાંથી કોઈએ એના સ્કૂટરનો નંબર નોંધવા કે જોવાની તસદી સુધ્ધાં ન લીધી.

સૂર્યકાંતે નંબર પ્લેટ તરફ નજર કરી, પણ સ્પોટ પર જલદી પહોંચવાની ઉતાવળમાં પગ ઉપાડ્યા. આ જ સમયે સૂર્યકાંતના મિત્રો પણ ઘટનાસ્થળે આવી પહોંચ્યા. લાલ બ્રીફકેસ મૂકી હતી, ત્યાં સૂર્યકાંત અને સંજય આખી પોલીસફોજ અને મિત્રમંડળી એકસાથે પહોંચી ગયાં. પોલીસે આસપાસ બધે જોયું. સૂર્યકાંતના મિત્રોએ અંધારામાં થોડે સુધી સ્કૂટર દોડાવ્યાં, પણ કંઈ હાથ ન લાગ્યું. ન કોઈ વ્યક્તિ, ન રૂપિયા, ન બ્રીફકેસ કે ન કોઈ કડી કે ન સંકેત દેખાયો.

આખરે બધા સિગારેટનું ખાલી પૅકેટ, ફાટેલી લેડીઝ નીકર, પ્લાસ્ટિકની થેલી, કાચી પગદંડી, જંગલની જમીન અને બૉબી કૉર્નર છોડીને બહાર આવ્યા. સૂર્યકાંત ઍન્ડ ફ્રેન્ડ્સ કંપની અને પોલીસ કાત્રજ ગામ અને આસપાસ, હોટેલ, લોજ અને શક્ય લાગ્યા એટલાં સ્થળે ફરી વળ્યા. કોઈ માણસને નાના છોકરા સાથે જોયો? અચ્છા કોઈ એકલા માણસને લાલ બ્રીફકેસ સાથે જોયો ખરો? એકેય જવાબમાં ભલીવાર નહીં. જાણે કિડનેપર આવ્યો જ નહોતો. કે પછી અદશ્ય થઈ ગયો, એક લાખ રૂપિયા ભરેલી લાલ બ્રીફકેસ સાથે!

'સાંઈ-વિહાર'ની અંદર તો ગજબની ઉત્તેજના હતી, અજબ આશાવાદ હતો. જનાબાઈ અને શાલન સંકેતને ફરી રમાડવા તલપાપડ થઈ રહ્યાં હતાં. પ્રતિભાની નજર સંકેતના ફોટા પરથી હટતી નહોતી. કેવો હસી રહ્યો છે મારો લાલ? ૧૫મી ઑગસ્ટે પ્રભાતફેરીમાં નીકળ્યા બાદ તે ઘરે દોડી આવ્યો. હાથમાં તિરંગો લઈને ટેબલ પર ચડી ગયો. ધરાર નીચે ન ઊતરે. નવી જીદ પકડી કે મારો ફોટો પાડો. બહુ સમજાવ્યો, પણ ફોટો પડાવીને જ રહ્યો. પ્રતિભાએ મનોમન નક્કી કરી લીધું કે આજે સંકેત ઘરે આવી જાય એટલે એ સામેથી ના ન પડે ત્યાં સુધી એના ફોટા પડાવવા છે અને એના મોઢેથી ફરી પ્રતિજ્ઞા સાંભળવી છે. બોલતાં શીખી ગયા બાદ કેવો મોટા માણસની જેમ એકદમ વ્યવસ્થિતપણે બોલતો હતો, 'ઇન્ડિયા ઈઝ માય કન્ટ્રી.'

કન્ટ્રી છોડકર તો ભાગ નહીં જાયેગા. આજ નહીં તો કાલે પકડાઈ જશે.

પૈસા હાથમાં આવ્યા છે, તો વાપરવા નીકળશે અને કોઈ ને કોઈ ભૂલ કરી બેસવાનો, એવી પી.એસ.આઈ. સતીશ માનેની દલીલ હતી. સાતારા એલ.સી.બી.ના પી.એસ.આઈ. સદાનંદ બેલાસરેએ વધુ પડતા આશાવાદ અને શક્યતાના આકાશમાં મુક્ત વિહારને બદલે નક્કર વાસ્તવિકતા પર ધ્યાન કેન્દ્રિત કર્યું. 'આ માણસ કે ગેંગ જે હોય એ ખૂબ ચાલાક છે, ધીરજવાન છે. તેણે પસંદ કરેલું સ્થળ નથી એકદમ ભીડભાડભર્યું કે બધા જોઈ જાય, નથી સાવ નિર્જન કે પોતે દેખાઈ જાય અને આટલા બધા પોલીસો અને સૂર્યકાંતના મિત્રોની હાજરી વચ્ચેય એ આવ્યો, બ્રીફકેસ ઉપાડી લીધી અને ગાયબ થઈ ગયો. સવારે પણ પોલીસની હાજરીની ગંધ આવી જતાં રૂપિયા લેવા આવ્યો જ નહીં. અહીં તેણે આપેલા એક-એક સ્થળ અને નિશાન બે જ વાત સ્પષ્ટ કરે છે. કાં તો એ પીઢ ગુનેગાર છે. કાં તો અત્યંત ચાલાક અથવા બંને હોઈ શકે. એના આ ગુણ આપણું કામ વધુ અઘરું બનાવી દેશે. આપણે પરંપરાગત માર્ગો છોડ્યા સિવાય આઉટ ઑફ ધ બૉક્સ વિચારવું પડશે.'

26

મંગળવાર, તા. ૦૭-૧૨-૧૯૯૯

થાક અને હતાશાના અસહ્ય બોજ વચ્ચે સૂર્યકાંત અને સંજય રાતે અગિયાર વાગ્યે ઘરે પહોંચ્યા. કોઈ કંઈ ન બોલ્યું. બધા બંનેની સામે જોઈ રહ્યા. છેવટે ખુરશી પર બેસતી વખતે સંજયે મૌન તોડ્યું, 'એ માણસ પૈસા લઈ ગયો છે.'

પ્રતિભા: 'તો સંકેત કેમ હજી નથી આવ્યો?'

સૂર્યકાંત: 'આવી જશે... આટલી મોડી સાંજે પૈસા લઈને સંકેતને રાખ્યો હોય ત્યાં પહોંચવામાં ટાઇમ લાગે કે નહીં?'

સંજય: 'કદાચ સંકેત ઊંઘી ગયો હોય. નાના બાળકને ઊંઘમાંથી જગાડીએ તો એ રડવા માંડે એવો ડર લાગ્યો હોય એટલે...'

સૂર્યકાંત: 'કદાચ ડર હોય કે પોલીસ આપણા ઘરની આસપાસ એની રાહ જોતી હશે.' આટલું બોલીને સંજયે પોતાના પિતા અને કાકા તરફ જોયું, 'સવારની જેમ સાંજે પણ પોલીસની હાજરીએ ઉપાધિ કરાવી હોત. એ તો સારું થયું કે મેં બ્રીફકેસ મૂકી દીધી અને તેણે એ લઈ લીધી પછી પોલીસ આવી. અત્યારે ફરી પૈસા લીધા વગર ગયો હોત તો ઉશ્કેરાટમાં આવીને ક્યાંક...'

વિષ્ણુ: 'બંને ઘરના દીકરા એકલા ગુંડાને મળવા જતા હતા. બાપ તરીકે

અમનેય ડર લાગ્યો. નાછૂટકે પોલીસને જાણ કરવી પડી. અમે તો સંકેતની સાથે તમારા બંનેની ભલાઈ અને સલામતી ઇચ્છીએ જને?'

શામરાવ: 'એ સમયે જે સૂઝ્યું એ કર્યું. અમારી ફિકર તમે બંને સમજી શકશો.'

સંજય: 'કંઈ વાંધો નહીં. મહત્ત્વ એ વાતનું છે કે તેણે માગી એટલી રકમ આપણે આપી દીધી છે. એને મળી પણ ગઈ છે. હવે એ પોતાના વચન મુજબ સંકેતને મૂકી જાય એટલે આપણે નિરાંત.'

સૂર્યકાંત: 'હા, એ સંકેતને મૂકી જશે. મૂકી જવો જ પડશે. ભલે થોડું વહેલું મોડું થાય...'

કડકડતી ઠંડી સાથે ગપ્પાંબાજી કરવા માટે પ્રતીક્ષા આવી. બંનેની જોડી ખૂબ જામી ગઈ. બધા ચૂપચાપ બેઠા હતા. સૌની નજર દરવાજા પર હતી. ક્યારેક સૂર્યકાંત દરવાજા સુધી જઈ આવતા હતા તો ક્યારેક સંજય બારીમાંથી બહાર અંધારામાં જોવાનો પ્રયાસ કરતો હતો. બહાર એક સ્કૂટરના આવવાનો અવાજ સંભળાયો તો બધા બહાર દોડી ગયા, પણ એ સ્કૂટર પર હેલમેટ, મફલર અને સ્વેટર પહેરેલો માણસ 'સાંઈ-વિહાર' છોડીને સડસડાટ આગળ નીકળી ગયો.

સૌની પ્રતીક્ષાનો અંત આવતો નહોતો. પ્રતિભા એકદમ રડમસ થઈ ગઈ. સૂર્યકાંત થોડી ચીડ અને ફિકર સાથે બોલ્યા, 'આવી જશે સંકેત... એક-બે કલાકમાં... કદાચ કાલે કે પરમ દિવસે... હવે રડવાનું બંધ કરો.'

રાતના ટાઢાબોળ સન્નાટામાં કાળાડિબાંગ અંધારા વચ્ચે અટ્ટહાસ્ય કરતો સમય કોઈ સુલતાનની અદાથી આગેકૂચ કરી રહ્યો હતો અને બધાના જીવ કળીએ કળીએ કપાઈ રહ્યા હતા.

'સાંઈ-વિહાર'માં ઊંઘ વેરણ થઈ ગઈ હતી. સૌએ એકબીજાને થોડો આરામ કરી લેવાનો આગ્રહ કર્યો, અરજ કરી, આદેશ આપ્યો, પણ કોઈ ન માન્યું. મનમાં ચાલતા વિચારોના તુમુલ જંગ વચ્ચે કોઈને એકાદ ઝોકું આવી ગયું, પણ એનાથી સ્વસ્થતા આવવાને બદલે અસ્વસ્થતા વધી. સૂર્યકાંતે કહ્યું કે 'બધા સૂઈ જાઓ, સંકેતને બહાર મૂકી જશે તો તેણે ક્યાં ઘર નથી જોયું?'

પ્રતિભા: 'હું નહીં ઊઠું અહીંથી. મારો સંકેત આવે પછી જ આ જગ્યા છોડીશ.'

જનાબાઈએ એની સામે જોયું. 'એમ જ હોય. હું પણ તારી સાથે બેઠી છું. સૂર્યા અને સંકેત તમે બંને આડા પડખે થાઓ. આખો દિવસ ખૂબ રઝળપાટ કરી છે.'

શાલન કાકી પણ આવીને જનાબાઈ અને પ્રતિભાની બાજુમાં બેસી ગયાં.

સૂર્યકાંત કે સંજયમાંથી કોઈ ઊભું ન થયું. જનાબાઈએ ફરી કહ્યું, 'નાહક માંદા પડશો. સાંભળો છોને બંને?'

વિષ્ણુ એકદમ તાડૂક્યા, 'ચૂપ' આમાં કોઈને ઊંઘ ન આવે. શામરાવે મગજ શાંત રાખવા ભાઈને મૌન આજીજી કરી. જનાબાઈ મનાવી-ફોસલાવીને સૌરભને અંદર મૂકી આવ્યાં હતાં, પણ એને ઊંઘ નહોતી આવતી. બહાર જવાથી ઠપકો મળવાનો નક્કી હતું એટલે એ દરવાજાની આડશથી જોઈ રહ્યો હતો, 'સંકેત સાંજે આવી જવાનો હતો, પણ હજી ન આવ્યો.' થોડીવાર ઊભા રહીને એ બધી દુનિયાદારી અને ફિકરથી મુક્ત થઈને ઊંઘતા પરાગ અને પાયલ તરફ આવ્યો. આ બંનેને જોઈને એને સંકેતની યાદ વધુ સતાવવા માંડી. ધીમેથી પરાગની બાજુમાં બેસીને સૌરભ એના વાળમાં હાથ ફેરવવા માંડ્યો. આમ કરતાં કરતાં એ આડો પડ્યો અને ક્યારે આંખ મીંચાઈ ગઈ એ ખબર ના પડી.

બહારની રૂમમાં કોઈની આંખ મીંચાઈ નહોતી. સૂર્યોદયના આગમન સાથે વિષ્ણુ ભાંડેપાટીલે વટહુકમ બહાર પાડ્યો, 'ઊઠો હવે બધા. ચા, નાસ્તો અને નહાવાધોવાનું પતાવો.' પરંતુ કોઈ ઊભું ન થયું. વટહુકમનો અનાદર થવાથી વિષ્ણુ તાડૂક્યા, 'કંઈ સમજ પડે છે? ગમે ત્યારે સંકેત આવી શકે... ત્યારે નહાવાધોવા જશો કે રસોડામાં ઘૂસી જવાનાં?' તેમણે તીખી નજરે જનાબાઈ અને શાલન સામે જોયું.

જનાબાઈએ હાથ પકડીને પ્રતિભાને પરાણે ઊભી કરી, 'ચાલ રસોડામાં સંકેતને ભાવતું કંઈક બનાવીએ. છોકરો ભૂખ્યો હશે... બિચારાએ આટલા દિવસ ન જાણે શું પામ્યો હશે? ઘરનું ખાવાનું એ ઘરનું ખાવાનું... ચાલ તો મારી સાથે...'

પ્રતિભાને જતી જોઈને સૂર્યકાંતને રાહત થઈ. ઊભા થતાં તેમણે બગાસું ખાધું અને સંજયને કહ્યું, 'થોડા ફ્રેશ થઈ જઈએ. કદાચ ફોનબોન આવે તો ફરી દોડધામ કરતાં ફાવે.'

'સાંઈ-વિહાર'માં પ્રતીક્ષાની મહેફિલ મિલનની અધૂરી રહી ગયેલી ઝંખના સાથે વિખેરાઈ ગઈ, તો શિરવળ ગામમાં ગપ્પાની હાટ બેઠી. ત્યાં ગાંડી તેજી હતી. કાનાફૂસી જોરશોરથી શરૂ થઈ ગઈ.

'સાંભળ્યું છે કે કિડનેપરે બે લાખ રૂપિયા માગ્યા હતા.'

'માગ્યા હતા? અરે, એ તો કાલે સાંજે આપી આવ્યા...'

'સાંજે કે સવારે? સવારે પણ પોલીસ સાથે જાન તો રવાના થતાં જોઈ હતી.'

'એટલે કિડનેપરે એક દિવસમાં બબ્બે વાર રૂપિયા માગ્યા?'

'બબ્બે વાર રૂપિયા પરખાવાની તાકાત ખરી કે સૂર્યકાંતમાં?'

'ભાઈ, સગા દીકરા માટે કયો બાપ ન કરે? તાકાત ન હોય તો ઉધારી કરે પણ...'

'સાચું કહું તો એક જ દિવસમાં બે વાર પૈસા માગવાની વાત ગળે ઊતરતી નથી હોં...'

'કંઈક ગરબડ લાગે છે. કિડનેપર તો બે વાર માગે અને તમે આપી દો. એટલે રોજેરોજ માગી દો... એમ આપવા બેસીએ તો કુબેરનો ખજાનોય ખાલી થઈ જાય ભાઈ.'

'બહુ જ ભેદભરમ છે હોં આ કેસમાં. શિરવળ પોલીસ અને આખા ગામે દોડધામ કરી, પણ કોઈ શકમંદ હાથ ન લાગ્યો.'

'શિરવળ પોલીસ જ કેમ? સાતારાવાળા સાહેબોય ધામા નાખીને નથી પડ્યા?'

'બહુ પૈસા કમાવામાંય પાપ છે પાપ. આપણા જેવા ઑર્ડિનરી માણસોના છોકરા સામે કેમ કોઈ જોતું નથી?'

'છતાં હવે સાવચેત રહેવા જેવું ખરું હો... ટાઇમ બહુ ખરાબ આવી ગયો છે.'

'સાચી વાત હો. આટલા બધા દિવસ કોઈ છોકરાને સાચવે એ જાણીને નવાઈ લાગી. રેશનકાર્ડમાં નામ તો નહીં ઉમેરાવી દીધું હોયને?'

જેટલાં મોઢાં એટલી વાતો થતી હતી. ગામને મોઢે ગરણાં બાંધવા ન જવાય. ભાંડેપાટીલ પરિવારને પોતાની એટલી મુશ્કેલીઓ હતી કે પારકાની પરવા કરવાની ઇચ્છા કે સમય બેમાંથી એકેય નહોતાં.

સૂર્યકાંતે સ્નાન કરી લીધા બાદ કપડાં લેવા માટે કબાટ ખોલ્યો, તો સામે જ પ્લાસ્ટિકની બૅગ દેખાઈ. કુતૂહલવશ બૅગમાં હાથ નાખ્યો, હાથ બહાર આવ્યો ત્યારે રૂપિયા પાંચસો પાંચસોની નોટનાં બે બંડલ હતાં. આટલાં બધાં ટેન્શન વચ્ચે સૂર્યકાંત પોતાના ભૂલકણાપણા પર મલકી પડ્યા.

27

મંગળવાર, તા. ૦૭-૧૨-૧૯૯૯

શિરવળ ગામમાં સંકેતના અપહરણ, બાન માટે ચુકવાયેલી રોકડ રકમ અને આ કેસના ભેદભરમ વિશે જેટલાં મોઢાં એટલી વાતો ચાલતી હતી. આની વચ્ચે સૂર્યકાંત ભાંડેપાટીલને પોતાના કબાટમાં એક પ્લાસ્ટિકની બૅગમાં રૂપિયા પાંચસો-પાંચસોની નોટનાં બે બંડલ મળી આવ્યાં. એના ચહેરા પર એકદમ હલકું સ્મિત આવી ગયું.

'અરે, પરમ દિવસે સુરેશ કુંભાર પરાણે એક લાખ રૂપિયા આપી ગયો હતો. ખૂબ ના પાડી, પણ માન્યો નહીં. એને કીધું કે મેં બૅન્કમાં એક લાખ રૂપિયા

કઢાવી રાખ્યા છે. ગમે ત્યારે જરૂર પડે એમ માનીને તું અત્યારે પાછા લઈ જા. એ સામે કહે કે આવા સમયે દોસ્તો પડખે ન ઊભા રહે તો ક્યારે કામ આવે. તું આ રૂપિયા રાખ. ગમે ત્યારે જરૂર પડી શકે. જરૂર ન પડે તો પાછા ક્યાં નથી આપી શકાતા.'

સુરેશ કુંભાર ઈંટનો સપ્લાયર જ નહોતો, દોસ્તીમાં તો ઈંટથી પણ મજબૂત બુલંદી ધરાવતો હતો. એ પાંચસો પાંચસોનાં બે બંડલ આપી ગયો હતો. સૂર્યકાંતે એ બંડલ પણ આ જ કોથળીમાં પોતાના રૂપિયાનાં બંડલ સાથે મૂકી દીધાં હતાં. ગઈકાલે ફોન આવ્યા બાદ ફટાફટ બે બંડલ લાલ બ્રીફકેસમાં ભર્યાં. સવારે મેળ ન ખાધો, તો સાંજે સંકેતના છુટકારા માટે પૅમેન્ટ થઈ ગયું.

સૂર્યકાંતે વિચાર્યું કે હવે આ લાખ રૂપિયા ઘરમાં રાખવાનો અર્થ નથી. બૅન્કમાં મૂકી દીધા હોય તો પાછા ક્યાં કઢાવાતા નથી? આ બૅન્કમાં જમા કરાવી દઉં અને પોલીસચોકી પર એક આંટો મારતો આવું, કદાચ કંઈ નવું જાણવા મળ્યું હોય.

સૂર્યકાંતને તૈયાર થઈને બહાર નીકળતો જોઈને બધાને નવાઈ લાગી. સૂર્યકાંતે વગર પૂછ્યે જવાબ આપ્યો, 'ગામમાં જ જાઉં છું બૅન્કમાં જઈને...' વિષ્ણુએ નારાજગી સાથે સલાહ આપી, 'ધંધામાં આપો છો એટલું ધ્યાન ઘર પર આપો, પરિવાર પર આપો... તો આવી નોબત ન આવે...!'

સૂર્યકાંત સમસમી ગયા, પણ ગમ ખાઈને આઈ તરફ જોઈને બોલ્યા, 'આ પૈસાનું જોખમ ઘરમાં રાખવું નથી એટલે બૅન્કમાં જાઉં છું, ત્યાંથી પોલીસ સ્ટેશન જઈશ.' પછી સંજય ભણી જોઈને કહ્યું, 'કંઈ પણ હોય તો તરત જ મોબાઇલ કર મને.'

સૂર્યકાંત ભાંડેપાટીલ રૂપિયા પાંચસો પાંચસોનાં બે બંડલ લઈને ઘરેથી શ્રીમંત માલોજીરાજે સહકારી બૅન્ક તરફ જવા નીકળ્યા. તેઓ જાણતા નહોતા કે આ લાખ રૂપિયા એમના જીવનમાં કેટલું મોટું તોફાન મચાવી દેવાના હતા?

માત્ર પાંચ-છ હજારની વસતિવાળા અને સાવ ખોબલા જેવડા શિરવળ ગામમાં કોઈનું અપહરણ થાય, એ પણ સવાત્રણ વર્ષના છોકરડાનું અને એમાંય ગામના જાણીતા કૉન્ટ્રેક્ટરના દીકરાનું. એ મોટો નહીં, બહુ મોટો બનાવ ગણાય. એમાંય એક પછી એક નાટ્યાત્મક ઘટનાઓ અને એમાં આવતા એન્ટિક્લાઇમેક્સને લીધે લોકોનો રસ દિવસે ન વધે એટલો રાતે વધતો હતો રાતે ન વધે એટલો દિવસે.

સૌ પોતાને વધુ સ્માર્ટ અને ચાલાક સાબિત કરવા માટે સંકેત કિડનેપિંગ પર કંઈ ને કંઈ વાણીવિલાસ કરતા રહેતા હતા. પોતાની સમજ અન્યથી ઘણી વધુ છે એવું સાબિત કરવાનો મોકો ન ચૂકવો એ માનવમનની નબળાઈ. એમાં

સંકેત અપહરણ પ્રકરણે બધાને ઉમદા મોકો આપ્યો હતો.

આવા માહોલ વચ્ચે સૂર્યકાંત ભાંડેપાટીલે શ્રીમંત માલોજીરાજે સહકારી બૅન્કના પોતાના ખાતામાં પોતાના એક લાખ રૂપિયા જમા કરાવી દીધા. ગામ નાનું અને નાની બૅન્ક એટલે એક લાખની રકમ ગણાય ઘણી મોટી. એમાંય સૌ સૂર્યકાંતને બરાબર ઓળખે અને માન આપે. માનપાન કેમ ન મળે? આ બૅન્કના મકાનનું બાંધકામ તેમણે જ કર્યું હતું. ઘરમાં ખોટું જોખમ રાખવાને બદલે બૅન્કમાં રકમ જમા કરાવી દીધાના હાશકારા સાથે સૂર્યકાંત બહાર નીકળી ગયા.

ગામના ઘણા ચોવટિયાને સૂર્યકાંતને ઊભા રાખીને વાતો કરવી હતી અથવા કહો કે વાતો કઢાવવી હતી, ગઈ કાલે સવારે શું થયું? સાંજે કેવું રહ્યું? 'સાંઈ-વિહાર'માં કેવો માહોલ છે? ગપ્પીદાસોને આ બધા મસાલામાં ખૂબ રસ હતો, પરંતુ સૂર્યકાંતને નહોતો સમય કે નહોતી ઇચ્છા. જરૂર પડે તો ચાલવાની ઝડપ થોડી ઓછી કરીને તેઓ મહાપરાણે હલકા સ્મિતથી પ્રતિસાદ આપતા હતા.

શિરવળ પોલીસચોકી પર ગયા તો ધરમનો ધક્કો થયો. જવાબ આપવા માત્ર એક કૉન્સ્ટેબલ હાજર હતો. અને જવાબ એ કે અત્યારે કોઈ પોલીસચોકીમાં નથી. સાહેબ આવે એટલે કહી દઈશ કે તમે આવ્યા હતા. તમારે ખાસ કંઈ કહેવાનું છે? સૂર્યકાંત મનોમન બબડ્યા કે હું કંઈક ખાસ જાણવા આવ્યો હતો, ને આ ઊલટાનો મને પૂછે છે?

સૂર્યકાંત ઘરે પાછા ફર્યા. તરત જ બધા ઘેરી વળ્યા, 'સંકેતના કંઈ સમાચાર મળ્યા?' સૂર્યકાંતે માથું ધુણાવીને ના પાડી. આ સાથે સધિયારો આપ્યો, 'આપણે ધીરજ રાખવી પડશે. સંકેત આજે આવે, કાલે આવે કે પરમ દિવસે આવે, પણ આવશે જરૂર. એ લોકો ખૂબ ચાલાક છે, ગણતરીબાજ છે. જુઓ, ખંડણીની રકમ માગવામાં જરાય ઉતાવળ કરી?'

બધાએ એકમેકનું માન અને મન રાખવા તથા સૌ જમી લે એટલે એક વિધિ યંત્રવત્ કરી નાખી. બધાય ભાણે બેઠા અને પરાણે બે કોળિયા ગળે ઉતાર્યા.

સૌરભ, પાયલ અને પરાગ તો ઠીક, સંકેતના બધા ટેણિયા દોસ્તો વારંવાર પૂછી જતા કે જોઈ જતા કે સંકેત હજી આવ્યો કે નહીં?

પ્રતિભાથી હવે વધુ સહન થતું નહોતું, પણ કોઈને કહેવું શું? સૌએ પોતપોતાનું કામ કર્યું હતું. બરાબર કર્યું હતું. ઘરવાળા, ગામવાળા અને પોલીસવાળા આ કેસમાં રાત-દિવસ એક કરતા હતા. ખંડણીની પૂરેપૂરી રકમ ચૂકવી દીધી હતી. હવે તો પૂરો મદાર અપહરણકારની દાનત અને ઉપરવાળાની કૃપા પર છે.

પ્રતિભાના દિલ-ઓ-દિમાગ પરથી સંકેત હટતો નહોતો. એ ફરી આલબમ લઈને બેઠી વાહ, નવ મહિનાનો હતો ત્યારે કેવો વહાલો લાગતો હતો... અને

આ લાલ ડ્રેસમાં કેવો રૂડો લાગે છે. હકીકતમાં ડ્રેસ સૌરભ માટે લીધો હતો, પણ એને બરાબર થયો નહોતો. સંકેતને પહેરાવી જોયો તો એને ખૂબ ગમી ગયો એ વારંવાર રેડ ડ્રેસ પહેરે. સૌરભને ચીડવવા માટે કહી દે કે, આ મારો ડ્રેસ છે, ભાઈનો ડ્રેસ નથી હો. અને આ એક મહિનાના સંકેતનો ફોટો પાડવાનું કારણ કેટલું વિચિત્ર હતું. સૌરભ એક મહિનાનો હતો અને એનો ફોટો પાડ્યો હતો એટલે સંકેતનો પાડવો જ જોઈએ...

પ્રતિભા આલબમના પાના ફેરવતી જતી હતી અને આંખ વહેવાનું બંધ થવાનું નામ નહોતી લેતી. જનાબાઈએ આવીને એના હાથમાંથી આલબમ આંચકી લીધું. આસપાસ જોયું તો ખૂણામાં સૌરભ દેખાયો, 'લે બેટા, મૂકી દે તો આ આલબમ સાચવીને...' સૌરભ આલબમ લઈને અંદરની રૂમમાં જતો રહ્યો.

જનાબાઈ પ્રતિભાને પ્રેમપૂર્વક સમજાવવા માંડ્યાં, 'હવે શેનું રડવાનું? બંધ કર પીલુડાં પાડવાનું. ગમે તે ઘડીએ સંકેત આવી જશે, એની ખુશીમાં જીવવાનો સમય છે આ.' પોતાના મોઢામાંથી નીકળતા શબ્દો કેટલા પોલા અને બોદા છે એ ખુદ જનાબાઈ જાણતાં હતાં, પણ આની તબિયત બગડી ગઈ તો? રડવાનું ક્યાં સુધી?

આ સવાલનો જવાબ સૌરભ પણ જાણતો નહોતો. એટલે એ આલબમના ફોટા જોઈને હીબકાં ભરી રહ્યો હતો. એને ખબર ન પડી કે પાયલ અને પરાગ આવીને ક્યારે થોડાં દૂર બેસીને રડવા માંડ્યાં. સુખના સરવાળાને બદલે અહીં વેદનાના ગુણાકાર થતા હતા, પણ ક્યારેય મળશે ખરો સાચો જવાબ અને એનો તાળો?

28

બુધવાર, તા. ૦૮-૧૨-૧૯૯૯

શિરવળના 'સાંઈ-વિહાર'માં વસનારા માણસો જીવનનાં સુખ-દુઃખના દાખલા ઉકેલી શકતા નહોતા. જવાબ મળતો નહોતો એટલે તાળો બેસાડવાનો પ્રશ્ન જ અસ્થાને હતો.

એ જ સમયે તાળો મેળવવાની મથામણમાં શ્રીમંત માલોજીરાજે સહકારી બૅન્કના કેશિયર લાગેલા હતા, બૅન્કનો કામકાજનો સમય પૂરો થઈ ગયો હતો, પણ રોકડની આવક-જાવકનો હિસાબ મેળવવાનો હતો. તેમણે બધી ચલણી નોટ ફરી ગણી જોઈ, અચાનક ડ્રોઅરમાં ધ્યાન ગયું કે ૫૦૦-૫૦૦નાં બે

બંડલ પડ્યાં છે. સાથે સૂર્યકાંત ભાંડેપાટીલની પે-ઇન-સ્લિપ હતી. એક છેડેથી નોટનું બંડલ પકડ્યું અને બીજા છેડાથી નોટને ગંજીફાનાં પત્તાંની જેમ ફેરવી. અચાનક એક નોટના નંબર પર ધ્યાન ગયું. એમના હાથ ઊભા રહી ગયા. બીજી નોટનો નંબર જોયો, ત્રીજી નોટનો નંબર... પછી ચોથી, પાંચમી, છઠ્ઠી. બે દિવસ અગાઉ સૂર્યકાંત ભાંડેપાટીલે બૅન્કમાંથી કઢાવેલી એક લાખ રૂપિયાની નોટના નંબર ચેક કર્યા... આ શું? આ તો એ જ નંબર... એ જ નોટ... તો શું સૂર્યકાંત ભાંડેપાટીલે અપહરણકારને બાનની રકમ આપી નથી? તો પછી જુઠ્ઠાણું શા માટે ચલાવ્યું? આનું કારણ શું?

બુધવારની સવાર પડી, સૂરજ ઊગ્યો, પંખીઓએ કલરવ કર્યો, દૂર મંદિરમાં ઘંટનાદ થયો, પણ કંઈ જ પહેલાં જેવું નહોતું. એટલિસ્ટ 'સાંઈ-વિહાર' માટે તો નહીં જ. સંકેતની લંબાઈ રહેલી પ્રતીક્ષા અકળાવતી રહી, મૂંઝવતી હતી અને ગૂંગળાવતી હતી. વિષ્ણુ, જનાબાઈ, સૂર્યકાંત, પ્રતિભા, શામરાવ, શાલન, વિવેક, કુસુમ શેખર અને સંજય આ વેદનાને પોતપોતાની રીતે પચાવવાનો અને છુપાવવાનો પ્રયાસ કરતાં હતાં. પોતે સ્વસ્થ હોવાનો ડોળ કરતા હતા અને બીજાને સધિયારો આપવાની ચેષ્ટા કરતાં હતાં. ઊંઘવું, જાગવું, બેસવું, ઊઠવું, ખાવું, પીવું... બધું કમને અને પરાણે કરતાં હતાં. સૌરભ, પરાગ અને પાયલ બધાને જોઈ રહેતાં હતાં. એમને એટલું સમજાતું કે સંકેતના ન આવવાથી બધા ખૂબ દુઃખી છે. આ નાનાં ભૂલકાંઓનાં વ્યક્તિત્વ પણ સંજોગો મુજબ બદલાઈ રહ્યાં હતાં. જાણે અચાનક બાળકમાંથી મટીને મોટા થઈ જવાની હોડમાં જોડાઈ જવું પડ્યું હતું. બીજું કંઈ નહીં, આ હતી માત્ર લાચારી, વિવશતા અને પરવશતા, પણ કોઈ કરી શું શકે?

પોતે ઘણું કરી શકે એમ છે, હાથમાં અલાઉદ્દીનનો જાદુઈ ચિરાગ આવી ગયો છે એમ સમજીને બૅન્કના કેશિયરે સૂર્યકાંત ભાંડેપાટીલે જમા કરાવેલા રૂ. ૫૦૦-૫૦૦નાં બે બંડલ પર પ્રેમથી હાથ ફેરવ્યો. પછીથી સાચવીને બંડલ ડ્રોઅરમાં મૂકી દીધાં. ડ્રોઅરને ચાવી મારી. ડ્રોઅર બરાબર બંધ થયાની ચકાસણી કરવા માટે ડ્રોઅર બે વાર ખેંચી જોયું. ચાવી ખિસ્સામાં મૂકીને ખુરશી પરથી ઊભા થયા ત્યારે એનો આત્મવિશ્વાસ વિશ્વવિજેતા બની ચૂકેલા સિકંદરને શરમાવે એવો હતો.

કેશિયર પોતાના સાથીઓ સાથે ચા પીવા માટે બેઠા. બધાને પહેલી નજરે સમજાઈ ગયું કે સાહેબ, આજે કંઈક અલગ મૂડમાં છે, ખુશમિજાજ છે. બધા પૂછપરછ કરવા માંડ્યા કે કાઈ ગોષ્ઠ આહે સાહેબ? બાત ક્યા હૈ, સર? કેશિયરે રો અને એફ.બી.આઈ.ના ગુપ્તચરની અદાથી એકદમ ધીમા અવાજે કહેવાની શરૂઆત કરી, 'આ સૂર્યકાંત ભાંડેપાટીલ સાહેબ આપણી બૅન્કમાંથી ત્રણ દિવસ

પહેલાં એક લાખ રૂપિયા કઢાવી ગયા હતા. એમના દીકરાનું અપહરણ થયાની વાત આખું ગામ જાણે છે. પછી છઠ્ઠી નવેમ્બરે તેમણે કિડનેપરને રૂપિયા એક લાખ ચૂકવ્યાની ગામઆખામાં ચર્ચા થઈ. પછી કાલે તેઓ બૅન્કમાં આવીને એક લાખ રૂપિયા પાછા જમા કરાવી ગયા, બોલો.'

હાથમાં ચૂનો અને તમાકુ મસળતાં સિનિયર ક્લાર્કે માથું ઊંચું કરીને કેશિયર સામે જોયું: 'અરે મોટો ઠેકેદાર છે. ઘરમાં પડ્યા હશે કે કોઈ આપી ગયું હશે લાખ રૂપિયા, એટલે બૅન્કમાં જમા કરાવ્યા. એમાં કઈ મોટી વાત?'

કેશિયરે સ્મિત સાથે એની સામે જોયું, 'તમે લોકો નહીં સમજો. એટલે જ આગળ વધી શકતા નથી. બૅન્કમાં જમા કરાવ્યા એ લાખ રૂપિયા કયા છે, એ જાણો છો? બૅન્કમાંથી ઉપાડ્યા હતા એ જ લાખ રૂપિયા પાછા બૅન્કમાં જમા કરાવ્યા છે! હા, એ જ રોકડ... એ જ નોટ છે.'

'એવું કેવી રીતે કહી શકાય કે એ જ નોટ છે?'

'હું કાચો ખેલાડી નથી કે આટલી મોટી વાત સાવ હવામાં કહી દઉં... મારી પાસે નંબર છે ૫૦૦ની નોટના બંડલના... એક લાખ ઉપાડ્યા અને એક લાખ જમા કરાવ્યા... બંને વખતે એની એ જ નોટ, એના એ જ નંબર. સમજ્યા કંઈ?'

'એટલે કે સૂર્યકાંત ભાંડેપાટીલે કિડનેપરને લાખ રૂપિયા ચૂકવ્યા જ નથી એમ થાયને?'

આ સવાલને પગ આવ્યા અને એ વાયુવેગે ગામમાં ફરી વળ્યો. સંકેતનું અપહરણ ટોક ઑફ ધ વિલેજ હતું. બધાને એક્સાઇટમેન્ટ હતું. સૌને કંઈ ને કંઈ કહેવું હતું. કંઈક ને કંઈક મસાલો ઉમેરીને પોતાને વન-અપ સાબિત કરવા હતા. મેલા થઈ ગયેલા અને સિલાઈમાંથી ઉતરડાઈ ગયેલા કૉલરને ઊંચો કરી બતાવવો હતો.

જેટલાં મોઢાં એટલી વાતો ગામમાં ગુંજવા માંડી.

'અરે, આટઆટલા દિવસથી શિરવળ અને સાતારાની પોલીસ મંડી પડી અને કંઈ હાથ ન લાગે એવું બને? મને તો પહેલેથી જ શંકા હતી કે દાળમાં કંઈક કાળું છે હો!'

'અરે સાહેબ, એમ કોઈ આટલી આસાનીથી લાખ રૂપિયા આપી દે? નાનીસૂની રકમ નથી... લાખ રૂપિયા છે લાખ!'

'સાળો ભેદી રીતે ગાયબ થઈ જાય, ચાર-પાંચ દિવસે એવી જ રીતે પાછો આવી જાય, કંઈ સમજાય છે તમને?'

'એક જ દિવસમાં બબ્બે વાર રેન્સમ માટે ફોન આવે. કિડનેપર એટલા બધા કમઅક્કલ કે પોલીસથી ડરે નહીં?'

'અરે યાર, સવારે પોલીસની હાજરી હતી એટલે કોઈ પૈસા લેવા આવ્યું નહીં. સાંજે પોલીસને જાણ કર્યા વિના ગયા એટલે કિડનેપરભાઈ આવીને લાખ રૂપિયા લઈ ગયો. સમજ્યા કંઈ?'

'અરે, મેં તો સાંભળ્યું કે સૂર્યકાંત ધંધામાં ખૂબ તકલીફમાં છે. ભારે દેવું થઈ ગયું છે!'

'એક વાત કરું... સંકેતને કોઈ અજાણ્યા ઉપાડી ગયા નથી. આ સૂર્યકાંતે જ ગુજરાતમાં ક્યાંક મોકલી દીધો છે. એને પબ્લિસિટી જોઈએ છે. રાજકારણી જીવ ખરો કે નહીં?'

'શર્દી, પ્રેમ અને જુઠ્ઠાણાં લાંબો સમય છુપાયેલાં ન રહે. છાપરે ચડીને પોકારે. કેવી પોલ ખૂલી ગઈ?'

'સારો તરવૈયો છીછરા પાણીમાં જ ડૂબે. નહીંતર આટલું બધું પરફેક્ટ પ્લાનિંગ કરનારો સામાન્ય વાત ચૂકી જાય કે પોતે બૅન્કમાંથી કઢાવ્યા હતા એ જ પૈસા પાછા જમા કરાવે ખરો?'

ફેસબૂક, ટ્વિટર અને વૉટ્સએપના સામ્રાજ્યની છડી પોકારવાને હજી વાર હતી, શિરવળમાં તો ખૂબ વાર હતી. ત્યારે ગામમાં ચૅનલ ચોવટનું પ્રસારણ એકદમ ફાસ્ટ, ફ્યુરિયસ અને ફ્રી હતું. ફરતાં ફરતાં બધી ગૉસિપ મૂળ સ્વરૂપે કે એક્સ્ટ્રા મરીમસાલા સાથે 'સાંઈ-વિહાર' પહોંચી ગઈ. પહેલાં તો કોઈને આમાંથી કંઈ સાચું ન લાગ્યું, પણ વિચારતા તો કરી મૂક્યા છે. ન જાણે કેમ બધાને. હા, બધાને જ. સૂર્યકાંત સાથે વાત કરવાનું મન ઓછું થવા માંડ્યું. આખા ઘરમાં સૂર્યકાંત ધીરે-ધીરે એકલા પડતા જતા હતા.

29

ગુરુવાર, તા. ૦૯-૧૨-૧૯૯૯

સૂર્યકાંત વિષ્ણુ ભાંડેપાટીલને પોતાનું સર્વસ્વ લૂંટાઈ ગયાની ગ્લાનિ ઘેરી વળી. વહાલસોયું સંતાન ખોઈ બેસેલા પિતા વિશે આવી ચર્ચા જ કેવી રીતે થઈ શકે? કે... કે... અપહરણકારને બાનની રકમ ચૂકવાઈ જ નથી... આર્થિક તકલીફને લીધે એ રકમ પોતે જ રાખી લીધી છે... અપહરણની વાત નાટક માત્ર છે... અને સંકેતને પોતે ગુજરાતમાં ક્યાંક છુપાવી રાખ્યો છે.

ગામવાળા તો પારકા હતા. કૂથલી રસમાં રાચનારા હતા, પણ પોતાના ઘરવાળા અને પરિવારજનોને આવી વાહિયાત વાતો સાચી લાગતી હશે ખરી?

મારી સાથે અંતર વધારતા જાય છે, વાતચીત ઓછી કરે છે... એવું થયું છે કે માત્ર મને એવું લાગે છે?

નાનકડા શિરવળ ગામમાં સૂર્યકાંત પ્રતિષ્ઠિત વ્યક્તિ ગણાય. રાજકારણીઓ સાથે સારી જાણપિછાણ છે. ઉધારી વધી ગઈ છે... લેણિયાતોને ઇમોશનલ બ્લેકમેલ કરવા માટે પોતે જ દીકરાનું અપહરણ કરાવ્યું છે. છોકરાને ગુજરાતમાં ક્યાંક સંતાડી રાખીને છાપામાં મફતની પબ્લિસિટી મેળવે છે... આવી વાતો ચર્ચાવા માંડવાથી સૂર્યકાંતના દુ:ખનો પાર નહોતો.

સૂર્યકાંતને મરાઠી કહેવત યાદ આવી ગઈ, 'મહાતારી મેલ્યાચં દુ:ખ નાહિ, પણ કાળ સોકવતા કામા નયે.' હા, ગુજરાતીમાં કહે છે ને કે ડોસી ભલે મરે, પણ જમ ઘર ભાળી જાય એ ખોટું.

વિચારોના ઘોડાપૂરે સૂર્યકાંતને એકદમ હલબલાવી નાખ્યા. મારું આટલું બધું પ્રેમાળ કુટુંબ છે, હવે તો ડર લાગવા માંડ્યો કે આમ ને આમ ચાલ્યું તો ક્યાંક પ્રતિભા ન પૂછવાનો સવાલ પૂછી બેસે તો. પ્રતિભા મારું સર્વસ્વ છે, મારો પ્રેમ છે. મારા ધંધાની દોડધામમાં પૂરા ઘરને અને પરિવારને તેણે જ પ્રેમ, લાગણી અને ખંતથી સંભાળ્યો છે. એ પણ નોકરી કરવાની સાથોસાથ. પ્રતિભાના મનમાં શંકા ઘર કરી જાય તો મારા જીવવાનો આધાર જ હટી જાય...

જે પ્રતિભાને મેળવવા માટે હું દુનિયા આખી સાથે લડ્યો અને બાખડ્યો... જે પ્રતિભા મારા માટે બધું છોડીને આવી... એ મારા પર શંકા કરશે તો? સૂર્યકાંતને જૂના દિવસો યાદ આવી ગયા. એ દિવસોમાં સૂર્યકાંત વાઈમાં શામરાવ કાકાના ઘરે રહીને ભણે. કાકી શાલન સગા દીકરાની જેમ પ્રેમ કરે. આ વાઈ એટલે સાતારા જિલ્લાનું ગામ, જે છાશવારે હિન્દી ફિલ્મોમાં દેખાતું રહે. ઇરિગેશન કૉલોનીમાં કાકાને ઘરે રહીને સૂર્યકાંત ભણતો હતો, ત્યારની વાત છે. નવમા ધોરણમાં અભ્યાસ વખતે સૂર્યકાંતને એક મિત્ર સાથે એના માસીના ગામ ક્ષેત્ર માવલી જવાનું થયું. આ ગામ પણ સાતારા જિલ્લામાં અને ત્યાંય ફિલ્મના ખૂબ શૂટિંગ થાય. અહીં જ પહેલવહેલી વાર પ્રતિભાને જોઈ, જે ક્ષેત્ર માવલીમાં જ રહેતી હતી.

પહેલાં મુખ-દર્શન થયાં. એથી વધુ કંઈ નહીં. ન ઓળખ-પિછાણ વધી કે દિલમાં કોઈ હલચલ થઈ, પરંતુ બંને જાણતાં નહોતાં કે બહુ જલદી ફરીથી મળવાનું થશે અને એમાં નિમિત્ત બનશે શિક્ષણ.

દસમું પાસ કર્યા પછી ડી.એડ. (ડિપ્લોમા ઇન એજ્યુકેશન)ના કોર્સ માટે પ્રતિભાએ સાતારામાં એડ્મિશન લીધું, તો સૂર્યકાંત પણ સાતારાના ફલટનમાં ડિપ્લોમા ઇન સિવિલ એન્જિનિયરિંગમાં જોતરાઈ ગયો. કૉલેજનું નામ વેણુતાઈ ચવ્હાણ પોલિટેક્નિક. હવે પ્રૉબ્લેમ એ આવ્યો કે પ્રતિભાએ બે વર્ષમાં ડી.એડ.

કરી લીધું અને સૂર્યકાંત બે વાર ફેઈલ થયો.

સૂર્યકાંત-પ્રતિભાની ભવિષ્યમાં આકાર લેનારી લવ-સ્ટોરીનો અંત આવી ગયો? નોટ એટ ઑલ. કહાની મેં ટ્વિસ્ટ આયા. આ નૅગેટિવ ટ્વિસ્ટનું પગલું દબાવતો દબાવતો એક પૉઝિટિવ ટ્વિસ્ટ આવ્યો. પ્રતિભાનાં નસીબ જબરાં કે ફટાફટ પાસ થઈ ગઈ. એટલું જ નહીં, શિક્ષિકા તરીકે સરકારી નોકરી મળી ગઈ અને પહેલી જ એપૉઇન્ટમેન્ટ મળી ફલટનમાં.

બંનેની સ્કૂલ અને કૉલેજ આજુબાજુમાં. પોતાના ઘરથી દૂર બે એકલાઅટૂલા જણ ફરી અજાણ્યા ગામમાં મળ્યાં. ઘરની થોડી પ્રતિકૂળ, થોડી અનુકૂળ એવી સંદિગ્ધ લાગણી વચ્ચે એકમેકની મૈત્રી વધી. એકલા-એકલીમાં આકર્ષણ જાગ્યું અને બંને ખુદ કંઈ સમજે એ પહેલાં એમનાં દિલ કોરસમાં મીઠા અવાજે ગાવા માંડ્યાં, 'કુછ કુછ હોતા હૈ...'

છોકરીએ ભણી લીધું અને સરકારી નોકરી મળી ગઈ એટલે ઘરવાળા પ્રતિભાનાં લગ્નની વાતો કરવા માંડ્યા. લાગ જોઈને પ્રતિભાએ ઘરવાળાને સૂર્યકાંતની વાત કરી દીધી. તેને બહુ ઝાઝી નહીં તોય ચપટીક આશા ખરી કે, કદાચ ઘરવાળા માની જાય, પરંતુ બધાએ સૂર્યકાંતને એકદમ નકારી કાઢ્યો. માત્ર શાબ્દિક વિરોધથી શાંત ન પડ્યા. પ્રતિભાને સાફ શબ્દોમાં કહી દીધું કે બહુ નોકરી થઈ ગઈ, ચાલો હવે નોકરી છોડીને ઘરે બેસી જાવ.

30

ગુરુવાર, તા. ૦૯-૧૨-૧૯૯૯

અને ખરેખર પ્રતિભાને ફલટનથી ક્ષેત્ર માવલી ભેગી કરી દેવાઈ. હવે લગ્ન માટે બળજબરી થવા માંડી. સમજાવટ, દબાણ, શિખામણ વગેરે વગેરે. પ્રતિભાને થયું કે હવે મામલો બગડતો જશે. મનોમન વિચારવા માંડી કે કરવું શું? અચાનક તે બદલાઈ ગઈ. એકદમ ડાહીડમરી અને આજ્ઞાંકિત દીકરીની જેમ વચન આપ્યું કે હવે એ છોકરાને નહીં મળું, ક્યારેય નહીં મળું, પણ મને નોકરી કરવા દો. પ્લીઝ, પ્લીઝ, પ્લીઝ. સગી દીકરીને કયાં મા-બાપ દુઃખી જોઈ શકે? અને ક્યાં સુધી?

આ ગળચટ્ટાં જુઠ્ઠાણાંને જોરે પ્રતિભા ફરી ફલટન પહોંચી ગઈ. એ વખતે સૂર્યકાંતનું ડિપ્લોમાનું છેલ્લું વર્ષ. બંનેમાં સામાજિક અને આર્થિક માપદંડે બહુ ફરક નહીં. બંને સાધારણ પણ જીવનમાં ઠરીઠામ થયેલા પરિવારમાંથી આવે,

પરંતુ દીકરીનાં લગ્ન માટે મોટા ભાગનાં મા-બાપ પોતાનાથી સવાયું ઘર શોધે જ. એવું જ પ્રતિભાનાં મા-બાપનું હતું.

અચાનક કંઈક અવાજને લીધે સૂર્યકાંત અતીતમાંથી વર્તમાનમાં આવી ગયા. સામે ખૂણામાં બેસીને સૌરભ હીબકાં ભરીભરીને રડતો હતો. એ ખૂબ ડરી ગયેલો લાગતો હતો. સૂર્યકાંત એકદમ દીકરા પાસે ધસી ગયો અને એને છાતીસરસો ચાંપી દીધો.

સૌરભ માંડ માંડ શાંત પડ્યો. સૂર્યકાંતે પૂછ્યું, પણ એ કંઈ ન બોલ્યો. ખૂબ સમજાવટ બાદ એટલું જ બોલ્યો, 'માલા ભીતી વાટતે.' (મને ડર લાગે છે.) આટલું કહીને સૌરભ અંદર જતો રહ્યો.

સૂર્યકાંતને થયું કે આમ આખો પરિવાર વેદના, વિષાદ અને ફફડાટમાં કેવી રીતે જીવી શકે? આ તો અસહ્ય સ્થિતિ ગણાય. પોતે ખૂબ હિંમતપૂર્વક જીવ્યો છે, ઝઝૂમ્યો છે અને આગળ વધ્યો છે. ફરી એને પ્રતિભા સાથેના પ્રેમ-પ્રકરણના દિવસો યાદ આવી ગયા. નાની ઉંમરે કેવી ગજબની હિંમત બતાવી હતી બંનેએ?

પોતાના ઘરવાળાના દબાણને બરાબર સમજી ગયેલી પ્રતિભાએ સાફ શબ્દોમાં સૂર્યકાંતને કહી દીધું કે, ઘરેથી મારા માટે તકલીફ વધતી રહેવાની એટલે આપણે લગ્ન કરી જ લેવાં પડે. સદ્ભાગ્યે બંને ૨૧ વર્ષના પડાવને પાર કરી ચૂક્યાં હતાં.

એટલે સ્કૂલટીચર અને કૉલેજસ્ટુડન્ટે રજિસ્ટર મૅરેજ કરી લીધાં – તારીખ ૭ એપ્રિલ, ૧૯૮૮.

લગ્ન પછી સૂર્યકાંતે ઘરે જાણ કરી. બધા ખુશ તો થયા, પણ આગ્રહ રાખ્યો કે સાજનમહાજનની હાજરીમાં વિધિવત્ લગ્ન કર્યા બાદ છોકરી ઘરમાં પગ મૂકી શકશે હોં. સૂર્યકાંતના ઘરવાળા જઈને પ્રતિભાના પરિવારજનોને મળ્યા અને સમજાવ્યા. સમજી જવા અને માની જવા સિવાયનો કોઈ વિકલ્પ બચ્યો ક્યાં હતો?

ચાર મહિના પછી બંનેનાં વિધિવત્ લગ્ન કરાવી દેવાયાં. ૧૯૮૮ની ૧૦મી જુલાઈની લગ્ન-વિધિથી બંનેના સંબંધને સમાજની સ્વીકૃતિ પણ મળી ગઈ.

બંને પરિવારે લગ્નમાં હસતા ચહેરે ભાગ લીધો, પણ આ સ્મિતના મુખવટા હેઠળ ગુસ્સો હતો, રોષ હતો અને ચીડ હતી. હનિમૂન કપલે ઝડપભેર આ હસમુખો મુખવટો ઊતરતાં જોયો.

સૂર્યકાંતને એન્જિનિયરિંગમાં ભણાવવા પાછળ ખૂબ ખર્ચો થયો હતો. એમાંય બે વર્ષ નાપાસ એટલે વધારાનો બોજ. આટઆટલો ખર્ચ કર્યા બાદ વળતર શું આપ્યું? મા-બાપને કે ઘરના કોઈને પૂછ્યાગાછ્યા વગર મનગમતી છોકરી સાથે પરણી ગયો! નાના ગામમાં સૂર્યકાંતના આ 'અવિચારી' પગલાની મોટી મોટી,

લાંબી લાંબી અને સાવ નકામી ચર્ચા થઈ. નવદંપતી લગ્ન કરી લીધાનો આનંદ માણી લે એ અગાઉ પહેલો વ્યવહારિક કુઠારાઘાત અનુભવ્યો.

મા-બાપે પહેરેલ કપડે જ સૂર્યકાંત અને પ્રતિભાને ઘરમાંથી કાઢી મૂક્યાં. આ ઇમોશનલ આંચકાને બંને પચાવે ત્યાં નવી મુશ્કેલી આવી, પ્રતિભા ફલટનમાં નોકરી કરે અને સૂર્યકાંતને જૉબ મળ્યો પુણેમાં. નોકરી સ્વીકારવા સિવાય છૂટકો નહોતો, પણ હકીકતમાં સૂર્યકાંતનું સપનું કંઈક અલગ હતું. તેને તો બિઝનેસ કરવો હતો, પોતાનો બિઝનેસ, પરંતુ બિઝનેસ ડ્રીમ્સ સામે બજેટ હતું, બિગ ઝીરો. માંડ માંડ નોકરીમાં એક વર્ષ કાઢ્યું, પછી તિલાંજલિ આપી દીધી. ખૂબ કપરો સમય હતો એ. બંધાતા મકાનમાં સેન્ટરિંગ લગાવવાનું કામ શરૂ કર્યું, પોતાનું કામ. થોડા સમયમાં પ્રગતિ કરીને આખા બિલ્ડિંગનું લેબર વર્ક લેવાનું શરૂ કર્યું. એનાથી આગળ વધીને મટીરિયલ સાથે લેબર વર્ક લેવાનું શરૂ કરી દીધું. કૉન્ટ્રાક્ટર તરીકે જમાવટ કરતાં અગાઉના ત્રણ વર્ષ ખૂબ આકરાં ગયાં. આ મુશ્કેલીભર્યા સમયમાં સૂર્યકાંતને સતત પ્રતિભાનો સાથ, સહકાર, સ્મિત અને સ્નેહ મળતાં રહ્યાં. આ તબક્કામાં જ ૧૯૯૨માં સૌરભનો જન્મ થયો. ૧૯૯૬માં આવ્યો સંકેત.

આ સંઘર્ષ અને સફળતાની સફરમાં સૂર્યકાંત માટે સૌથી મહત્ત્વની બાબત હતી પ્રતિભાનો પ્રેમ અને સંકેતના આગમન બાદ તો બિઝનેસ એકદમ ફાસ્ટ ટ્રેક પર દોડવા માંડ્યો. લોકોની નજરમાં સૂર્યકાંત ભાંડેપાટીલ માટે માન દેખાવા માંડ્યું. હવે તેઓ ધંધામાં વધુ ને વધુ ધ્યાન આપવા માંડ્યા.

સૂર્યકાંતે ઘર-પરિવારની અવગણના કરવી પડતી, પણ પ્રતિભાએ સંભાળી લીધી કુટુંબની પૂરેપૂરી જવાબદારી, પોતાની શિક્ષિકાની નોકરી ઉપરાંત. બધું મસ્ત અને સુપર ચાલતું હતું ત્યાં આવી ૧૯૯૯ની ૨૯મી નવેમ્બર અને સંકેત અદૃશ્ય થઈ ગયો.

જાણે સંકેતના આગમન સાથે દૃશ્યમ્ થયેલાં સુખ, શાંતિ અને સ્મિત હવે એનાં ગાયબ થવા સાથે અદૃશ્યમ થઈ જશે? સૂર્યકાંતથી ન તો સંકેતનો વિરહ સહન થતો હતો કે ન તો પરિવારની યાતના. સૂર્યકાંત ખુરસીમાં ઊભા થઈ ગયા. મનોમન ગાંઠ વાળી લીધી કે આ બધાંનો અંત લાવીને જ રહીશ. સચ્ચાઈને બહાર લાવ્યા વગર જંપ વાળીને નહીં બેસું. સૂર્યકાંતે જમણા હાથની મુઠ્ઠી વાળી, દાંત ભીંસ્યા અને એ મુઠ્ઠી જોરથી ડાબા હાથની હથેળી પર મારી. એની દૃઢ નિર્ણયશક્તિને આશીર્વાદ મળતા હોય એમ દૂર અંબિકા માતાના મંદિરમાં ઘંટારવ શરૂ થયો.

એક તરફ સૂર્યકાંત વિષ્ણુ ભાંડેપાટીલે સચ્ચાઈ સુધી પહોંચવાનો મનોમન

નિર્ણય કર્યો, તો સામે પક્ષે પોલીસ પણ ઘટનામાં દેખાયેલા નવા વળાંક મુજબ વર્તવા માંડી.

શિરવળ પોલીસચોકીની ઈંટની ભીંતોને કાને થોડા સવાલ વારંવાર અથડાવા માંડ્યા, 'શું સૂર્યકાંતે ખરેખર એક લાખ રૂપિયા મૂક્યા હશે? મૂક્યા હોય તો ત્રણ-ચાર મિનિટમાં ક્યાં ગાયબ થઈ જાય? કેવી રીતે? એના પછી અમે કેટલા બધા પોલીસવાળા ફરી વળ્યા તો કોઈ ચકલુંય કેમ દેખાયું નહીં?'

પોલીસે ગામમાં અને બૅન્કમાં સૂર્યકાંત વિશે પૂછપરછ શરૂ કરી દીધી. દીકરાના અપહરણ બાદ એના છુટકારા માટે બૅન્કમાંથી કઢાવેલી રકમ પાછી જમા કરાવી દીધી તો બાનપેટે ચૂકવ્યું શું? પોલીસે સૂર્યકાંતની આડકતરી પૂછપરછ કરી. એના મિત્રોને પૂછવાનું શરૂ કર્યું, 'આ માણસ છે કેવો? તમને શું લાગે છે?'

અત્યાર સુધી માત્ર હાથ ઘસતી બેસી રહેલી પોલીસ સૂર્યકાંત અંગે મળેલી નવી લીડમાં કોઈ કચાશ છોડવા માગતી નહોતી. આ દોડધામમાં પોલીસને એક નાની, પણ નવી વાત જાણવા મળી. શિરવળ ગામમાં એક નાનકડી હોટેલ. એના માલિક ગોલંડે. આ હોટેલમાં મુખ્યત્વે મજૂરો આવે-જાય. નાસ્તો કરે, ચા પીએ અને પોતે લાવેલા રોટલા સાથે હોટેલમાંથી કંઈક મગાવીને જમી લે. આ હોટેલની સૌથી ફેવરીટ ડિશ એટલે ગોસ્તપિંગ. એકદમ ગરમાગરમ અને મસાલેદાર અને પાછી સાવ મફતમાં. આ હોટેલમાં મજૂરો અને કૉન્ટ્રાક્ટર્સ વચ્ચે ચાલતી ગપ્પાબાજીમાં એક નામ બહુ ચર્ચાવા માંડ્યું, 'અમજદ શેખ'.

'આ અમજદ શેખનું તાજુદ્દીન ખાનની દીકરી સાથે કંઈક ચાલતું હતું હોં.'

'કોણ તાજુદ્દીન ખાન?'

'એ, સૂર્યકાંત ભાંડેપાટીલનો મિક્સર ડ્રાઇવર. એના જ બંગલોના આઉટહાઉસમાં રહે છે. યાદ આવ્યું કંઈ?'

'હા, પણ અમજદનું છે શું?'

'સંકેત ગાયબ થઈ ગયો એમ જ અમજદ પણ અદશ્ય થઈ ગયો છે.'

'ઘર કા ભેદી લંકા ઢાયે.'

31

શુક્રવાર, તા. ૧૦-૧૨-૧૯૯૯

આ ગોલંડેની બીજી હોટલ શિરવળથી બે કિલોમીટરના અંતરે આવેલા ગામ ચૌફાળેમાં. એ હોટેલ પણ મજૂરો અને કૉન્ટ્રાક્ટરોની ફેવરિટ. સૂર્યકાંતના મિક્સર

ડ્રાઇવર તાજુદ્દીન ખાનની દીકરી ફાતિમાના મિત્ર અમજદ શેખની વાત વિના પગે શરવળની હોટેલથી ચૌફાળેની હોટેલમાં પહોંચી ગઈ.

આની સાથોસાથ ખબરીઓ થકી અમજદ શેખનું નામ પોલીસ સુધી પહોંચી ગયું. પોલીસે તરત જ સૂર્યકાંતના મજૂરોની પૂછપરછ કરી. સૂર્યકાંતના અને તેમના પરિવારને સવાલો કર્યા. ફાતિમાને બોલાવીને ફેરવી ફેરવીને પૂછ્યું, પણ એ કંઈ ન બોલી. આ આખી કવાયતમાં બે વાત નક્કી થઈ. એક, અમજદ શેખને ફાતિમા સાથે કંઈક સંબંધ હોવા જોઈએ. બે, અત્યારે અમજદ શેખનો કોઈ અતોપતો નથી. સંકેત અપહરણ કેસમાં જાણે એક પેટર્ન બનતી જતી હતી કે શકમંદના નામ સુધી પહોંચાય ત્યારે એ જાણે હવામાં ઓગળી જાય! એ વખતે કોઈ જાણતું નહોતું કે અમજદ શેખ તો ક્યારનોય મહારાષ્ટ્ર છોડી ચૂક્યો હતો. નિશ્ચિત મંઝિલ હતી. અમજદને પોતાના કામ સાથે મતલબ હતો અને દુનિયાની લેશમાત્ર પરવા નહોતી. અમજદ શેખ પોતાની દોડધામ કરી રહ્યો હતો, ત્યારે એ સાવ અંધારામાં હતો કે માત્ર 'સાંઈ-વિહાર' જ નહીં, શિરવળ પોલીસચોકી અને સમગ્ર ગામડામાં એના નામની ચર્ચા ચકડોળે હતી.

પોલીસ ફરીથી હતી ત્યાં ને ત્યાં આવી ગઈ. 'સાંઈ-વિહાર'ની અંદર પિતા વિષ્ણુ, કાકા શામરાવ, મોટા ભાઈ વિવેક, સાળો શેખર, પિતરાઈઓ સંજય-અજય, મા જનાબાઈ, કાકી શલાન અને પત્ની પ્રતિભા અકળામણ અનુભવતાં હતાં. મૂંઝારો થતો હતો. બધાને કંઈક જાણવું હતું, કંઈ પૂછવું હતું, પણ સિંહને પૂછે કોણ કે તારું મોં ગંધાય છે?

વિષ્ણુ અને શામરાવે લાંબી ગુફ્તેગો કર્યા પછી મન મક્કમ કરીને સૂર્યકાંતને બોલાવ્યા. આરપાર વીંધી નાખતી નજર સાથે સાફ શબ્દોમાં અણિયાળો સવાલ પુછાયો, 'બૅન્કમાંથી કઢાવેલી એક લાખ રૂપિયાની નોટ પાછી કેવી રીતે જમા થઈ? આ અંગે ગામમાં થતી ચર્ચા અને તારા તરફ ચીંધાતી આંગળી અમારા સૌનાં કાળજા પર કરવત ફેરવી રહી છે. જે હોય તે સાચેસાચું કહી દે!'

સૂર્યકાંતે ઘરના બધા મોટાને બોલાવવાનો આગ્રહ કર્યો. સૌના મનમાં ફફડાટ બેઠો કે સૂર્યકાંત શું કહેશે? કોઈ કડવી સચ્ચાઈ બહાર આવી તો...? સૂર્યકાંતે એક-એક સામે જોયું... જનાબાઈ, શલાન અને પ્રતિભા એક તરફ બેઠાં. બીજી બાજુ સંજય, અજય, શેખર અને વિવેક તથા સોફામાં વિષ્ણુ અને શામરાવ.

સૂર્યકાંતને થયું કે આ અદાલતમાં પોતે શકમંદ છે. એમની પાસે મને ગુનેગાર ઠરાવવાના કોઈ પુરાવા કે સાક્ષી નથી. માત્ર અફવા છે, શંકા છે, કાનાફૂસી છે, પણ મારે તો પુરાવા અને સાબિતી વિના નહીં ચાલે. એ પણ ગળે ઊતરે અને મન-મગજ સ્વીકારે એવા પુરાવા. અચાનક સૂર્યકાંત પોતાના ઘરમાં સાવ

એકલા પડી ગયા. પોતીકાઓની વચ્ચોવચ સાવ પરાયા થઈ ગયા. એક તો દીકરો લાપતા થયાની અસહ્ય વેદના, કંઈ ન કરી શકવાની ઝેરીલી લાચારી અને એમાં આ દોષારોપણ?

સૂર્યકાંતે ખોંખારો ખાધો. ખૂબ મન થયું કે નજર ઊંચી કરીને બધાની આંખોમાં આંખ મેળવીને વાત કરે, પણ એમ ન કર્યું. કદાચ ન કરી શક્યા. ધરતી તરફ આંખ રાખીને સૂર્યકાંતે બોલવાનું શરૂ કર્યું, 'સંકેતના ગાયબ થવા વિશે તમે બધાં દુઃખ, દર્દ અને તાણ અનુભવો છો. આ લાગણીઓની સાથોસાથ એક પિતા તરીકે હું કંઈક વધુ, કંઈક અનુભવ છું, પીડાઉં છું. એક પિતા ઉપરાંત પુરુષ તરીકે અને ઘરના વડીલ તરીકેની ફરજમાં ઊણો ઊતર્યાના કાંટા મારા કાળજામાં અંદર અંદર ઊતરતા જાય છે. સતત દોડધામ... ક્યારેક કોઈને શોધવાની... કોઈને મળવાની... પોલીસને સવાલો કરવાના... પોલીસને જવાબો આપવાના... ઘરમાં બધાનાં દર્દ મહેસૂસ કરવાનાં... એનો પોતાની પાસે કોઈ ઇલાજ ના હોવાની બેચેની...'

વિષ્ણુ ભાંડેપાટીલે વાતને તોડી, 'એ બધું સાવ સાચું. માની લીધું, પણ બૅન્કમાં એક લાખ...'

ઉપર જોયા વિના સૂર્યકાંતે આગળ ચલાવ્યું, 'આ મુસીબતના સમયમાં ઘણા મિત્રો દોડી આવ્યા... ખૂબ દોડાદોડી કરી... શક્ય એટલી સહાય કરી... ઈંટ સપ્લાયર અને મારા મિત્ર સુરેશ કુંભારને તમે બધા ઓળખો જ છો... અપહરણના ત્રીજા-ચોથા દિવસે સુરેશભાઈ મને મળવા આવ્યા... હું અંદરના મારા રૂમમાં હતો એટલે કોઈકે ત્યાં મોકલ્યા... તેમણે હિંમતના બે શબ્દો કહ્યા અને સંકેત હેમખેમ પાછા આવી જવાની આશા વ્યક્ત કરી... આ સાથે તેમણે એક લાખ રૂપિયા મારી સામે ધર્યા... પાંચસો-પાંચસોનાં બે બંડલ. ખૂબ આગ્રહ કર્યો કે રાખો. આ, કદાચ જરૂર પડે. મેં ખૂબ ના પાડી, પણ એ ન માન્યા... એમને માઠું ન લાગે એટલે મેં એ બંને બંડલ કબાટ ખોલીને પ્લાસ્ટિકની બૅગમાં મૂકી દીધાં... એ જ બૅગની અંદર અગાઉ બૅન્કમાંથી લાવેલાં બે બંડલ પડ્યાં હતાં... બાનની રકમ આપવા માટે મેં આ થેલીમાંથી જે બે બંડલ કાઢ્યાં એ કદાચ સુરેશભાઈવાળાં હતાં... ઉપર હોવાથી પહેલાં હાથમાં આવ્યાં... પછી મેં બાકીનાં બે બંડલ બીજા દિવસે બૅન્કમાં પાછાં જમા કરાવી દીધાં...'

સન્નાટો... 'સાંઈ-વિહાર'માં એકદમ શાંતિ, હીબકાંઓથી સ્મશાનવત્ શાંતિ... ટાંચણી પડવાનો વિચાર કરે તો એ વિચાર સુધ્ધાં સંભળાય... પ્રતિભાનાં હીબકાંઓથી શાંતિભંગ... સંજય અને શેખર જઈને સૂર્યકાંતની આજુબાજુ ઊભા રહી ગયા... બંનેએ કંઈક કહેવું હતું, પણ શબ્દો ન નીકળ્યા. પ્રતિભા રડતી-

રડતી અંદર દોડી ગઈ. વિષ્ણુના ઇશારે જનાબાઈ અને એની પાછળ-પાછળ શલાન અંદર જતી રહી.

વિષ્ણુએ આવીને દીકરાના ખભા પર હાથ મૂક્યો. સૂર્યકાંતે ઉપર ન જોયું. તો હાથની પકડ જરા આકરી બની. સૂર્યકાંતે ઉપર જોયું. વિષ્ણુ સ્મિત આપવા માગતા હતા, પણ એમ કરી ન શક્યા. તેમણે ધીમેથી સૂર્યકાંતની પીઠ થપથપાવી... પોતે રડી પડશે એવો ડર લાગવાથી સૂર્યકાંત ઊભા થઈને ત્યાંથી સડસડાટ જતા રહ્યા.

32

શનિવાર, તા. ૧૧-૧૨-૧૯૯૯

'સાંઈ-વિહાર'માં શાંતિ હતી, નીરવ શાંતિ યુદ્ધ પછીની અજંપાવાળી શાંતિ સૂર્યકાંતને નિર્દોષ સાબિત થયાની ખુશીથી વધારે દુ:ખ પોતાના પર ઊઠેલી શંકાનું થતું હતું. બાકી સૌ સૂર્યકાંત પર આવું આળ મૂક્યાની ગ્લાનિમાં ગળાડૂબ હતા. આમાં સૌથી વધુ ખરાબ હાલત પ્રતિભાની હતી.

પોતાને અથાગ પ્રેમ કરનારા, મારા માટે ઘર અને ઘરવાળાને છોડી દેનારા આજે આકરો સંઘર્ષ કરનારા સૂર્યકાંત પર પોતે શંકા કરી? અને એ પણ આવી અકલ્પનીય અને ક્રૂર શંકા?

સૂર્યકાંતને કંઈ સમજાતું નહોતું. મન પર ભાર હતો. પોતાની રૂમમાં થોડીવાર બેસે, થોડીવાર આંટા મારે, અચાનક બધાં જૂનાં છાપાં કાઢીને ફંફોસવા માંડ્યા. કોઈક સમાચાર પર બોલપેનથી નિશાન કરીને છાપાનું એ પાનું અલગ મૂકી દે. એની પાનાં ઉથલાવવાની ઝડપ અને ઝનૂન ગજબનાક હતાં. જાણે છાપામાં ક્યાંક સંકેત કે એનો કિડનેપર જ હોય અથવા એમનું સાચેસાચું પૂરેપૂરું સરનામું મળવાનું હોય. પ્રતિભા દરવાજાની આડશેથી સૂર્યકાંતને જોઈ રહી હતી. તેને અંદર જવું હતું. ખૂબ વાતો કરવી હતી. ખાસ તો કંઈક કહેવું હતું, 'સૉરી, માઝી ચૂક ઝાલી હો.' (સૉરી, મારાથી ભૂલ થઈ ગઈ જી.) અચાનક સૂર્યકાંત ઊભા થયા અને તોફાનની જેમ રૂમની બહાર નીકળીને 'સાંઈ-વિહાર'ની બહાર જતા રહ્યા. એમને આમ જતા જોઈને સંજય પણ લગભગ પાછળ દોડી ગયો.

શિરવળ પોલીસચોકીમાં પી.એસ.આઈ. સતીશ માનેએ સામે ઊભેલા બે સિનિયર કૉન્સ્ટેબલ સામે જોયું, 'તમે બંને અનુભવી છો. એકદમ વિશ્વાસુ છો. આ કામ થોડું મુશ્કેલ છે, પણ આપણે આવી કામગીરી બજાવવી પડે છે. સત્ય

સુધી જવાનો રસ્તો ગમે તે ગલીમાંથી મળી શકે. એ ગલી ન ગમતી, ગંધાતી, અંધારી કે ખાડા ટેકરાવાળી હોઈ શકે, તમે બંને કંઈક નક્કર લઈને આવશો જ એની મને ખાતરી છે.'

માનેના ઇશારા બાદ બંને કૉન્સ્ટેબલ સલામ કરીને ચાલતા થયા. માને ટેબલ પર બોલપેન ઠપકારતાં ઠપકારતાં હડપચીને હળવેથી ખંજવાળતા વિચારે ચડી ગયા, 'આ 'સાંઈ-વિહાર'માં કંઈક તો ચોક્કસ છુપાયેલું છે... ખુદ સૂર્યકાંત વિશે નવા ફણગા ફૂટ્યા... એનો સાળો ભેદી રીતે ગાયબ થઈ ગયો હતો... એના કઝિન અજયે માત્ર બે જ મહિના કેમ સૂર્યકાંત સાથે કામ કર્યું... નોકરાણી ફાતિમાનો બોયફ્રેન્ડ અમજદ શેખ ક્યાં?... ક્યાંક કંઈ એવું છે જે હજી નજર સામે આવ્યું નથી...'

નજર 'સાંઈ-વિહાર' પર પડતાં જ બંને કૉન્સ્ટેબલના પગ ઊભા રહી ગયા.

પહેલો કૉન્સ્ટેબલ: 'મને ખૂબ વિચિત્ર લાગે છે હો...?'

બીજો કૉન્સ્ટેબલ: 'સાચી વાત નોકરી છે. છૂટકો નથી.'

પહેલો કૉન્સ્ટેબલ: 'આપણે ફરજ બજાવવા આવ્યા છીએ. લાગણીશીલ બની ગયા તો નહીં ચાલે.'

બીજો કૉન્સ્ટેબલ: 'સખતાઈ તો બતાવવી પડે ક્યારેક?'

બંનેને 'સાંઈ-વિહાર'માં પ્રવેશતા જોઈને વિષ્ણુ ભાંડેપાટીલ આગળ આવ્યા. 'સૂર્યકાંત તો હમણાં જ બહાર ગયો.'

પહેલો કૉન્સ્ટેબલ: 'વાંધો નહીં, ભલે ગયા એમનું કામ નથી. પ્રતિભાતાઈને બોલાવો.'

'પ્રતિભાને કેમ? જે પૂછવું હોય તે મને પૂછો...'

બીજો કૉન્સ્ટેબલ: 'ના, એમને જ કેટલાક સવાલો પૂછવાના છે.'

'સાહેબ, એની હાલત ખરાબ છે. દુઃખી-દુઃખી થઈ ગઈ છે. ભૂખ, તરસ અને ઊંઘ બધું હરામ થઈ ગયાં છે બિચારીનાં.'

પહેલો કૉન્સ્ટેબલ: 'બરાબર છે, પણ સવાલો કર્યા વિના નહીં ચાલે. સંકેતના હિતમાં જ પૂછપરછ કરવાની છે, બોલાવો એમને...'

વિષ્ણુએ ઇશારો કરતાં દૂર ઊભેલી જનાબાઈ પ્રતિભાને લેવા અંદર ગઈ. થોડીવારમાં જનાબાઈ અને શાલન સાથે પ્રતિભા બહાર આવી. એ બંને સોફા પર પ્રતિભાની આસપાસ ગોઠવાઈ ગઈ. સામે વિષ્ણુ બેસી ગયા.

બંને કૉન્સ્ટેબલે બધા સામે જોયું પછી એકમેક સામે જોયું.

પહેલા કૉન્સ્ટેબલે થોડા રૂઆબ સાથે કહ્યું, 'અહીં પ્રતિભાતાઈ સિવાય કોઈ નહીં બેસે. એકલામાં પૂછપરછ કરવાની છે.'

વિષ્ણુ એકદમ ઊભા થઈ ગયા, 'પણ સાહેબ...'

બીજો કૉન્સ્ટેબલ: 'પ્લીઝ, અમારા કામમાં ડિસ્ટર્બ ન કરો. થોડીવારનો જ સવાલ છે...'

વિષ્ણુ, જનાબાઈ અને શાલન પરાણે ઊભાં થઈને જતાં રહ્યાં. બંને કૉન્સ્ટેબલ બરાબર પ્રતિભાની સામે ખુરશી પર ગોઠવાઈ ગયા. બંનેએ મશીનગનની જેમ સવાલોનો મારો શરૂ કરી દીધો.

'કઈ સ્કૂલમાં નોકરી કરો છો? તમે ભણ્યા ક્યાં? પિયર ક્યાં છે? આ જૉબ ક્યારે શરૂ કર્યો? જૉબનો ટાઇમિંગ શું? લવ-મૅરેજ હતાં ને તમારાં? હવે આ કુટુંબમાં બધા સાથે સંબંધ કેવા? લવ-મૅરેજથી ઘરવાળાં ખુશ હતાં? તમારા ઘરે વધારે આવરોજાવરો કોનો? સૂર્યકાંતને મળવા આવનારાઓમાં કોઈ ખાસ? તમને કોઈ પર શંકા? તમને ફોન કરનારાને નંબર ક્યાંથી મળ્યા?'

સવાલોના જવાબ આપતાં પ્રતિભાની અકળામણ વધી રહી હતી. મગજ ચકરાવે ચડવા માંડ્યું હતું. હવે એને સવાલો પૂરા સંભળાતા પણ નહોતા... 'તમે... સ્કૂલ... સંકેત... સૂર્યકાંત... શંકા... ફોન કરનારાનો અવાજ...' અચાનક પ્રતિભા બે હાથ વચ્ચે મોઢું સંતાડીને રડવા માંડી. બંને કૉન્સ્ટેબલ એકદમ ડઘાઈ ગયા. એ જ વખતે સંજય ભાંડેપાટીલ અંદર આવ્યો.

નજર સામે રડતી પ્રતિભાભાભી અને બે કૉન્સ્ટેબલને જોઈને એનો પિત્તો ગયો. સંજય બંને પર બરાબરનો તાડૂક્યો, 'ઘરમાં આવીને પૂછપરછ કરતાં શરમ નથી આવતી? જેનો દીકરો ગયો છે એની સાથે સવાલબાજી કરવા આવ્યા છો? જે પૂછવું હોય તે અમને પૂછો. સૂર્યકાંતભાઉ અને અમે બધા એક-એક સવાલના જવાબ આપવા તૈયાર છીએ.'

કૉન્સ્ટેબલ કંઈક બોલવા જતા હતા, પણ સંજય ગુસ્સામાં બે-ચાર ગાળ આપ્યા બાદ બરાડી ઊઠ્યો, 'ગેટ-આઉટ.'

દરવાજો ખખડાવીને સૂર્યકાંત અને રફીક મુજાવર રાહ જોતા હતા. બંને પુણેના સહકાર નગરમાં એક જ્યોતિષને મળવા પહોંચી ગયા હતા.

એ સજ્જન લોલક થકી ભવિષ્ય ભાખતો હતો. અહીં ફરતા લોલકમાં સૂર્યકાંતને પોતાનો પડછાયો દેખાયો. પોતે નહોતો ઘરનો કે નહોતો ઘાટનો. કદાચ સચ્ચાઈ પણ આ લોલકની જેમ ક્યાંક હતી, પણ પોતે એના સુધી પહોંચી નહોતો શકતો. ડૂબતો તણખલું ઝાલે એમ સૂર્યકાંત અહીં આવ્યા તો ખરા, પણ સંકેત વિશે ગોળ ગોળ વાતોની ચટણી અને શક્યતાનાં વડાં સિવાય કાંઈ હાથ ન લાગ્યું. સૂર્યકાંતની હતાશા જોઈને રફીકને દયા આવી ગઈ. આ રફીક ગામમાં જ રહે. અગાઉ માત્ર સાધારણ ઓળખ-પરિચય, પણ સંકેત ગાયબ થયા બાદ

નિકટતા વધી ગઈ. એ નોકરીમાંથી રજા લઈને સૂર્યકાંતની સાથે રહેવા માંડ્યા હતા. ગામના અમુક વાંકદેખાને આમાં પણ કંઈક ખોટું ખરાબ થતું હોવાની શંકા થતી હતી.

33

શનિવાર, તા. ૧૧-૧૨-૧૯૯૯

ગામને મોઢે ગળણું ન બંધાય. મોટા ભાગના લોકો બે માણસોની દોસ્તી કે નિકટતા જોઈ શકતા નથી. કમળાના દર્દીની જેમ બધું જ પીળું દેખાય. શિરવળની ચોવટિયા અનલિમિટેડ કંપનીના મફતિયા આગેવાનોએ કાનાફૂસી શરૂ કરી દીધી હતી, 'આ રફીક મુજાવર પહેલાં તો ક્યારેય સૂર્યકાંત ભાંડેપાટીલ સાથે આટલો બધો દેખાતો નહોતો હો...'

'અરે, બેઉ જણ ભાગ્યે જ એકમેકને ઓળખતા હતા...'

'હા, ક્યારેક ગામવાસી તરીકે રસ્તામાં મળી જાય તો માંડ માંડ સ્માઇલની આપ-લે થાય...!'

'પણ આ સંકેત ગાયબ થયા બાદ તો રફીક વધુ ને વધુ સૂર્યકાંતની સાથે દેખાવા માંડ્યો. કાયમ સાથે ને સાથે ચોંટેલો રહે.'

'દાળમાં કંઈ કાળું તો નહીં હોય ને?'

'અરે, સૂર્યકાંતે સમજવું જોઈએ કે નહીં?'

'આપણે આટલા બધા ગામમાં છીએ. વર્ષોથી ઓળખીએ છીએ. છતાં એની સાથે જ દોડધામ?'

'આવા સમયે મદદ માગી હોય તો આપણે થોડા ના પાડવાના હતા...'

'ખેર, જેવી ઉપરવાળાની મરજી. આપણે ઇચ્છીએ વધુ કંઈ ગરબડ ન થાય.'

'હા, નહીંતર ગામવાળાનો એકમેક પરથી વિશ્વાસ ઊઠી જશે.'

'મૂકોને પંચાત ભાઈ... આપણે કેટલા ટકા?'

'એના કરતાં બીડીનો કશ લગાવીએ. હાલો નદીએ આંટો મારી આવીએ.'

નિરા નદીને કિનારે સૂર્યકાંત બેઠા હતા. થોડીવારમાં ઊભા થઈને ટહેલવા માંડ્યા. નદીનું ધીમે-ધીમે વહેતું નિર્મળ જળ, એના પરથી આવતો ઠંડો પવન, આસપાસની હરિયાળી, પંખીઓના ટહુકા... કંઈ કરતાં કંઈ સૂર્યકાંતના મનને ટાઢક કે મગજને શાંત પાડી શકતાં નહોતાં. સૂર્યકાંતે શર્ટના ઉપરના ખિસ્સામાંથી એક ફોટો કાઢ્યો, એમના હાથમાં નાનકડો સંકેત ઊંઘી રહ્યો હતો... એકદમ

નિરાંતે... કોઈ જાતની ફિકર વિના. જાણે એને ખાતરી હતી કે પપ્પાના હાથમાં હોઈએ પછી કેવી ચિંતા? ફોટામાં દેખાતું હતું કે સૂર્યકાંત થોડા ઉપર ઈશ્વરના ફોટા તરફ જોઈને દીકરા માટે આશીર્વાદ માગવા સાથે આભાર માગી રહ્યા હતા.

'હા, સંકેતના જન્મમાં ભગવાને ઘણી મોટી મદદ કરી હતી. એ સમયે જ ન થવાનું થઈ ગયું હોત... એકદમ આઘાતજનક... કંઈક અમંગળ...'

સૂર્યકાંત ભૂતકાળમાં સરી પડ્યા... ૧૯૯૬નું વર્ષ હતું... પ્રતિભાને ફરી સારા દિવસો હતા... આ બીજી ડિલિવરી કરવા માટે એ પિયર ગઈ હતી... સૂર્યકાંત પોતાના આગળ વધતા કામને વધુ આગળ ધપાવવા અને કારકિર્દી જમાવવાની દોડધામમાં હતા.

૧૯૯૬ના ઑક્ટોબરમાં પ્રતિભાને હૉસ્પિટલમાં દાખલ કરાઈ, આઠમી ઑક્ટોબરે સાંજે લગભગ પાંચ વાગ્યે. સાતારાની હૉસ્પિટલના ડૉક્ટરના આસિસ્ટન્ટનો ફોન આવ્યો કે ઇમર્જન્સી છે, તમે તાત્કાલિક આવી જાઓ.

બધાં કામકાજ પડતાં મૂકીને સૂર્યકાંતે પોતાની ઓપન જીપ દોડાવી. ૬૦ કિલોમીટરનું અંતર કાપવાનું હતું. પ્રતિભાના આવા એકદમ નાજુક સમયે એની સાથે રહેવું છે... કેવું હશે મારું બીજું બાળક? વિચારોની હારમાળા ગાડીનાં પૈડાની ગતિ સાથે કદમ મિલાવતી હતી.

સૂર્યકાંતનું મન જાણે છે કે સવા કલાકનું ડ્રાઇવિંગ કરીને પોતે હૉસ્પિટલ જેવી રીતે પહોંચ્યા તેઓ પ્રતિભાને જોવા, પ્રતિભાને મળવા એકદમ તલપાપડ હતા... રોજબરોજના કામની દોડધામ અને લાંબા ડ્રાઇવિંગ છતાં બન્ને પગથિયાં કુદાવીને તેઓ હૉસ્પિટલમાં પહોંચ્યા, ત્યારે સાંજના ૬.૩૦ વાગ્યા હતા.

રિસેપ્શન કાઉન્ટર પર પ્રતિભા ભાંડેપાટીલનું નામ ઉચ્ચારતાં જ રિસેપ્શનિસ્ટે પૂછ્યું, 'તમે કોણ છો પેશન્ટના.'

'હું એનો હસબન્ડ સૂર્યકાંત ભાંડેપાટીલ.'

રિસેપ્શનિસ્ટે તરત જ ઊભા થઈને સામે એક ફાઈલ ધરી દીધી.

'આ કાગળ પર સહી કરો. ફટાફટ... સિઝેરિયન કરવું પડશે?'

'પહેલાં એને મળવા તો દો...'

'જુઓ, સિઝેરિયન તાકીદે કરવું પડે એમ છે. અમે તમારી જ રાહ જોતા હતા...'

'એ બરાબર છે પહેલાં એને એકવાર મળી લઉં તો નિરાંત થાય કે...'

'સર અત્યારે એમને મળવાનો સમય નથી. પહેલાં સહી કરી દો.'

સૂર્યકાંતે પિત્તો ગુમાવ્યો. ઊંચા અવાજે બોલ્યા, 'પહેલાં પ્રતિભાને મળીશ, પછી જ સહી થશે...'

'સર, બૂમાબૂમ ન કરો... આ હૉસ્પિટલ છે...'

'શા માટે બૂમાબૂમ ન કરું?'

'મારી પત્ની મુશ્કેલીમાં છે... હું આટલા દૂરથી આવ્યો છું... એકવાર એનું મોઢું જોવા દેવાને બદલે તમે એક જ વાત પકડી રાખી છે.'

'સહી કરો... પહેલાં સહી કરો... હું પહેલાં સહી નથી કરવાનો...'

રિસેપ્શનિસ્ટ કંઈ બોલવા જતી હતી, પણ સામેથી ડૉક્ટરને આવતા જોઈને ચૂપ થઈ ગઈ. ડૉક્ટરે નજીક આવીને પૂછ્યું, 'શેનો અવાજ થાય છે. આટલો બધો?'

સૂર્યકાંત તરફ આંગળી ચીંધતાં રિસેપ્શનિસ્ટ જવાબ આપ્યો, 'આ મિસ્ટર સમજતા નથી? નાહકની દલીલ કરે છે...'

ડૉક્ટર: 'કોણ છે?'

'સૂર્યકાંત ભાંડેપાટીલ, પેશન્ટ પ્રતિભાના પતિ...'

ડૉક્ટર: 'સારું થયું તમે આવી ગયા... તાત્કાલિક સિઝેરિયન કરવું પડશે. તમે સહી કરો પછી બીજી બધી વાત...'

સૂર્યકાંત: 'પહેલાં પ્રતિભાને મળી લઉં... પછી સહી કરીશ.'

ડૉક્ટર: 'જુઓ મિસ્ટર, ખોટી જીદ છોડો... આ મજાક નથી... પ્રતિભા અને બાળક બંનેની જિંદગીનો સવાલ છે... તમે સહી કરો એટલે...'

સૂર્યકાંત વીફર્યા: 'પહેલાં મને અંદર જઈને જોઈ લેવા દો. મારી પત્ની જીવતી છે કે મરી ગઈ છે... એ પછી જ સહી કરીશ...'

ડૉક્ટરથી સૂર્યકાંતનો ઊંચો અવાજ સહન ન થયો.

'તમે તાત્કાલિક સહી નહીં કરો તો અમારી કોઈ જવાબદારી નહીં રહે હોં...'

સૂર્યકાંત: 'શું? પેશન્ટ તમારી હૉસ્પિટલમાં છે અને તમારી જવાબદારી નહીં?! આ તે કેવી વાત થઈ?'

બંને પક્ષે ગરમાગરમી અને અહમ્ વધી રહ્યાં હતાં. ડૉક્ટરે પાછા વળીને રિસેપ્શનિસ્ટને સાફ શબ્દોમાં આદેશ આપ્યો, 'કાગળ પર સહી કરે પછી પેશન્ટને મળવા દેજો... એ પણ માત્ર બે મિનિટ માટે... સિઝેરિયનનું મોડું થઈ રહ્યું છે...'

સૂર્યકાંત ડૉક્ટર તરફ ધસી ગયા, 'હવે મારી પત્ની એક મિનિટ આ હૉસ્પિટલમાં નહીં રહે... હું એને હમણાં ને હમણાં અહીંથી લઈ જાઉં છું...'

'તમે, અમારી સલાહની વિરુદ્ધમાં એને લઈ જશો... કંઈ થયું તો અમારી લેશમાત્ર જવાબદારી નહીં રહે...'

'મારે આવા ડૉક્ટર કે હૉસ્પિટલની જરૂર નથી...'

'આની પાસે ડિસ્ચાર્જ અગેઇન્સ્ટ મેડિકલ એડ્વાઇઝરના પેપર પર સહી લઈ લો...' ડૉક્ટરના આ શબ્દો સાંભળવા સૂર્યકાંત ઊભા નહોતા. બે-ત્રણ નર્સ-

વૉર્ડબોયને પૂછતાં પૂછતાં તેઓ પ્રતિભા સુધી પહોંચી ગયા. પ્રતિભા કંઈ પૂછે એ પહેલાં સૂર્યકાંતે કહ્યું, 'ચાલો, આપણે અહીંથી જવાનું છે...'

'અરે, પણ ડૉક્ટર કહે છે કે...'

'આ કંઈ ડૉક્ટર છે? તું ઊભી થા. ચાલ.'

સૂર્યકાંતે એક હાથમાં ફાઈલ લીધી, પ્લાસ્ટિકની બૅગમાં મળી એટલી દવા ઠાંસી લીધી. બીજા હાથે પ્રતિભાનો હાથ પકડ્યો. બંને રૂમની બહાર આવ્યાં. બધા તેમને જોઈ રહ્યા. રિસેપ્શનિસ્ટ કે ડૉક્ટરને પોતાની આંખ પર વિશ્વાસ બેસતો નહોતો.

ડૉક્ટરે સૂર્યકાંતને ચેતવણી આપી, 'તું મને ઓળખતો નથી. મારા દવાખાનામાં તેં ડિલિવરી ન કરાવી, તો આખા સાતારામાં કોઈ ડૉક્ટર તારી વાઇફની ડિલિવરી કેવી રીતે કરાવે છે એ હું જોઈશ.'

સૂર્યકાંતે પાછા વળીને જોયું. મને થયું કે દોડીને ડૉક્ટરને દઈ દઉં એક અડબોથમાં... ના, ના, અત્યારે પ્રતિભાની તબિયત વધુ મહત્ત્વની છે... પ્રતિભાને જીપમાં બેસાડી. જે દિશામાં જીપનું મોઢું હતું એ દિશામાં જીપ દોડાવવા માંડ્યા.

34

શનિવાર, તા. ૧૧-૧૨-૧૯૯૯

સૂર્યકાંત ભાંડેપાટીલ તો પ્રેમિકામાંથી પત્ની બનેલી પ્રતિભા અને પોતાના બીજા આવનારા બાળકને લઈને પોતાની જાત પર થતા જતા ગુસ્સાને અંકુશમાં રાખવાના પ્રયાસ સાથે સાતારામાં જીપ દોડાવી રહ્યા હતા. રાતે સાત વાગ્યાના અંધારામાં પ્રતિભા અને બાળકની ફિકર કરતાં તેઓ જીપ ચલાવી રહ્યા હતા. આજેય સૂર્યકાંત ૧૯૯૬ની આઠમી ઑક્ટોબરની એ સાંજ ભૂલી શકતા નહોતા. અંદર પત્ની અને બાળકમાં અટકેલો જીવ, રસ્તા પર ટ્રાફિક અને એમાં જીપ ચલાવવી... કામ આસાન નહોતું... સૂર્યકાંત આસપાસ નજર ફેરવતા હતા. કોઈ ડૉક્ટર કે હૉસ્પિટલ દેખાય તો પ્રતિભાને તરત ભરતી કરાવવી પડશે.

એ વખતની પોતાની માનસિક સ્થિતિ યાદ આવતાં સૂર્યકાંતના રૂંવાડાં આજેય ઊભાં થઈ જાય છે. અંતે જમણી બાજુએ લાઇટના થાંભલાના પ્રકાશમાં એક બોર્ડ દેખાયું. ડૉ. અજય... હૉસ્પિટલનું નામ વાંચવાની દરકાર કર્યા વિના સૂર્યકાંતે જીપનો હૉસ્પિટલ તરફ ટર્ન લીધો.

આ હૉસ્પિટલમાં તરત જ પ્રતિભાને દાખલ કરાવવા માટે સૂર્યકાંત ડૉ.

અજયને મળ્યા. પોતાની પૂરેપૂરી વાત કરી. એકદમ સાચેસાચી. ડૉક્ટર સામે ઊભેલા માણસને બે પળ જોઈ રહ્યા. આશ્ચર્ય થયું અને માન પણ. તરત જ સિસ્ટરને બોલાવીને પ્રતિભાને એના બેડ પર મોકલાવી દીધી.

ડૉ. અજયે પ્રેમ અને શાંતિથી સૂર્યકાંતના ખભા પર હાથ મૂક્યો, 'ડૉન્ટ વરી. હું મારાથી બનતા શ્રેષ્ઠ પ્રયાસ કરીશ મા અને સંતાનને બચાવવા માટે. તમે ફિકર નહીં કરતા. માત્ર પ્રાર્થના કરો.'

પ્રાર્થના જ કરી સૂર્યકાંતે ચાર-ચાર દિવસ સુધી. ડૉક્ટર સતત ટેન્શન લેતા નહીં, એવું આશ્વાસન પ્રતિભા અને સૂર્યકાંતને આપતા હતા. અંતે ૧૯૯૬ની ૧૨મી ઑક્ટોબરે સાંજે છ કલાક અને વીસ મિનિટે ડિલિવરી થઈ. દીકરો આવ્યો હતો. સિઝેરિયન વિના, એકદમ ઑર્ડિનરી ડિલિવરીથી.

સૂર્યકાંતની ખુશીનો પાર ન રહ્યો. છતાં પોતાને આ જોખમ લેવા માટે મજબૂર કરનારા ડૉક્ટરને તેઓ ભૂલી ન શક્યા. તેમણે એ ડૉક્ટરને ફોન કર્યો, 'તમે કહેતા હતા કે આખા સાતારામાં કોઈ ડૉક્ટર પ્રતિભાની ડિલિવરી નહીં કરાવે. તો ધ્યાનથી સાંભળી લો કે પ્રતિભાની ડિલિવરી થઈ ચૂકી છે. મા-દીકરો બંને એકદમ સલામત છે... અને હા, આ ડિલિવરી સિઝેરિયન વિના, એકદમ નૉર્મલ રીતે થઈ છે... બોલો, હવે મીડિયાવાળાને મોકલું તમારી પાસે?'

સૂર્યકાંત હજી અટક્યા ન હોત, પણ સામેથી દોડતી આવીને સિસ્ટરે કહ્યું કે આપની વાઇફ બોલાવે છે.

સૂર્યકાંત દોડીને પ્રતિભા પાસે પહોંચી ગયા, બંને એકમેકને જોઈ રહ્યાં. સૂર્યકાંત એકદમ ભાવુક થઈ ગયા. પ્રતિભાનો હાથ પકડી લીધો. થોડી પળોની ચુપકીદી વચ્ચે બંનેમાં ઘણી વાતો થઈ ગઈ. મૌનને દેશવટો આપતાં સૂર્યકાંત બોલ્યા, 'મારા ગાંડપણને લીધે મેં તમને બંનેને જોખમમાં મૂકી દીધાં...'

'ના, તમારે લીધે તો હું જોખમમાંથી બહાર નીકળી શકી.'

'જોખમમાંથી બહાર નીકળી ગઈ? એ કેવી રીતે?'

'તમે હિંમત ન બતાવી હોત અને જીદ ન કરી હોત તો મારું પેટ ચિરાયા વિના ન રહ્યું હોત... એ ઑપરેશનની પીડા, આપણને બધાને ટેન્શન અને પૈસાનું પાણી થાત...'

'છતાં મારું વર્તન અને વાતો ખૂબ આકરાં હતાં. ભગવાનની કૃપા કે આપણે એની બહુ મોટી કિંમત ન ચૂકવવી પડી.'

'તમે જે કરો એ સાચું જ હોય, સારું જ હોય... જુઓ એનું પરિણામ કેવું રૂડું આવ્યું?

સૂર્યકાંત પ્રતિભાના ચહેરા સામે જોઈ જ રહ્યા, 'કેટલી પ્રેમાળ, કેટલી

સમજદાર છે... ક્યારેય કોઈ ફરિયાદ નહીં. સતત મારી સાથે ને સાથે... આઈ એમ લકી...' સૂર્યકાંતે પોતાનો હાથ પ્રતિભાના કપાળ પર મૂક્યો. આંખોમાં આંખ નાખીને બોલ્યા, 'ખૂબ વાતો કરવી છે તારી સાથે... ખૂબ કહેવું છે... પણ હવે તારે આરામ કરવાનો છે... ખૂબ આરામ...'

ત્યાં જ નર્સ રૂમમાં આવી. સફેદ કપડામાં વીંટેલા નાનકડા ભૂલકાને પ્રતિભાની બાજુમાં સુવડાવતાં હસીને બોલી, 'આરામ કરજો, પણ આ પ્રિન્સની પરવાનગી લઈને જ...'

સૂર્યકાંત બચ્ચાને જોઈ રહ્યા, 'કેટલો સુંદર છે... હજી તો મારા જીવનમાં આવ્યે કલાકો થયા નથી, ત્યાં તો વર્ષોનો સ્નેહ હોય એવું લાગે છે...' ખિસ્સામાંથી રૂમાલ કાઢીને બંને હાથ બરાબર લૂછ્યા પછી ધીમેથી જમણા હાથની પહેલી આંગળી એના નાજુક અને લીસા ગાલ પર ફેરવી. આ સાથે જ બાળક મલકાવા માંડ્યું. પ્રતિભા બોલી, 'જુઓ, જુઓ તો ખરા પહેલાં તમારી સાથે ઓળખાણ કરી લીધીને?'

ત્યાં જ મોબાઇલની બેલ વાગી. સૂર્યકાંત બાળકને જોવામાં તલ્લીન હતા. પ્રતિભાએ કહ્યું, 'અરે પહેલાં ફોન તો ઉપાડો.'

સૂર્યકાંતે પેન્ટના ખિસ્સામાંથી મોબાઇલ બહાર કાઢ્યો. નારાજીથી મોબાઇલ સામે જોયું પછી નાછૂટકે ફોન રિસિવ કર્યો.

'હેલ્લો... ઓહ રિયલી?... કાય સાંગતે?... એકદમ મસ્ત ન્યૂઝ... ઈકડે પણ ગુડ ન્યૂઝ હાય... મૂલગા... હો... ઓકે... નક્કી નક્કી... પહેલાં પાર્ટી કરીશું જોરદાર... પછી કામ કરીશું વધુ જોરદાર... થૅન્ક યુ... બાય.'

ફોન હાથમાં જ રાખીને સૂર્યકાંત બચ્ચા સામે જોઈ રહ્યો, 'ખૂબ લકી છે મારો દીકરો.'

પ્રતિભા : 'શું થયું એ તો કહો?'

'અરે, એક બહુ મોટા પ્રોજેક્ટની પાછળ પડ્યો હતો. ઘણા દાવેદાર હતા. મોટી મોટી પાર્ટી હતી. એમના અનુભવ અને પૈસાની તાકાત આપણાથી વધુ. મારા ચાન્સ ખૂબ ઓછા હતા, પણ આ કામ મને મળી ગયું. આપણે આપેલું બજેટ એમને ગમી ગયું...'

'બધા માટે દીકરી લક્ષ્મી બનીને આવે, પણ આપણા માટે તો દીકરો...'

'હા, મારા માટે ખૂબ લકી છે આનું આગમન... ઈશ્વરનો સંકેત છે આ...' સૂર્યકાંતે એકદમ કાળજીપૂર્વક એને તેડી લીધો... એને જોતો જ રહ્યો... ક્યાંય સુધી...

આંખમાંથી આંસુનું ટીપું હાથ પર પડતાં સૂર્યકાંત ભૂતકાળમાંથી વર્તમાનમાં

આવી ગયા. સામે પડેલા સંકેતના ફોટાને પ્રેમપૂર્વક જોઈ રહ્યા, 'અમારા જીવનમાં તારા આગમન બાદ તો મારી પ્રગતિની ગાડી પૂરપાટ દોડવા માંડી. એક એક સોપાન સર કરતો ગયો... પણ અચાનક તું આમ ક્યાં જતો રહ્યો? જલદી પાછો આવ બેટા... હવે તો મને ડર લાગવા માંડ્યો છે.'

સૂર્યકાંત બેસી પડ્યા. સંકેતના ફોટાને છાતીસરસો ચાંપી દીધો. આંખ બંધ કરી દીધી છતાં આંસુ બહાર આવવા માંડ્યાં. અચાનક સૂર્યકાંતે પોતાના ખભા પર કોઈનો હાથ ફરતો અનુભવ્યો. આંખ ખોલી અને જરા પાછળ વળીને જોયું તો સૌરભ ઊભો હતો. એના ચહેરા પર, આંખમાં અને સમગ્ર વ્યક્તિત્વમાંથી ડર અને લાચારીપણું ટપકતાં હતાં. એને પ્રેમની જરૂર હતી, હૂંફની જરૂર હતી, સધિયારાની જરૂર હતી. સૂર્યકાંતે સૌરભને પાસે ખેંચીને છાતીએ વળગાડી દીધો. કેટલીય પળ બંને કંઈ બોલ્યા વિના એકમેકને વળગેલા રહ્યા. દરવાજામાં આવીને ઊભી રહી ગયેલી પ્રતિભા ક્યાંય સુધી પિતા-પુત્રને ચૂપચાપ જોઈ રહી.

સૂર્યકાંતના મોબાઇલની ઘંટડીએ આ લાગણીના મેળામાં ખલેલ પાડી. ફોન રિસીવ કરીને સૂર્યકાંતે માત્ર 'હા... ભલે... નક્કી... કરી જ શકાય... ભલે ભલે... નક્કી... બાય.' જેટલા શબ્દો બોલ્યા. ફોન કટ કરીને એમની આંખમાં ચમક આવી, નવી આશાની ચમક. તેઓ પોતાની રૂમમાં ગયા અને કોરા ફૂલસ્કેપ પર ક્યાંય સુધી કંઈક લખતા રહ્યા. વચ્ચે વચ્ચે છેકછાક થતી, ત્યારે આખો કાગળ ડૂચો વાળીને ફેંકી દેતા, પછી ફરીથી લખવા માંડતા, મોડી રાત સુધી સૂર્યકાંત લખતા રહ્યા, એ વખતે ચહેરા પર કંઈક અલગ જ ચમક હતી.

35

રવિવાર, તા. ૧૨-૧૨-૧૯૯૯

વહેલી સવારે પ્રતિભા જાગી ત્યારે સૂર્યકાંત તૈયાર થવાની ઉતાવળમાં હતા. કદાચ પ્રતિભાએ સૂર્યકાંતને રાતે કંઈ લખતા જોયા એ વાત જનાબાઈને, જનાબાઈએ વિષ્ણુને, વિષ્ણુએ શલાનને અને શલાને શામરાવને કરી હશે. એટલે ઘરના પાંચ જણની દસ આંખો સૂર્યકાંત સામે જોતી હતી. હકીકતમાં તો પૂછતી હતી કે ભાઈ આ બધું ચાલી શું રહ્યું છે? પણ સૂર્યકાંત કોઈને કંઈ જ કહેવાના મૂડમાં નહોતા. રોજના પ્રમાણમાં આજે થોડાં સારાં કપડાં પહેર્યાં. બરાબર વાળ ઓળ્યા. ચંપલને બદલે બૂટ-મોજાં પહેર્યાં. પ્રતિભા સમજી ગઈ કે આજે કોઈને મળવા જવાના લાગે છે અને એ વ્યક્તિ સામાન્ય નહીં હોય. બધાને વિચારતા

મૂકીને સૂર્યકાંત ઘરની બહાર નીકળી ગયા જીપ કે બાઇક લીધા વિના પગપાળા. આ વળી બીજું આશ્ચર્ય. આટલા બધા તૈયાર થઈને ચાલતા ક્યાં ગયા હશે? ગામમાં જવાનું હોય તો આટલા તૈયાર થવાની જરૂર ખરી? શામરાવને શંકા પડી કે આ ક્યાંક ફરી કામધંધે વળગી નથી ગયોને?

ઘરમાંથી બહાર નીકળીને સૂર્યકાંત શેરીમાં આવીને ઊભા રહ્યા, ત્યારે સવારના આઠ વાગી ચૂક્યા હતા. સૂર્યકાંતે ઘડિયાળ પર નજર નાખી અને એ સાથે સામેથી એક જીપ આવતી દેખાઈ. જીપ બરાબર તેમના પગ પાસે આવીને ઊભી રહી ગઈ. અંદર ખાસ મિત્ર અને તાલુકા પંચાયત સમિતિના સભાપતિ નીતિન ભાંડેપાટીલ બેઠા હતા. જીપ દોડવા માંડી. ઔપચારિક વાતો બાદ સૂર્યકાંત મૂળ મુદ્દા પર આવી ગયા.

'આપણે જઈએ તો છીએ, પણ તેઓ મળશે ખરા?'

'આજે શરદ પવાર સાહેબનો જન્મદિવસ છે. એ નિમિત્તે યોજાનારા ફંક્શનમાં હાજર રહેવા તેઓ આવવાના છે. એકદમ વ્યસ્ત તો હશે જ, પણ મેં બરાબરનું સેટિંગ કરી લીધું છે. વાંધો તો ન આવવો જોઈએ.'

'એમના સુધી વાત પહોંચાડવાથી આપણને ફાયદો થાય એવું લાગે છે તમને?'

'એમાં લેશમાત્ર શંકાને સ્થાન નથી. તમે પોતાની સગી આંખે કમાલ જોઈ લેજો. વિના ચમત્કાર નહીં નમસ્કાર.'

તાલુકા સ્તરે ભારગુડે પાટીલ એકદમ સક્રિય અને સફળ નેતા ગણાતા હતા. આગલી રાતે તેમણે જ ફોન કરીને સૂર્યકાંતને જાણ કરી હતી અને સમજાવ્યા હતા. એના ફળસ્વરૂપે જીપ સડસડાટ દોડી રહી હતી.

દોડાદોડી તો 'સાંઈ-વિહાર'માંય શરૂ થઈ ગઈ હતી. સૂર્યકાંતે મુંબઈના કુર્લામાં રહેતી અને જ્યોતિષશાસ્ત્ર જાણતી એક છોકરીને ગઈ કાલે ટેલિફોન કર્યો હતો. સંકેતના અપહરણની વિગત સાંભળ્યા બાદ છોકરીએ ઉપાય બતાવ્યો હતો, 'સત્યનારાયણ ભગવાનની કથા કરો. છોકરો ઘરે આવી જશે.' આને પગલે અત્યારે ઘરમાં જનાબાઈ, શાલન અને કુસુમ આવતીકાલે કથા કરવા માટેની સામગ્રીની યાદી બનાવવામાં વ્યસ્ત થઈ ગયાં હતાં. પ્રતિભાય બહુ દિવસે રસપૂર્વક કંઈક કામ કરી રહી હતી.

વિષ્ણુ અને શામરાવ ગામના મહારાજને બોલાવવા નીકળી પડ્યા હતા. આ બધી ધમધમાટ વચ્ચે સૌરભ ચૂપ હતો, શાંત હતો. જાણે એ જૂનો સૌરભ સાવ ભૂંસાઈ રહ્યો હતો. એ ટગર ટગર દૂર જોઈ રહ્યો હતો.

દૂર દેખાતું પાટિયું જોઈને સૂર્યકાંત જીપની સીટમાં થોડા ટટ્ટાર થઈ ગયા. ૬૦ કિલોમીટરનું અંતર સવા કલાકમાં કાપીને જીપ સાતારા પહોંચી હતી. ત્યાં

સાતારાના રાજકારણી મકરંદ પાટીલને મળ્યા. શાસક યુતિના ભાગીદાર પણ એન.સી.પી.માં મકરંદ પાટીલ સ્થાનિક સ્તરનું ઘણું મોટું નામ ગણાય. મળતાવેંત મકરંદ પાટીલે સમાચાર આપ્યા, 'બધું ગોઠવાઈ ગયું છે. આપણું કામ થઈ જશે.' અડધા કલાકમાં ચા-પાણી અને નાસ્તો પતાવ્યા બાદ સૂર્યકાંત ભાંડેપાટીલ અને નીતિન ભારગુડે પાટીલ હવે મકરંદ પાટીલની સફારીમાં બેસી ગયા. નવી ગાડી અને નવાં પૈડાં પર સવાર થઈને સૂર્યકાંત નવી દિશામાં આગળ વધી રહ્યા હતા. એકદમ નવીનક્કોર આશા સાથે.

આશા બંધાઈ હતી પ્રતિભાને. સત્યનારાયણ ભગવાન મારા જેવી અબળાનું જરૂર સાંભળશે. એક માને હવે તેઓ વધુ રડવા નહીં દે. તેણે સૌરભ, પાયલ અને પરાગને બોલાવીને સમજાવ્યાં, 'કાલે કથા કરવાની છે. જરાય તોફાન કર્યા વિના ચૂપચાપ કથા સાંભળજો, સંકેત જરૂર ઘરે આવી જશે.' ત્રણેય બાળકોએ માથું હલાવીને હા પાડી. નાનકડી પાયલે ધીમા અવાજે પૂછ્યું, 'તોફાન નહીં કરીએ, પણ પ્રસાદ તો ખવાયને?' એની વાત સાંભળીને પ્રતિભાના હોઠ પર લાંબા સમયે મલકાટે દેખા દીધી, 'હા, હા, પ્રસાદ બધાએ ખાવાનો, એક નહીં, બબ્બે વાર. એક તમારો પ્રસાદ અને બીજો સંકેતનો.'

સૌરભ ઊભો થઈ ગયો, 'ના, હું તો સંકેત સાથે જ પ્રસાદ ખાઈશ.' પ્રતિભાને સૌરભની આ જીદ ખૂબ ગમી. 'ભલે, ભલે, બંને સાથે પ્રસાદ ખાજો. સંકેત જરૂર આવી જશે.'

'ચોક્કસ સંકેત જરૂર પાછો આવી જશે. આપણે દાદાને મળીએ પછી એમનો સપાટો જોઈ લેજો,' એમ ખાતરીપૂર્વક મકરંદ પાટીલ કહી રહ્યા હતા. સાતારાના રાજકારણમાં મકરંદ ઊગતો સિતારો ગણાતા હતા. સૂર્યકાંતની વધતી આશા અને નવેસરથી બંધાતી હિંમત વચ્ચે સફારી સડસડાટ દોડી રહી હતી. એકાદ કલાકમાં ૫૦ કિલોમીટરનું અંતર હતું, નહોતું થઈ ગયું.

સામે દેખાયું કરાડ. મકરંદ પાટીલે ડ્રાઇવરને પૂછ્યું, 'રેસ્ટહાઉસ માહિત હાય ના?' ડ્રાઇવર 'જી' કહીને ગાડી ચલાવતો રહ્યો. થોડીવારમાં રેસ્ટહાઉસ આવી ગયું. સૂર્યકાંત, નીતિન અને મકરંદ નીચે ઊતર્યા. ઉતાવળે પગલે આગળ જઈને મકરંદે કોઈ માણસ સાથે વાત કરી, પાછા આવીને બંનેને રેસ્ટહાઉસના એક રૂમમાં લઈ ગયા. ત્રણેય બેઠા. પહેલાં પાણી અને પછી ચાના કપથી સરભરા થઈ.

રેસ્ટહાઉસની બહાર અને વરંડામાં ભારે ભીડ હતી. એક રૂમ તરફ બધાની મીટ વધી હતી. બહાર આવતાં આવતાં કોઈક બોલ્યું, 'ગમે ત્યારે દાદા નાગપુર જવા નીકળી જશે.'

સૂર્યકાંતે નીતિન ભારગુડે પાટીલને પૂછ્યું, 'નાગપુર જશે દાદા? આપણે આટલે દૂર સુધી આવ્યા છીએને...' મકરંદ પાટીલે સૂર્યકાંતના ખભા પર હાથ મૂક્યો, 'વિધાનસભાનું શિયાળુ સત્ર શરૂ થવાનું છે આવતીકાલથી, એટલે દાદા નાગપુર તો જશે, પણ આપણને મળ્યા વિના નહીં જાય.' આટલું કહીને તેઓ ઊભા થયા. સૂર્યકાંતને કહ્યું, 'પેપર આપો.' સૂર્યકાંતે પોતાની પાસેની ફાઈલમાંથી પેપર કાઢીને આપ્યા, જે ગઈ કાલે મોડી રાત સુધી લખ્યા હતા. મકરંદ પાટીલ આ અરજી લઈને ગયા. એક માણસને આપ્યા, થોડી વાતચીત કરી અને પોતે એક રૂમની અંદર જતા રહ્યા. આ જોઈને ભારગુડે પાટીલે સૂર્યકાંતનો હાથ દાબીને સધિયારો આપ્યો, 'હવે બે મિનિટમાં આપણને બોલાવી લેશે.'

બે નહીં, પણ પંદર મિનિટ બાદ મકરંદ પાટીલે દરવાજો ખોલ્યો અને હાથથી ઇશારો કરીને બંનેને બોલાવી લીધા. બંને અંદર ગયા અને અજિતદાદા પવાર નજરે પડ્યા. પાતળું શરીર અને સફેદ પેન્ટ-શર્ટ પણ મહારાષ્ટ્રના રાજકારણનું બહુ ભારેખમ નામ. કૉંગ્રેસ એન.સી.પી.ની યુતિ સરકારનું વજનદાર માથું. ભાંડેપાટીલે રીતસરના ચરણસ્પર્શ કર્યા. સૂર્યકાંત ભાંડેપાટીલ પણ એકદમ નજીક જઈને ઊભા રહી ગયા.

સૂર્યકાંત ધીમેથી બોલ્યા, 'દાદા, માઝા મુલગા સંકેત...' (ભાઈ, મારો દીકરો સંકેત...) અજિતદાદાએ મોઢામાં કંઈક ચાવતાં ચાવતાં માત્ર 'હમ્મ' કહ્યું. પી.એ. સામે જોઈને પૂછ્યું, 'સાતારાના એસ.પી. કોણ છે?'

36

રવિવાર, તા. ૧૨-૧૨-૧૯૯૯

અજિતદાદા પવારને કૉંગ્રેસ-એન.સી.પી.ની યુતિ સરકારની એક મહત્ત્વની કરોડરજ્જુ જ નહીં, એન.સી.પી.માં સર્વેસર્વા શરદ પવારના વારસદાર તરીકે પણ જોવામાં આવતા હતા. તેઓ ઓછું બોલવાની સાથે ધારદાર અને મુદ્દાસર બોલવા માટે પંકાયેલા હતા.

સૂર્યકાંત ભાંડેપાટીલ, નીતિન ભારગુડે પાટીલ અને મકરંદ પાટીલની હાજરીમાં દાદાએ પોતાના પી.એ.ને આદેશ આપ્યો કે સાતારાના પોલીસ સુપરિન્ટેન્ડન્ટ સુરેશ ખોપડેને ફોન લગાવો.

થોડીવારમાં ખોપડે સાહેબ લાઇન પર આવ્યા. અજિતદાદાએ પૉઇન્ટેડ સવાલ કર્યો, 'સંકેત ભાંડેપાટીલ નામના નાનકડા છોકરાના અપહરણને તેર-તેર દિવસ

થઈ ગયા, તો પોલીસ કરે છે શું?' સામેથી સુરેશ ખોપડે બોલતા રહ્યા અને દાદા વચ્ચે વચ્ચે હોંકારો આપવા સાથે સાંભળતા રહ્યા. કદાચ સામે છેડે વાત પૂરી થઈ ગઈ હશે. હવે દાદાએ બીજો સવાલ પૂછ્યો, 'તમે સ્પોટ વિઝિટ કરી? શિરવળ જઈ આવ્યા?' સામેથી નકારમાં જવાબ મળતાં અજિતદાદા ભડકી ગયા, 'તમે પોતે રોજ સાંજે મને આ કેસની પ્રગતિનું રિપોર્ટિંગ કરજો. યાદ રહે કે આ મારા મિત્રનો દીકરો છે. જરાય ભૂલ કે ઢીલ નહીં ચાલે.' આટલું કહીને તેમણે ફોન મૂકી દીધો.

મકરંદ પાટીલ અને નીતિન ભારગુડે પાટીલ એકદમ ગદ્‌ગદ થઈ ગયા. સૂર્યકાંતને થયું કે આમ માનવીની લાગણીને સમજનારા કેવા ઉમદા નેતા છે આ? હવે મારો સંકેત પાછો આવી જવો જોઈએ.

ઍરપૉર્ટ પહોંચવાની ઉતાવળને લીધે અજિતદાદા પવાર એકદમ ઊભા થઈ ગયા. તેમણે સૂર્યકાંતના ખભા પર હાથ મૂક્યો, 'ટેન્શન નકો ઘેઉ.' (ટેન્શન લેતા નહીં.)

ટેન્શન, ટેન્શન, ટેન્શન. વિષ્ણુ અને શામરાવ સૂર્યકાંતની ફિકર કરતા હતા અને વખાણ પણ કરતા હતા. કેટકેટલાં ટેન્શન સામે સૂર્યકાંત સતત ઝઝૂમતો રહે છે. એક તરફ સૂર્યકાંત જેવો ભડ દીકરો મળવા બદલ છાતી ગજગજ ફૂલતી હતી, તો બીજી બાજુ સવાલ થતો હતો કે એના જેવા કાબેલ માણસના દીકરાને કોઈ ઉપાડી જાય અને હજી સુધી ન મળે એ કેવી વિચિત્રતા? વિષ્ણુ અને શામરાવની ફિકરમાં સંજય ભાંડેપાટીલે પણ સૂર પુરાવ્યો. એનું પાલીસનું દિમાગ અને વરસોનો અનુભવ પણ આ પ્રશ્નોનો તાગ મેળવવા સક્ષમ નહોતા. એને વિચારતો મૂકીને વિષ્ણુ અને શામરાવ થોડી ચીજો ખરીદવા માટે ઘરની બહાર નીકળી ગયા.

બહાર નીકળી જવા જેવો સારો વિકલ્પ સાતારાના સુપરિન્ટેન્ડન્ટ ઑફ પોલીસ સુરેશ ખોપડેને ન દેખાયો. તેમણે તાત્કાલિક નિર્ણય લીધો. આ સાથે જ એમનો કાફલો ઑફિસેથી રવાના થઈ ગયો. ઑફિસમાં કોઈને સમજાયું નહીં કે અગાઉથી કોઈ ઑફિશિયલ વિઝિટનું નક્કી નહોતું છતાં સાહેબ અણધાર્યા કેમ ઑફિસેથી નીકળી ગયા. ગાડીનાં પૈડાં એટલી ઝડપથી દોડતાં હતાં કે જાણે જમીનને સ્પર્શ કર્યા વગર ઊછળતાં હતાં.

પૈડાં તો સફારીનાંય દોડતાં હતાં, પણ એની અંદર બેઠેલા સૂર્યકાંત ભાંડેપાટીલ, માર્કન્ડ પાટીલ અને નીતિન ભારગુડે પાટીલના કાર્યસિદ્ધિની ઉજવણી સામે કદમ મિલાવતાં હતાં. હવે ઝડપભેર સંકેતનો પતો મળી જવાની શક્યતા સાથે અજિતદાદા પવારની નેતાગીરીનાં વખાણમાં બધાએ એકાદ કલાકમાં સાતારા

પાછા પહોંચી ગયા. અહીં માર્કન્ડ પાટીલ અને તેમની સફારીને છોડીને સૂર્યકાંત આજે ભારગુડે પાટીલ પોતાની જીપમાં રવાના થયા શિરવળ ભણી જવા માટે.

એ સમયે લગભગ ત્રણ-સાડાત્રણ વાગ્યાના સુમારે સુરેશ ખોપડેના પોલીસ કાફલાએ શિરવળમાં ધમાકેદાર પ્રવેશ કરી દીધો. વાયરલેસથી સ્થાનિક પોલીસચોકીને માહિતી મળી ચૂકી હતી. એસ.પી. સાહેબનો કાફલો સીધો સૂર્યકાંત ભાંડેપાટીલના ઘર સામે ઊભો રહ્યો. આ જોઈને ગામમાં એકદમ સોપો પડી ગયો, ફરી ગપ્પાબાજીનું ગધેડું ગાંડુ થઈને વિહરવા માંડ્યું. આ શી નવાજૂની છે?

'શું સંકેત મળી ગયો?'

'સંકેતના એવા તે કેવા ખબર હશે કે પોલીસનો આટલો મોટો રસાલો દોડી આવ્યો?'

'અરે, રસાલો શું?! ખુદ સુપરિન્ટેન્ડન્ટ આવ્યા છે સુપરિન્ટેન્ડન્ટ.'

'કોઈ એસ.પી. શિરવળમાં પહેલીવાર આવ્યા છે હોં?'

'લખી રાખો હું કહું છું તે. ખુદ એસ.પી. સાહેબ આવે એટલે ભયંકર કારણ જ હોવાનુંને?'

આ બધા કૂથલીખોરોને વગર પગારનો ઓવરટાઇમ કરવા દઈને સુરેશ ખોપડે 'સાંઈ-વિહાર'માં ગયા, ત્યારે તેમનું સ્વાગત પોલીસની સેલ્યુટથી થયું. સંજય ભાંડેપાટીલ આશ્ચર્યચકિત થઈ ગયો કે ખુદ એસ.પી. સર અહીં સુધી આવ્યા? સંજયની સેલ્યુટ જોઈને ખોપડેને નવાઈ લાગી. તેમને તરત જ કારણ મળી ગયું કે સંજય તો પોલીસમાં છે, સાતારા પોલીસમાં છે. આ સાંભળીને તેમને નિરાંત અને આનંદ બંને અનુભવ્યાં. તેમણે સંજયને કહી દીધું કે આજથી તારી ડ્યૂટી અહીં જ. હું ઉપર જાણ કરી દઈશ. આટલું કહીને સંજયને નજીક બોલાવીને સુરેશ સોપડેએ શક્ય એટલી મીઠાશ સાથે સમજાવ્યો, 'તારા સૂર્યકાંતભાઉને સમજાવ કે આ મામલામાં વધુ રાજકારણીઓને ન લાવે. આ આપણું કામ છે અને આપણે ચોક્કસ કરીશું.'

સુરેશ ખોપડેએ પ્રતિભાને ખાતરી આપી કે, સંકેત બહુ જલદી મળી જશે. હું વધુ ફોર્સને આ કામ પાછળ લગાડી દઉં છું.

અડધા કલાકના રોકાણ દરમિયાન એસ.પી. સંજય ખોપડેએ ભાંડેપાટીલ પરિવારના સલામતી માટે પણ કંઈક વિચારવાનું વચન આપ્યું. તેઓ નીકળ્યા ત્યારે શિરવળ ગામમાં હજી ઘણા કલ્પનાના ઘોડાને અંકુશમાં લેવા મથી રહ્યા હતા.

સુરેશ ખોપડેના રવાના થયા બાદ એકાદ કલાકે સૂર્યકાંત ભાંડેપાટીલ અને નીતિન ભારગુડે પાટીલની જીપ શિરવળમાં આવી, તો ફરી બધા આશ્ચર્યમાં ડૂબી ગયા, 'આ સૂર્યકાંત તો પાછો ઘરે આવ્યો. સંકેતના કેસમાં શું ચાલી રહ્યું

છે, એ સમજાતું જ નથી. મગજ બહેર મારી ગયું છે. હવે તો એક કડક ચા પીને, બીડી ફૂંક્યા બાદ જ મગજને કળ વળશે.'

અજિતદાદા પવારના ફોન અને સંજય ખોપડેની શિરવળ મુલાકાતનું વધુ એક પરિણામ તરત જ સામે આવ્યું. સાતારાની લોકલ ક્રાઇમ બ્રાન્ચને સંકેત અપહરણ કેસ સત્તાવારપણે સોંપી દેવાયો. અગાઉ સાતારા એલ.સી.બી. આ કેસની તપાસમાં જોડાયેલી હતી, પરંતુ સરકારી આદેશના અભાવમાં અધિકારીઓ અને પોલીસને જરૂરી સગવડ નહોતી મળતી. ક્યારેક વાહનનો અભાવ, તો ક્યારેક રાતે રહેવાનાં ફાંફાં.

સાતારા એલ.સી.બી.ની સ્પેશિયલ ટીમમાં એસ.આઈ. શેજવળ, પી.એસ.આઈ. સદાનંદ બેલસરે, હેડ-કૉન્સ્ટેબલ રમેશ દેશમુખ અને કૉન્સ્ટેબલ રાજેન્દ્ર કદમને સ્પષ્ટ અને સખત આદેશ હતો કે તમારે સંકેત અપહરણ કેસ પર ધ્યાન આપવાનું છે, અને માત્ર આ કેસ પર જ ધ્યાન આપવાનું છે.

37

સોમવાર, તા. ૧૩-૧૨-૧૯૯૯

શું શિરવળ કે શું સૂર્યકાંત? બંને માની નહોતા શકતા કે અજિતદાદા પવાર જેવા ધુરંધર રાજકારણી આટલી ઝડપથી અને સરળતાથી સંકેતને શોધવા માટે પહેલ કરશે? અને સાતારાના પોલીસ સુપરિન્ટેન્ડન્ટ સંજય ખોપડે ખુદ 'સાંઈ-વિહાર'ની મુલાકાતે દોડી આવે! સમસ્ત ભાંડેપાટીલ પરિવારનો આત્મ-વિશ્વાસ કહેતો હતો કે હવે સંકેતના સમાચાર, સાચા સમાચાર, મળ્યા વિના નહીં રહે. એ પણ એકદમ ઝટપટ.

ઘણા માણસો સમયનું મહત્ત્વ બરાબર સમજે. સમય તો સાવ સાધારણ અને ગરીબડા દોસ્તની જેમ આવીને સાથે કે સામે ઊભો રહે. એની સાથે અનન્ય ભેટસોગાદ હોય છે, જે મેળવવાનું અને એનો ઉપયોગ કરવાનું માણસ પર નિર્ભર રહે છે. આ તક ખોઈ બેસનારા પાસેથી સમય ચૂપચાપ એવો પલાયન થઈ જાય કે એના પગરવનો અવાજ પણ કાને ન પડે.

અને આ જ સમય સૂર્યકાંતની જાણ અને સમજ બહાર સર્વશ્રેષ્ઠ ભૂમિકા સુપેરે ભજવી રહ્યો હતો. અતીતની એક-એક પળ ફરીથી સૂર્યકાંતની આંખ સમક્ષથી પસાર થઈ રહી હતી. પોતાનું બાળપણ... નાનપણમાં પોતાને લાગેલો કુસ્તીબાજ બનવાનો નાદ... અરે! પોતે અને સંજય તો જિલ્લા સ્તર સુધી

કુસ્તીબાજ તરીકે ડંકા બજાવી ચૂક્યા હતા... બ્લેક ઍન્ડ વ્હાઇટ ફોટોમાં પોતાના અને સંજયની વચ્ચે દાઢીધારી શામરાવ કાકા કેવા ખુમારીથી બેઠા હતા... હવે સમયનું મહત્ત્વ વધુ સમજવાનું છે, સમયને સામે રાખીને સંજોગો સામે મુક્કાબાજી કરવાની છે. ઝઝૂમવાનું છે. હવે સમય નષ્ટ કરવાનું નહીં પાલવે, નહીંતર સમય મને ખતમ કરી નાખશે. સમય જ જીવન છે, સર્વસ્વ છે. સમયનો બગાડ ટુકડે ટુકડે કરાતી આત્મહત્યા સમાન છે, એવું ક્યાંક વાંચ્યાનું સૂર્યકાંતને સાંભરી આવ્યું.

એ જ પળે સૌરભ નજર સામે દેખાયો. સમયની કસોટીએ આ છોકરાને સાવ બદલી નાખ્યો છે. એ ડરેલો ડરેલો લાગે છે... અગાઉનો વાતોડિયો છોકરો જાણે મોઢું ખોલવાનું ભૂલી ગયો છે. ઘરમાં અને ગામમાં સંકેતના અપહરણની ચર્ચા અને વાહિયાત પતંગબાજીથી એ એકદમ ડઘાઈ ગયો છે... લાગે નહીં કે આ એ જ સૌરભ ભાંડેપાટીલ છે, સંકેતનો ભાઈ છે.

સમયની કમાલ શિરવળની પોલીસચોકીના સર્વેસર્વા પી.એસ.આઈ. સતીશ માને પર પણ વરતાવા માંડી હતી. એસ.પી.સાહેબની તોફાની ગતિની ઊડતી મુલાકાતથી તે સ્તબ્ધ થઈ ગયો. એમાંય અજિતદાદા પવારે કરેલી મધ્યસ્થીની કર્ણોપકર્ણ આવેલી વાતથી તો પરસેવો વળી ગયો. આ બધું અસ્વસ્થ કરવા માટે ઓછું હોય એમ સંકેત અપહરણ કેસ પોતાની પોલીસચોકી પાસેથી લઈને સાતારા લોકલ ક્રાઇમ બ્રાંચને સત્તાવારપણે સોંપી દેવાયો. એના માટે સ્પેશિયલ ટીમની રચના કરી દેવાઈ. એક ટેણિયાનું કિડનેપિંગ આટલું બધું ટેન્શન આપી જશે એવી સ્વપ્નેય કલ્પના નહોતી હો. હવે આ સૂર્યકાંત ભાંડેપાટીલથી સંભાળવું પડશે થોડું.

સતીશ માને, ગામવાસીઓ અને 'સાંઈ-વિહાર' માટે વધુ એક આશ્ચર્ય બે પૈડાં પર સવાર થઈને શિરવળ ભણી ધસી આવતું હતું. શિરવળના ગામવાસીઓ આંખનું મટકું મારવાનું ભૂલી ગયા. એ સ્કૂટર સડસડાટ કરતું સીધું 'સાંઈ-વિહાર' પર જઈને ઊભું રહ્યું. એના પરથી એક માણસ ઊતર્યો. હટ્ટોકટ્ટો, શ્યામવર્ણ, પાતળી અને નીચી વળતી મૂછ, રૂઆબદાર ચાલ અને પગના બૂટનો ખટ-ખટ કરતો અવાજ છતાં પોતાની મશીનગન વટપૂર્વક સંભાળતો એ આગળ વધતો હતો.

એ માણસને જોઈને 'સાંઈ-વિહાર'માં પણ સૌને નવાઈ લાગી. સૂર્યકાંત ભાંડેપાટીલે પૂછપરછ કરતાં જાણવા મળ્યું કે પોલીસખાતાએ ભાંડેપાટીલ પરિવાર અને ખાસ તો સૂર્યકાંતના રક્ષણ માટે મોકલેલો આ સિક્યોરિટી ગાર્ડ હતો. નામ વિષ્ણુ કેશવ મર્ડેકર. સૂર્યકાંતને આ વ્યવસ્થા બહુ ગમી નહીં, પણ સ્વીકારવા

સિવાયનો છૂટકો નહોતો. એ સમયે તેઓ જાણતા નહોતા કે આ વિષ્ણુ ભવિષ્યમાં એમના જીવનમાં કેવો મહત્ત્વનો રોલ નિભાવવાના છે.

દિવસે ને દિવસે શિરવળમાં સૂર્યકાંત ભાંડેપાટીલની ઇમેજ અને એની ચર્ચા વધતી જતી હતી. અજિતદાદા પવાર સુધીની પહોંચ, પોલીસ સુપરિન્ટેન્ડન્ટ સુરેશ ખોપડેનું મારતી જીપે દોડી આવવું, મશીનગનવાળો સલામતી રક્ષક... ઘણા અહોભાવથી જોતા, થોડી ઈર્ષાથી... પણ અમુક માત્ર વાંક દેખવાના બીમાર કાનાફૂસી જરૂર કરી લેતા, 'આટઆટલું થવા છતાં સંકેત કેમ મળતો નથી? એનું અપહરણ થયું છે ખરું? કે પછી ખૂબ ઊંડાણપૂર્વકનો વિચાર કરીને એને દૂર પણ સલામત સ્થળે સંતાડી રખાયો છે?'

કૉન્સ્ટેબલ વિષ્ણુ મર્ડેકરના આવવાથી ભાંડેપાટીલ પરિવારની સલામતી કેટલી વધી એ તો રામ જાણે, પણ ઘરમાં એની હાજરીએ બધાને અસ્વસ્થ બનાવી દીધા હતા. અજાણ્યો માણસ સતત આસપાસ હોય તો સામાન્યપણે વર્તવાનું અને બોલવાનું એકદમ અસહજ થઈ જાય એ 'સાંઈ-વિહાર'માં દેખાઈ આવતું હતું. સામે પક્ષે વિષ્ણુ મર્ડેકર ખૂબ જ સરળ, શાંત અને એકદમ નિરભિમાની માણસ. વાત કે વર્તન પરથી લાગવા ન દે કે પોતે પોલીસવાળો છે.

રાતના ગાઢ થતા અંધારા વચ્ચે સૂર્યકાંત અને રફીક મુજાવર કંઈ ચર્ચા કરતા હતા, ત્યારે વિષ્ણુ મર્ડેકર ઊભા ઊભા રસપૂર્વક સાંભળે. એનું ઊભા રહેવાનું સૂર્યકાંતને ન ગમ્યું. તેને બેસી જવા માટે ઇશારો કર્યો, પણ એ ન માન્યો. સૂર્યકાંતે ઊભા થઈને હાથ પકડીને વિષ્ણુ મર્ડેકરને બેસાડી દીધો. સૂર્યકાંત અને રફીક સંકેતના અપહરણ અને પોલીસ તપાસની ચર્ચા કરતા હતા અને વિષ્ણુ મર્ડેકર ચૂપચાપ સાંભળતો અને સમજવાનો પ્રયાસ કરી રહ્યો હતો.

સૂર્યકાંતના મોબાઇલની બેલે મૌનના માહોલમાં વિક્ષેપ પાડ્યો. રિસીવ કરીને સામેવાળાની વાત સાંભળીને એ એકદમ ઊભા થઈ ગયા, 'ચાલ તો ફટાફટ સંજય.' બંને ઝડપભેર ઊભા થઈને બહાર નીકળી ગયા. એમની પાછળ પાછળ વિષ્ણુ મર્ડેકર રવાના થયા.

રૂમની બારીમાં પ્રતિભાએ સૂર્યકાંતને સ્કૂટર સ્ટાર્ટ કરતા અને પછી જેટ સ્પીડે ધસી જતા જોયા. એક વિચાર સાથે જ તેના શરીરમાં કમકમાં આવી ગયાં. ૧૯૯૬નો કિસ્સો યાદ આવી ગયો.

અમાસની અંધારી રાત હતી. સૂર્યકાંત વાઈમાં કોઈકને મળીને ઘરે પાછા ફરી રહ્યા હતા. સાથે એકાદ મિત્ર હતો. બહાર ઠીક ઠંડક, ચોમેર શાંતિ અને આખા દિવસની રઝળપાટનો થાક. બંને ચૂપચાપ બેઠા હતા અને ગાડી ઝડપભેર રસ્તો કાપી રહી હતી. રાતે લગભગ ૧૨ વાગ્યાના સુમારે સ્ટીયરિંગ વ્હીલ પર

બેઠેલા સૂર્યકાંતને ઝોકું આવી ગયું. ગાડી સીધી ૩૫ ફૂટ ઊંડા નાળામાં ફંગોળાઈ ગઈ. ધમાકો એટલો ભયંકર થયો કે કોઈના બચવાની શક્યતા નહોતી લાગતી, પરંતુ થોડીવારમાં લોહીલુહાણ સૂર્યકાંત માંડ માંડ ગાડીનો દરવાજો ખોલીને બહાર નીકળ્યા. ખૂબ જ હિંમતપૂર્વક જેમ તેમ ૩૦-૩૫ ફૂટ ઊંડા નાળામાંથી બહાર આવ્યા. રસ્તા પર ઊભા રહી ગયા. અચાનક સામેથી આવતી ગાડીને રસ્તાની વચ્ચોવચ ઊભા રહીને રોકી. ગાડીમાંથી ઊતરેલા માણસને ત્રુટક-ત્રુટક શબ્દોમાં પોતાની કારને થયેલા અકસ્માતની વાત કરી. સામેવાળો વધુ કંઈ પૂછે એ પહેલાં જ સૂર્યકાંત ત્યાં ફસડાઈ પડ્યા. બેહોશીમાં સરી ગયા.

'એ તો આભાર ઈશ્વરનો તેઓ હેમખેમ બચી ગયા નહીંતર...' એ વિચારે અત્યારેય પ્રતિભાને કમકમાં આવી ગયાં. મનોમન નક્કી કરી લીધું કે તેમને આટલાં બધાં ટેન્શન છે, તો મારી ફિકર ન થાય એવું હું જરૂર કરીશ. કાલથી સ્કૂલે જઈશ. છેવટે તો હું પણ સૂર્યકાંત ભાંડેપાટીલની પત્ની છું. તેઓ સંકેતને શોધતા રહેશે... હું હસતાં-હસતાં નહીં તો પણ સ્વસ્થ દેખાઈને મારા દીકરાના આવવાની પ્રતીક્ષા કરતી રહીશ.

પ્રતિભાના આ મક્કમ નિર્ણયની મનોમન ઘોષણાના થોડા સમય બાદ સૂર્યકાંત અને સંજયના સ્કૂટરે પુણે તરફ જવાના રસ્તે વળાંક લીધો. આ દ્વિચક્રી વાહનની સ્પીડ જોઈને એમ લાગે કે પાછળ વાઘ કે પોલીસ પડી હશે. હવા સાથે વાત કરવાની દરકાર કે ફુરસત.

38

મંગળવાર, તા. ૧૪-૧૨-૧૯૯૯

રાતના જામતા અંધારા વચ્ચે સોમવારનો મંગળવાર થયો, ત્યારે સૂર્યકાંતનું સ્કૂટર પુણેમાં પ્રવેશી ચૂક્યું હતું. પોતાને રસ્તા અને મંજિલની પૂરેપૂરી ખબર હોય એમ સૂર્યકાંત આગળ વધી રહ્યા હતા. પુણેના ધનકવાડીમાં પહોંચીને સૂર્યકાંત બિલ્ડિંગના નામ જોવા માંડ્યા. ચાર-પાંચ પ્રયાસ બાદ એક જગ્યાએ નામ દેખાયું ભાઉ પરાંડે. આ સાથે જ સ્કૂટરને બ્રેક લાગી. એના અવાજથી થોડે દૂર નિરાંતે ઊંઘતા કૂતરાઓએ ભસવાનું શરૂ કરી દીધું. એની પરવા કર્યા વિના સૂર્યકાંતે ભાઉ પરાંડેના ઘરની ડોરબેલ પર આંગળી મૂકી. આ સમય અયોગ્ય લાગ્યો, પણ છૂટકો ક્યાં હતો! ડોરબેલ દબાવી જ દીધી.

દરવાજો ભાઉ પરાંડેએ જ ખોલ્યો. એક મિત્રે ભલામણ કરી હતી કે સંકેત

વિશે જાણવા માટે ભાઉને મળી લો, પણ ઉતાવળ કરવી પડશે, કારણ કે તેઓ તાત્કાલિક બહારગામ જવાના છે. એ મિત્રે કરેલા ફોનને પ્રતાપે જ મોડી રાતે ભાઉ સૂર્યકાંતને મળ્યા. ઇશારાથી સામેની ખુરશીમાં બેસવા કહીને ભાઉ પલાંઠીવાળીને બેસી ગયા. થોડીવાર ધારીધારીને સૂર્યકાંત સામે જોઈ રહ્યા, 'તમારા દીકરાની થોડી વિગતો મને મળી છે. હવે તમે વિગતવાર કહેતા જાઓ, તમારે જે કંઈ જણાવવું હોય છે. હું વચ્ચે વચ્ચે જવાબ નહીં આપું. તમે બોલતા રહેજો.'

આટલું કહીને સૂર્યકાંતના પ્રતિભાવની રાહ જોયા વિના ભાઉ પલાંઠી મારીને બેસી ગયા અને બંને આંખ બંધ કરી દીધી. સૂર્યકાંતે સંકેત વિશેની ઝીણી ઝીણી વિગતો આપવા માંડી, અપહરણના દિવસની વાતો કરી અને ત્યાર બાદ સૌએ કરેલા પ્રયાસોની માહિતી આપી. તેઓ બોલતા રહ્યા, પણ ભાઉએ એક હરફ સુધ્ધાં ન ઉચ્ચાર્યો. જાણે ધ્યાનમાં બેસી ગયા હોય એમ એકચિત્તે બિરાજમાન હતા, વચ્ચે વચ્ચે કંઈક એક કાગળમાં લખે.

સૂર્યકાંતની વાતો પૂરી થઈ ગઈ. તેણે સંજય સામે જોયું એને તો કંઈ સમજાતું ન હોય એમ માત્ર બધું જોઈ રહ્યો હતો. થોડી મિનિટોના મૌન બાદ ભાઉ બોલ્યો, 'ધ્યાનથી સાંભળજો.'

આ અવાજ જાણે ભાઉનો હતો જ નહીં. ખૂબ દૂરથી આવતો હોય કે પેટના એકદમ ઊંડાણમાંથી આવતો હોય એવો અવાજ હતો, 'ધ્યાનથી સાંભળજો. વચ્ચે બોલતાં નહીં.' તેમણે આંખ ખોલી. કાગળમાં જોઈને વાંચવા માંડ્યા, 'સંકેત ફલાણી દિશામાં મને દેખાયો... હા, નિરા અને લોણંદ વચ્ચેનો રૂટ છે એ... એ નિરા રેલવે સ્ટેશન પાસે નજરે પડે છે... એ... એ... સંકેત આઠ દિવસ બાદ ઘરે આવી જશે.'

આટલું કહીને ભાઉ ઊભા થઈ ગયા. સૂર્યકાંત અને સંજય પણ ઊભા થઈ ગયા. સૂર્યકાંતે આભાર માનવા માટે હાથ જોડ્યા. તો ભાઉએ આશીર્વાદની મુદ્રા બતાવી અને દરવાજા તરફ દૃષ્ટિ કરી. સૂર્યકાંત અને સંજયને કંઈ આપ્યા વિના જતા રહેવાનું ગમતું નહોતું. દરવાજા સુધી પહોંચીને ભાઉએ દરવાજાનો આગળીઓ ખોલી નાખ્યો. બંનેએ બહાર નીકળીને પાછળ જોયું એ સાથે જ ભાઉએ દરવાજો બંધ કરી દીધો.

સૂર્યકાંત અને સંજય જાણતા નહોતા કે ભાઉની કેટલીક વાતો સાચી હોવાનું તેઓ કબૂલ કરવાના હતા. અત્યારે તો સૌથી મોટું આશ્વાસન એ હતું કે સંકેત ઘરે પાછો ફરશે. આઠ દિવસે તો આઠ દિવસે. આનો બીજો અર્થ કલેજામાં ખૂબ ઠંડક કરાવતો હતો કે સંકેત હજી હેમખેમ છે.

બંને સ્કૂટર સુધી પહોંચ્યા ત્યાં સુધીમાં વિષ્ણુ મર્ડેકર મારતે સ્કૂટરે આવી

પહોંચ્યો. બંનેનો પીછો કરતાં કરતાં ધનકવાડી પહોંચીને એ મેઇન રોડ પર અટકી ગયો હતો, કારણ કે સૂર્યકાંતનું સ્કૂટર કઈ ગલીમાં વળ્યું એ જોઈ ન શકાયું. પાસે આવ્યો ત્યારે વિષ્ણુ મર્ડેકર ભરઠંડીમાં પરસેવે રેબઝેબ હતો.

'સૂર્યકાંતભાઉ, અસા નકો કરું...' (સૂર્યકાંતભાઉ આવું ન કરો...)

પોલીસવાળા તરીકે વિષ્ણુ મર્ડેકરની જવાબદારી અને વેદનાને વધુ સારી રીતે સમજનારા સંજય ભાંડેપાટીલે સહાનુભૂતિ વ્યક્ત કરી, 'હા, આમાં તો આની નોકરી જાય.'

'નોકરી તો ઠીક, પણ તમને કંઈ થઈ જાય તો?'

બંને સામે ઊભેલા વિષ્ણુ મર્ડેકરને જોઈ રહ્યા. સૂર્યકાંતે હસવાનો પ્રયાસ કરતાં એક કાનની બૂટ પકડી, 'ભૂલ થઈ ગઈ મારી... ચાલો, હવે તમે જ બતાવો કે આવી ઠંડીમાં સારી ચા ક્યાં મળશે?'

ગરમાગરમ ચા રકાબીમાં રેડાતી હતી, ત્યારે મંગળવારે સવારે સૂર્યકાંતે બધા સમક્ષ ભાઉવાળી વાત જાહેર કરી કે સંકેત હેમખેમ છે અને આઠ દિવસ બાદ ઘરે આવી જશે. આ સાંભળીને પ્રતિભાની આંખમાં આંસુ આવી ગયાં, 'હજી વધુ આઠ દિવસ?' જનાબાઈએ પુત્રવધૂને સમજાવી કે મહત્ત્વ એ વાતનું નથી કે આઠ દિવસે આવશે, મહત્ત્વ એનું છે કે એ સહીસલામત છે.'

બપોરે જનાબાઈ અને શાલન આડા પડખે પડ્યાં. પ્રતિભાને તો રાતેય ઊંઘ નહોતી આવતી, તો વામકુક્ષીનો સવાલ જ નહોતો. તેણે વાંચવા માટે એક ચોપડી હાથમાં લીધી. વાંચવાનો ખૂબ શોખ એને, પણ સંકેતના ગાયબ થયા બાદ આજ પહેલીવાર ચોપડી ઉપાડી. અચાનક એનું ધ્યાન ખૂણામાં બેઠાં બેઠાં ચૂપચાપ કંઈક લખતા સૌરભ પર ગયું: એ છોકરો દોડાદોડી કરવાનું, રમવાનું, હસવાનું અને ધમાલ-મસ્તી કરવાનું જ ભૂલી ગયો હતો.

પ્રતિભા એકદમ ગળગળી થઈ ગઈ. છોકરાની હાલત જોઈને, 'મારા જ બંને દીકરાના આવા હાલ? કયા જનમના પાપનાં ફળ હશે આ?' પ્રતિભાએ સૌરભની નજીક જઈને જોયું. તેના હાથમાં પેન્સિલ હતી. પેન્સિલ નોટબુક પર હતી, પણ હાથ ચાલતા નહોતા... એ કંઈક વિચારમાં પડી ગયો હતો... ચહેરા પર પીડા વર્તાઈ આવતી હતી...

પ્રતિભાએ એકદમ પ્રેમપૂર્વક સૌરભના માથા પર હાથ મૂક્યો, વાળમાં હાથ ફેરવવા માંડી. 'કાય ઝાલા બાળા?' સૌરભે નોટબુકમાંથી નજર ઉઠાવીને ઉપર જોયું. એ મમ્મી સામે જોઈ રહ્યો. કંઈ બોલી ન શક્યો, 'બોલ બેટા શું થયું છે?' મહાપરાણે સૌરભે જવાબ આપ્યો, 'હવે મારું અપહરણ થવાનું છે.' આટલું માંડ માંડ બોલીને તે જોરજોરથી રડવા માંડ્યો.

આ સાંભળીને પ્રતિભા એકદમ ડઘાઈ ગઈ. તેણે સૌરભને પૂછ્યું, 'કોણે કીધું તને?' કંઈ બોલવાને બદલે સૌરભ રડતો જ રહ્યો. પ્રતિભાએ સૌરભને બેય ખભેથી પકડીને એકદમ હચમચાવ્યો, 'આવી વાત તને કરી કોણે?'

'સ્કૂલમાં છોકરાઓ વાત કરે છે કે હવે મારું અપહરણ થવાનું છે... એટલે જ બંદૂકવાળા વિષ્ણુકાકાને આપણા ઘરે મોકલાયા છે.'

પ્રતિભા સમસમી ગઈ. 'ના બેટા ના, એવું કંઈ નથી. તને કોઈ કંઈ નથી કરવાનું. તેં ક્યાં કોઈનું કંઈ બગાડ્યું છે?'

'સંકેતે પણ ક્યાં કોઈનું કંઈ બગાડ્યું હતું? છતાંય એને...' પ્રતિભાએ સૌરભના મોઢા પર હાથ મૂકીને બોલતો બંધ કરાવ્યો. 'સંકેત પણ આવી જવાનો છે. બહુમાં બહુ તો હવે આઠ દિવસની વાર છે.'

સૌરભની આંખમાં આશાની ચમક આવી ગઈ, 'ખરેખર આઈ? હું જઈને બધાને કહી આવું...' એ નિર્દોષ એકદમ દોડી ગયો. પ્રતિભા વિચારે ચડી કે, 'આ છોકરો ખૂબ હિઝરાઈ રહ્યો છે. મનોમન ખૂબ પીડાય છે, એકદમ ગભરાઈ ગયો છે, કંઈક રસ્તો વિચારવો પડશે મારે. ખૂબ એકલો પડી ગયો છે.'

'એકલું નથી જવું મારે, તું પણ સાથે આવ', એવો આગ્રહ કરીને જનાબાઈ ધરાર શાલનને સાથે લઈ ગઈ. શાલને પૂછ્યું કે, 'જવું છે ક્યાં?' જનાબાઈએ જવાબ આપ્યો કે, 'સંકેત ઘરે હેમખેમ પાછો આવે એ માટે મારે બાધા લેવી છે. અંબિકા માતાના મંદિરે જાઉં છું. તું પણ ચાલ.' શાલનને વિચાર ગમ્યો, 'હા, મારેય માનતા માનવી છે. બિચારો સંકેત શું કરતો હશે એકલો એકલો?'

એ જ સમયે સૂર્યકાંતને સંતોષ હતો કે આવા કપરા અને અસહ્ય સમયમાં પોતે એકલો નથી. પ્રતિભા તો સાથે હોય જ. સાથોસાથ માતા, પિતા છે. કાકા-કાકી છે. શેખર અને વિવેક તો ખરા જ. બંને કઝિન સંજય અને અજય છે. કુસુમ આવતી-જતી રહે છે. ગામભરના મિત્રો છે. રફીક મુજાવર જેવા નવા મિત્રનો પરિચય થયો. હવે વિષ્ણુ મર્ડેકર પણ સાથે ને સાથે.

વિચારો ખંખેરીને સૂર્યકાંત ઊભા થઈને છાપાના ઢગલા પાસે ગયા. પોતે માર્ક કરી રાખેલાં અખબારો કાઢ્યાં. એ છાપાની અંદર નિશાની કરી રાખેલા સમાચારો ચીવટપૂર્વક કાતરથી કાપી લીધા. નોટબુકમાં તારીખ પ્રમાણે ચીપકાવી દીધા. દરેક પાના સમાચારના કતરણ ઉપર અખબારનું નામ, તારીખ અને પાનાં નંબર લખ્યા. આ કામ લાંબું ચાલ્યું અને સૂર્ય આરામ કરવાની દિશામાં અગ્રેસર થઈ રહ્યો હતો. રફીક મુજાવર ક્યારનાય દરવાજામાં ઊભા ઊભા સૂર્યકાંતને જોઈ રહ્યો હતો. થોડે દૂરથી વિષ્ણુ મર્ડેકર તો સૂર્યકાંતની સાથોસાથ મુજાવરને જોતો હતો. રફીકનું ધ્યાન મર્ડેકર પર ગયું. એ રૂમમાં અંદર સૂર્યકાંત તરફ

ગયો. એને પગલે પગલે મર્ડેકરે પણ અંદર પ્રવેશ કર્યો. બંનેને આવતા જોઈને સૂર્યકાંતે બેસવાનો ઇશારો કર્યો. વિષ્ણુ મર્ડેકર ધરાર ઊભો જ રહ્યો. સૂર્યકાંતે હાથમાંની નોટબુક પર હાથ ફેરવતાં કહ્યું, 'પોલીસ પોતાની રીતે કામ કરી રહી છે. ભલે કરતી, પણ હવે હું કંઈક કરવા માગું છું, મારી રીતે.'

39

બુધવાર, તા. ૧૫-૧૨-૧૯૯૯

વિચારો સૂર્યકાંતનો કેડો મૂકતા નહોતા. જળોની જેમ એમના અસ્તિત્વ સાથે ચોંટી ગયા હતા. સંકેતનું અપહરણ... એ દિવસની સંકેતની છેલ્લી પળો... પ્રતિભાનો તલસાટ... સૌરભનું મૂરઝાતા જવું... પિતા વિષ્ણુની મૂક લાચારી... માતા જનાબાઈની પરાણે હિંમત બતાવવાની પરવશતા... અન્ય પરિવારજનોના પળે પળે ખોતરાતા જતા વેદનાના જખમ... પોલીસની નિષ્ફળતા... પોતાના પરની શંકા-કુશંકા... કંઈક દિશા દેખાવી પણ ફરીફરીને હતા ત્યાં ને ત્યાં પાછા ફરવું... સંકેતને કોઈ જાદુગર ઉપાડી ગયો હશે?... કે પછી કોઈ પિશાચના પંજામાં હશે?... નહીંતર કોઈક તો કડી, સગડ, અણસાર કે દિશા મળે... પોલીસના અને અમારા સૌના આટઆટલા પ્રયાસો છતાં અપહરણ બાદ સંકેતને જોનારો, મળનારો અને તપાસને નિષ્કર્ષ સુધી પહોંચાડનારો એકેય માયનો લાલ ન મળે...

સૂર્યકાંતને લાગ્યું કે કંઈક ખૂટે છે, ચોક્કસપણે ખૂટે છે. ઘણીવાર વસ્તુ આંખની એટલી નજીક હોય કે દેખાય નહીં. દૂર દૂર જોવા અને દોડાદોડી કરવામાં ક્યાંક નજીકના તાણાવાણા ચૂકી તો જવાયા નથીને? કોઈ બાબત, કોઈ વ્યક્તિ, કોઈ ઍંગલ, કોઈ દિશાસૂચન ભૂલી જવાયું છે? ના, નજરઅંદાજ ચોક્કસપણે થયું છે. શરૂઆત કરવી ક્યાંથી? સાચી દિશામાં એક આંકડો માંડી શકાય તો આગળની દિશા આપોઆપ મળશે, સડસડાટ મળશે... પણ એકડેએકની શરૂઆત કરવી ક્યાંથી? ક્યાંથી? ક્યાંથી?

ઘોર હતાશામાં સૂર્યકાંતે જોરથી હાથ પછાડ્યો. સામે પડેલા ટેબલ પર હાથના પછડાટથી મોટો અવાજ થયો. આ સાથે જ ઉપરના અખબારો અને કેટલાક કાગળો નીચે પડી ગયા. સૂર્યકાંતને પોતાની જાત પર ચીડ વધી ગઈ. ઊભા થઈને બધાં અખબારો ઉપાડ્યાં. બરાબર કરીને ટેબલ પર મૂક્યાં. બધા કાગળો વ્યવસ્થિત ગોઠવીને ટેબલ પર મૂકી દીધા. ફરી ખુરશીમાં બેઠા.

બે હાથની અદબ વાળી. આખી રૂમમાં નજર ફેરવી. આંખ ફરી ટેબલ પર આવીને રોકાઈ ગઈ.

પોતે ભેગા કરેલા કાગળ હાથમાં લીધા. એમાં રાજ્યભરમાં થયેલાં અપહરણના કિસ્સાના સમાચારના કટિંગ ચીપકાવેલાં હતાં. સૂર્યકાંત એક પછી એક સમાચાર વાંચવા માંડ્યા. ન જાણે કેટલીવાર વાંચ્યા... કારણ પોતેય જાણતા નહોતા... પછી અખબારો લીધાં. એમાં માત્ર અપહરણના બનાવ અને ખંડણી માગવાના કિસ્સા શોધવા માંડ્યા. જ્યાં જ્યાં આવા પ્રકારના સમાચાર દેખાયા, એ વાંચવાનું, માર્ક કરવાનું અને કાપીને ચીપકાવવાનું શરૂ કરી દીધું.

સંકેતના પગરવના અણસાર નહોતા જણાતા, છતાં સૌના મનમાં આશાનો દીવો ટમટમતો હતો. વિષ્ણુ ભાંડેપાટીલે નોકરીએ જવાનું શરૂ કરી દીધું. રોજ રોજ ૧૨ કિ.મી. કાપીને શિરવળથી ભોર સુધી અપ-ડાઉન કરતા હતા, પ્રતિભા ક્યારેક દૂર દૂર જોઈ રહેતી... જાણે સુકાઈ ગયેલી આંખો શૂન્યમાં તાકતી હોય. ક્યારેક બે આંસુ ધસી આવતાં...

સૌરભને ઘરની બહાર નીકળવું ગમતું નહોતું. ગામવાળાની તેની સામે જોવાની નજર બદલાઈ ગઈ હતી. કોઈ તેની તરફ દયાથી જોતું હતું. જાણે હવે એનું અપહરણ થવાની શક્યતા હોય અને છેલ્લીવાર સૌરભને જોતા હોય એવો ભાવ કેટલીય નજરોમાં હતો. કોઈને એ દેખાતું નહોતું કે દોડતો, કૂદતો, હસતો, ધમાલ કરતો અને બાળક તરીકે જીવતો સૌરભ તો ધીરે ધીરે ખોવાતો જતો હતો, એનું ટુકડે ટુકડે અપહરણ થઈ રહ્યું હતું. આ બાબત માત્ર પ્રતિભા, સૂર્યકાંત અને જનાબાઈના ધ્યાનમાં આવી હતી. તેઓ દુઃખી હતાં, પણ લાચાર હતાં. એક દીકરો નજરથી દૂર હતો, અદૃશ્ય હતો. બીજો આંખ સામે હતો, દૃશ્યમાન હતો, પણ જાણે રોજ થોડો થોડો દૂર જઈ રહ્યો હતો. સૂર્યકાંત અને પ્રતિભાનો જીવ કળીએ કળીએ કપાઈ રહ્યો હતો. ન કરે નારાયણ ને સૌરભને ગુમાવી બેસવાનો વારો આવે તો? ના, ના, ના, તો તો જીવી કેમ શકાય?

પ્રતિભા દિલ પર પથ્થર મૂકી દેવા માંડી. સંકેત માટેનું પોતાનું રડવાનું જોઈને સૌરભ વધુ વ્યથિત, દુઃખી અને અસ્વસ્થ ન થાય એની તકેદારી રાખવાની હતી. સવાત્રણ વર્ષના ખોવાયેલા દીકરાની વેદના આંખેથી વ્યક્ત કરવાની સંજોગો મનાઈ ફરમાવી રહ્યા હતા. મા થઈને દીકરા માટે રડીય ન શકે?

પિતા માટે તો રડીને વેદનાને બહાર કાઢવાની કે ઓછી કરવાની વ્યવસ્થા જ કુદરતે ક્યાં કરી છે? પીડાને અંદર ધરબી દો. બને તો હસતા રહો અને પોતાની ફરજ બજાવતા રહો. સૂર્યકાંતે એ જ કર્યું, કરવું પડ્યું. સૂર્યકાંતને એક વાત બરાબર સમજાઈ ગઈ હતી કે હવે પ્રતિભાને, સૌરભને અને આખા

પરિવારને... અને પોતાને સાચવી-સંભાળી લેવાનો એક જ વિકલ્પ બચ્યો છે, સંકેતને બને એટલી ઝડપે શોધી કાઢવાનો.

સૂર્યકાંત ફરી ફ્લેશબેકમાં ગયો. એક-એક ઘટનાક્રમ ફરી વિચાર્યો, દરેક સંજોગો પર નવેસરથી દૃષ્ટિપાત કર્યો, બધા શકમંદના વાણી, વિચાર, વર્તન અને બચાવની સમીક્ષા કરી, સાક્ષીઓની જુબાની નવેસરથી જોઈ ગયો. પોતાના જીવનની, પ્રતિભાના જીવનની નાની નાની ઘટનાઓ અને વેપાર-વ્યવસાયની ઝીણી ઝીણી બાબતો પર વિચાર કરતા રહ્યા. ધ્યેય એક જ કે સંકેત કે એના અપહરણ કે અપહરણકર્તા સુધી દોરી જતી એક કડી મળે, કંઈક દિશા મળે. વિચારમંથન બાદ ફરી પરિણામ એ જ આવ્યું. શૂન્ય. નો એન્ટ્રી. સૉરી.

સૌરભને વધુ ને વધુ સંભાળવાની જવાબદારી પ્રત્યે વધુ ગંભીર થવા સાથે સૂર્યકાંતે મિત્રો સાથે મળીને ફરી રિમાન્ડ હોમમાં તપાસ કરી. અનાથાશ્રમોની દોડધામ કરી, પરંતુ ક્યાંય આશાનું આછું કિરણ ન દેખાયું.

'સાંઈ-વિહાર'ના એક-એક સભ્ય જે જ્યાં કહે ત્યાં દોડી જાય. જે કહે એ અચૂક કરે. ઘરમાં એક-બે નહીં, ત્રણવાર સત્યનારાયણની પૂજા થઈ ગઈ. એક પછી બીજો અને બીજા પછી ત્રીજો... એમ પચ્ચીસેક જ્યોતિષને મળ્યા. તેમણે કહ્યું એ એકદમ શાંતિથી, પૂરેપૂરી શ્રદ્ધા સાથે સાંભળ્યું અને એ પ્રમાણે કરતા રહ્યા. પાણીની જેમ પૈસા વપરાતા હતા પણ બધું, બધુંય વ્યર્થ.

ભાંડેપાટીલ પરિવાર અને ખાસ તો સૂર્યકાંત માટે ત્રણ અક્ષરના ત્રણ શબ્દ જ મહત્ત્વના હતા, સં...કે...ત, જી...વ...ન અને મ...ર...ણ. સૂર્યકાંત ક્યારેક પ્રતિભાનો ચહેરો, હાવભાવ, હાલચાલ જોઈને ડઘાઈ ગયા, ડરી ગયા કે આને કંઈક થઈ ગયું તો?

સૂર્યકાંતને લાગ્યું કે પોતે હવે હારી જવામાં છે. સંકેતનો ક્યાંય પત્તો મળતો નથી. સૌરભને પોતે સંભાળી શકતા નથી. અને પ્રતિભા હવે વેદના અને આંસુને દબાવીને અંદર રિબાઈ રહી છે. પોતાની ઇમેજ, વ્યાવસાયિક સફળતા, બૅન્કમાં પડેલી રોકડ રકમ, માલમિલકત, મહાનુભાવો સાથેના સંપર્કો, પોલીસ સાથેની માથાકૂટ... કંઈ જ કામ લાગતું નથી... એક વ્યક્તિ, પુરુષ, પિતા, પતિ અને પુત્ર તરીકે પોતે નિષ્ફળ નીવડ્યો છે... એકદમ નિષ્ફળ... સુપર ફ્લોપ.

દિવસો વહેતા જતા હતા, જખમને વધુ ઊંડા કરીને... ત્યાં આવ્યો એ દિવસ.

બુધવાર, તા. ૨૯-૧૨-૧૯૯૯

પ્રતિભા યંત્રવત્ કામ કરી રહી હતી. સૌરભ પરાણે નાસ્તો કરી રહ્યો હતો. વિષ્ણુ જમવાનો ડબ્બો લઈને રવાના થઈ ગયા. સંકેતના લાપતા થયા બાદ

સૂર્યકાંતે વેપાર-ધંધા પર લેશમાત્ર ધ્યાન આપ્યું નહોતું. બધી જવાબદારી મોટા ભાઈ વિવેક અને સાળા શેખર દેશમુખ પર છોડી દીધી હતી.

પોતે મિત્રમંડળી સાથે ગણપતિપૂળે ગયા ત્યારનો નાનકડા સંકેત સાથેનો ફોટો જોઈને સૂર્યકાંતનું મગજ એકદમ સુન્ન થઈ ગયું હતું. એક જ વિચાર ઘુમરાયા કરે કે જો હવે સારું પરિણામ લાવવામાં વધુ વિલંબ થયો તો પોતે બધું સહન નહીં કરી શકે... જીવવું દુષ્કર થઈ જશે. હે ભગવાન, કંઈક તો કર હવે... અને જાણે ઈશ્વરે પરચો બતાવ્યો.

40

બુધવાર, તા. ૨૯-૧૨-૧૯૯૯

જાણે ઈશ્વરે કમાલ ન કરી હોય એમ આ સમયે પ્રતિભાની સ્કૂલની કેટલીક ટીચર્સ મળવા આવી. ઔપચારિક વાતો વચ્ચે પ્રતિભા આંસુને વહેતાં રોકી ન શકી. 'આટલા બધા દિવસો અને બધાના અથાગ પ્રયાસો છતાં મારો સંકેત હજી પાછો આવ્યો નથી. મને ખૂબ ડર લાગે છે કે એને કંઈક... એનો ચહેરો, એના વિચાર સામે ને સામે જ...' ફરી એ હીબકાં ભરીભરીને રડવા માંડી. એને માંડ માંડ શાંત પાડીને એક શિક્ષિકાએ થોડા ડર સાથે ધીમા અવાજે સૂચન કર્યું, 'મને લાગે છે કે તારે હવે સ્કૂલ આવવાનું શરૂ કરી દેવું જોઈએ. મન પ્રવૃત્તિમાં જોતરાઈ જશે તો ખોટા વિચારો કેડો મૂકી દેશે.' પ્રતિભાનો જવાબ સ્પષ્ટ હતો, 'સંકેત પાછો ન આવે ત્યાં સુધી મારે ક્યાંય જવું નથી અને કંઈ કરવું નથી.'

બીજી શિક્ષિકાઓ પણ ફેરવી ફેરવીને બીજા શબ્દોમાં સમજાવતી રહી, 'સ્કૂલ જઈશ તો મન શાંત થશે. સંકેતને શોધવાનું કામ પોલીસ કરી રહી છે. ઘરના પુરુષો દોડધામ કરી રહ્યા છે. હવે તારે પોતાની જાતને સંભાળવાની– સાચવવાની જરૂર છે.'

'હા, એ કાલથી સ્કૂલ આવશે.' શાલન સાથે ચાના કપ લઈને આવતાં જનાબાઈએ જાહેર કર્યું. પ્રતિભાએ રડમસ ચહેરે જનાબાઈ સામે જોયું, 'આઈ પણ મિ...' જનાબાઈએ એની આંખમાં આંખ નાખીને સીધું પૂછી લીધું, 'તું બીમાર પડે તો? સૂર્યકાંત છોકરાને શોધવા દોડધામ કરશે કે તારી ફિકર કરશે? આમાં બિચારા સૌરભની કેવી હાલત થાય? તું તારે કાલથી સ્કૂલે જવા માંડ. ઘરનું ધ્યાન રાખવા હું અને શાલન છીએ કે નહીં?' પ્રતિભાએ કંઈ જવાબ ન આપ્યો.

રાતે લુસલુસ જમતી વખતે વિષ્ણુ ભાંડેપાટીલ, શામરાવ, સૂર્યકાંત, સંજય, શેખર અને વિવેકે પણ પ્રતિભાના સ્કૂલે જવાનું શરૂ કરવાના વિચારને પ્રોત્સાહન જ ન આપ્યું, પણ આગ્રહ કર્યો કે એમ કરવું એકદમ યોગ્ય ગણાશે. ત્યાં ઊભેલી પ્રતિભા કંઈ ન બોલી. નીચી નજર રાખીને પગના નખથી લાદી ખોતરવા મિથ્યા મથતી રહી.

ગુરુવાર, તા. ૩૦-૧૨-૧૯૯૯

મન નહોતું છતાં પ્રતિભાએ મનને મારીને સ્કૂલે જવું પડ્યું. સ્કૂલમાં સૌએ એને પ્રેમથી આવકારી. ઓછી જવાબદારી સોંપી. હિંમત રાખવાનો સધિયારો આપ્યો. પ્રતિભા સમજતી હતી કે સંકેતના આવવાની પ્રતીક્ષા કરવા સાથે પોતે દુનિયાદારી નિભાવવાની હતી. જવાબદારીથી ભાગી ન શકાય, કાયમ માટે તો નહીં જ. તેણે ભણાવવાનો પ્રયાસ કરી જોયો. કંઈક તૂટતું, કંઈક ખૂટતું લાગ્યું, પણ વારો વદી ગયો. ઝાઝો વાંધો ન આવ્યો.

રિસેસમાં સ્કૂલની છ કિશોરીઓ પૅસેજમાં પ્રતિભા સામે આવી ગઈ. બધી ચૂપચાપ સામે ઊભી રહી ગઈ. ના અગાઉનું 'નમસ્તે' કે ના ગુડમૉર્નિંગ. એકોએક નીચે જોઈ રહી હતી. પ્રતિભાએ નજીક જઈને એક છોકરીની હડપચી પકડીને ઊંચી કરી. આંખમાં આંખ નાખીને પૂછ્યું, 'કાય ઝાલા બાળા?' (શું થયું, બેટા?) આટલું સાંભળતાવેંત એ કિશોરી હીબકાં ભરીભરીને રડવા માંડી. એને માંડ શાંત રાખીને પૂછ્યું, પણ એ જવાબ ન આપી શકી. પ્રતિભાએ વધુ પૂછ્યું, તો બીજી એક છોકરીએ જવાબ આપ્યો, 'તાઇ, તમે સંકેતને સ્કૂલે લાવતા એ અમને સૌને બહુ ગમતું હતું. કેવો વહાલો... ભોળો છતાં રમતિયાળ... અમે એને ગાલ પર પપ્પી ભરતા તો એ ગાલ લૂછી નાખીને રડતો રડતો તમારી પાસે દોડી જતો અને અમે સૌ હસવા માંડતી હતી... પ્લીઝ, એકવાર સંકેતને ફરી સ્કૂલે લઈ આવોને... એકવાર...?'

આટલું બોલતાં તો એ છોકરી રડી પડી. છ છોકરીઓને રડતી જોઈને પ્રતિભાથી ન રહેવાયું... આ ચૌદ આંખમાંથી વહેતાં આંસુની અવગણના કરવાનું મુશ્કેલ નહીં, અશક્ય હતું... દૂર કેટકેટલીય આંખોના ખૂણેખૂણા ભીંજાઈ રહ્યા હતા. સ્કૂલમાં જાણે અશ્રુ-દિન ન હોય એવો માહોલ સર્જાઈ ગયો.

ભીંજાયેલી આંખો સાથે પ્રતિભાએ રાતે આ વાત સૂર્યકાંતને કરી. સૂર્યકાંત કંઈ ન બોલ્યા. વિષ્ણુ, જનાબાઈ, વિવેક, શેખર, શામરાવ અને શાલનને સમજાતું નહોતું કે કહેવું શું? સૂર્યકાંતે રોટલીનો ટુકડો તોડ્યો, શાકના વાટકામાં બોળ્યો, પણ એમ કયાં મા-બાપ નિરાંતે જમી શકે? જમવું તો ઠીક હવે બધાં કામ

જાત પર અત્યાચાર જેવાં લાગતાં હતાં... અત્યાચાર? પોતાનાથી હાલવા, ચાલવા, ખાવા-પીવા અને ઊંઘવાનું થઈ શકતું નથી, તો સંકેત શું કરતો હશે? કઈ રીતે જીવતો હશે? એ માસૂમ પર અત્યાચાર નહીં થતા હોય? બીજા બધાનું વિચારીને સૂર્યકાંતે પરાણે કોળિયો મોઢામાં મૂક્યો, પણ એનો સ્વાદ ઝેરથીય બદતર લાગ્યો.

મન પર પથ્થર મૂકીને સૂર્યકાંત કોળિયો ચાવતા રહ્યા, પણ તેમણે ભીની થયેલી આંખોના ખૂણાથી પ્રતિભા, સૌરભ સામે જોયું, પછી વૃદ્ધ માતા-પિતા પર નજર ગઈ. બંને નીચું મોઢું કરીને કંઈક ને કંઈ ગળે ઉતારવાના પ્રયાસ કરી રહ્યાં હતાં. બધાના મન અને મગજ પર એક જ નામ હતું, સંકેત. સંકેત... સંકેત... સૂર્યકાંતના ગળે ડૂમો ભરાઈ આવ્યો. બધાની સામે રડી પડવાનો ડર લાગવા માંડ્યો. અચાનક ઉધરસ ઊપડી હોય તેમ ખાંસવાનું શરૂ કર્યું. ધીમેથી પાણીનો ગ્લાસ લઈને ઊભા થઈ ગયા. જનાબાઈ ઊભાં થવા ગઈ તો આંખના ઇશારાથી વિષ્ણુએ રોકી લીધી. સૂર્યકાંત ગ્લાસ લઈને ચાલવા માંડ્યા. જનાબાઈએ પ્રતિભા સામે જોઈને આંખથી કંઈક કહી દીધું જે માત્ર પ્રતિભા જ સમજી. તે ઊભી થઈને સૂર્યકાંતની દિશામાં ચાલવા માંડી.

વૉશબેસીનને બદલે સૂર્યકાંત એક થાંભલા પાસે ઊભા હતા. બંને હાથથી મોઢું ઢાંકેલું હતું. પ્રતિભા સમજી ગઈ કે સૂર્યકાંત રડવાનું રોકી રહ્યા છે. એકદમ નજીક જઈને તેણે ધીમેથી સૂર્યકાંતનો હાથ પકડી લીધો, 'રડી લો, થોડું મન હળવું થશે. તમારી તબિયત માટે જરૂરી છે. ક્યાં સુધી અને કેટકેટલું અંદર ને અંદર ધરબી રાખશો... વહી જવા દો થોડું આંખોમાંથી...'

સૂર્યકાંતે મોઢા પરથી હાથ તો ન હટાવ્યો, પણ એક હીબકું ભરાઈ જ ગયું. પ્રતિભા પોતાના પતિને-પ્રેમીને અને સર્વસ્વને જોઈ રહી... એકદમ ચૂપચાપ... એકદમ નિર્વિકાર ભાવે... ભાવશૂન્ય ચહેરે.

સૂર્યકાંત અને પ્રતિભાને ઊંઘ આવતી નહોતી. અલગ અલગ રૂમમાં બંને પડખાં ફેરવતાં હતાં. આંખને જાણે નિદ્રા સાથે બાપે માર્યાં વેર થઈ ગયાં હતાં.

સૂર્યકાંતને ડર લાગતો હતો કે જેટલો વધારે વિલંબ થશે એટલું સંકેતને મેળવવાનું મુશ્કેલ બનતું જશે. વ્યવસ્થિત ટોળકીઓ દ્વારા બાળકોને પરદેશમાં વેચી મારવાનાં અને હાથ-પગ તોડીને ભીખ મગાવવાની કાળજું કકળાવી નાખતી ઘટનાઓ સાંભરી આવી. ગઈ કાલ સુધી જે અશક્ય, બહુ દૂરની ઘટના કે બીજાની પીડા લાગતી હતી તે હવે એકદમ નજીક લાગતી હતી. સૂર્યકાંતની આંખ સામેથી સંકેતની એક એક ચીજ ફિલ્મની પટ્ટીની જેમ પસાર થવા માંડી. એનો જન્મ, એનું સ્માઇલ, એની મસ્તી, એના તોફાન, એની ધમાલ, એનું રમવું,

એનું પડવું, એનું રડવું, એનું ખાવું, એનું પીવું, એનું સ્કૂલે જવું, સ્કૂલેથી આવવું. છેલ્લે દિવસે નવાં કપડાં-નવાં બૂટ પહેરીને જવું... કેટકેટલીય લાગણીનાં પૂર એમના અસ્તિત્વને તરબોળ કરી ગયાં... સંભારણાં સુખદ હતાં, પણ પરિણામ પીડાદાયક હતું.

પ્રતિભા ભલે સ્કૂલે ગઈ ત્યારે સ્વસ્થ લાગતી હતી. થોડો વિચાર કરતાં તે એકદમ છળી ગઈ: સંકેતનું ગાયબ થવું દર્દનાક બીનાથી બધાની જેમ પોતે પણ ટેવાઈ રહી છે. સંકેત હવે માત્ર અતીતનો અંશ બનીને રહી જવાનો? પ્રતિભાને થયું કે પોતે 'ના, ના'ની ચીસ પાડીને દુનિયાને ગજવી નાખે, પણ એવું કરવાને બદલે ઓશીકામાં મોઢું નાખીને એ હીબકું ભરી ભરીને રડવા માંડી.

41

રવિવાર, તા. ૦૨-૦૧-૨૦૦૦

બધા પ્રયાસ, પ્રાર્થના, માનતા, વિનંતી અને અપીલ છતાં ભાંડેપાટીલ પરિવારની પારાવાર પીડાનો અંત નહોતો, કારણ કે સંકેતના ક્યાંય કોઈ સગડ મળતા નહોતા.

સૂર્યકાંત માની સામે જોઈ શકતા નહોતા. ઉપરથી એકદમ મજબૂત લાગવા છતાં જનાબાઈ અંદર ને અંદર પૌત્ર માટે બેમાપ ફિકર કરતાં હતાં. આની અસર તેમની તબિયત પર થવા માંડી હતી. સૂર્યકાંતની આંખ સામે ૧૮મી ડિસેમ્બરની ઘટના તરી આવી. સ્થાનિક પત્રકાર સંકેત અપહરણ કેસની ફોલોઅપ સ્ટોરી કરવા માટે શિરવળ આવ્યો હતો. વિષ્ણુ ભાંડેપાટીલ, જનાબાઈ અને સૌરભ સાથે વાતચીત કરીને એ રિપોર્ટર ઇમોશનલ સ્ટોરી બનાવવા માગતો હતો.

વિષ્ણુ ભાંડેપાટીલે કિડનેપરને વિનંતી કરી કે, અમે બધી માગણી પૂરી કરી છે, તો હવે મહેરબાની કરીને સંકેતને પાછો મોકલી દો. સૌરભ એકદમ ભાવુક થઈ ગયો. તે માંડ માંડ બોલી શક્યો કે, 'મારે સંકેતને મળવું છે.' જનાબાઈએ આંખમાં આંસુ સાથે હાથ જોડીને કિડનેપર્સને આજીજી કરી કે, 'મને એકવાર... ફક્ત એકવાર સંકેત સાથે ફોન પર વાત તો કરાવો...' પહેલીવાર દાદીની ધીરજનો મજબૂત બાંધ તૂટી ગયો અને આંસુનું ઘોડાપૂર હાજર રહેલાં બધાંનાં દિલ પર ફરી વળ્યું. યુવાન રિપોર્ટરની આંખ ભીની થઈ ગઈ. કોઈ સ્ટોરી માટે પોતે ઇમોશનલ થયાનો એના માટે આ પહેલો કિસ્સો હતો. અપહરણકર્તાને અપીલ કરવાની તેણે ખાતરી આપી. અખબારમાં જ

છાપવા માટે સૂર્યકાંત પાસેથી મોબાઇલ નંબર ઉપરાંત ઘરના બે લૅન્ડલાઇન નંબર નોંધી લીધા.

આ સમાચાર સિંગલ કૉલમમાં છપાયા. ઘરમાં આખો દિવસ બધાએ રાહ જોઈ કે આ વાંચીને ગમે તેટલો પાષાણ-દિલ કિડનેપર પીગળી જશે. એકવાર તો ફોન કરીને કહેશે કે સંકેત સલામત છે. જનાબાઈને વિશ્વાસ હતો કે આજે પોતે સંકેત સાથે વાત કરવાની જ છે. તેઓ ફોન પાસેથી હટવાનું નામ નહોતાં લેતાં. ફોનની દરેક ઘંટડી સાથે આશા બંધાતી, હૃદય ધબકારો ચૂકી જતું પણ... આજે ખોટા માણસો જ ફોન કર્યે રાખતા હતા. સૂર્યકાંતના મોબાઇલ પર વાતચીત ચાલે તો પણ જનાબાઈને થતું કે ક્યાંક પેલો માણસ મોબાઇલ પર ફોન કરશે તો...

ખૂબ મનાવી-સમજાવીને જનાબાઈને જમવા માટે લઈ ગયા. લુસલુસ જમીને પાછા ટેલિફોન પાસે બેસી ગયાં. ફોન કોઈ ભગવાન હોય અને સૌ સારાંવાનાં કરવાનો હોય એમ કાળા ડબલા સામે હાથમાં માળા લઈને ઈશ્વરનું રટણ શરૂ કરી દીધું. શાલન ચૂપચાપ એમની સામે બેસી ગઈ... અકળાવતી પ્રતીક્ષા અને અખંડ ઈશ્વર-સ્મરણ છતાં ફોનની જે ઘંટડી વાગવાની રાહ હતી તે ન વાગી તે ન જ વાગી. જનાબાઈની ફોન તરફ જોતી રહેતી આંખો અને શાલનની જનાબાઈને નિહાળી રહેલી નજરો થાકી ગઈ, પણ એ ફોન તો ન જ આવ્યો... વચ્ચે વચ્ચે જનાબાઈ ઊભાં થઈને ચેક કરી લેતા કે અત્યારે ફોન ચાલે તો છેને?

દૂરથી સૂર્યકાંત આ બધું જોઈ રહ્યા હતા, પણ સહન કરવાનું મુશ્કેલ બનતા તેઓ વધુ હતાશાનો ભાર લઈને ચાલવા માંડ્યા.

સોમવાર, તા. ૦૩-૦૧-૨૦૦૦

રોજના પ્રમાણમાં પ્રતિભા અને સૂર્યકાંતમાં આજે સ્ફૂર્તિ વધુ હતી. બંને રોજબરોજનાં કામકાજ આટોપીને તૈયાર થવા માંડ્યાં. આજે બંનેની મંજિલ એક હતી, પણ જવાનું હતું અલગ-અલગ.

પ્રતિભા તૈયાર થતાવેંત સ્કૂલે જવા નીકળી ગઈ. સૂર્યકાંત, સંજય અને રફીક સાથે નીકળ્યા. ગામના ચોરે પહોંચે ત્યાં શિરવળના સ્થાનિક આગેવાનોનો ભેટો થઈ ગયો. આખું લાવલશ્કર નીકળી પડ્યું, માત્ર પાંચ કિલોમીટરનું અંતર કાપતાં વાર કેટલી લાગે? ગપ્પાબાજીમાં નાયગાંવ આવી ગયું. આ ગામ એટલે સાવિત્રીબાઈ ફૂલે (૩-૧-૧૮૩૧થી ૧૦-૩-૧૮૯૭)નું જન્મસ્થળ. સાવિત્રીબાઈ ફુલે એટલે ખૂબ આદરણીય નામ, કારણ કે એમનું સામાજિક યોગદાન એકદમ પ્રચંડ. ક્રાંતિકારી નેતા જ્યોતિરાવ ફુલેનાં ધર્મપત્ની.

ત્રીજી ડિસેમ્બરે આ નારી-મુક્તિની મશાલચીના જન્મદિનની ઉજવણી મોટે પાયે થાય. મુખ્ય પ્રધાન સહિતના આગેવાનો નાયગાંવ પહોંચી જાય. એ દિવસે તત્કાલીન નાયબ મુખ્ય પ્રધાન છગન ભુજબળ પધાર્યા હતા. સૂર્યકાંત આણિ મિત્રમંડળીને લાગ્યું કે નાયબ મુખ્ય પ્રધાન ખુદ આટલા નજીક આવી રહ્યા છે તો આ તક ચૂકવી ન જોઈએ. સાવિત્રીબાઈ ફુલેના જન્મોત્સવના ભરચક કાર્યક્રમ વચ્ચે સૂર્યકાંત ભાંડેપાટીલ અને પ્રતિભા ભાંડેપાટીલે ડેપ્યુટી સીએમ ભુજબળને પોતાના અપહૃત પુત્ર સંકેતના અપહરણની માહિતી ટૂંકમાં આપી દીધી. પોલીસતંત્ર ઝડપભેર સક્રિય થઈને પરિણામ લાવે એવી આશા સાથેની લેખિત અરજી સુપરત કરી. ભુજબળસાહેબે આ મામલામાં ઝડપભેર ઘટતું કરવાનું વચન તરત જ આપી દીધું.

માત્ર છગન ભુજબળને જ આવેદનપત્ર આપીને બેસી રહેવાને બદલે સૂર્યકાંતે સાતારા જિલ્લાના પાલકપ્રધાન અજિતદાદા પવાર, સંસદસભ્યો રામરાજે નિબાંળકર, લક્ષ્મણરાવ પાટીલ, શ્રીનિવાસ પાટીલ ઉપરાંત વિધાનસભ્યો શશીકાંત શિંદે, મદનરાવ પિસાળ, બાળાસાહેબ પાટીલની સાથોસાથ વિક્રમસિંહ પાટણકર અને વિલાસ કાકા ઠંડાળકરને આવેદનપત્ર સોંપીને એક જ અરજ કરી કે મારા સંકેતને મેળવી આપો, પ્લીઝ...

બધા નેતાજીઓ માટે તો કોઈ આવેદનપત્ર સ્વીકારવું, ઘટતું કરવાનું વચન આપવું અને એના પી.એ. દ્વારા સ્વીકાર-નોંધનો થપ્પો મારીને આપવું એ કોઈ નવી, મોટી કે મહત્ત્વની વાત નહોતી, પરંતુ આ અપીલ સુપરત કરનારાઓને થોડા દિવસ માટે આશાને જીવંત રાખવાનો દુર્લભ પ્રાણવાયુ મળી જાય. પોતાના સાથીઓ સાથે ખાસ નાયગાંવ આવેલા સૂર્યકાંત અને શિક્ષિકા તરીકેની ફરજ બજાવવા નાયગાંવ આવેલી પ્રતિભાને લાગ્યું કે આટલા બધા મહાનુભાવો સુધી પહોંચેલી સંકેતની વાત સાવ વ્યર્થ નહીં જાય. પરિણામ આવશે, બહુ જલદી આવવું જોઈએ... સંકેતના પાછા આવવાની શક્યતાની આશાએ જ બંનેને આ ફંક્શનમાં ભાગ લેવાના જોમ અને જોશ પૂરા પાડ્યા.

42

સોમવાર, તા. ૦૩-૦૧-૨૦૦૦

નાયબ મુખ્ય પ્રધાન છગન ભુજબળ સમક્ષની અપીલમાં સૂર્યકાંતે માત્ર અવાજ નમ્ર અને સૌમ્ય રાખ્યો હતો. સંકેતના ગાયબ થવા અને પાછા આવવામાં

ઉમેરાતા જતા દિવસોએ સૂર્યકાંતની જાણ બહાર એમનામાં એક નોંધપાત્ર ફેરફાર કરી નાખ્યો હતો. અગાઉના મોટા અવાજે બોલનારા, વાતવાતમાં ભડકી જનારા અને કોઈની સાડીબારી ન રાખનારા સૂર્યકાંત હવે શાંત અને ગંભીર બની ગયા હતા. આ આવેદનપત્રની ભાષા અને એ માટેની અપીલના બોલાયેલા શબ્દોમાં વિવેક હતો, પણ એમાંય એક જામગરી હતી, સુરંગ હતી. સૂર્યકાંતે સ્પષ્ટ શબ્દમાં માગણી કરી હતી કે હવે સંકેત અપહરણ કેસની તપાસ સી.આઈ.ડી.ને સોંપાવી જોઈએ.

સૂર્યકાંત ભાંડેપાટીલની આ માગણીને લીધે રાજકીય પ્રશાસનિક અને પોલીસ વર્તુળમાં ઘણો ખળભળાટ મચી ગયો. પહેલાં અજિતદાદા પવાર અને હવે છગન ભુજબળ સમક્ષ થયેલી રજૂઆતથી એક બાબત સ્પષ્ટ થઈ ગઈ કે સૂર્યકાંત હાથ પર હાથ મૂકીને બેસી રહેનારી વ્યક્તિ નથી.

રફીક મુજાવર પણ દૃઢપણે માનતા હતા કે સૂર્યકાંત શાંત કે ચૂપ રહેવાના નથી. છતાં એક વાત સમજાતી નહોતી કે અપહરણકાર કેવી માટીનો ઘડાયેલો હશે કે આટલા બધા હોબાળા થવા છતાં એ એકદમ ઠંડે કલેજે બેઠો છે. એના વ્યક્તિત્વમાં ગજબનું ખતરનાક કૉમ્બિનેશન છે, પૂરેપૂરો ગણતરીબાજ, પાક્કો વ્યૂહબાજ, એકદમ હિંમતબાજ, ભયંકર નિષ્ઠુર, પોલાદને શરમાવે એવો મક્કમ... સમાજવ્યવસ્થા, પોલીસ, રાજકારણી, લાગણી, ડર કે પ્રેમ... બધાથી જળકમળવત્... સાવ જ અલિપ્ત.

અને આવા માણસ સાથે નાનકડા સંકેતનું જીવન કેવું દુષ્કર થઈ ગયું હશે? આ સવાલનો જવાબ વિચારવાનું મુશ્કેલ લાગ્યું એટલે રફીક સૂર્યકાંત પાસે જવાનું નક્કી કરીને ઘરેથી નીકળી પડ્યો. છેલ્લા થોડા દિવસોથી આ સમજદાર માણસે મનોમન નોંધ કરી હતી કે હવે પોતાની તરફ જોવાની લોકોની નજર બદલાઈ રહી છે. પોતે તો એક માનવી તરીકે, પડોશી તરીકે માત્ર લાગણીવશ થઈને સૂર્યકાંતને સાથ આપતો હતો. એમાં લોકોને શો વાંધો હોઈ શકે? શેની શંકા હોઈ શકે? એક માનવી બીજા માનવી તરફ સહાનુભૂતિ બતાવે, સાથ-સહકાર આપે એમાં તે વળી કેવી શંકા?

મંગળવાર, તા. ૦૪-૦૧-૨૦૦૦થી...

ખૂબ ધમપછાડા અને હૈયાહોળી કરવા છતાં સંકેત અપહરણ કેસમાં પોલીસની સ્થિતિ ઘાંચીના બળદ જેવી હતી. દોડધામ બાદ હતા ત્યાં ને ત્યાં: દિશાશૂન્ય.

સૂર્યકાંત જંપીને બેસવામાં માનતા નહોતા. તેઓ જે કોઈ સૂચવે એ બધું કરતા રહે. જેટલાં મોઢા એટલા જ્યોતિષનાં નામ મળે. જરાય હતાશ થયા વિના કે

પળનોય સમય વેડફ્યા વિના દોડી જાય. પંડિત, જ્યોતિષ, નજુમી કે બાબા જે કહે એ બધું કરવાનું. પૂરેપૂરી શ્રદ્ધાપૂર્વક. આ બધાનો ખર્ચ હજારની રકમમાંથી ક્યારે લાખમાં ફેરવાઈ ગયો એની ખબર ન પડી, ન કોઈ ફિકર થઈ.

ગામમાં કોઈને સપનું આવે કે સંકેત ફલાણી જગ્યાએ છે તો ત્યાં ધસી જવાનું. કોઈને લાગે કે મેં સંકેત જેવા લાગતા કોઈક છોકરાને ફલાણા કે ઢીંકણા સ્થળે જોયો હતો, તો જમવાનું છોડીને ત્યાં દોડી જવાનું.

પ્રતિભા સ્કૂલમાં અને ખાસ તો સંકેત જેવડા વિદ્યાર્થીઓમાં દીકરાને જોવા માંડી હતી. આના પ્રતાપે તેને ટકી રહેવાની હામ મળતી હતી. વિષ્ણુનું ભોર સુધીનું અપ-ડાઉન યંત્રવત્ ચાલતું હતું. સિંચાઈ વિભાગની કામગીરી બજાવતા રોજેરોજ આશાનું સિંચન કર્યે રાખતા હતા. વિવેક અને શેખર સૂર્યકાંતનું કામકાજ સંભાળી રહ્યા હતા. માસૂમ પરાગ અને પાયલ માટે દુનિયાદારીની બહુ ગતાગમ ન હોવાનું આશીર્વાદરૂપ હતું અને તેઓ બાળપણના દિવસોમાં ફરી ગોઠવાઈ રહ્યાં હતાં. જનાબાઈ અને શાલન હૃદયમાં બળતરા વચ્ચે એક ખાસ ધ્યાન રાખતાં કે આંખના ખૂણે ક્યાંય ભીનાશ ન દેખાય, નહીંતર બાકીના બધાનો સ્વસ્થતાનો તકલાદી મુખવટો ઓગળી જતાં વાર નહીં લાગે. મૂળ સૌરભ ખોવાઈ ગયો હતો અને હવે ચાવી દીધેલા ઉદાસ છોકરાની જેમ એની દિનચર્યા ચાલ્યા કરતી હતી. ન ઉત્સાહ, ન જોમ, ન જોશ, ન સ્મિત, ન ઊછળકૂદ, ન વાતચીત.

આ સૌ અને એમની મૂક વેદનાના કોલાહલ વચ્ચે મૂળ સ્વરૂપ, સ્વભાવ, શૈલી અને ગતિ જાળવી રાખી હતી સમયે. લેશમાત્ર ફરક વિના એ વહી રહ્યો હતો, નિરંતરપણે... એક પળ રોકાયા વિના... સમયને અણસાર હતો કે ભાવિના પેટાળમાં શું છે અને એ ક્યારે મુખર થવાનું છે.

ગુરુવાર, તા. ૨૭-૦૧-૨૦૦૦

મહારાષ્ટ્ર સરકારના સિંચાઈ ખાતાના પ્રધાન, સાતારા જિલ્લાના પાલકપ્રધાન, એન.સી.પી.ના સૌથી વગદાર નેતાઓમાંના એક અને આઠ પક્ષોની બનેલી લોકશાહી આઘાડી સરકારના મહત્ત્વના આધારસ્તંભ અજિતદાદા પવારની પત્રકાર પરિષદ ચાલી રહી હતી. સાતારામાં તેમણે પુરોગામી ભાજપ-શિવસેના યુતિએ ખાલી કરી નાખેલી સરકારી તિજોરી પર મસમોટા શાબ્દિક આંસુ સાર્યાં, પોતાની સરકાર દ્વારા આવક-જાવકનો તાળો મેળવવાની દૃઢ મક્કમતા વ્યક્ત કરી, કેટલાક કડવા આર્થિક નિર્ણયો લેવા પડશે એવી લાગણીસભર લાચારી વ્યક્ત કરી, કૃષ્ણા નદીનાં પાણીનું મહત્ત્વ પુનઃ પ્રસ્થાપિત કર્યું. વિકાસકાર્યોને લીધે

વિસ્થાપિત થનારી જનતાના વ્યવસ્થિત પુનઃવસનની ખાતરી ઉચ્ચારી, સાતારા જિલ્લા અને શહેરના વિકાસની રૂપરેખા આપી...

સરસ સરકારી અને રાજકીય ઘોષણાબાજી અને વચનબાજીનો મારો ચાલતો હતો, ત્યાં એક પત્રકારે સવાલ કર્યો, 'શિરવળના સવાત્રણ વર્ષના બાળક સંકેત ભાંડેપાટીલના અપહરણ કેસમાં હજી સુધી કેમ કંઈ પરિણામ દેખાતું નથી?'

અજિતદાદા પવારે એકદમ સખત ચહેરો બનાવીને તરત જ જવાબ આપ્યો, 'આ પ્રકરણમાં પોલીસ પ્રગતિ સાધી શકી ન હોવાથી હવે તપાસ સી.આઈ.ડી.ને સોંપી દેવાઈ છે.'

આ ઘોષણાથી પોલીસને લપ ગયાની લાગણી થઈ હશે? સી.આઈ.ડી.ને કામ વધ્યાનું લાગ્યું હશે? ભાંડેપાટીલ પરિવારને કોઈ નક્કર સધિયારો મળ્યો હશે ખરો? અપહરણકર્તાના પેટનું પાણીય હલ્યું હશે? અને... અને... માસૂમ સંકેતની સ્થિતિ લેશમાત્ર બદલાઈ હશે?

શનિવાર, તા. ૨૯-૦૧-૨૦૦૦

બહુ થયું હવે. ક્યાં સુધી રાહ જોવાની. જાણે સંકેત પોતાનો હાથ છોડાવીને બહુ દૂર જતો હોય અને સૌરભ ગુમસૂમ થઈને બધું જોઈ રહ્યો હોય એવી લાગણી સૂર્યકાંતે અનુભવી. આ સાથે જ બંને નાનાં બાળકોને પોતે કોઈક દરિયાકિનારે ફરવા લઈ ગયો હતો એ સુખના દિવસો સાંભરી આવ્યા, પરંતુ બે વર્ષ બાદ જાણે એ તસવીરમાંની કલ્પના હકીકતમાં પલટાતી હોય એવો ફફડાટ જાગ્યો. આવા વિચારો વચ્ચે સૂર્યકાંત વિષ્ણુ ભાંડેપાટીલની ધીરજ ખૂટી ગઈ હતી. નઘરોળ લાપરવાહીની ભયંકર ચીડ અનુભવાતી હતી. શબ્દોના સાથિયાથી ઉબકા આવતા હતા. પોતાના પરિવારની અકથ્ય પીડા અને માસૂમ દીકરાએ ભોગવવી પડેલી હાલાકી સરકારી તંત્ર માટે વધુ એક કેસ હતો, કાગળ પર નોંધાયેલા શબ્દો હતા, ફાઈલના વધેલા નંબર હતા, પણ જેના પર વીતી હોય એનું દિલ જાણતું હોય કે આ વિરહ, વેદના, તાણ, તીક્ષ્ણ અને જીવના જોખમનું સતત માથા પર લટકતું ચમકદાર-ધારદાર ખંજર કેવું હોય છે?

સૂર્યકાંતે કંઈ પણ મનમાં સંઘરી રાખવાને બદલે હળવા થવાનું, મોકળા થવાનું નક્કી કર્યું. નિર્ણય આસાન ન હતો. સરકાર સાથે બાથવાનું હતું. પોલીસ સામે પડવાનું હતું. ઈસ પાર યા ઉસ પારની દૃઢતા સાથે સૂર્યકાંત ભાંડેપાટીલે ખંડાલામાં પત્રકાર પરિષદમાં કોઈની શેહશરમ, ડર કે સાડીબારી રાખ્યા વિના રીતસરનો તોપમારો શરૂ કરી દીધો.

43

ગુરુવાર, તા. ૨૭-૦૧-૨૦૦૦

સૂર્યકાંત ભાંડેપાટીલ દીકરા સંકેતના અપહરણના મામલામાં પોલીસતપાસની ગતિથી કંટાળી ગયા હતા. પોતાનો ગુસ્સો ગળી જવાને બદલે તેમણે ખંડાલામાં પ્રેસ કૉન્ફરન્સ બોલાવીને રીતસર આગ ઓકવાનો હિંમતભર્યો નિર્ણય લીધો.

રિપોર્ટર માટે તો આ મોટું કૌતુક હતું. કોઈ કિડનેપ થયેલા બાળકના પિતાને આવા રૌદ્રસ્વરૂપમાં ક્યારેય જોયો નહોતો.

સૂર્યકાંતે એકેય શબ્દ ચોર્યા વિના સીધેસીધો પોલીસતંત્ર પર લાપરવાહી અને બિનકાર્યક્ષમતાના જનોઈવઢ આક્ષેપ કર્યા.

સૂર્યકાંતનાં ઉચ્ચારણોથી પત્રકારોની બોલપેન અને નોટપેડ વચ્ચે દોસ્તી જામતી ગઈ. અપહૃત બાળકના પિતાની સળગતી વેદનાના તણખા નોટપેડ પર નોંધાતા જતા હતા...

સંકેતના અપહરણ બાદ તરત જ પોલીસે એના ઘરના ટેલિફોનના રેકોર્ડિંગની વ્યવસ્થા કેમ ન કરી?

પહેલી વખત રેન્સમની રકમ લેવા માટે કોઈ પોલીસના ડરે ન આવ્યું તો એ એરિયામાં કોમ્બિંગ કરીને કેમ કોઈને પકડી ન શકાયો?

બીજી વખત બાનની રકમ ચૂકવતી વખતે પોલીસને ઘરવાળાએ જાણ કરી અને સ્થળ જણાવ્યું છતાં ત્યાં પોલીસ મોડી પહોંચી. ન પૂરતી જાળ બિછાવી કે ન પર્યાપ્ત વ્યૂહ ઘડ્યો.

માત્ર પાંચ મિનિટની ચીલઝડપમાં એક લાખ રૂપિયાની રકમ અપહરણકર્તા લઈ ગયો કે બીજું કોઈ?

આ એક લાખ રૂપિયા લઈ જનારો થોડી મિનિટોની અંદર બહુ દૂર ન જઈ શકે તો પછી પોલીસ પકડી કેમ ન શકે?

અપહરણકર્તા કે લાખ રૂપિયા ઉપાડી જનારાને પકડવા માટે પોલીસે આખા વિસ્તારમાં ઘેરો કેમ નહોતો ઘાલ્યો? કે જાપ્તો કેમ નહોતો ગોઠવ્યો?

એ સ્થળે જ ભેદી સંજોગોમાં એક પોલીસવાળો દેખાયો એની પૂરતી પૂછપરછ કરાઈ નહોતી. શું કોઈ પોલીસવાળો આ અપહરણકાંડ કે રૂપિયા એક લાખ ઉપાડી જવામાં સંડોવાયેલો છે?

બાન ચૂકવાયેલી રકમના સ્થળની નજીક એક શંકાસ્પદ યુગલ દેખાયું હતું, પણ એની ઉપરછલ્લી કે નામમાત્રની પૂછપરછ બાદ કેમ જવા દેવાયું?

એ શંકાસ્પદ યુગલના સ્કૂટરનો નંબર સુધ્ધાં નોંધવાની પોલીસે દરકાર કેમ ન કરી?

એક લાખની ચુકવણી બાદ પોલીસે નજીકના ટોલનાકા કે પોલીસનાકાને સતર્ક કરીને શંકાસ્પદને પકડી કેમ ન લીધા? રૂપિયા એક લાખ લઈને કોઈ અજાણ્યો ઇસમ છૂમંતર થઈ ગયા બાદ એને ગાઢ જંગલમાં શોધવાને બદલે ભૂલ કરી અને જંગલની અંદર દોડી જવાને બદલે બહાર રોડ પર શા માટે શોધવા નીકળી પડી?

બીજો ટેલિફોન ક્યાંથી આવ્યો હતો? એની રેકોર્ડિંગની પોલીસે વ્યવસ્થા કરી હતી ખરી? વારંવાર પૂછવા છતાં પોલીસ કેમ ફોન ક્યાંથી થયો એ સ્થળની જાહેરાત કરતી નથી?

રૂપિયા એક લાખની ચલણી નોટના નંબર પોલીસને અપાયા હતા, તો પોલીસે એનો કંઈ ઉપયોગ કર્યો? શું પરિણામ આવ્યું?

પોલીસને એક શકમંદ અમજદ શેખનું નામ અપાયું છે. એને શોધવામાં સૂર્યકાંત, તેમનો પરિવાર અને મિત્રો પણ પોલીસ સાથે સમગ્ર મહારાષ્ટ્ર, ગુજરાત, કર્ણાટક અને અન્યત્ર દોડધામ કરી ચૂક્યા છે, છતાં હજી કેમ એ હાથ લાગ્યો નથી?

હકીકતમાં તો સાતારા પોલીસે આ અપહરણ અને ખંડણી માગવાના અપરાધને જરાય ગંભીરતાથી લીધો જ નથી.

'સાંઈ-વિહાર'ના ટેલિફોનનું ટેપિંગ કરવા માટે પોલીસ સાથે ટેલિફોન ખાતાને લેખિતમાં અરજી અપાઈ હતી છતાં હજી કંઈ થયું હોય એવું લાગતું નથી. બંને સરકારી તંત્ર વચ્ચે સુમેળનો સદંતર અભાવ છે.

આદરણીય છગન ભુજબળ, અજિત પવાર, પોલીસ સુપરિન્ટેન્ડન્ટ સંજય ખોપડે અને અન્ય રાજકીય આગેવાનોના સીધા સંપર્ક છતાં કોઈ પકડાય નહીં એનો અર્થ શો? પોલીસ પાસે પૂરતા માણસો નથી, ગુનેગારને પકડવાની હિંમત નથી કે એને સપડાવવા માટેનું દિમાગ નથી?

સૂર્યકાંત ભાંડેપાટીલ તોપની તડાફડી કરતા હતા. હાજર પત્રકારોને એકદમ મોજ પડી ગઈ કે આજે તો સરસ મસાલો મળી ગયો.

પરંતુ કેટલાક રિપોર્ટરનો હાથ અને જીભમાં હજી કંઈક સળવળાટ થઈ રહ્યો હતો. હવે સૂર્યકાંત પાસે કેવોક ધડાકો કરાવાશે?

ખંડાલામાં સૂર્યકાંત વિષ્ણુ ભાંડેપાટીલ એંગ્રી યંગમૅન્સ તરીકે આગ ઓકી રહ્યા હતા. મૂળ ખલનાયક તો ઓળખાયો નહોતો કે હજી નજર સામે આવ્યો નહોતો. બધા આક્રોશ અને ક્રોધનું નિશાન હતું સાતારા પોલીસ.

સંકેતને શોધી કાઢવા અને અપરહણકર્તાને પકડી પાડવાની પોલીસની તપાસ પદ્ધતિનાં એક પછી એક છીંડાં ઉઘાડાં પાડીને સૂર્યકાંતે થોડો શ્વાસ લીધો. એમની દૃષ્ટિએ વાતચીત પૂરી થઈ ગઈ હતી. તેમણે ગ્લાસમાંથી પાણીનો ઘૂંટડો ભર્યો. ગળામાં થોડીક રાહત થઈ, પણ ગુસ્સો હજી જ્વાળામુખીની જેમ ભભૂકતો હતો. અંદર લાવારસ ઉછાળા મારી રહ્યો હતો.

એક પત્રકારે દુઃખતી રગ પર હાથ મૂકતો સ્માર્ટ સવાલ પૂછ્યો, 'સંકેતને પાછો લાવવા તમે... તમે પોતે શું કરી શકો?'

'અમે તો કંઈ પણ કરવા તૈયાર છીએ.'

'સંકેત જલદી ન મળે તો ઉપવાસ પર ઊતરી શકો?'

'સંકેત માટે કંઈ પણ કરીએ. ઉપવાસ તો વળી શી વાત છે?'

'આમરણ ઉપવાસ પણ કરી શકો?

'હા, હા, સંકેતને પાછો મેળવવા માટે તો જીવ પણ આપી દઈએ...'

'તમે એકલા ઉપવાસ કરી શકો કે તમારાં પત્ની, માતા-પિતા બધા એમાં જોડાય?'

'સંકેતને પાછો હસતો રમતો જોવા માટે અમે સૌ કંઈ પણ કરી શકીએ.'

શુક્રવાર, તા. ૨૮-૦૧-૨૦૦૦

સૂર્યોદયના આગમન સાથે જ સમગ્ર સાતારા જિલ્લાનાં અખબારોમાં સંકેત અને સૂર્યકાંત ભાંડેપાટીલ છવાઈ ગયા. 'સંકેત પાછો ન મળે તો આમરણ ઉપવાસની ધમકી.'

'પોલીસની બિનકાર્યક્ષમતા સામે ઉપવાસનું શસ્ત્ર'

'ઉપવાસના ધક્કાથી પોલીસ ઊંઘમાંથી જાગશે ખરી?'

બધાં અખબારો જોઈને શિરવળમાં સોપો પડી ગયો. આ સૂર્યકાંતે તો ગજબ કરી નાખ્યું. પોલીસને છંછેડવાની ખરી હિંમત બતાવી હોં. આને સાહસ ન કહેવાય, દુઃસાહસ કહેવાય. 'સાંઈ-વિહાર'ની અંદર વિષ્ણુ ભાંડેપાટીલ, જનાબાઈ, શામરાવ, શનાલ, પ્રતિભા, સંજય, વિવેક, રાજશેખર સહિતનાં એક-એક ઘરવાળાં માનતાં હતાં કે હવે નવાજૂની થયા વિના રહેવાની નથી. સૂર્યકાંતે સૂતેલા ભોરિંગને છંછેડ્યો છે. માત્ર 'સાંઈ-વિહાર'માં જ નહીં, સમગ્ર શિરવળને ખાતરી હતી કે કોઈ સરકારી ઉચ્ચ અધિકારી કે પોલીસવાળા આવીને સૂર્યકાંતને થાબડભાણા કરશે, સમજાવશે અને ગર્ભિત ધમકી સુધ્ધાં આપશે કે ઉપવાસ પર ઊતરતા નહીં. આની સાથોસાથ ગણતરીના કલાકો કે દિવસોમાં સંકેત અપહરણ કેસ ઉકેલી આપવાનું વચન આપશે.

44

શુક્રવાર, તા. ૨૮-૦૧-૨૦૦૦

સૂર્યકાંત ભાંડેપાટીલની સનસનાટીભરી પત્રકાર પરિષદ, પોલીસ પર તીખા તમતમતા આક્ષેપો અને આમરણ ઉપવાસની ધમકી સ્થાનિક અખબારોની હેડલાઇન બની ગઈ.

શિરવળ અને 'સાંઈ-વિહાર'માં રસ્તા પર સેંકડો આંખો મંડાયેલી રહી, પણ કોઈના આગમનના એંધાણ વર્તાયાં નહીં. 'સાંઈ-વિહાર'માં ટેલિફોન પરથી પણ નજર હટતી નહોતી. એકવાર ફોનની ઘંટડી વાગે તો બધા ઊંચાનીચા થઈ ગયા. શામરાવે ફોન ઉપાડ્યો, 'હેલ્લો... હા... હો... બરાબર ઓકે...' ક્રેડલ નીચે મૂક્યું એ સાથે બધા આતુરતાથી જોઈ રહ્યા. શામરાવે આખી વાત પર ઠંડું પાણી ફેરવી દીધું: 'ટેલિફોન એક્સચેન્જમાંથી ફોન હતો. પૂછતા હતા કે ફોન બરાબર ચાલે છેને! કોઈ તકલીફ નથીને?'

પ્રતિભાને સ્કૂલમાં ઘણા શિક્ષકોએ અભિનંદન આપ્યાં, 'સારું કર્યું તમારા મિસ્ટરે. કોઈક તો હિંમત કરવી જ રહી. ક્યાં સુધી પોલીસની મનમાની ચલાવી લેવાની?'

પ્રતિભા હળવું સ્મિત આપીને આગળ વધી એટલે અભિનંદન આપનારે જ બાજુવાળાને કહ્યું, 'લાગે છે કે આના પતિનું મગજ ચસકી ગયું છે. પોલીસ સામે આક્ષેપ કરાય ખરા? આ તો આવ પાણા પગ પર પડ જેવું કર્યું છે. વધુ ભોગવવાની તૈયારી રાખવી પડશે.'

શિરવળના વાંકદેખાઓ પણ બપોરની ઊંઘ વેચીને ચોરે બેસી રહ્યા. કંઈક નાટ્યાત્મક બનવાની તાલાવેલીમાં કટિંગ ચાના વધુ કપ. તમાકુ-ચૂનાનાં વધારે પડીકાં અને બીડીનાં અનેક બંડલ હોમાઈ ગયાં.

શિરવળ પોલીસચોકીમાં બધું રાબેતા મુજબ હતું. બહુ અવરજવર નહોતી. ફોન લગભગ રોજ જેટલો જ બોલ બોલ કરતો હતો. હા, સતીશ માનસાહેબ થોડા ગંભીર હતા. એટલે બાકીના બધા શાંત રહ્યા હતા, છૂટકો જ નહોતો.

શામરાવે સૂર્યકાંતને વ્યવહારુ રીતે સમજાવ્યો, 'આ રીતે વધુ પડતી જીભ ચલાવવાનું યોગ્ય નથી. પોલીસ પોતાની રીતે કામ કરતી જ હોય. આટલું બધુ સંભળાવ્યા પછીય આધાર તો તેમના પર જ રાખવાનો કે નહીં?'

વિષ્ણુ ભાંડેપાટીલ દીકરાની વેદના સમજી શકતા હતા, વધુ તીવ્રતાથી અનુભવી શકતા હતા, છતાં તેમને લાગ્યું કે એ હદ ઓળંગી ગયો છે. વિષ્ણુએ રીતસર

ઠપકો આપ્યો, 'કાયમ કહું છું કે બોબડી અંકુશમાં રાખો. અત્યાર સુધી જીભના પાપે ન જાણે ધંધામાં કેટલું નુકસાન થયું હશે? વારંવાર કહેવા છતાં માનવાનું તો નહીં જ. હવે તમારી આ હીરોગીરી માટે આખા ઘરને ભોગવવાનું આવશે. રાજા, વાજા અને વાંદરાને છેડાય જ નહીં, પોલીસની તો ન દોસ્તી સારી કે દુશ્મની સારી. હે ઈશ્વર, આ મારા ગાંડિયાના બબડાટની સજા નાનકડા સંકેતને આપતો નહીં?'

સમગ્ર પરિવાર આખો દિવસ ઉચાટમાં રહ્યો. કંઈક થવાની રાહ જોવાતી રહી. આ બધાનાં ફિકર અને પ્રતીક્ષાને રઝળતાં મૂકીને સૂરજ પોતાની ગતિએ ઢળવા માંડ્યો. સરકારી બાબુઓના પેટમાં પાણીનું એક ટીપુંય હલ્યું નહોતું.

રોજની જેમ કોઈકની સાંજ ગરમ કૉફીના કપમાં ઓગળી રહી હતી, તો કોઈકની શામ વિદેશી વ્હીસ્કીના ગ્લાસમાં આઇસક્યુબ સાથે ડૂબવા માંડી હતી, એમાંય શનિવાર અને રવિવાર હતા. વીકએન્ડના નામે ઘણા બે પૅગ વધુ પીવાના હતા. ચિયર્સ.

શનિવાર, તા. ૨૯-૦૧-૨૦૦૦

શિરવળના તમાશા-પ્રેમીઓ એકદમ હતાશ થઈ ગયા કે સૂર્યકાંતના ધડાકા-ભડાકાના લેશમાત્ર પડઘા ન પડ્યા 'સાંઈ-વિહાર'માં. 'હાશ ઘો ગઈ'ની નિરાંત વચ્ચે ફફડાટ રહેતો હતો કે ગમે તે ઘડીએ કંઈ પણ થઈ શકે છે. સૂર્યકાંત, રફીક, સંજય અને વિષ્ણુ મર્ડેકર ચાની ચૂસકી લેતાં લેતાં ચૂપચાપ વિચારી રહ્યા હતા. રફીક મુજાવરે મૌન તોડ્યું, 'સરકારી તંત્ર એકદમ શાંત છે એનો અર્થ એ કે તેમની પાસે કહેવા માટે કંઈ નથી. તમારા આક્ષેપોનો જવાબ નથી.'

સંજય ભાંડેપાટીલે અલગ વાત કરી, 'આખો મામલો ખુલ્લેઆમ આવી ગયો અને એકદમ સનસનાટીભરી વાત છે. એટલે જાહેરમાં પ્રતિક્રિયા આપવાને બદલે અંદરખાને ચહલપહલ વધી ગઈ હશે. પોલીસ પરના દબાણમાં વધારો થયો હશે.'

કોઈએ કંઈ પ્રતિભાવ ન આપ્યો, બધાએ વિષ્ણુ મર્ડેકર સામે જોયું. કંઈક બોલ્યા વગર તે છાનોમાનો ચા પી રહ્યો હતો, જાણે એમ કહેતો હોય કે આ બધામાં આપણને કંઈ ગતાગમ ન પડે હો.

વિષ્ણુ ભાંડેપાટીલ અને જનાબાઈ હનુમાનદાદાનો આભાર માનતાં હતાં કે સારું થયું કોઈ સુનામી ન આવી. શામરાવ અને શાલન શનિ મહારાજને વિનવણી કરતાં હતાં કે, અમારા પરિવારને વાવાઝોડા અને તોફાનથી બચાવતા રહેજો.

સૂર્યકાંત એકલા ટૅરેસ પર આંટા મારતા હતા. ગુસ્સો વધુ ઉગ્ર બની રહ્યો હતો. ગમે તે કરો, પણ કંઈ પરિણામ આવતું નથી. આમ ને આમ ક્યાં સુધી ચાલતું રહેશે? બીજા બધાનું તો ઠીક, પણ ક્યાંક હું જ ગાંડો થઈ જઈશ.

તેઓ ઝડપભેર ઊતરીને પોતાના રૂમમાં ગયા. ધડામ અવાજ સાથે અંદરથી દરવાજો બંધ કરી દીધો.

અંદરથી કડી બંધ કરવાનો અવાજ બહાર સંભળાયો. વિષ્ણુ, શામરાવ, જનાબાઈ અને શાલનને કંઈ સમજાયું નહીં. મનમાં ફફડાટ બેઠો કે સૂર્યકાંત કરવા શું માગે છે? અંદર સૂર્યકાંત પોતે કાપી રાખેલા ન્યૂઝપેપરનાં કટિંગ ધ્યાનપૂર્વક વાંચી રહ્યો હતો. કોઈક લાઇન પર અંડરલાઇન કરતો હતો: ક્યાંય સુધી આ કામકાજ ચાલતું રહ્યું, ત્યાં સુધી બહાર વડીલો અધ્ધર શ્વાસે બેસી રહ્યા.

રવિવાર, તા. ૩૦-૦૧-૨૦૦૦

સૂર્યકાંત વિષ્ણુ ભાંડેપાટીલે બધાને સવારના પહોરમાં બોલાવ્યા હતા. નીતિન ભરગુડે પાટીલ, ગુરુદેવ ભરદાડે, રાજેન્દ્ર તાંબે, રવીન્દ્ર પાનસારે, પ્રેમભાઈ પટેલ, વિજય મલેકર અને રફીક મુજાવર. સંજય ભાંડેપાટીલ અને વિષ્ણુ મર્ડેકર તો ઘરે જ હતા. થોડીવારમાં વિવેક ભાંડેપાટીલ અને રાજશેખર દેશમુખ આવીને મંડળી સાથે બેસી ગયા.

પ્રતિભાએ આવીને બધાની સામે કાંદા-પૌંઆની ડિશ અને ચાના કપ મૂક્યાં. કોઈને ચા-નાસ્તામાં લેશમાત્ર રસ નહોતો. સૂર્યકાંતે આગ્રહ કર્યો કે પહેલાં ચા-નાસ્તો પતાવીએ પછી વાત. આ આગ્રહ તો આદેશ કે શરત જેવો હતો. એટલે કોઈ પાસે છૂટકો નહોતો. ખાલી ડિશ અને કપ ગયા બાદ સૂર્યકાંતે વારાફરતી બધાની સામે જોયું, 'તમે સૌએ મને ખૂબ સાથ આપ્યો છે. અમારાં દુ:ખમાં પડખે ઊભા રહ્યા છો. સંકેતને શોધવા માટે આપણે બધાએ તનતોડ મહેનત કરી છે. કલ્પના બહારના પ્રયાસો કર્યા છે, છતાં કંઈ જ હાથ લાગ્યું નથી એટલે...'

સૂર્યકાંતે શ્વાસ લીધો. ખિસ્સામાંથી રૂમાલ કાઢીને ડાબી આંખના ખૂણામાંથી કંઈક લૂછ્યું, 'હવે આ કેસમાં હું પોતે કંઈક કરવા માગું છું. પોલીસ પોતાની પદ્ધતિ, ક્ષમતા અને સમજ પ્રમાણે કામકાજ કરતી હશે, ભલે કરતી રહે. ઘણા દિવસથી હું અપહરણના કેસનો અભ્યાસ કરી રહ્યો છું. ગુનેગારની મોડસ ઓપરેન્ડી સમજવાની મથામણ ચાલે છે. હવે અપહરણના કેસ બનશે ત્યાં પહોંચી જઈને હું જાતતપાસ કરીશ. કદાચ સંકેતનો અપહરણકર્તા રીઢો ગુનેગાર હોય અને આપણા કેસ જેવી જ કોઈ નિશાની મળે કે સગડ મળે તો કામ આસાન થઈ જાય. સંકેત ન મળે ત્યાં સુધી હું નથી કોઈ કામકાજ કરી શકવાનો કે નથી ચૂપચાપ બેસી રહેવાનો.'

એક પુત્રને શોધવાના પિતાના લાગણીભર્યા ઝનૂન સામે કોઈને શા માટે વિરોધ

હોય? છતાં ચેતવણીના સૂર નીકળ્યા ખરા, 'ક્યાંય એકલું જવાનું નહીં', 'ખોટું જોખમ લેતાં પહેલાં સાત વાર વિચારવાનું', 'હવે પોલીસ સાથે ખોટી માથાકૂટ કરવી નહીં' અને 'અમને કોઈ ને કોઈને સાથે રાખવાના જ.'

45

સોમવાર, તા. ૩૧-૦૧-૨૦૦૦

સૂર્યકાંત માત્ર શાબ્દિક જાહેરાત કરીને બેસી ન રહ્યા. રીતસરની ધડબડાટી મચાવી દીધી. બીડમાં પાંચ લાખ રૂપિયાની ખંડણી માટે છોકરાનું અપહરણ થયું, તો ત્યાં ધસી ગયા. આ છોકરો આઠ દિવસે પુણેથી સહીસલામત મળ્યો હતો. કોલ્હાપુર પાસેના હુપરી ગામે સાત વર્ષના છોકરાનું ખૂન થયું હતું. કારણ હતું એક લાખ રૂપિયાની ખંડણી ન મળવી. ત્યાં જઈને એ છોકરાનો ફોટો જોઈને સૂર્યકાંત એકદમ વ્યથિત થઈ ગયા. મનોમન બોલી પડાયું, 'મારો બિચારો...'

શિરવળમાં સૂર્યકાંત ભાંડેપાટીલના નામની ધાક એટલી બધી વધી ગઈ હતી કે છાપામાં બાળકના અપહરણના કિસ્સા વાંચીને તેઓ ઘટનાસ્થળે જવા નીકળે ત્યારે પોલીસવાળા પણ સાથે જવા માંડ્યા હતા. તેઓ પણ સંકેત અપહરણ કેસમાં આગળ વધવા તત્પર હતા. સાથોસાથ એક પીડિત પિતાને પૂરેપૂરો સાથ સહકાર આપ્યાનું પણ ગણાય.

આવા અપહરણના પાંચ-સાત કેસમાં સૂર્યકાંત મિત્રમંડળી અને પોલીસ મંડળી સાથે પહોંચી જતો હતો. અપહરણ કરાયેલા બાળકનાં માતા-પિતા પાસેથી માહિતી મેળવતા હતા. અજુગતું લાગવા છતાં પૂછપરછ પણ કરે. શિરવળ પોલીસવાળા સાથે સ્થાનિક પોલીસચોકીમાં પહોંચી જાય. શક્ય એટલી માહિતી મેળવવાની મથામણ સતત ચાલતી જ રહે.

આવા સાતેક અપહરણ કેસમાં સૂર્યકાંત દોડી ગયા. પહેલાં અખબારમાં સમાચાર નિરાંતે અને વિગતવાર વાંચે. પછી એ ગામ પહોંચી જાય.

નિરીક્ષણ અને પૂછપરછના દૌર ચાલતા રહે. પોતાને કામની કંઈક જાણકારી મળે એનું ખાસ ધ્યાન રાખે. આની સાથોસાથ દરેક ગુનેગારની કાર્યપદ્ધતિનો વ્યવસ્થિત અને ઊંડાણભર્યો અભ્યાસ ચાલતો રહે.

આ ભાગદોડ વચ્ચે કોઈ નવા જ્યોતિષનું નામ આવે તો ત્યાં પહોંચી જવાનું. એની ભવિષ્યવાણીમાં બનાવાયેલા સ્થળે પહોંચીને તપાસ કરવાની. એમાંય પોલીસવાળા સાથે આવે. હજી સુધી એકેય કામની નક્કર માહિતી કે જાણકારી

મળી નહોતી, પણ સૂર્યકાંતને ન જરાય થાક લાગે કે ન લેશમાત્ર હતાશા ઊપજે. થોડી ઘણી હતાશા કે થાકને દૂર દૂર ફંગોળી દે એવી માહિતી એક ખબરી થકી આવી પહોંચી. સંકેત અપહરણ કેસના એકમાત્ર શકમંદ અમજદ શેખ સુધી પહોંચવાની એક આછીપાતળી ઉમ્મીદ હાથ લાગી હતી.

રવિવાર, તા. ૦૬-૦૨-૨૦૦૦

શિરવળના ગામવાસીઓ અને પ્રેસ મીડિયામાં સંકેત અપહરણ કેસમાં નંબર વન અને એકમાત્ર શકમંદ એટલે ૨૨-૨૩ વર્ષનો અમજદ શેખ. વધુ માહિતી એટલી જ એ સૂર્યકાંત ભાંડેપાટીલના મિક્સર ડ્રાઇવર તાજુદ્દીન ખાનની દીકરી ફાતિમાનો બોયફ્રેન્ડ.

આ અમજદ શેખે ક્યારેક સૂર્યકાંતના કોઈ સબ-કૉન્ટ્રાક્ટર સાથે કામ કર્યું હતું, પણ એનો ચહેરો યાદ આવતો નહોતો. હવે એ અજાણ્યો યુવાન જીવનમાં સૌથી વધુ મહત્ત્વનો બની ગયો હતો. સંકેતને મેળવવાની સૌની આશાના કેન્દ્રમાં હતો આ અમજદ શેખ. સૂર્યકાંત અને પોલીસ એને પાતાળમાંથીય શોધી કાઢવાની મથામણમાં ગળાડૂબ હતા. બંનેએ પોતપોતાના રસ્તા અને માણસોને કામે લગાડ્યા હતા. આને પગલે એક મહત્ત્વના સગડ હાથ લાગ્યા. સૂર્યકાંત ભાંડેપાટીલે તરત જ પોતાની મહિન્દ્રા જીપ એમ.એચ. ૧૧-૫૬૫૩ કાઢી. રફીક મુજાવર પણ કૂદીને જીપમાં બેસી ગયા. જીપ દોડવા માંડી. બંનેનો ઉત્સાહ જીપની ગતિને હંફાવતો હતો, પણ જીપનાં પૈડાંની મર્યાદા હતી. શિરવળ નજીકના ગામ શિંદેવાડી આવી ગયું. ત્યાં એક સબ-કૉન્ટ્રાક્ટર પાસે અમજદ શેખ કામ કરતો હોવાની માહિતી આવી હતી. દિલની ધડકન વધી રહી હતી. એ સબ-કૉન્ટ્રાક્ટરે કહ્યું કે, અમજદ શેખ મારી પાસે કામ કરતો હતો, પણ એ કોડોલી જાઉં છું એમ કહીને નીકળી ગયો છે. અમજદની ખૂબ પૂછપરછ કરવા છતાં કામની કોઈ જાણકારી ન મળી.

'સાંઈ-વિહાર'માં એકદમ વિચિત્ર લાગણી અનુભવાઈ રહી હતી. અમજદ શેખ મળી જશેને? સંકેત એની પાસે જ હશેને? હે પ્રભુ, સંકેત સાજોસમો હોય એટલી કૃપા રાખજે. એ જ સમયે પ્રતિભાની બહેન સમિતાનો ફોન આવ્યો. પ્રતિભા અમજદ શેખ હાથવેંતમાં હોવાની અને સંકેતના ઘરે પાછો આવવાની શક્યતા સંતાડી ન શકી. આ સાંભળીને સમિતા એકદમ ખુશખુશાલ થઈ ગઈ. સમિતાએ બીજી બહેન પ્રિયાને તરત જ ફોન કરી દીધો. પ્રિયાથી ન રહેવાયું તો તેણે પોતાના એક ભાઈ પ્રવીણને ફોન કરીને આ ગુડ ન્યૂઝ આપી દીધા. પ્રતિભાનો વધુ એક ભાઈ રવિશેખર તો 'સાંઈ-વિહાર'માં સાથે જ હતો એટલે

એ તો વધુ પહેલેથી જ જાણતો હતો. પ્રતિભાના પિયરને પણ 'સંકેત આવે છે', 'સંકેત આવે છે'ના આશાવાદે ભરડામાં લઈ લીધો. સૂર્યકાંત અને રફીક મુજાવરે જીપને કોડોલી તરફ મારી મૂકી. આ ગામ કોલ્હાપુર પાસે આવેલું છે. નાનું ગામ હોવાથી અમજદ શેખની બહેનનું ઘર શોધવામાં બહુ વાર ન લાગી. એ બહેન અને બનેવી સાથે રહેવા આવ્યો હતો. બહેન-બનેવીને અમજદ વિશેની પૂછપરછથી નવાઈ લાગી, પણ સૂર્યકાંતે સાચું કારણ ન આપ્યું. બાંધકામનું મોટું કામ મળ્યું હોવાથી અમજદ જેવા કાબેલ અને વિશ્વાસુ માણસની જરૂર પડી હોવાથી પોતે આવ્યા હોવાનું જુઠ્ઠાણું ચલાવ્યું. બનેવીએ વસવસો વ્યક્ત કર્યો કે અમજદ તો બે દિવસ અગાઉ ગોવા ગયો છે. એક ઘડી તો સૂર્યકાંત નિરાશ થઈ ગયા, પણ તરત જ સ્વસ્થ થઈને પૂછ્યું કે, 'ગોવા ક્યાં ગયો છે?' એ લોકો પાસે પાકું સરનામું તો નહોતું, પણ કાચીપાકી વિગતો આપી. આટલું સાંભળીને સૂર્યકાંતે ફરી જીપનું એન્જિન સ્ટાર્ટ કર્યું.

જીપને જતી જોઈને અમજદ શેખની બહેને પતિ સામે જોયું. ગર્વસભર સ્મિત ચહેરા પર લાવીને શૌહરને મેણું માર્યું, 'આપ તો મેરે ભાઈ કો નિકમ્મા કહતે હુએ થકતે નહીં હો. અબ દેખા વોહ નિકમ્મા કિતના કામ કા હૈ. ઉસે ઢૂંઢને લોગ કિતને દૂર સે આતે હૈ?' બનેવીની બોલતી બંધ.

જીપમાં સૂર્યકાંત અને રફીકે ગોવા જવા વિશે લાંબી ચર્ચા કરી. બંનેને લાગ્યું કે ગોવા જેવી અજાણી જગ્યાએ એકદમ અને એકલા ધસી જવામાં જોખમ ગણાય. કદાચ અમજદ શેખ એકલો ન હોય અને મોટી ગેંગ સાથે હોઈ શકે. આપણા બંનેની સલામતીથી વધુ મહત્ત્વનું છે સંકેતને હેમખેમ બચાવવાનું. નિર્ણય એવો લેવાયો કે સૌથી પહેલાં શિરવળ પહોંચી જઈએ. એમ.એચ. ૧૧-૫૬૫૩ અલાઉદ્દીનનો જીન હોય એમ પોતાના આકાઓની મરજી સાંભળ્યા વિના જ સમજી ગઈ અને શિરવળ ભણી રીતસર ઊડવા માંડી. રફીકને યાદ આવ્યું કે ક્યારનું કંઈ ખાધું-પીધું નથી. સૂર્યકાંત પોતાના ખાવા-પીવા માટે તો જીપ રોકવાનો નથી, એની ગળા સુધી ખાતરી. રફીક ઊંધી ચાલ ચાલ્યો. મને ખૂબ જ ભૂખ અને તરસ લાગ્યાં છે અને નબળાઈ જેવું લાગે છે એવું કહીને જીપ રોકાવી. સૂર્યકાંત જીપમાંથી ઊતરવા ગયા તો તેને રોકીને રફીક ઊતરી ગયો. ચાર વડાપાંઉ અને બે ચા લઈને આવ્યો. સૂર્યકાંત એને જોઈ રહ્યો. 'રફીકભાઈ, સચ બતાના આપ કો ભૂખ ઔર પ્યાસ લગી થી?'

રફીકે ગંભીરતાના ડોળ સાથે જવાબ આપ્યો, 'ભાઈસાહેબ, ભૂખ ભૂખ હોતી હૈ. મેરી ક્યા ઔર આપ કી ક્યા? ફટાફટ લે લિજીએ... શિરવળ પાસ થોડા હૈ?'

સૂર્યકાંત-રફીકની કામચલાઉ પેટપૂજાથી જીપને થોડો આરામ મળી ગયો. ફરી બમણા વેગથી દોડતી જીપ શિરવળ પહોંચી ત્યારે ગામમાં ઘણાના કાન ઊંચા થઈ ગયા, 'શું થયું હશે'નું કુતૂહલ શમતું નહોતું, પણ પૂછવાની હિંમત નહોતી. સૂર્યકાંત અને રફીક 'સાંઈ-વિહાર' પહોંચ્યા ત્યારે સાથે સંકેતને ન જોઈને બધા નિરાશ થઈ ગયા. પ્રતિભા લગભગ રડવા જેવી થઈ ગઈ. સૂર્યકાંતે પૂરેપૂરી જાણકારી આપી અને બધી વાત સમજાવી દીધી. શામરાવે સવાલ પૂછ્યો કે, 'ગોવા કયા દિવસે જવાનું નક્કી કર્યું છે?'

સૂર્યકાંતે જવાબ આપ્યો કે, 'કાલે વહેલી સવારે.' પછી તેણે નજીક રફીક સાથે ધીમા અવાજે ગુફ્તેગો કરી. 'ખુદા હાફીઝ' કહીને રફીક તરત જ શિરવળ પોલીસ સ્ટેશન તરફ રવાના થયો.

46

સોમવાર, તા. ૦૭-૦૨-૨૦૦૦

હજી સૂર્યોદયને વાર હતી. કેટલાક આળસુ કૂકડા ઘોરતા હતા, પણ અજંપો લઈને જન્મેલા કૂકડાએ જાણે પહેલીવાર સવાર પડવાની હોય એમ કૂકડેકુ કૂકડેકુ શરૂ કરી દીધું હતું. આખી રાત જાગવામાં ગઈ હતી અને ક્યારેક અલપઝલપ ઝોકું આવી ગયું હતું. એટલે સૂર્યકાંતની આંખ લાલચોળ હતી. ચહેરા કે શરીર પર થાકની છાંટ વર્તાતી નહોતી. ફટાફટ તૈયાર થઈને તેઓ પોતાની વહાલી એમ.એચ. ૧૧-૫૬૫૩ જીપ પર સવાર થઈ ગયા. એમને જતા જોઈને 'સાંઈ-વિહાર'માં બધા મનોમન પ્રાર્થના કરવા માંડ્યા કે આજે અમજદ શેખ મળી જાય તો સારું. આ બદમાશ પાછળ દોઢ-દોઢ મહિનાથી દોડધામ ચાલી રહી છે, પણ એ હાથ લાગતો જ નથી.

સૂર્યકાંતે રસ્તામાંથી રફીક મુજાવરને લઈ લીધો. પછી શિરવળ પોલીસચોકી પહોંચ્યા. ત્યાંથી સાતારાની લોકલ ક્રાઇમ બ્રાંચના પોલીસ ઇન્સ્પેક્ટર સદાનંદ બેલાસરે, સબ ઇન્સ્પેક્ટર મોઝેસ લોબો અને કૉન્સ્ટેબલ રમેશ દેશમુખ બીજી ગાડી લઈને સાથે જોડાયા.

સૂર્યકાંતના આગ્રહને લીધે સીધા ગોવા જવાને બદલે પહેલાં શિંદેવાડી ગયા. ત્યાંથી સબ-કૉન્ટ્રાક્ટરને સાથે લઈ લીધો. અમજદ શેખને ઓળખવામાં મુશ્કેલી ન પડે એટલે આમ કરવું જરૂરી લાગ્યું હતું. વચ્ચે નાનાં નાનાં રોકાણ સાથે લગભગ સાત-આઠ કલાકની મુસાફરી બાદ કાફલો ગોવા પહોંચ્યો. ગોવાની

પોલીસનો સંપર્ક સાધ્યો, અડધાપડધા ઍડ્રેસથી અમજદ શેખ સુધી પહોંચવાનું આસાન નહોતું. એક લોજમાં રોકાઈ જવાનું નક્કી કર્યું. ત્યાંથી ધડાધડ બધા પોતપોતાના ઓળખીતા, સંબંધી, મિત્રોને ફોન કરીને ગોવાના સંપર્ક અને જાણકારી મેળવવા માટે મંડી પડ્યા. મોડી રાતે કંઈક આશા જન્માવતું સરનામું મળી ગયું.

સૂર્યકાંત એકદમ ઉત્તેજિત થઈ ગયા. તરત જ નીકળી પડ્યાના જોશમાં આવી ગયા. એમને સમજાવીને શાંત પાડવા પડ્યા કે અત્યારે તો મોડી રાતે જરાક અમથા અવાજથી આરોપીને અણસાર આવી ગયો તો? જો એ ફરી ભાગી જાય તો મેળવવાનું ખૂબ મુશ્કેલ બની જાય. એમાંય પોલીસ એને શોધતી હોવાની ખબર પડી જાય તો પછી આખા ભારતમાં એને શોધવો ક્યાં? અને ખાસ તો પોતાની દોડધામમાં સંકેત અડચણ લાગે તો એ કંઈક ન કરવાનું કરી બેસે તો?

સૂર્યકાંત નીચે બેસી ગયા. લોજમાં આખી રાત મટકુંય માર્યા વિના પડખાં ઘસતા રહ્યા. શૈતાન અમજદ શેખનો ચહેરો સાંભરતો નહોતો અને માસૂમ સંકેતનો ચહેરો આંખ સામેથી હટતો નહોતો.

મંગળવાર, તા. ૦૮-૦૨-૨૦૦૦

સવાર પડવાની સૂર્યકાંતે કરેલી આ સૌથી લાંબી અને એકદમ કપરી પ્રતીક્ષા હતી. સરનામા પરથી સ્પષ્ટ થઈ ગયું કે એ ભાડાના ઘરમાં રહેતો હતો અને એ પણ બહેન-બનેવી સાથે. એકદમ આસાનીથી અમજદ શેખ સામે આવી ગયો.

સૂર્યકાંત ભાંડેપાટીલ એને જોઈ રહ્યા. હશે માંડ ૨૨-૨૩ વર્ષની ઉંમર. એકદમ પાતળો, ઘઉંવર્ણો રંગ. આ માણસે... આ બદમાશે મારા દીકરા, સંકેતને... સૂર્યકાંતના હાથની મુઠ્ઠીઓ વળવા માંડી... એક પર એક દાંત ભીંસાવા માંડ્યા... રફીક મુજાવરે એનો હાથ ધીમેથી દાબ્યો... આ સ્પર્શ સાથે જ સૂર્યકાંતે જાત પર અંકુશ મેળવી લીધો. અમજદ શેખને તો જોઈ લેવાશે, પણ અત્યારે મહત્ત્વનું છે સંકેતને શોધવાનું... હેમખેમ અને સહીસલામત શોધવાનું...

સૂર્યકાંતના મોબાઇલ પર ક્યારની બેલ વાગી રહી હતી, પણ ગઈ કાલે ઘરવાળાના ફોન પર ફોન આવતા હતા... એકનો એક જવાબ આપીને કંટાળી ગયો હતો... ક્યારેક પિતા શિખામણ આપે કે રાતે જ પહોંચી જાઓ એ બદમાશ પાસે... માતા કહે કે, તારું ધ્યાન રાખજે. તું સંકેતને લઈને આવીશ પછી જ હું અન્ન-જળ ગ્રહણ કરીશ... પ્રતિભા રડતાં રડતાં કહેતી હતી કે, સંકેત મળે એટલે સૌથી પહેલાં મારી સાથે વાત ન કરાવો તો મારા સમ છે તમને...

અમજદ શેખને શોધવા શાંતિથી વિચારવા માટે સૂર્યકાંતે મોબાઇલ સાયલન્ટ મોડ પર મૂકી દીધો હતો. હવે ભલે જેના ફોન આવવા હોય એ આવ્યા કરે... નિરાંતે જવાબ આપીશું...

'સાંઈ-વિહાર'માં સંકેતના મળવાની આશા સાથે નવું ટેન્શન આકાર લઈ રહ્યું હતું, 'આ સૂર્યકાંત મોબાઇલ કેમ ઉપાડતો નથી? કોઈક મુશ્કેલીમાં તો નહીં હોયને?'

પોલીસ અને સૂર્યકાંત ગોવા પહોંચીને અમજદ સુધી પહોંચી ગયા છે અને સંકેતના અપહરણ કેસનો મુખ્ય આરોપી હવે પોલીસના પંજામાં છે એ માહિતી પત્રકારો સુધી પહોંચી ગઈ હતી. ક્રાઇમ રિપોર્ટર્સ વધુ ને વધુ માહિતી મેળવવામાં, એને મસાલેદાર બનાવવામાં અને જૂની જાણકારી ગોળગોળ શબ્દોમાં ફેરવીને મેજર સ્ટોરી બનાવવામાં મંડી પડ્યા હતા.

મંગળવાર, તા. ૦૮-૦૨-૨૦૦૦

આખરે અમજદ શેખ સુધી પોલીસ પહોંચી ગઈ. આ પાતળો, સૂકલકડી અને ઊંચો યુવાન સૂર્યકાંતને કાળ જેવો લાગ્યો, રફીક મુજાવરે હાશકારો અનુભવ્યો. સદાનંદ બેલાસરે, મોઝેસ લાંબો અને રમેશ દેશમુખના ચહેરા પર જશ, જોશ અને ખુન્નસના મિશ્ર ભાવ કબજો મેળવવા માટે ધક્કામુક્કી કરતા હતા.

આ બધાથી તદ્દન વિપરીત અમજદ શેખ એકદમ શાંત હતો. પોલીસને જોઈને એકદમ અચરજ અનુભવ્યું. સૂર્યકાંત ભાંડેપાટીલને એ તરત જ ઓળખી ગયો. સાથે આવેલ સબ-કૉન્ટ્રાક્ટર સાથે તો દુઆ-સલામ સુધ્ધાં કરી. એના ચહેરા પર લેશમાત્ર ગભરાટ કે ફફડાટ નહોતાં.

બધાને થયું કે બેટમજી બહુ સારો ઍક્ટર છે. પોલીસવાળાએ એના ભાવહીન ચહેરા કે સ્વસ્થતાને જરાય મહત્ત્વ ન આપ્યું: રીઢા ગુનેગાર તો આવા જ હોય.

બેલાસરેએ ધારદાર અવાજે પૂછ્યું, 'સંકેત ક્યાં છે?'

'કોણ સંકેત?'

'તું સંકેતને નથી ઓળખતો?'

'ના, સાહેબ.'

બેલાસરેએ અમજદનાં બહેન-બનેવી સામે જોયું, 'સાચું બોલી દો... સંકેત ક્યાં છે? નહીંતર તમારા બંનેનું પણ આવી બન્યું માનજો.'

બનેવીએ એનો એ સવાલ દોહરાવ્યો, 'કોન હૈ સંકેત?'

બેલાસરેએ ગુસ્સામાં બહેન સામે જોયું. એ બોલી, 'સચમુચ સા'બ, હમ કુછ નહીં જાનતે...'

બેલાસરેને લાગ્યું કે પોલીસ સ્ટેશન લઈ જઈએ. ત્યાંના માહોલની સારી અસર થશે આ બદમાશ પર. તેમણે હાથ પકડીને અમજદને ઊભો કર્યો, 'ચલ મેરે સાથ... મિલ કે યાદ કરતે હૈ કિ સંકેત કૌન હૈ?'

આ સાથે જ તેમણે લોબો દેશમુખને ઇશારો કર્યો. એક જણ બનેવીની બાજુમાં અને બીજો બહેનની બાજુમાં ઊભા રહી ગયા. થોડીવારમાં સ્થાનિક પોલીસવાળા ઘરની અંદર શોધખોળ કરીને પાછા આવ્યા. એમના ચહેરા કહેતા હતા કે અંદર સંકેત નથી.

47

મંગળવાર, તા. ૦૮-૦૨-૨૦૦૦

બેલાસરેએ અમજદની પીઠ પર હાથ ફેરવ્યો, પછી એની હડપચી ઊંચી કરી અને આંખોમાં આંખ નાખીને તોફાની સ્મિત સાથે પૂછ્યું, 'તેરા નિકાહ હો ગયા?' અમજદે માથું હલાવીને ના પાડી. 'તો ચલ પુલીસ સ્ટેશનમેં તેરા મેકઅપ કરેંગે હમ સબ મિલકર... ચહેરા ઇતના સુંદર હો જાયેગા કે તૂ ભી પહેચાન નહીં પાયેગા... ચલો દુલ્હે કી બહન અને જીજાજી કો ભી લે લો... બારાતી ભી લગેંગે હી.'

લોબોએ સ્થાનિક પોલીસવાળાના કાનમાં ફૂંક મારી કે બે જણ ઘરની આસપાસ રહેજો.

એક-બે જણને આ અમજદની પ્રવૃત્તિ અને એના જીજાની કુંડળી મેળવવાના કામે લગાડી દો.

બે ગાડીમાં આખો રસાલો પહોંચી ગયો પોલીસ સ્ટેશને. બહેન-બનેવીને બહાર એક બાંકડામાં બેસવાનું કહીને અમજદને પોલીસવાળા અંદરના રૂમમાં લઈ ગયા.

બેલાસરે અમજદને પગથી માથા સુધી જોતા રહ્યા. પછી એની આસપાસ ગોળ ગોળ ફર્યા. ફરી સામે આવ્યા, એનો જમણો હાથ એકદમ પકડીને પીઠ તરફ મરોડી નાખ્યો, 'આ હાથ હતોને? સંકેતને ઉપાડી જવામાં જમણો હાથ વાપર્યો હતોને? હવે આ હાથને ભૂલી જવાનો તારે... અમજદ હાથ મુઝે દે દે...' બેલાસરે જોશપૂર્વક હાથ વાળતા રહ્યા. અમજદના ચહેરા પર આછેરી પીડાના ભાવ દેખાવા માંડ્યા, પરંતુ મોઢામાંથી ચૂં કે ચાં ન નીકળ્યું. ધીરે-ધીરે બેલાસરેએ હાથની પકડ ઢીલી કરી દીધી.

પોતે જઈને એક ખુરશી પર બેસી ગયા. ઇશારો કરતાં લોબો અને રમેશ

બાજુમાં આવીને ઊભા રહી ગયા. બે સ્થાનિક પોલીસવાળા એ બંનેની આસપાસ ઊભા રહી ગયા. થોડે દૂર ઊભેલા સૂર્યકાંત અને રફીક બધું જોઈ રહ્યા હતા.

પોલીસે માનસિક શતરંજની ગેમ શરૂ કરી, 'બોલ, સંકેત ક્યાં છે?'

'ક્યાં સંતાડ્યો છે એને?'

'તારી સાથે કોણ કોણ છે?'

'સંકેતને લઈને દિલ્હી કેમ ગયો હતો?'

'કોના કહેવાથી સંકેતનું કિડનેપિંગ કર્યું તેં.'

'તારો એક સાથી અમારી પકડમાં આવી ગયો છે. તેણે બધું કબૂલી લીધું છે, પણ અમારે તારે મોઢે સાંભળવું છે. જલદી બોલવા માંડ...'

'સંકેતને છોડવા માટે લીધેલા લાખ રૂપિયાનું શું કર્યું?'

'બાકીના રૂપિયા બનેવીને આપ્યા છે કે બહેનને?'

'બધું સાચેસાચું કહી દે... આ સૂર્યકાંતને કેસ પાછો ખેંચી લેવા અમે સમજાવીશું... નહીંતર તો કિડનેપિંગના ક્રાઇમ માટે દસ-બાર વર્ષ જેલમાં જ જવાનો સમજ્યો?'

અમજદ શેખ બાઘાની જેમ બધાને જોઈ રહ્યો. કોઈ પરગ્રહવાસીઓ વાતચીત કરતા હોય અને પોતાને કંઈ ન સમજાયું હોય એવા ભાવ એના ચહેરા પર હતા. સવાલોના જવાબમાં ક્યારેક એ બોલતો, 'મૈં નહીં જાનતા...' 'મૈંને કુછ નહીં કિયા...' 'મુઝે કુછ નહીં પતા...'

બેલાસરે ઇશારો કરતાં લોબો બહાર ગયા. થોડીવારમાં પાણીના ગ્લાસ અને ચાના કપ અંદર આવ્યા. બધાએ ચા લીધી. બેલાસરે ચાનો કપ અમજદને આપ્યો, 'ચા પીને ફ્રેશ થઈ જા. આનાથી તારું મગજ ખૂલી જશે... મોઢું પણ...' અમજદની ઇચ્છા નહોતી, પણ બેલાસરેએ પરાણે ચાનો કપ પકડાવી દીધો.

સૂર્યકાંતે ચા પીવાની ના પાડી. એટલે રફીકેય માથું ધુણાવીને નનૈયો ભણ્યો. સૂર્યકાંતને ગુસ્સો આવતો હતો, 'મહેમાનગતિ કરવાને અને મોઢાથી પૂછવાને બદલે એકદમ ઢિબેડી નાખવો જોઈએ. ક્યાં સુધી નાલાયક મોઢું નહીં ખોલે... આ પોલીસવાળાની ઢીલ વચ્ચે આના સાથીઓ ક્યાંક સંકેતને કંઈક કરી ન બેસે...'

સૂર્યકાંત ઊભા થઈને બેલાસરે પાસે ગયા, 'આમ સવાલો પૂછવાથી એ થોડો કંઈ કહેવાનો હતો... લાતોં કે ભૂત બાતોં સે નહીં માનતે...' અચાનક બેલાસરેએ ઊભા થઈને અમજદના મોઢા પર એક તમાચો ઝીંકી દીધો. એની કળ વળે એ અગાઉ રમેશ દેશમુખે એક લાત ફટકારી દીધી. ઘણો મેથીપાક ખાવા છતાં અમજદ શેખની એક જ કેસેટ વાગતી રહી 'મૈંને કુછ નહીં કિયા સાબ... મૈં નહીં જાનતા સંકેત કૌન હૈ...'

એકદમ ઉત્તેજિત ચહેરે મોઝેસ લોબોએ અંદર આવીને સૌ સાંભળે એમ બેલાસરેને કહ્યું, 'સર, આનાં બહેન-બનેવીએ કબૂલ કરી લીધું છે કે આ જ સંકેતને ઉપાડી લાવ્યો છે. સંકેતને લેવા આપણે નીકળવાનું છે. હું ગાડી સ્ટાર્ટ કરું છું.' આટલું કહીને લોબો બહાર નીકળી ગયો.

રૂમમાં એકદમ શાંતિ છવાઈ ગઈ. સૂર્યકાંત એકદમ ઊભા થઈ ગયા. બેલાસરે ચૂપચાપ અમજદને જોઈ રહ્યા. એની આંખો પૂછી રહી હતી કે બોલ, હવે તારે કંઈ કહેવાનું છે ખરું?

પોલીસ સ્ટેશનમાં એકદમ સન્નાટો હતો. કેટલીય આંખો અમજદ શેખને વીંધી રહી હતી. એ નજરોનું ચાલે તો શરીરની આરપાર નીકળી જાય. મનમાં અને મગજમાં ભરેલી, છુપાવેલી એક એક વાત એના મોઢામાંથી ઓકાવી નાખે. બેલાસરે અને કદમને ગુસ્સામાં નજીક આવતા જોઈને અમજદ એમના પગમાં પડી ગયો. ડૂસકાં ભરીને રડવા માંડ્યો, 'મૈં કુછ નહીં જાનતા સાબ... સચ બોલ રહા હૂં... મૈંને કુછ નહીં કિયા... સંકેત કો છૂઆ તક નહીં... મૈં તો ઉસે જાનતા તક નહીં...' એ ક્યાંય સુધી રડવા સાથે ત્રુટક-ત્રુટક બોલતો રહ્યો, 'મૈં એકદમ બેગુનાહ હૂં...'

48

મંગળવાર, તા. ૦૮-૦૨-૨૦૦૦

પોલીસ, ધાક, રૂઆબ, મારપીટ, માનસિક વૉર-ગેમ, પૂછપરછ... બધું નિષ્ફળ નીવડ્યું હતું. બહેન-બનેવીએ કરી લીધેલી કબૂલાતની વાત પર મોટો મદાર હતો, પણ આ કેસમાં કંઈ ન ઊપજ્યું. પોલીસ પાસે બે ધારણા રહી હતી. એક, ખૂબ રીઢો અને જડ માણસ છે. જલદી કબૂલ નહીં કરે. એવું હોય તો મોઢું ખોલાવવાના વધુ રસ્તા છે. ઘણો સમય મળશે એને માટે. બે, એ ખરેખર નિર્દોષ હોઈ શકે.

પરંતુ આ અમજદ શેખ તો પબ્લિક અને પ્રેસ માટે કિડનેપિંગ કેસનો વિલન નંબર વન હતો. એને શોધવા માટે દોઢ-દોઢ મહિનાની જહેમત ઉઠાવાઈ હતી. એને નિર્દોષ જાહેર કરીને એકદમ છોડી ન દેવાય. કદાચ એ ગુનેગાર હોય તો પાછો ક્યારેય હાથ ન લાગે. અને પોલીસને માથે છાણાં થપાય એ અલગ.

પોલીસ ઇન્સ્પેક્ટર સદાનંદ બેલાસરેએ ઊભા થઈને જાહેરાત કરી દીધી, 'આને શિરવળ લઈ જઈએ. ત્યાં પહોંચીને બધું યાદ આવી જશે.' પછી બહાર નીકળીને તેઓ અમજદનાં બહેન-બનેવી પાસે જઈને ઊભા રહ્યા. બંને ખૂબ

ગભરાયેલાં લાગતાં હતાં. બેલાસરેએ ચેતવણી આપી, 'તમે જે કંઈ જાણતાં હો એ કહી દો... નહીંતર તમારા અમજદે વરસો જેલમાં કાપવાં પડશે... કદાચ જીવતો બહાર ન પણ આવે...' બહેન એકદમ રડવા માંડી. બનેવી બોલ્યો, 'ખુદા કસમ સા'બ. વો કિસી બચ્ચે કો યહાં નહીં લાયા... વો ઐસા નહીં કર સકતા હૈ... મહેનતકશ લડકા હૈ... મજદૂરી કરકે પેટ ભરનેવાલે હૈં હમ સબ...'

બેલાસરેએ કંઈ સાંભળ્યા વિના આદેશ આપી દીધો, 'ગામ છોડીને જવાનું વિચારતાં નહીં. રોજ એકવાર પોલીસ સ્ટેશનમાં મોઢું બતાવી જવાનું... ભાઈ પર પ્રેમ જાગે તો અહીં પોલીસ સ્ટેશનમાં બધેબધું કહી દેજો, નહીંતર...'

લોબો અને કદમ અંદરથી અમજદ શેખને લઈને બહાર આવ્યા. પાછળ સૂર્યકાંત અને રફીક દેખાયા. બધા ચાલવા માંડ્યા. જીપમાં બેઠા ત્યાં સુધી બહેન પોતાના ભાઈને જોઈ રહી. આંસુના આવરણમાં જીપ ઝાંખી થતી ગઈ...

બુધવાર, તા. ૦૯-૦૨-૨૦૦૦

શિરવળમાં ખૂબ ઉત્તેજના હતી. ભારત-પાકિસ્તાનની ટ્વેન્ટી-ટ્વેન્ટી મેચમાં છેલ્લા બે બોલમાં જીતવા માટે ભારતે અગિયાર રન કરવાના હોય એવો રોમાંચ હતો. ગામ આખું જાણતું હતું કે સંકેતનો કિડનેપર અમજદ શેખ પકડાઈ ગયો છે. વધુ માહિતી મેળવવા માટે સૌ સવારના અખબારની કાગડોળે રાહ જોઈ રહ્યા હતા. આજે ચામાં પણ મજા આવતી નહોતી.

'તરુણ ભારત'માં દીપક ગિરિની બાયલાઇન સાથે મોટી સ્ટોરી હતીઃ 'સંકેત ભાંડેપાટીલ અપહરણ પ્રકરણ, 'સંશયિતાસ ગોવ્યાત અટક.' શકમંદ આરોપી અમજદ શેખને ગોવામાંથી પોલીસે અટકાયતમાં લીધો છે, પણ અપહૃત બાળક સંકેત વિશે આ શકમંદની પ્રાથમિક પૂછપરછમાંથી કંઈ માહિતી હાથ ન લાગી હોવાનું જાણકાર સૂત્રોનું કહેવું છે. આ અહેવાલમાં દાવો સુધ્ધાં કરાયો હતો કે અપહરણના દિવસે સૂર્યકાંતે અમજદ શેખને ગામમાં જોયો હતો. ત્યારબાદ અમજદ ફરાર થઈ ગયો હતો.'

ગામ માટે આ અહેવાલ પોતપોતાની રીતે ખીચડી પકાવવા માટે પૂરતો મસાલો હતો. સૌ પેટાવવા માંડ્યા પોતાની કલ્પનાનો ચૂલો. 'એને જોઈને જ લાગે કે આ છોકરો ઠીક નથી.' 'અરે, આવા માણસને ગામમાં જ રહેવા ન દેવાય.' 'આપણે શું કરી શકીએ? એ તો સૂર્યકાંત માટે જ કામ કરતો હતો ને?' 'જમાનો ખૂબ ખરાબ છે. પોતાના પર વિશ્વાસ મૂકવાનું મુશ્કેલ છે ત્યારે આ તો પારકો રહ્યો.'

આખી રાતના પ્રયાસ બાદ સૂર્યકાંત ઘરે પહોંચ્યા. ત્યારે એક એક જણ

તેની રાહ જોતું હતું. પ્રતિભા એકદમ પાસે આવી, 'સંકેત ક્યાં છે?' સૂર્યકાંતે કંઈ જવાબ ન આપતાં તે બહાર જીપ સુધી દોડી ગઈ. તરત જ હતાશ પગલે પાછી આવી, 'મારો સંકેત બરાબર છેને? એ માણસ પકડાયો તો સૌથી પહેલાં એ જ પૂછવું જોઈએ કે છોકરો ક્યાં છે?' પ્રતિભા એકદમ રડવા માંડી, 'તમે પુરુષ નહીં સમજી શકો... માના દિલ પર શું વીતતી હોય...'

સૂર્યકાંતે એના ખભા પર હાથ મૂક્યો, 'સાંભળ, અમજદ શેખ એક જ રટણ કરે છે કે મેં કંઈ કર્યું નથી. હું તો સંકેતને ઓળખતો જ નથી. જો એ નિર્દોષ હોય તો સંકેતની જાણકારી કેવી રીતે આપી શકે?'

પ્રતિભા પાછી હટી ગઈ, 'નિર્દોષ? તો પછી ભાગતો કેમ ફરતો હતો? એ તો બોલે અને તમે માની લીધું? મને મારો સંકેત જોઈએ... અમજદને જેલમાં નાખો કે મારો... મારા સંકેતને લાવો...'

'બેટા સંકેત... સંકેત...'

શિરવળ પોલીસચોકીમાં સદાનંદ બેલાસરે, મોઝેસ લોબો અને રમેશ દેશમુખ પ્રવાસનો થાક અને ઉજાગરો ભૂલીને અમજદ શેખ સામે ગોઠવાઈ ગયા હતા. ચાના કપ પર કપ આવતા હતા. ગોળ ગોળ, ફેરવી ફેરવીને અને ચાલાકીપૂર્વક બે-ત્રણ સવાલ દોહરાવતા હતા, 'સંકેતનું અપહરણ શા માટે કર્યું? તારી સાથે કોણ છે? સંકેતને ક્યાં સંતાડ્યો છે?'

આ સવાલબાજી સાથે સંગત કરવા ક્યારેક ધોલધપાટ આવી જાય, પરંતુ ન જાણે અમજદ શેખ કઈ માટીનો બન્યો હતો કે તેણે પોતાની કૅસેટ બદલી જ નહીં. 'મૈં બેગુનાહ હૂં... મૈંને કુછ નહીં કિયા... મેં સંકેત કો જાનતા તક નહીં હૂં સાબ.'

એક સ્થાનિક પોલીસવાળો તાજુદ્દીન ખાન અને ફાતિમાને લઈને આવ્યો. અમજદ અને ફાતિમાની નજર મળી કે ફાતિમાએ તરત જ મોઢું ફેરવી લીધું. તાજુદ્દીન ખાને ગુસ્સામાં હોઠ ભીંસવા માંડ્યા. બેલાસરેએ અમજદને પૂછ્યું, 'આ છોકરીને તો ઓળખે છેને?'

અમજદે ડોકું હલાવીને હા પાડી, 'સંકેતની અને ઘરની બધી માહિતી એ આપતી હતી?' આટલું સાંભળીને ફાતિમા બે ડગલાં પાછળ ખસી ગઈ. તાજુદ્દીન ખાન માની નહોતો શકતો, આ બધું પોતાની આંખ પર વિશ્વાસ નહોતો બેસતો. અમજદે ફરી જૂની કૅસેટ સંભળાવી.

પોલીસે હિંમત હાર્યા વિના ફરી અમજદ, ફાતિમા અને તાજુદ્દીન ખાનની પૂછપરછ કરી. શારીરિક અને માનસિક બળનો ઉપયોગ કર્યો. એકેય ઉપાય કારગત ન નીવડ્યો. તાજુદ્દીન ખાન અને ફાતિમાને પોલીસે ચેતવણી આપી,

'જે કંઈ જાણતાં હો હજી જણાવી દો. એકવાર કેસમાં ફસાઈ ગયાં તો જિંદગી બરબાદ થઈ જશે બરબાદ.' તાજુદ્દીન ખાને લાગણીભર્યા અવાજમાં કહ્યું, 'સંકેત તો હમારા બચ્ચા જૈસા હૈ... સાલોં સે સા'બ કા નમક ખાયા હૈ. હમારે અન્નદાતા હૈ. નોકરી દિયા, ખાના દિયા ઔર રહને કો ઘર દિયા... ઉન કે બેટે કે બારે મેં ઐસા સોચના ભી પાપ હૈ પાપ... અલ્લાહ કો ક્યા મુહ દિખાયેંગે કયામત કે બાદ...? જહન્નુમ મેં ભી જગા નસીબ નહીં હોગી.'

પોલીસે બંનેને જવા દીધાં. ફરી એની એ કવાયત શરૂ. જૂના સવાલો દોહરાવાયા. અમજદે આપેલી માહિતીને સવાલના રૂપે પુછાયા. આશા અને ઇરાદો એવો કે કદાચ જૂઠું બોલ્યો હોય તો જાળમાં સપડાઈ જાય, પરંતુ અમજદ શેખ પોલીસની કોઈ જાળમાં ન ફસાયો. તેના હાવભાવ, વર્તન અને વાણીમાં એકદમ સાતત્ય જળવાયેલું રહ્યું. અમજદ શેખનો કોઈ ક્રિમિનલ રેકોર્ડ પણ નહોતો.

49

બુધવાર, તા. ૦૯-૦૨-૨૦૦૦

પોલીસખાતાના વરસોના અનુભવ બાદ સદાનંદ બેલાસરે આણી મંડળી એક તારતમ્ય પર આવી રહી હતી કે અમજદ શેખ લગભગ નિર્દોષ છે... લગભગ... વધુ પડતો સ્માર્ટ હોય અને બધું સહન કરી શકતો હોય કે છુપાવી શકતો હોય એવું બને, પણ એવી શક્યતા ઓછી હતી, બહુ ઓછી, પરંતુ એમ પોલીસ હાર ન માની શકે. હાથ ઊંચા કરીને અમજદ શેખને જવા ન દેવાય. સંકેત અપહરણ પ્રકરણમાં પહેલા આરોપીને અટકાયતમાં લેવાયો છે. પ્રજામાં અને પ્રેસમાં બહુ ઉત્સાહ છે, એ ફુગ્ગામાં એકાએક ટાંચણી ન મરાય.

સૂર્યકાંત અને રફીક ફ્રેશ થઈને પોલીસચોકી આવ્યા. સદાનંદ બેલાસરેને ચહેરો જોઈને પૂરો ખ્યાલ આવી ગયો. સૂર્યકાંતે વિનંતી કરી કે મને અમજદ શેખને મળવા દો સાવ એકલો. સદાનંદ લાચાર પિતા સામે જોઈ રહ્યા. 'એવું જોખમ ન લેવાય. તમે મળો પણ મારા માણસ અંદર રહેશે. કદાચ તમને કંઈ કરી બેસશે તો? પસ્તાળ અમારા પર પડે. તમતમારે જે પૂછવું હોય, જે રીતે પૂછવું હોય એ પૂછજો... અમે હસ્તક્ષેપ નહીં કરીએ. ઑલ ધ બેસ્ટ.'

સૂર્યકાંત રૂમમાં ગયા. અમજદ શેખ ખુરશી પરથી ઊભો થઈ ગયો, 'સાહબ પ્લીઝ પુલીસ કો સમજાઓ... મૈંને કુછ નહીં કિયા... મૈં ક્યોં કિડનેપ કરુંગા સંકેત બાબાકો...? મૈં ક્રિમિનલ નહીં... આમઆદમી હૂં... પસીને કી કમાઈ

ખાનેવાલા મજદૂર હૂં મજદૂર...'

સૂર્યકાંતે એનો ચહેરો ઉપર કરીને વેધક અવાજે પૂછ્યું, 'બોલ, હજી કેટલા રૂપિયા જોઈએ છે? તું માગે એ આપી દઉં, પણ મને સંકેત પાછો આપી દે...' સૂર્યકાંત ગળગળા થઈ ગયા.

એમની વેદના ન જોવાઈ હોય એમ અમજદે બે હાથ ઊંચા કર્યા, નજર છત પર ઠેરવી અને બોલ્યો, 'ખુદા કસમ... મૈં કુછ નહીં જાનતા... મૈં અલ્લાહ સે આપ કે બેટે કે લિયે દુઆ માંગતા હૂં કી વો સલામત રહે. હંસતા-હંસતા ઘર વાપસ આ જાયે. આમિન...' અમજદ બે હથેળી બાજુ બાજુમાં લાવ્યો અને એ પોતાની પર મૂકી દીધી.

આ જોઈને સૂર્યકાંત કંઈ બોલ્યા વિના ચૂપચાપ રૂમમાંથી બહાર નીકળી ગયા. સૂર્યકાંત ભાંડેપાટીલ અને પ્રતિભા જ નહીં, આખા શિરવળને ઉત્સુકતા હતી કે અમજદ શેખ તો પકડાઈ ગયો, પણ સંકેત ક્યાં? અત્યાર સુધી તથાકથિત આરોપી નંબર વન સાથેના અનુભવ બાદ સૂર્યકાંતનું મગજ બહેર મારી ગયું હતું. સૂર્યકાંત એકદમ શૂન્યમનસ્ક અવસ્થામાં સોફા પર બેઠા હતા. ત્યારે પ્રતિભા પાસે આવીને ઊભી રહી.

'આજે સંકેત આવી જવો જોઈએ. એને ભાવતું શું રાંધું?'

સૂર્યકાંતને કંઈ સંભળાયું જ નહીં. મનમાં ચાલતા ભયંકર કોલાહલ વચ્ચે બહારનું કંઈ અંદર જતું નહોતું. પોતાના ઉત્સાહને ધાર્યો પ્રતિસાદ ન મળતાં થોડીક ચીડ સાથે સૂર્યકાંતના ખભા પર હાથ મૂકીને પ્રતિભા બોલી, 'સાંભળો છો?'

સૂર્યકાંતની તંદ્રા તૂટી. માથું સહેજ ધ્રૂજ્યું. બાજુમાં ઊભેલી પ્રતિભાને જોઈ, 'બોલ, શું છે?'

'મારા સવાલનો જવાબ તો આપો?'

'કયો સવાલ?'

'એ જ કે આજે સંકેત આવી જ જવો જોઈએ, તો એના માટે શું બનાવું?'

સૂર્યકાંત એકદમ ઊભો થઈ ગયો, 'તારે બનાવવું હોય એ બનાવ, પણ મારું મગજ ખાવાનું બંધ કર.'

આછા ગુસ્સામાં આટલું બોલીને સૂર્યકાંત બહાર નીકળી ગયા. પ્રતિભા એકદમ છોભીલી પડી ગઈ, 'એવું તે મેં શું પૂછી લીધું... દીકરા વિશે પૂછવાથી એમનું મગજ ખવાય છે તો આજથી પૂછવાનું બંધ...'

ગુરુવાર, તા. ૧૦-૦૨-૨૦૦૦

'પૂછવાનું બંધ કરી દીધા સિવાય વિકલ્પ નથી બચ્યો હવે...' પોલીસ

ઇન્સ્પેક્ટર સદાનંદ બેલાસરે સામે બેઠેલા સૂર્યકાંત ભાંડેપાટીલને સમજાવવાના પ્રયાસ કરી રહ્યા હતા. બેલાસરે જાણતા હતા કે સૂર્યકાંત દિવસમાં ત્રણ-ચાર વાર પોલીસચોકી આવતા હતા. તેમના બે જ સવાલો હતા, 'અમજદ શેખે મોઢું ખોલ્યું? સંકેત ક્યાં છે?' દર વખતે એમને નિરાશા જ હાથ લાગતી હતી.

આરંભિક ઉત્સાહ, જોશ અને ભ્રામક યશનાં વાદળો હવે વિખેરાઈ ગયાં હતાં. સામે કાયદાની નક્કર ભૂમિ હતી, જેના પર બધાએ ચાલવાનું હતું. સદાનંદ બેલાસરે સહિતના મોટા ભાગના પોલીસવાળા સમજી ચૂક્યા હતા કે અમજદ શેખ અપહરણકર્તા નથી, હવે વધુ સમય તેને અટકાયતમાં ન રાખી શકાય. પોલીસ કિતાબના અને પોતાના દિમાગના બધા હથકંડા અજમાવી લીધા છતાં આ છાશમાંથી માખણ નીકળતું નહોતું.

સદાનંદ બેલાસરે એટલે સૂર્યકાંતને સમજાવી રહ્યા હતા કે હવે અમજદને જવા દેવો પડે. 'છતાં અમારી નજર તેની હિલચાલ પર રહેશે. જો ગુનેગાર હશે, તો ભૂલ કરવાનો જ. આજ નહીં તો કાલ, એને ફરી પકડી લેતાં વાર નહીં લાગે.'

'પણ સર... સંકેતની કોઈ માહિતી તો મળી જ નથી...'

'જો અમજદે અપહરણ કર્યું ન હોય તો એ માહિતી કેવી રીતે આપવાનો?'

'હજી થોડા દિવસ પૂછપરછ કરીએ તો કદાચ...'

'પ્લીઝ, ટ્રાય ટુ અન્ડરસ્ટેન્ડ.'

સૂર્યકાંત ઊભા થઈ ગયા. બેલાસરે સામે જોયા વિના સડસડાટ પોલીસચોકીની બહાર નીકળી ગયા. સ્કૂટર પોલીસચોકીમાં પડી રહ્યું ને સૂર્યકાંત ક્રોધ, નિરાશા અને હતાશામાં પગપાળા ચાલવા માંડ્યા.

રસ્તામાં જે કોઈ મળે એ 'રામ રામ' કર્યા બાદ પૂછે, 'સંકેતનો પત્તો મળ્યો?' 'સંકેત સાજોસમો છેને?' 'ક્યાં સંતાડી રાખ્યો છે સંકેતને?' માથા પર હથોડાની જેમ ટિપાતા જવાબ વિનાનો સવાલ હવે સૂર્યકાંત સાંભળી શકતા નહોતા. પ્રશ્ન પૂછનારા પોતાને ન મળેલા પ્રતિસાદનું મનગમતું અર્થઘટન કરવા માંડ્યા હતા.

શુક્રવાર, તા. ૧૧-૦૨-૨૦૦૦

સદાનંદ બેલાસરે ક્યારના ઊંડા વિચારમાં ગરકાવ હતા. ન જાણે કેટલીયવાર સંકેતના અપહરણની વિગતો, એફ.આઈ.આર.ની કૉપી અને અમજદ શેખની પૂછપરછ અંગેની નોંધ વાંચી ગયા હતા. છેવટે કંટાળીને તેમણે બેલ મારી. હવાલદાર આવીને ઊભો રહ્યો.

'તી અમજદ લા આણ?'

વ્યવસ્થિત ન મળેલી ઊંઘ, મરી ગયેલી ભૂખ, મગજ પરની તાણ, ચોળાયેલાં કપડાં અને અસ્તવ્યસ્ત વાળને લીધે એ સાવ અલગ જ લાગતો હતો. સામે આવીને ચૂપચાપ ઊભો રહી ગયો. સદાનંદ બેલાસરેએ ચહેરા પર પરાણે કરડાકી લાવીને પૂછ્યું, 'અપને કો દેઢ શાણા સમજતા હૈ ન?'

'નહીં, સાબ..., મૈં તો...'

'ચૂપ. બકવાસ બંધ. મૈં જાનતા હૂં કિ કિડનેપિંગમેં તેરા કુછ ન કુછ હાથ હૈ, મગર તૂ બોલના નહીં ચાહતા. અભી ભી બતા દે, તુઝે બચા લૂંગા. બોલ કિસને કિયા હૈ સબ?'

'સા'બ, મૈં કુછ નહીં જાનતા... અલ્લાહ કસમ.'

'જો જીતના જૂઠા હૈ, વો ઉતની જ્યાદા કસમ ખાતા હૈ.'

એ જ વખતે અમજદનાં બહેન-બનેવી દરવાજામાં દેખાયાં. સદાનંદે ઇશારો કરીને પાસે બોલાવ્યાં, 'અબ તો ઇસ કો છોડ રહે હૈં મગર કુછ ભી કિયા હોગા તો ઐસા હાલ કરેંગે કી વો ખુદ કો પહચાન નહીં પાયેગા. જાઓ હવાલદાર કે પાસ અપને સબ રિશ્તેદાર કે નામ પત્તે લિખવા દો, ફોન નંબર દે દો...'

'શુક્રિયા સા'બ' કહીને અમજદ શેખ પાછો વળ્યો, ત્યાં બેલાસરેનો અવાજ સંભળાયો.

'ઔર સુન. અપને ઉપરવાલે સે મિન્નત કરના કિ ફિર કભી મેરે હાથ ન લગે... વર્ના હાથ તો ક્યા પૈર ભી તોડ ડાલૂંગા...' એટલું બોલીને અમજદ શેખ સામે જોવાને બદલે હાથમાં બોલપેન લઈને સદાનંદે કાગળ પર કૂંડાળું દોર્યું. તપાસમાં ફરી હતા ત્યાં ને ત્યાં આવી ગયા. આટલી બધી દોડધામનું રિઝલ્ટ બિગ ઝીરો. સદાનંદ બોલપેનથી કૂંડાળું મોટું ને મોટું કરતા રહ્યા.

50

સોમવાર, તા. ૨૯-૧૧-૧૯૯૯

શનિવાર, તા. ૧૨-૦૨-૨૦૦૦. શિરવળમાં ફરી માંકડને પાંખ આવી, ને મચ્છરને જીભ. જ્યાં જુઓ ત્યાં બધાની ગપસપનું મેઇન કેરેક્ટર સૂર્યકાંત.

'લો ભાઈ, આ અમજદ શેખને પોલીસે છોડી દીધો. અપહરણ થયું છે ખરું સંકેતનું?'

'મને તો પહેલેથી ડાઉટ હતો કે દાળમાં કંઈક કાળું છે. આ તો આખેઆખી દાળ જ કાળી લાગે છે.'

'મારી વાત માનો... સૂર્યકાંતે જ દીકરાને સંતાડી રાખ્યો છે ક્યાંક...'

'હોઈ શકે. આ કારણસર મોટા મોટા નેતાઓને મળવાની તક ઝડપી લીધી...'

'પોલીસ પર આરોપો કરીને મીડિયામાં પબ્લિસિટી મેળવી લીધી હોં...'

'હવે સમજાઈ ગયું કે એક લાખ રૂપિયા ક્યાંય ગયા જ નથી...'

'લાગે છે કે આ માણસ રાજકારણમાં જવાનો...'

'અરે, કેટલો સારો ઍક્ટર છે... ફિલ્મમાં ચાલે હોં...'

'એ બધું તો ઠીક, બિચારી વાઇફનો તો વિચાર કરવો જોઈએને? હજી એકદમ ઉદાસ રહે છે...'

'પોલીસ પર ખૂબ બધું દબાણ ઊભું કરી દીધું. અજિતદાદાને મળ્યો... ભુજબળને મળ્યો... સુપરિન્ટેન્ડન્ટને દોડતા કરી દીધા... સીઆઇડીને તપાસ સોંપાવી પણ કોઈ ફાવ્યું નહીં, કેમ? અપરાધ થયો જ ન હોય તો અપરાધી પકડાય ક્યાંથી?'

'હવે તો સંકેતને હાજર કરવો પડશે કે નહીં?'

'અને એને હાજર ન કર્યો તો પોલીસ કદાચ સૂર્યકાંતનેય ઝડપી લે હોં. રાહ જોઈને જ બેઠી છે... ખૂબ ગુસ્સો પણ ખરો કે નહીં? કેવું કેવું અપમાન થયું બિચારા વર્દીવાળાઓનું?'

મંગળવાર, તા.૧૫-૦૨-૨૦૦૦

'સાંઈ-વિહાર'માંથી સ્મિત, ઉત્સાહ, સ્ફૂર્તિ, નિર્દોષ ટોળટપ્પા અને વિશ્વાસ સામૂહિક હિજરત કરી ગયા હતા. બધા મશીનની જેમ જીવતાં હતાં, વર્તતાં હતાં અને કલાકો-દિવસો કાઢતાં હતાં. બેને બદલે ચાર-ચાર પગ લઈને ગામની ચોવટ ઘરના ઉંબરા કુદાવીને અંદર આવી ગઈ હતી, પરંતુ કોઈનામાં હિંમત નહોતી કે એની ચર્ચા છેડી શકે.

રફીક મુજાવર રોજ સવાર-સાંજ ઘરે આવે. સૂર્યકાંત પાસે બેસે. વિષ્ણુ મર્ડેકરનું મન કહેતું કે કિડનેપર સામે દેખાય તો મશીનગનની બધી ગોળી એની છાતીમાં ઉતારી દઉં, પણ કિડનેપર હતો ક્યાં? એ કોણ હતો?

રાત હતી છતાં સૂર્યકાંત અને રફીક માટે ચા આવી. સૂર્યકાંત અપહરણના જૂના કેસના કટિંગની ફાઈલ ફેરવતા હતા. રફીકે ખલેલ પહોંચાડી. 'ભાઉ, ચાય...' ઉપર જોયા વિના સૂર્યકાંતે જવાબ આપ્યો, 'તમે લો... હું થોડીવારમાં...' ગમતું નહોતું છતાં રફીકે કપ ઉપાડ્યો. અચાનક એનું ધ્યાન ગયું કે કંઈક ધીમો ધીમો અવાજ આવે છે. છાપું ઉપાડીને જોયું તો સાયલન્ટ મોડ પર રાખેલો સૂર્યકાંતનો મોબાઇલ વાઇબ્રન્ટ થઈ રહ્યો હતો. રફીકે મોબાઇલ ઉપાડીને સામે ધર્યો, તો સૂર્યકાંત બોલ્યા, 'બોલ દો મેં નહીં હૂં...'

રફીકે સૂર્યકાંત સામે જોઈ રહ્યા પછી ફોન રીસિવ કર્યો.

'હેલ્લો કૌન... હાં, હાં... સચમુચ? એક મિનિટ... એક મિનિટ... સૂર્યકાંત ભાઉ કો ફોન દેતા હૂં...'

રફીકે આંખમાં ચમક અને ચહેરા પર આનંદ સાથે મોબાઇલ ફરી સૂર્યકાંત સામે ધર્યો. સૂર્યકાંત કંટાળી બોલ્યા, 'છોડો ના રફીકભાઈ, બોલ દો મેં નહીં હૂં...'

'અરે, આપ એક બાર બાત તો કર લો... દિલ બાગબાગ હો જાયેગા...'

રફીકનું માન રાખવા માટે સૂર્યકાંતે મોબાઇલ હાથમાં લીધો. ફરી રફીક સામે જોઈને જોયું 'તમે પણ યાર સમજતા નથી.'

'અરે, જનાબ બાત તો કિજીયે પહેલે...'

સૂર્યકાંતે હેલ્લો કર્યું. પછી જેમ જેમ વાત આગળ વધતી ગઈ, એમ એમના ચહેરાના હાવભાવ બદલાઈ ગયા. ખુરશી છોડીને ઊભા થઈ ગયા. અવાજમાં ઉત્સાહ વધતો ગયો. છેલ્લે, 'હા... હા... હમણાં જ નીકળીશું' કહીને ફોન કટ કર્યો.

સામે બેઠેલા રફીકને ભૂલીને સૂર્યકાંત બૂમ પાડવા માંડ્યા... બાબા... આઈ... પ્રતિભા... સૌરભ... યાદ આવ્યાં એ બધાનાં નામ મોટા મોટા અવાજે લઈને બોલાવવા માંડ્યા. બધાં હાંફળાફાંફળા થઈને દોડી આવ્યાં. કોઈ કંઈ પૂછે એ પહેલાં સૂર્યકાંતે જાહેરાત કરી, 'આપણે બીડ જવાનું છે... અત્યારે ને અત્યારે.'

વિષ્ણુએ એમની વાત કાપી, 'કેમ બીડમાં શું છે?'

'સંકેત બીડમાં છે. અત્યારે જ લેવા નીકળવાનું છે.'

બુધવાર, તા. ૧૬-૦૨-૨૦૦૦

સંકેત બીડમાં છે. બાલગ્રામ સહારા અનાથાલય પરિવારના મૅનેજરનો ફોન આવ્યો હતો કે પોલીસે બનાવેલા પોસ્ટરમાં લગાડેલા ફોટો જેવો જ છોકરો અમારા અનાથાશ્રમમાં છે. તમે જલદી આવીને એને લઈ જાઓ. અપહરણ બાદ કેટકેટલાય આંચકા અને આઘાત બાદ લગભગ પચાસ દિવસે સંકેતના ન્યૂઝ આવ્યા, સારા ન્યૂઝ આવ્યા. સંકેત મળી ગયો, એકદમ હેમખેમ અને સાજોસમો. સૌની ખુશી મનમાં સમાતી નહોતી અને રાહ જોવાતી નહોતી.

'સાંઈ-વિહાર'માંથી બધાને બીડ આવવું હતું, પણ એમ બીડ ક્યાં હાથવેંતમાં હતું. નહીં નહીં કરતાંય શિરવળ અને બીડ વચ્ચે ૨૫૦થી ૨૭૫ કિલોમીટરનું અંતર. આટલી લાંબી મુસાફરીમાં બધાને હેરાન કરવાનો અર્થ નહોતો. છેવટે સૂર્યકાંતે બધાને સમજાવવાનો પ્રયાસ કર્યો, પણ કોઈ ધરાર માનવા તૈયાર નહોતાં. સૌને સંકેતને જોવાની, મળવાની અને વાતો કરવાની ઉતાવળ હતી. આવા સમયે વિષ્ણુ અને શામરાવે વિટો વાપર્યો કે સૂર્યકાંત સાથે એકલી પ્રતિભા જ જશે.

બાકીના ઘરે રાહ જુએ. સંકેતના સ્વાગત માટે પ્રોગ્રામ ઘડવા માંડો અત્યારથી.

રાતના નવ વાગ્યા હતા, પણ ભરઅંધારે બધાના મનમાં ઉજાસ હતો. ફેબ્રુઆરીમાં દિવાળી જેવાં ઉત્સાહ, ઉમંગ અને ઉજાસ વર્તાઈ રહ્યાં હતાં. સૂર્યકાંત અને પ્રતિભા જવાની તૈયારી કરવા માંડ્યાં. વિષ્ણુ અને શામરાવ ખુશ થઈ ગયા કે ચાલો, જેનો અંત સારો એનું સંધુંય સારું. જનાબાઈએ, શાલને ભગવાનના ફોટા સામે હાથ જોડ્યા. હૃદયપૂર્વક આભાર માન્યો અને પોતે કઈ કઈ માનતા-બાધા પૂરી કરવાની છે એ યાદ કરવા માંડ્યાં. શેખર અને વિવેકે આવતી કાલે જ આખા ગામના છોકરાવને બોલાવીને ભવ્ય પાર્ટી આપવાનું પ્લાનિંગ કરવા માંડ્યા. સૌરભની આંખમાં લાંબા સમયે ચમક, ચહેરા પર સ્મિત અને પગમાં જોશ વર્તાવા માંડ્યાં. પરાગ અને પાયલ રૂમમાં જઈને સંકેતનાં રમકડાં સાફ કરવા માંડ્યાં. પાયલે એકદમ ભોળાભાવે પૂછ્યું, ‘સંકેત આવશે એટલે ફરી કથા થશેને? મને પ્રસાદ ખાવાનું મન થાય છે, પણ સૌથી પહેલાં અને સૌથી વધારે પ્રસાદ સંકેતને મળશે હોં?’ આ વાત સાંભળીને અંદર આવતાં જનાબાઈ એકદમ હસી પડ્યાં, ‘હા, હા, ફરીથી કથા કરીશું. ખૂબ પ્રસાદ બનાવીશું. તમે બધા ખાવો હોય એટલો પ્રસાદ ખાજો તમતમારે.’

51

બુધવાર, તા. ૧૬-૦૨-૨૦૦૦

લગભગ રાતે નવ વાગ્યે મહિન્દ્રા જીપ એમ.એચ. ૧૧-૫૬૫૩ બીડ જવા માટે રવાના થઈ. બધાએ ખૂબ પ્રેમપૂર્વક સૂર્યકાંત અને પ્રતિભાને વળાવ્યાં. બધાંએ અલગ-અલગ શબ્દોમાં એકની એક તાકીદ કરી હતી, ‘સંકેત મળે કે તરત જ ફોન પર વાત કરાવજો.’ સૂર્યકાંતે જીપ સ્ટાર્ટ કરી કે તરત જ પ્રતિભાએ સંકેતની વાતો શરૂ કરી દીધી. ‘સાંઈ-વિહાર’થી નીકળીને શિરવળ પોલીસચોકીએ પહોંચ્યા, ત્યારે સાતારા લોકલ ક્રાઇમ બ્રાંચના ઇન્સ્પેક્ટર સદાનંદ બેલાસરે અને હેડ કૉન્સ્ટેબલ રમેશ દેશમુખ સાથે આવવા તૈયાર હતા.

બેલાસરેએ હાથ મિલાવીને સૂર્યકાંતને અભિનંદન આપ્યાં અને પ્રતિભા સામે સ્મિત કર્યું. જીપ રવાના થઈ. અંદર એકદમ શાંતિ હતી. ગાડી ચલાવતાં સૂર્યકાંતે પ્રતિભા સામે તીરછી નજરે જોઈને કહ્યું, ‘ચૂપ કેમ થઈ ગઈ? અત્યાર સુધી તો સંકેતની વાતો કરતી હતી. બધા વાતચીત કરતાં રહેજો હો. ખૂબ લાંબો રસ્તો છે ને પાછી રાત.’

પ્રતિભાએ આછી-મીઠી નારાજગી વ્યક્ત કરી, 'શું તમે પણ?'

બેલાસરેએ હસીને કહ્યું, 'ભાભી, અમેય સંકેતને ઘણો શોધ્યો છે હો. એના વિશે કંઈ સાંભળવાનો અમને હક નહીં? સૂર્યકાંતભાઉ તો બધું જાણતા જ હોય છતાં એમને ફરીવાર સાંભળવા મળે. અમારા પોલીસવાળાની તો ક્યારેક કદર કરો.'

પ્રતિભા શરમાઈ ગઈ, 'એવું નથી, એ તો એકદમ ફોન આવ્યો એટલે ઉત્સાહમાં...'

સૂર્યકાંત, 'ઉત્સાહ તો હોય જ. હોવો જોઈએ. હવે હસવાના દિવસો છે. સંકેતની એક એક વાત યાદ કરવા માંડ. હું ભલે પાંચમી-સાતમી વાર સાંભળું. એ બેલાસર સાહેબનેય ખબર તો પડે કે આપણો સંકેત કેવો તોફાની-બારકસ છે... છતાં આપણને કેટલો બધો વહાલો છે...'

તમરાંના ધીમા ધીમા અવાજ વચ્ચે દૂર ક્યાંક રાડ પાડતા શિયાળ કે ભસતા કૂતરાના અવાજ વચ્ચે જીપ એકધારી ગતિએ આગળ વધી રહી હતી. પ્રતિભા પોતાની આંખના રતનના એક-એક તોફાન, ધિંગામસ્તી અને નિર્દોષ મજાકોની વાત કર્યે જતી હતી. એ જરાક શાંત પડે કે સૂર્યકાંત કંઈક યાદ કરાવે.

બેલાસરે અને દેશમુખ કયારનાય વર્દીવાળા પોલીસ મટીને સામાન્ય માનવી અને પિતા તરીકે બધું સાંભળી રહ્યા હતા. ચૂપચાપ બેલાસરેને વિચાર આવ્યો કે પોલીસની ફાઈલમાં એક વ્યક્તિના લાપતા થયાની ફરિયાદ પાંચ-સાત ફકરામાં નોંધાયેલી હોય, પણ એની પાછળ કેટકેટલી વેદના હોય છે, આંસુઓ હોય છે. દેશમુખે નક્કી કર્યું કે આ કામકાજની દોડધામમાં બચ્ચાવને જરાય સમય આપી શકાતો નથી, પણ હવે આ સ્ટાઇલ બદલવી પડશે.

રાતે ત્રણ વાગ્યે બેલાસરેના આગ્રહને લીધે સૂર્યકાંતે જીપ રોકી. બધા ચા પીવા ઊતર્યાં, પણ પ્રતિભા જીપમાં જ બેઠી રહી. હેડ કૉન્સ્ટેબલ રમેશ દેશમુખ ચાનો કપ આપવા આવ્યો, તો પ્રતિભાએ વિવેકપૂર્વક ના પાડી. સૂર્યકાંતે બંને પોલીસવાળા સાથે ચા-બિસ્કિટ લીધાં. બિસ્કિટનાં ત્રણ પૅકેટ અને પાણીની બૉટલ સાથે લઈ લીધી.

જીપમાં બેસતાવેંત સૂર્યકાંતને કંઈક યાદ આવ્યું. પ્રતિભા સામે જોઈને બોલ્યા, 'અરે, તું તો રાતનું જમી પણ નથીને? અમે જમી લીધા બાદ મહિલામંડળી જમવાની તૈયારી કરતી હતી, ત્યાં આ ફોન આવી ગયો. બિસ્કિટ લઈ લે થોડાં, સપોર્ટ મળશે.'

પ્રતિભાએ ના પાડી, 'હમણાં, બિસ્કિટ, ચા કે પાણી કંઈ નહીં. સંકેતનું મોઢું જોયા બાદ બધું લઈશ... એની સાથે... રસ્તામાં કંઈક સરસ જમાડજો અમને બંનેને.'

સૂર્યકાંતે આગ્રહ કર્યો તો પ્રતિભા બોલી, 'પ્લીઝ, રહેવા દો. હું કંઈ નહીં લઉં...'

ફરી જીપ દોડવા માંડી. દેશમુખ ઝોકાં ખાવાં માંડ્યાં. પ્રતિભા અતીતનાં સંભારણાંમાં ખોવાઈ ગઈ. સૂર્યકાંતને ડ્રાઇવિંગ કરવામાં ક્યાંક ઊંઘ ન આવે એટલે બેલાસરે દુનિયાભરની વાતો કરતા હતા. રાજકારણ, માફિયાગીરી, ક્રિકેટર, ફિલ્મ સ્ટાર્સ... મહત્ત્વ વિષય કે વ્યક્તિનું નહીં વાત કરતા રહેવાનું હતું. એક-બે વાર બેલાસરેએ આગ્રહ કર્યો કે હું ગાડી ચલાવું, પણ સૂર્યકાંત ન માન્યા.

એક જગ્યાએ ગાડીને અચાનક બ્રેક લાગતાં દેશમુખ જાગી ગયા. બેલાસરેએ હળવું સ્માઇલ આપ્યું, તો દેશમુખ છોભીલા પડી ગયા, 'સૉરી સર, જરાક ઊંઘ આવી ગઈ.' બેલાસરેએ એના ખભા થપથપાવ્યા, 'સૉરી કહેવાની જરૂર નથી. ને બધાએ જાગવાનીય જરૂર નથી. પાછા આવતી વખતે તમે ગાડી ચલાવજો. હું અને સૂર્યકાંતભાઉ ઊંઘ પૂરી કરી લઈશું.'

જીપ લગભગ નોન-સ્ટોપ ચાલતી રહી તો સવારે બીડ પહોંચી ગઈ. વિશાળપણે પથરાયેલા બાલગ્રામમાં સહારા અનાથાલય પરિવારના સંકુલમાં ગાડીના પ્રવેશ સાથે જ પ્રતિભાના હૃદયના ધબકારા વધવા માંડ્યા. વહેલી સવાર હોવાથી ઑફિસ હજી ખૂલી નહોતી. એક વૉચમૅનને જગાડીને સૂર્યકાંતે પૂછપરછ કરી તો જવાબ મળ્યો કે, ઑફિસ દશ વાગ્યે ખૂલશે.

સદાનંદ બેલાસરેએ વૉચમૅનને નીચેથી ઉપર જોયો, 'જા મૅનેજરને જલદી બોલાવ...'

'સાહેબ તો દશ વાગ્યે આવે છે એ કીધુંને મેં?'

'પણ તને કોઈએ હજી એ નથી કીધું કે અમે પોલીસવાળા છીએ...'

'પોલીસના માણસ?'

'હા, જલદી બોલાવ મૅનેજરને.'

વૉચમૅન દોડતો ગયો. એ પાંચ મિનિટમાં મૅનેજર ઉતાવળે પગલે આવતો દેખાયો. સૂર્યકાંતે પોતાની ઓળખ આપી. મૅનેજર તરત જ બોલી ઊઠ્યો, 'મેં જ ફોન કર્યો હતો. પોસ્ટર જોયું કે મારાથી ન રહેવાયું. એટલે રાતે જ ફોન કરી દીધો. હકીકતમાં તો...'

પ્રતિભાએ એની વાત કાપી નાખી, 'પ્લીઝ, સંકેતને બોલાવો હવે...' મૅનેજરે વૉચમૅનને ઑર્ડર આપ્યો, 'પેલા નવા છોકરાને લઈ આવ. સૂતો હોય તો પ્રેમથી જગાડજે, સમજ્યો?' વૉચમૅન દોડતો ગયો. બધા મૅનેજરની ઑફિસમાં બેઠા. આ આશ્રમ કેવી રીતે ચાલે છે, કેટલાં અનાથ બાળકો છે અને એમનું કેટલી સરસ રીતે ધ્યાન રખાય છે એનાં બણગાં ફેંકવાનું મૅનેજરે શરૂ કર્યું, પણ કોઈનું ધ્યાન વાતમાં નહોતું.

પ્રતિભાએ જોયું કે દૂરથી વૉચમૅન એક છોકરાને લઈને આવતો હતો. સામેથી આવતા બંને અચાનક સીધા આવવાને બદલે વળી ગયા અને દેખાતા બંધ થઈ ગયા. પ્રતિભા ઊંચીનીચી થઈને પ્રયાસ કરવા માંડી. સૂર્યકાંતે ધીમેથી એનો હાથ દાબ્યો. આંખોથી સમજાવી કે થોડી પળો માટે ધીરજ ધર. હવે સંકેત ક્યાં દૂર છે?

બીડના બાલગ્રામ અનાથાલયના સંકુલમાં વહેલી સવારની શાંતિ હતી. દૂર થતી બાળકોની ચહલપહલનો અવાજ ઑફિસ સુધી પહોંચતો નહોતો. ફેબ્રુઆરી હોવા છતાં થોડીઘણી ઠંડક હતી, પણ ઑફિસની અંદર એકદમ ગરમાવો હતો, ઉત્તેજના હતી. સૂર્યકાંત રૂમાલથી ઘડીએ ઘડીએ મોઢું લૂછતા હતા. પ્રતિભા ઘડીકમાં સાડીનો છેડો ચહેરા પર ફેરવતી તો ઘડીકમાં જમણા હાથના આંગળાથી ડાબા હાથના નખ તોડવા જોર કરી રહી હતી.

52

બુધવાર, તા. ૧૬-૦૨-૨૦૦૦

બીડના બાલગ્રામ અનાથાલયમાં દૂર દૂર પરસાળમાંથી વૉચમૅનના ચાલતા આવવાનો અવાજ પ્રતિભાને કાને પડતો હતો. બૂટનાં પગલાંનો અવાજ નજીક આવતો જતો હતો, મોટો થતો જતો હતો. પ્રતિભાને એ સમજાતું નહોતું કે આટલું મોટું સંકુલ બનાવવાની શી જરૂર? કેટલીવાર લાગી રહી છે આ વૉચમૅનને? એક છોકરાને તેડીને દોડી આવતાં સમય કેટલો લાગે? બૂટના જમીન પર પડવાનો અવાજ નજીક આવતો રહ્યો. છેવટે સહન ન થવાથી પ્રતિભા એકદમ ઊભી થઈ ગઈ. દોડીને દરવાજામાં ઊભી રહી ગઈ. બૂટનો અવાજ વધુ ને વધુ નજીક આવતો ગયો. અચાનક પ્રતિભાએ ચીસ પાડી, 'સંકેત.' અને એ એકદમ ધસી ગઈ અને નજીક પહોંચતાં જ ફસડાઈ પડી. વૉચમૅને ચપળતા ન બતાવી હોત અને પરસાળના થાંભલાનો સાથ ન મળ્યો હોત તો પ્રતિભા ઓટલા પરથી નીચે પડી ગઈ હોત. ચીસ સાંભળીને સૂર્યકાંત, સદાનંદ બેલાસરે, રમેશ દેશમુખ અને મૅનેજર બહાર દોડી આવ્યા. પ્રતિભા હાથમાં ચહેરો સંતાડીને રડી રહી હતી. એ સલામત હોવાથી નચિંત થયેલા સૂર્યકાંતની નજર અનાથાલયના બોર્ડ તરફ જોઈ રહેલા છોકરાની પીઠ પર પડી. ધીમા પગલે પાસે જઈને સૂર્યકાંતે એને તેડી લીધો. 'માઝા પિલુ, માઝા સંકેત.'

આટલા શબ્દો સાંભળીને છોકરાએ મોઢું ફેરવ્યું. એની સામે જોતાવેંત સૂર્યકાંતે

પાંચ હજાર વૉલ્ટનો વીજળીનો આંચકો અનુભવ્યો. એ સંકેત નહોતો... એ સંકેત નહોતો... ના, એ સંકેત નહોતો. એ છોકરો રંગ, કદ, કાઠીમાં અદ્દલોઅદ્દલ સંકેત જેવો હતો. ચહેરાની અમુક રૂપરેખાઓ ઘણી મળતી હતી. અજાણ્યાને એ હૂબહૂ સંકેત લાગે જ... એ માસૂમને કંઈ ગતાગમ નહોતી કે શું થઈ રહ્યું છે.

મૅનેજરે ઇશારો કર્યો એટલે વૉચમૅન એને લઈને પાછો જવા માંડ્યો. સૂર્યકાંતે એને ઊભો રાખ્યો. પર્સમાંથી પાંચસો રૂપિયાની નોટ કાઢીને એ છોકરાના હાથમાં મૂકી, 'બધા છોકરા આજે ચૉકલેટ ખાઈને મજા કરજો.' છોકરાએ વૉચમૅન અને મૅનેજર સામે જોયું. મૅનેજરે માથું હલાવ્યું એટલે છોકરાએ પાંચસોની નોટ લીધી. એ નોટ મૅનેજરના હાથમાં મૂકી. પાછું વળીને સૂર્યકાંત તરફ સ્માઇલ કરીને 'થૅન્ક્યુ' કહ્યું. અને પ્રતિભા પાસે જઈને ઊભો રહ્યો. એને જોતો જ રહ્યો. 'માઝી આઈ પણ તુમચા સારખી ચ હોતી.' એ છોકરો ગળગળો થઈ ગયો. પ્રતિભાએ એકદમ એને છાતીસરસો ચાંપી દીધો. પ્રતિભાની આંખમાંથી વહેતાં આંસુ છોકરાના ગાલ પર પડવા છતાં એ ચૂપચાપ ઊભો રહ્યો. લોહીના સંબંધ ન બંધાયેલા એક મા-દીકરાના નવા સંબંધના હક સામે આંસુનો ગરમાવો કંઈ જ નહોતો.

◈

પાછા ફરતી વખતે જીપમાં કોઈ કંઈ ન બોલ્યું. સદાનંદ બેલાસરેને માહોલ હળવો બનાવવાનું જરૂરી લાગ્યું, 'બિચારો મૅનેજર એકદમ ગભરાઈ ગયો. સૉરી સૉરી કરતાં થાકતો નહોતો.'

સૂર્યકાંતે ગાડીનો ગિયર બદલતાં કહ્યું, 'એનો વાંક નહોતો. છોકરો ઘણી રીતે સંકેતના ફોટા સાથે મળતો આવતો હતો. કોઈ પણ થાપ ખાઈ જાય.'

રમેશ દેશમુખે ટાપસી પુરાવી, 'પણ પ્રતિભાતાઈને ખૂબ તકલીફ પડી... એક તો ભૂખ્યા-તરસ્યા આવ્યા અને...'

પ્રતિભાએ હસવાનો મિથ્યા પ્રયાસ કર્યો. 'એવું નથી કંઈ. સાચું કહું તો એ છોકરાને પાસે ખેંચ્યો, ત્યારે મારી સાથે સંકેત જ હોય એવું લાગતું હતું. ફરી સંકેતને અલપઝલપ મળ્યાની લાગણી અનુભવી. આના માટે હું તો ઈશ્વરની આભારી છું.' જીભ ભલે આભાર માનવાનો વ્યવહાર જતાવતી હતી, પણ આંસુને આંખમાં રોકી ન શકી. સૂર્યકાંતના મોબાઇલની બેલ વાગી. ન જાણે કેટલામો મિસ્ડ કોલ હશે. ફરી બેલ વાગી તો સૂર્યકાંતે ફોન ઉપાડ્યો. બેલાસરેને મોબાઇલ ફોન આપતાં કહ્યું કે, ઘરેથી ફોન છે, હકીકત જણાવી દો તમે, પ્લીઝ.

◈

ગુરુવાર, તા. ૧૭-૦૨-૨૦૦૦

બીડના અનાથાશ્રમમાં હાથ લાગેલી નિરાશાએ સૌને એકદમ ગુમસૂમ કરી નાખ્યા હતા. ઘડી ઘડી આશાના ચકડોળે ઉત્સાહભેર ઊંચે ચડીને ઊંધે માથે નિરાશાની ગર્તામાં પછડાવાની હવે હદ થઈ ગઈ હતી.

સૂર્યકાંત સમજતા હતા કે આમાં વાંક કોઈનો નહોતો. બીડના અનાથાશ્રમના મૅનેજરનો તો જરાય નહીં. છાશવારે થતી ઇમોશનલ ઊથલપાથલથી બધાની હાલત ભયંકર હદે બગડી જતી હતી એ સૂર્યકાંત હવે બરાબર સમજી ચૂક્યા હતા. તેઓ હવે બે નિર્ણય પર આવ્યા કે મનોમન પ્રતિજ્ઞા લઈ લીધી. એક, ગમે તેવો નાનો મોટો અણસાર મળે તો વધુ પડતા હરખપદૂડા થઈને ઘરમાં કોઈને વાત ન કરવી. બે, પોતે જાતતપાસ કરીને નક્કર પરિણામ દેખાય તો જ બધાને સામેલ કરવાં. પોતે ભલે ગમે તેટલું ભોગવવું પડે, પણ બીજા કોઈને એની આંચ લાગવી ન જોઈએ.

સંજોગોએ એ જ દિવસે સૂર્યકાંતે લીધેલી પ્રતિજ્ઞાની કસોટી શરૂ કરી દીધી. એક મેલોઘેલો માણસ કંઈ બડબડાટ કરતો હતો. એની ગાંડીઘેલી વાતોમાં વારંવાર 'સંકેત' શબ્દનો ઉલ્લેખ આવતો હતો. આ લગભગ પાગલ જેવો લાગતો માણસ વાઈમાં દેખાયો હતો. કોઈ ઓળખીતાના આવેલા ફોન પરથી મળેલી આ માહિતીને પગલે સૂર્યકાંતે નિર્ણય કરી લીધો કે પોતે એકવાર જઈને તે માણસને મળશે.

'થોડુંક કામ છે' એમ કહીને સૂર્યકાંત બહાર નીકળ્યા. વિષ્ણુ મર્ડેકરને રોકીને કહી દીધું કે અંગત અને વ્યાવસાયિક કામકાજ છે એટલે તમે સાથે આવવાનું રહેવા દો. સંજય અને શેખરે ઇચ્છા બતાવી, પણ એમનેય સાથે ન લીધા. સંકેતને શોધવાના દોડધામવાળા કામકાજમાં વાપરવાની જીપ એમ.એચ.૧૧-૫૬૫૩ને બદલે તેમણે મારુતિ ગાડી બહાર કાઢી. આ જોઈને ઘરવાળાના શ્વાસ હેઠા બેઠા કે આટલામાં જ ક્યાંક જતા લાગે છે.

ઘરેથી નીકળ્યા બાદ જ જાણે શું સૂઝ્યું કે સૂર્યકાંતે ગાડીને શિરવળ પોલીસચોકી ભણી વાળી. ત્યાં જઈને સદાનંદ બેલાસરેને બધી વાત કરી. એમની આંખમાં હજી ઉજાગરાની લાલાશ હતી. બેલાસરેએ હેડ-કૉન્સ્ટેબલ રમેશ દેશમુખને આરામ કરવા મોકલી દીધા હતા કે જેથી પછી એ ડ્યૂટી કરી શકે. બેલાસરેએ રાજેન્દ્ર કદમને ઇશારો કર્યો કે સૂર્યકાંતભાઉ સાથે જાઓ.

બંનેને લઈને રાતના અંધારામાં સફેદ મારુતિ વાઈ તરફ આગળ વધવા માંડી. સૂર્યકાંત ગાડી ચલાવતી વખતે વિધિની વિચિત્રતા પર મનોમન હસી રહ્યા હતા. પ્રધાનો, સંસદસભ્યો, વિધાનસભ્યો, પોલીસ સુપરિન્ટેન્ડન્ટ, અસંખ્ય

પોલીસ અધિકારીઓ, પત્રકારોની ફોજ અને પોતાના અનેક વગદાર મિત્રો કંઈ પરિણામ મેળવી ન શક્યા. આવા સંજોગોમાં એક પાગલ માણસના લવારા પર મીટ માંડવી પડે છે. ન જાણે ઉપરવાળો શો અણસાર આપી રહ્યો છે? એ સાચી દિશામાં મોકલી રહ્યો છે કે ફરી કોઈ ક્રૂર રમત રમાશે પોતાની સંવેદના સાથે?

લગભગ ૩૫-૪૦ મિનિટ ચાલ્યા બાદ ગાડી એકદમ રોકાઈ ગઈ. એ ગામનું નામ શેંદુરજણે. શિરવળથી આ ગામ લગભગ ૩૩ કિલોમીટરના અંતરે આવેલું છે. રસ્તાની બંને બાજુ ખેતર હતાં એમાં કંઈક રાતના ઠંડા પવનમાં હળવે હળવે લહેરાતું હતું. સૂર્યકાંત અને રાજેન્દ્ર બન્ને ગામડાના માણસો. ત્યાં જ જન્મ અને ઉછેર. બંનેને સમજવામાં વાર ન લાગી કે રસ્તાની આજુબાજુ શેરડીનાં ખેતર છે. સૂર્યકાંતે ગાડી ચલાવવાના ફાંફાં માર્યા બાદ નીચે ઊતર્યા. એમને કંઈક વિચિત્ર લાગણી થઈ. ગાડી ખોટકાયાનો જરાય અફસોસ ન થયો. મનમાં કંઈક ન સમજાય એવા ભાવ જાગવા માંડ્યા. ચોમેરથી સંકેતના અવાજ પડઘાવા માંડ્યા. ચારે દિશા અને ચારે ખૂણેથી સંકેત દોડીદોડીને પોતાની પાસે આવતો દેખાયો, ચીસ પાડીપાડીને પોતાની મદદ માગતો લાગ્યો.

53

ગુરુવાર, તા. ૧૭-૦૨-૨૦૦૦

શેંદુરજણે ગામ પાસે રસ્તા પર ગાડી અચાનક અટવાઈ પડી. બંને બાજુ શેરડીનાં ખેતર વચ્ચે સૂર્યકાંતને સંકેત દોડતો આવતો દેખાયો, એનો અવાજ સંભળાવા માંડ્યો અને એની 'બચાવો બચાવો'ની બૂમો કાને પડવા માંડી. રાજેન્દ્ર કદમને કંઈ સમજાયું નહીં કે આ થઈ શું રહ્યું છે?

સૂર્યકાંતે એકદમ બંને હાથેથી પોતાનું માથું પકડી લીધું. તેઓ થોડા ઢળી પડીને ગાડીને અઢેલીને ઊભા રહી ગયા. રાજેન્દ્ર કદમ એકદમ ગભરાઈ ગયો. 'ભાઉ, તબિયત ઠીક આહે ના?' સૂર્યકાંતે તરત જ આંખ ખોલી. કદમે ગાડીમાંથી પાણીની બૉટલ કાઢીને સામે ધરી. માથું હલાવીને નનૈયો ભણીને સૂર્યકાંતે બૉટલ ફરી ગાડીમાં ફગાવી દીધી. હાંફતાં હાંફતાં માંડ બોલી શક્યા, 'ચાલો જઈએ.' બંને કારને ધક્કો મારીને શેંદુરજણેથી દૂર લઈ જવા માંડ્યા. એ સમયે સૂર્યકાંત જાણતા નહોતા કે પોતે શેનાથી દૂર જઈ રહ્યા હતા? વહેલા મોડા પોતે દોડીને શેંદુરજણે પાછા આવવાના હતા, એની સૂર્યકાંતને કલ્પના સુધ્ધાં નહોતી.

શુક્રવાર, તા. ૧૮-૦૨-૨૦૦૦થી...

શિરવળમાં હવે સંકેત ક્યાંક હોવાનો અણસાર અને ભાંડેપાટીલ પરિવારની દોડધામ મજાકનો વિષય બની રહ્યો હતો. ગામના ઉતાર જેવા નખ્ખોદિયા હીહી કરતા, તાળી આપતા, 'આપણે પહેલેથી નહોતું કીધું કે અપહરણ-બપહરણ થયું જ નથી. બધા સૂર્યકાંતના ખેલ છે, ખેલ. બધાને રમાડી રહ્યો છે એ માણસ.'

બીજો ટાપસી પુરાવે, 'એટલે છોકરો ક્યાંક સલામત સંતાડી રખાયો છે ને દોડધામ અને રોકકળના નાટક ચાલી રહ્યાં છે.'

ત્રીજાએ લૉજિકલ સ્માર્ટનેસ બતાવી, 'અરે, પોલીસ પર આટલું બધું દબાણ આવેને તો એ લોકો ગુનેગારને પાતાળમાંથી પકડી પાડે, પણ કોઈ ગુનો તો થયો હોવો જોઈએને?'

ચોથા વિચારવંતે હોઠ ભીંસીને લમણે આંગળી મૂકી, 'વાત સાવ કાઢી નાખવા જેવી નથી હોં. પહેલીવાર રેન્સમની રકમ લેવા કોઈ ન આવ્યું, કારણ કે પોલીસ હાજર હતી, પછી સાંજે પોલીસ આવે એ પહેલાં રકમ ગાયબ થઈ ગઈ. એ જ રૂપિયા પાછા બૅન્કમાં આવી ગયા. અમજદ શેખના નામના ઢોલનગારાં વગાડાવ્યાં, દોઢ મહિને હાથ લાગ્યો તો એનેય છોડી મૂકવો પડ્યો કે નહીં?'

'કોઈ અનાથાશ્રમ બાલસુધાર ગૃહ છોડ્યા નથી, પણ છોકરો ક્યાંય પહોંચ્યો હોય તો મળેને? અપહરણની વાતમાં જરાય માલ નથી. મૂકોને વાત મારા ભાઈ?'

'આ વાત હવે પોતે પૂરી કરશે જ, ભલે ગમે તે થાય.' આવો નિર્ણય કરીને સૂર્યકાંત તરત રફીક મુજાવર અને વિષ્ણુ મર્ડેકર સાથે બેસી ગયા. પોલીસ ભલે પોતાની સમજ, શક્તિ અને આવડત મુજબ કરતી રહે. મારે આખા કેસની તપાસ પોતાની રીતે કરવી છે. પોલીસ માટે અનેક કેસમાંનો એક કેસ છે. આ મારા માટે દીકરાનો સવાલ છે. એની જિંદગી દાવ પર લાગેલી છે.

ત્રણેય પલાંઠી વાળીને બેસી ગયા. સંકેત અપહરણની નાની-મોટી બધી વિગતો કાગળ પર ટપકાવવા માંડ્યા. કંઈ જ રહી ન જવું જોઈએ એની ખાસ ચોકસાઈ રાખી ફરી સગાંવહાલાં, શકમંદ અને સાક્ષીઓની યાદી બનાવી. શકમંદો વિશે આસપાસના લોકો સાથે વાત કરવા માંડ્યા.

આ બધાં કામકાજ માટે ત્રણ જણની ટીમ બનાવી. સૂર્યકાંત વિષ્ણુ ભાંડેપાટીલ, રફીક મુજાવર અને મશીનગનધારી વિષ્ણુ કેશવ મર્ડેકર. ચોથો સાથી એટલે જીપ એમ.એચ. ૧૧-૫૬૫૩. પોતે શું કરી રહ્યા છે, ક્યાં જઈ રહ્યા છે, કોને મળી

રહ્યા છે એ બધું લીક ન થઈ જાય એટલે નક્કી કર્યું કે કોઈ ડ્રાઇવર ન રાખવો.

સંકેતને છેલ્લીવાર જોનારી ટીચર અંજલિ વાળીમ્બેની ફરી પૂછપરછ કરી. તેણે પોતાની જૂની વાતો દોહરાવી. સૂર્યકાંતને લાગ્યું, 'આ લેડી કંઈક છુપાવતી હશે? પણ શું? અને શા માટે? કદાચ અજાણતાં, કોઈક લાચારીવશ કે ગેરસમજણ કંઈક બોલાયું હોય કે ભુલાયું હોય એવું બની શકે!'

અચાનક સમાચાર આવ્યા કે સાતારાના પોલીસ સુપરિન્ટેન્ડન્ટ સુરેશ ખોપડેની બદલી થઈ છે. તેમના સ્થાને રામરાવ પવાર આવ્યા. આને ગુડ ન્યૂઝ કહેવાય કે નહીં એ સૂર્યકાંતને ન સમજાયું, પરંતુ નજીકના ભવિષ્યમાં આ ફેરફાર ખૂબ કામ આવવાનો હતો. એ કોઈ જાણતું નહોતું.

આ ટ્રાન્સફર અને પોસ્ટિંગને સરકારી રુટિન સમજીને ટીમ ઑફ થ્રી પોતાના કામે લાગી ગઈ. કાત્રજ ઘાટ પાસે એક લાખ રૂપિયા લઈને કોઈક ગાયબ થઈ ગયા બાદ મુફ્તીમાં એક પોલીસવાળો સ્કૂટર પર મળ્યો હતો. એની તપાસ કરવી જરૂરી લાગી. ભારે શરીરને લીધે સાળુંકે ડોગ તરીકે ઓળખાતા એ માણસ સુધી પહોંચવાનું બહુ મુશ્કેલ નહોતું. સંકેત કેસે મચાવેલા હોબાળા, સૂર્યકાંતના પોલિટિકલ કૉન્ટેક્ટ અને આકરી પૂછપરછને પ્રતાપે સાળુંકેએ કબૂલ કર્યું કે એ નિર્જન વિસ્તારમાં ઘણાં યુગલ એકાંત માણવા આવે છે. આવાં યુગલ મને સો-બસો રૂપિયા આપી જાય એટલે હું ત્યાં રખડતો હોઉં છું.

એ દિવસે ઘટનાસ્થળે હાજર મુફ્તીવાળા બીજા પોલીસવાળાઓની પણ તપાસ કરી. કંઈ જ જતું કરવું નહોતું. પોલીસવાળા પણ શકના ઘેરામાં હતા, પરંતુ આમાંથી કંઈ હાથ ન લાગ્યું.

54

શુક્રવાર, તા. ૧૮-૦૨-૨૦૦૦

સંકેત કેસની તપાસ કરવા માટે રચાયેલી થ્રી મૅન આર્મી બરાબર પોતાના કામે લાગી ગઈ હતી. અત્યાર સુધી અપહરણ કેસ સાથે જોડાયેલા એકેય નામને ફેરતપાસ કે ઊલટતપાસમાં જતાં ન કરવાનો સૂર્યકાંત ભાંડેપાટીલનો દૃઢ નિર્ધાર હતો. સાક્ષીદાર રફીક મુજાવર અને વિષ્ણુ મર્ડેકર પણ બરાબર મચી પડ્યા હતા.

કાત્રજ ઘાટ પાસે એક લાખ રૂપિયા આપ્યા, ત્યારે સાદા વેશમાં દેખાયેલા પોલીસવાળા સાળુંકે પાસેથી સત્ય ઓકાવી લીધું.

એ દિવસે એ જ સ્થળે દેખાયેલાં યુગલ વિશે સાળુંકેને ઝાઝું યાદ નહોતું

આવતું. મળી એટલી માહિતી લઈ લીધા બાદ સૂર્યકાંતે મગજને ખૂબ તકલીફ આપી. એ વખતના ટેન્શન છતાં આ સ્કૂટરનો આછોપાતળો અને અડધોપડધો નંબર યાદ આવતો હતો એ અધૂરા નંબરે પૂરેપૂરી મહેનત કરાવી. આ કપલ તો અપહરણ કેસમાં પોતાની પૂછપરછ માત્રથી ગભરાઈ ગયું. ખૂબ તાવણી બાદ સચ્ચાઈ બહાર આવી કે બંને એકમેક સાથે ક્વૉલિટી ટાઇમ વિતાવવા ગયાં હતાં. જંગલમેં મંગલની વાત ગળે ઊતરતી હતી. વધુ તપાસમાં બંને વિશે કંઈ જ વાંધાજનક હાથ ન લાગ્યું.

સૂર્યકાંતના આ સંકેત શોધો અભિયાનમાં ફૅમિલીનો પૂરેપૂરો સાથ. ઘરના બચ્ચાને પાછા મેળવવાથી મોટું કામ કયું હોઈ શકે? ભાઈ અને સાળા પર ધંધો છોડીને સૂર્યકાંત પોતાની ટીમ સાથે દોડધામ કરતા રહ્યા. ન થાક, ન કંટાળો. નાનામાં નાની માહિતી, સગડ મૂકવાનાં નહીં.

આ ત્રિપુટી ભારે દોડધામ વચ્ચે કાન અને આંખ એકદમ ખુલ્લાં અને સતેજ રાખતી હતી. દરેક જગ્યાએ એક બાબતની ખાસ ચકાસણી કરી લે: પોલીસે બહાર પાડેલી સંકેત ગાયબ હોવાની નોટિસ અને ગુનેગારનો કૉમ્પ્યુટરાઈઝ્ડ સ્કેચ નજરે પડે છે કે નહીં? એક સાથે વાત કરે, એમાંથી કોઈ બીજાનો ઉલ્લેખ નીકળે તો બીજા પાસે પહોંચી જવાનું. કોઈને સપનામાં કંઈક દેખાય તો ત્યાં તપાસ કરવાની. સાધુ, બાવો કે જ્યોતિષ આંગળી ચીંધે તો એ સ્થળનીય તપાસ કરવાની ખરી. બાળસુધાર ગૃહ કે અનાથાશ્રમમાં કોઈ નવું બાળક આવે કે ત્યાં દોડી જાય. બાળકની લાશ મળે તો સરકારી શબગૃહ જવાનું.

સૂર્યકાંત ધારતા હતા કે પોતાની પ્રવૃત્તિ ચૂપચાપ ચાલતી રહેશે, પરંતુ વાત લાંબો સમય છાની ન રહી. હવે પોલીસવાળા સામેથી એને કહેતા હતા કે કંઈ સગડ મળે તો કહેજો, અમે પણ સાથે આવીશું. મહારાષ્ટ્ર આખામાં ભ્રમણ ચાલુ હતું. ક્યારેક ગોવા સુધીય લાંબા થાય.

પાંચ, પચીસ, પચાસ, સો, બસો જણની પૂછપરછ થતી રહી. જાતતપાસ અને સંતોષ મેળવવાના ઝનૂનમાં સમય ક્યાં પસાર થતો એની ખબર પડતી નહોતી. સવારથી સાંજ કામ જ કામ. એક જ કામ.

પ્રતિભાને સંકેતથી છૂટા પડ્યાની અવર્ણનીય વેદના વચ્ચે એક બાબતનો સંતોષ અને ગર્વ હતો કે પોતાનો પતિ કોઈ કચાશ છોડતા નથી. એ પોતે પણ ઘણું વિચારતી હતી. એક સાંજે થાકીને લોથપોથ થઈને આવેલી સૂર્યકાંત ઍન્ડ ટીમને ચા-નાસ્તો આપીને પ્રતિભા ત્યાં જ ખુરશી પર બેસી ગઈ. સૂર્યકાંતે આની નોંધ લીધી.

સૂર્યકાંતે ચાની ચૂસકી મારતાં સવાલ કર્યો, ‘કંઈ કહેવું છે?’

પ્રતિભાએ અવાજમાં મક્કમતા સાથે કહ્યું, 'પેલા લહુ ઢેકણેની તપાસ કરી જુઓ.'

સૂર્યકાંતના ચહેરા પર હળવું સ્મિત આવી ગયું, 'અગાઉ પણ તું એક-બે વાર લહુ પર શંકા કરી ચૂકી છે. આજ બધા સામે વાત કાઢી તો ચર્ચા કરીએ. ચાલ, લહુ પર શંકા કરવાનાં તારાં કારણો જણાવ તો ખરી.'

પ્રતિભા ટીચરની જેમ કારણો આપવા માંડી, 'એ એકદમ શાંત છે. કોઈ જાતનો નશો કરતો નથી. તમાકુ, ગુટખા, સિગારેટ, બીડી તો ઠીક, ચા સુધ્ધાંની આદત નહીં. ઘણા કામદાર ચા આવે એની રાહમાં કામ છોડીને જાણે હડતાળ પર ઊતરી જતા હતા, પણ એ ચૂપચાપ પોતાનું કામ કરતો રહેતો હતો. આપણો સંકેત એની બાજુમાં બેસતો. એને પૉલિશ કરતો જોઈ રહેતો. બંને વચ્ચે સ્મિતની આપ-લે થતી રહેતી હતી. એનું વધુ પડતું શાંત હોવું અને આટલું બધું સારું હોવું મને શંકા કરવા લાયક લાગે છે.'

સૂર્યકાંત પ્રતિભા સામે જોઈ રહ્યા, 'કોઈ શાંત કે સારું હોય એટલે શંકા? વિચિત્ર લાગે છે મને તો...'

પછી રફીક મુજાવર અને વિષ્ણુ મર્ડેકર તરફ મોઢું કરીને સૂર્યકાંત સમજાવવા માંડ્યા, 'શંકા ન કરવાનાં કારણો સ્પષ્ટ છે એક તો એ સારો અને સીધો માણસ. નો-નોનસેન્સ. સંકેતના અપહરણ સમયે એ પોતાના માસીના દીકરા માટે છોકરી જોવા બીજા ગામે ગયો હતો. ત્યાંથી આવીને ગામના છોકરા સાથે ક્રિકેટ રમ્યો હતો. આ વાત તે પોલીસને કહી ચૂક્યો છે. અડધી રાતે તેના ગામેથી ઉપાડી લાવીને તેની પૂછપરછ કરાઈ હતી. છતાં બીજા દિવસે એ આપણા ઘરે આવ્યો, મને મળ્યો અને ઘરે પાછા જવા માટે પૈસા માગ્યા. મેં પચાસ રૂપિયા આપ્યા તો ચૂપચાપ ચાલ્યો ગયો. જો એ ગુનેગાર હોત તો આપણા ઘરે, મારી સામે આવવાની હિંમત ન કરે. વળી, ટીચર અંજલિ વાળીમ્બેનું વર્ણન પણ લહુ સાથે મેચ થતું નથી.'

સૂર્યકાંત આણી ટીમનો ચુકાદો આવ્યો કે લહુ રામચંદ્ર ઢેકણેની ફેરતપાસમાં સમય વેડફવાનો અર્થ નથી. મિશન સંકેત પાછળ એક ચિત્ત થઈને ટીમ ઑફ થ્રી ગજબનાક દોડધામ કરી રહી હતી. કંઈ જ હાથ લાગતું નહોતું. આશાનું આછું-પાતળું કિરણ ક્યાંય નજરે પડતું નહોતું છતાં પોલીસ કે કોઈ પરાયા પર નિર્ભર રહેવાને બદલે પોતાના આંખ, કાન અને મગજની સાક્ષીએ એક એક છેદ ઊડતા જતા હતા. જોતજોતામાં ૪૦૦ જેટલા સાક્ષી-શકમંદની તપાસ, પૂછપરછ અને ઊલટતપાસ થઈ ગઈ.

અપહરણને છ મહિના થવા આવ્યા છતાં ન સંકેતનો અણસાર કે ન અપહરણકર્તાનો. હવે કરવું શું? સાવ ડેડ-એન્ડ આવી ગયો?

સોમવાર, તા. ૫-૬-૨૦૦૦

સંકેત અપહરણ કેસમાં મોટા ભાગની ઘટના કે દુર્ઘટના સોમવારે બની હતી. ફરી એક સોમવાર આવ્યો. સંકેત અપહરણ કેસમાં પોલીસ અને સૂર્યકાંતની ટીમે કરેલા ભગીરથ કામ અને દોડધામનું કંઈ પરિણામ આવ્યું નહોતું. આમ છતાં સંકેતને ભાંડેપાટીલ પરિવાર ભુલાવી શક્યો નહોતો.

સંકેતના અપહરણની ઘટના ભાંડેપાટીલ પરિવાર માટે મહાભયાનક ભૂકંપ કે સુનામીથી વિશેષ હતી. એના પાછા ન મળવાની સતત ઘુંટાતી વેદના વચ્ચે આફ્ટર શોક્સ અનુભવાતા રહેતા હતા. આ બનાવની સૌથી વધુ દેખીતી અને દુખદ અસર સૌરભ પર થઈ હતી. એ અગાઉ જે હતો એનો એકદમ વિરોધાભાસી થઈ ગયો હતો. હિન્દી ફિલ્મમાં ડબલ રોલમાં બે ભાઈ કે બહેનને અલગ બનાવવા જે કરાવાય એ સૌરભનું થયું હતું. તે રામમાંથી શ્યામ અને સીતામાંથી ગીતામાં ફેરવાઈ ગયો હતો.

સૌરભનાં વર્તન, વ્યવહાર અને વાણીની સાથોસાથ એના શિક્ષણ પર ખૂબ માઠી અસર પડી હતી. અગાઉનો તેજસ્વી વિદ્યાર્થી હવે એકદમ ઝાંખો પડી રહ્યો હતો. વાર્ષિક પરીક્ષામાં એ માંડ માંડ પાસ થયો હતો. આ રિઝલ્ટ જોઈને પ્રતિભાએ લીધેલા નિર્ણયે ઘરમાં સૌને ચોંકાવી દીધા. આ સમયે ક્ષેત્રમાહુલીથી આવેલાં સૂર્યકાંતના સસરાજી વિઠ્ઠલરાવ અને સાસુજી તારિકા પણ હાજર હતાં. સૌરભને હવે ઇંગ્લિશ મીડિયમ સ્કૂલમાંથી ઉઠાડીને મરાઠી માધ્યમની શાળામાં ભણાવવો. આવા નિર્ણયને ઉતાવળિયો ગણાવાયો અને વિરોધ થયો તો પ્રતિભા રડી પડી, 'તમે એની સામે જુઓ. નથી રમતો, બોલતો કે હસતો. મરાઠી માધ્યમમાં હશે તો મારી સાથે રહેશે, નજર સામે રહેશે. આમ ને આમ એ ડરતો રહ્યો તો ક્યાંક હું બીજા દીકરાને ન ગુમાવી બેસું...' આ સાંભળીને બધાં ચૂપ થઈ ગયાં.

મૌન ભંગ કરતાં તારિકાજીએ પ્રતિભાના ખભે હાથ મૂકીને હિંમત આપી, 'તારી વાત ગળે ઊતરે છે. તું ફિકર કરતી નહીં. હું સતત સૌરભ સાથે રહીને ૧૫ દિવસમાં તેને મરાઠી વ્યવસ્થિત શીખવાડી દઈશ.' આટલું સાંભળતાં જ પ્રતિભા મમ્મીને ભેટી પડી. બંનેની આંખમાં આંસુ હતાં, જેમાં બાકી બધાના સવાલો ઓગળી ગયા.

55

સોમવાર, તા. ૦૫-૦૬-૨૦૦૦

સમયના વીતવા સાથે એક કડવી વાસ્તવિકતા સૂર્યકાંત અને પ્રતિભાએ મનોમન સ્વીકારી લીધી હતી કે હવે સંકેતનું પાછા મળવું મુશ્કેલ બની રહ્યું છે. આટલા નાના છોકરાને શોધવાનું હવે આસાન નથી. આપણાં નસીબ હોય તો કદાચ કોઈ બાળસુધારગૃહ કે અનાથાશ્રમમાં પહોંચી ગયો હોય... કદાચ જીવતો પણ ન હોય... પરંતુ આ શક્યતા મોઢેથી ઉચ્ચારતાં કોઈનો જીવ ચાલતો નહોતો, હિંમત પણ કરી શકતાં નહોતાં. એમાં એક નવી ધમકી આવી પડી.

સાંજે સૂર્યકાંત સાતારાથી ૮-૧૦ કિલોમીટર દૂર આવેલા નેલેકીડ ગામે પહોંચ્યા. સાથે વિષ્ણુ મર્ડેકર. સૂર્યકાંતે વધુ કામકાજ તો ભાઈ અને સાળા પર છોડી દીધું હતું, પણ હવે ક્યારેક નિરીક્ષણ પૂરતી કન્સ્ટ્રક્શન સાઇટની વિઝિટે જવાનું શરૂ કર્યું હતું. નેલેકીડ ગામમાં સ્કૂલ બંધાતી હતી એ સાઇટની મુલાકાત લેવા સાથે સાતારા જઈને લોકલ ક્રાઇમ બ્રાંચના પોલીસ ઇન્સ્પેક્ટર લક્ષ્મણ પાંડુરંગ સેજળને મળવાનો પ્રોગ્રામ હતો.

સાંજે સાડાછ વાગ્યે સૂર્યકાંત નેલેકીડ સાઇટથી નીકળ્યા. જીપ માંડ દોઢ-બે કિલોમીટર આગળ વધી હશે, ત્યાં સૂર્યકાંતના મોબાઇલની બેલ રણકી ઊઠી. મોબાઇલ સાથે કનેક્ટ કરેલા રેકોર્ડરને બરાબર કરીને સૂર્યકાંતે ફોન રિસીવ કર્યો.

'તુઝા પિલ્લુ પાહેજા ના?' (તને દીકરો જોઈએ છે ને?)

આટલું સાંભળતાવેંત સૂર્યકાંત એકદમ ભાવુક થઈ ગયા. જીપ રસ્તાની બાજુમાં ઊભી રાખીને થોડી સ્વસ્થતા કેળવી.

'તુઝા મુલગા માઝા કડે આહે. તુલા પાણિજે અસેલ તર એક લાખ પંધરા હજાર દે.' (તારો દીકરો મારી પાસે છે. જોઈતો હોય તો એક લાખ પંદર હજાર રૂપિયા આપ.)

'મી તો તુલા એક લાખ દિલેત ના? તરી કુઠે માઝા મુલગા દિલાસ તુ?' (મેં તો તને એક લાખ રૂપિયા આપ્યાને? છતાં તેં ક્યાં મારો દીકરો આપ્યો?)

'તી પૈસે મી નાય નેલે. માલા કાહી માહિતી નહીં. આતા તુલા પોરઘા પાહિજે અસેલ તર માલા પરત એક લાખ પંધરા હજાર દે.' (તે પૈસા મેં લીધા નથી. મને કંઈ ખબર નથી. હવે તને છોકરો જોઈતો હોય તો ફરીથી મને એક લાખ પંદર હજાર આપ.)

'પણ મી તો તુલા પૈસે દિલે...' (પણ મેં તો તને પૈસા આપી દીધા...)

'માલા માહિત નાહી. માલા એક લાખ દે... પંધરા હજાર ત્યાલા સાંભાળાયચા ખર્ચ... પૈસે દિલ્યાવર તુઝા પોરઘા દેતો...' (એ હું કંઈ જાણતો નથી... મને એક લાખ દે. પંદર હજાર એની સારસંભાળનો ખર્ચ... પૈસા દીધા બાદ તારો છોકરો આપી દઈશ.)

સૂર્યકાંતે એકદમ રડમસ અવાજમાં વિનવણી કરી, 'મલા માઝા મુલાંચા અવાજ તર આયકવ...' (મને મારા દીકરાનો અવાજ તો સંભળાવ.)

'આહે તો માઝા કડે... મહાબલેશ્વર આહે... તું પૈસા દે, મી મુલગા દેતો... બાકી કાય વિચારુ નકા. (તે મારી પાસે છે... મહાબલેશ્વર છે... તું પૈસા દે, હું છોકરો આપું છું... બીજું કંઈ પૂછવાનું નહીં.)

સૂર્યકાંત ઇરાદાપૂર્વક વારંવાર એક વાત કરતા હતા. તેમને વાત લંબાવવી હતી. કદાચ લોકેશનનો કંઈક અણસાર મળે. વધુ ને વધુ અવાજનું રેકોર્ડિંગ થાય અને વધુ વાતો કરાવવામાં એ કોઈ કામની માહિતી આપી દે.

'બરા... ઠીક હૈ... કુઠે પૈસે દેઉ?' (ભલે ઠીક છે... પૈસા ક્યાં આપવાના છે?)

'મી તુલા ઉદ્યા ફોન કરતો...' કહીને સામેથી ફોન મુકાઈ ગયો.

સૂર્યકાંત એકદમ સુન્ન થઈ ગયા. પચ્ચીસ-ત્રીસ સેકન્ડે કળ વળી. સંકેત ક્યાંક છે ખરો... હવે એ મળી જશે... આ આશાવાદ સાથે વધુ એક હકીકતની મનોમન પહેલીવાર નોંધ લીધી કે ગુનેગારનો અવાજ પહેલીવાર રેકોર્ડ થયો છે. આ ખૂબ મહત્ત્વનો પુરાવો છે, સાબિતી છે કે જે કેસમાં આગળ વધવામાં મદદ કરશે.

સામાન્ય સંજોગોમાં કે ચાર-છ મહિના અગાઉ સૂર્યકાંતે ઘરે ફોન કરી દીધો હોત કે સંકેતના સમાચાર મળ્યા છે. સારા સમાચાર મળ્યા છે. આ વખતે પણ સૂર્યકાંતે ફોન કર્યો, પણ સાતારાના પોલીસ સુપરિન્ટેન્ડન્ટ રામરાવ પવારને. આ પવારસાહેબ પર તેમને ખૂબ વહેલો વિશ્વાસ બેસી ગયો હતો. વધુ પડતો વિશ્વાસ. સંજય ખોપડેના સ્થાને આવ્યા બાદ રામરાવ પવારે શિરવળ પોલીસચોકીની મુલાકાત લીધી હતી. તેઓ 'સાંઈ-વિહાર' પણ ગયા હતા. ત્યારે પવારસાહેબે કરેલી એક વાત સૂર્યકાંતને સ્પર્શી ગઈ હતી, 'તમે સહકાર આપજો. આપણે કોઈ ને કોઈ કડી મેળવીને જ રહીશું.' સૂર્યકાંતે એ જ પળે વચન આપ્યું હતું કે 'હું પૂરેપૂરો સહકાર આપીશ. મારા કે અમારા પરિવારની બધી અંગત વાતો પણ શેર કરવા તૈયાર છું હું.'

પહેલી જ મુલાકાતમાં ઉમદા માનવી લાગેલા રામરાવ પવારને સાતારા લોકલ ક્રાઇમ બ્રાન્ચની ઑફિસમાં ફોન કરીને સૂર્યકાંતે કહ્યું, 'મને પહેલીવાર ગુનેગારના અવાજનો નમૂનો મળ્યો છે. હું આપની નજીક જ છું. હું ૧૫ મિનિટમાં ઑફિસે

આવું છું. આપના બધા સ્ટાફને બોલાવી રાખજો.'

લાંબા સમયે સૂર્યકાંત સારા મૂડમાં હતા. તેઓ ખરેખર ૧૫ મિનિટમાં સાતારા ક્રાઇમ બ્રાંચની ઑફિસે પહોંચ્યા, ત્યારે પવારસાહેબે ખરેખર બધાને બોલાવી રાખ્યા હતા. સદાનંદ બેલાસરે, મોઝેસ લોબો, લક્ષ્મણ સેજળને જોઈને સૂર્યકાંતને આનંદ થયો. એ ઉપરાંત હાજર રહેલા ઘણા ઑફિસરને તેઓ ઓળખતા નહોતા. સૂર્યકાંતે બધાની હાજરીમાં પવારસાહેબને ફોનની વિગતો જણાવી. તેણે એક વાત ખાસ સ્પષ્ટ કરી કે અગાઉ બધા ફોન લૅન્ડલાઇન પર આવ્યા હતા. પહેલીવાર મોબાઇલ પર ફોન આવ્યો છે.

આટલું કહીને સૂર્યકાંતે ફોનનું રેકોર્ડિંગ આપ્યું, જે રામરાવ પવારે વારંવાર સાંભળ્યું. સૂર્યકાંતે અગાઉની ખંડણીની વાતોના ઉલ્લેખ સાથે કહ્યું કે, બધું શાંત પડી ગયું હતું. એમાં આ નવો ફણગો ફૂટ્યો એને હું ખૂબ સારી વાત માનું છું. પવારસાહેબ સૂર્યકાંતની સામે જોઈ રહ્યા. તેમણે ધીમા અવાજે કહ્યું કે, 'હવે શું કરવું જોઈએ એ તમે જ કહો.'

પોતાનામાં પવારસાહેબે ખૂબ વિશ્વાસ મૂક્યાની લાગણી અનુભવી સૂર્યકાંતે. તેમણે જવાબ આપ્યો કે, હમણાં ને હમણાં મને સ્ટાફ આપો. પવારસાહેબે સ્મિત સાથે હકારમાં જવાબ આપ્યો. જે નંબર પરથી ફોન આવ્યો હતો ત્યાં ફોન કરીને ઍડ્રેસ મેળવી લીધું. એ ફોન પુણેના હડપસરથી આવ્યો હતો.

થોડું વિચારીને સૂર્યકાંતે અંદાજ વ્યક્ત કર્યો કે ગુનેગાર લોણંદ-નિરા વિસ્તારનો હોઈ શકે. એ ખંડણી મેળવવા માટે પુણેની આસપાસનું સ્થળ પસંદ કરી શકે છે. આ સાંભળીને રામરાવ પવારે પોતાના સ્ટાફને ઑર્ડર આપ્યો કે ગાડી કાઢો અને ભાંડેપાટીલ સાહેબ કહે એમ તમારે સૌએ કરવાનું છે.

આટલું જ કહીને બેસી રહેવાને બદલે તેમણે પુણે ક્રાઇમ બ્રાન્ચના ડી.સી.પી. વર્માને ફોન કરીને કહ્યું કે, 'આ કેસમાં તમે પણ મદદ કરો. મારો સ્ટાફ પણ સાથે છે. પુણે હડપસરમાં હોવાથી તેમની જરૂર પડી જ શકે.' વર્માએ તરત જ શક્ય બધી મદદ કરવાની તૈયારી દાખવી.

સૂર્યકાંત પોતાની સાથે બેલાસરે, લોબો, સેજળ, કદમ અને મર્ડેકરને લઈને શિરવળ આવ્યા. અહીંથી રફીક મુજાવરને પણ સાથે લઈને રાતે ૧૦ વાગ્યે પુણે આવ્યા. હવે આટલું મોડું વર્માને મળવા જવાનો અર્થ નહોતો. છતાં હડપસરનું એ એસટીડી બૂથ શોધી કાઢ્યું કે જ્યાંથી ફોન આવ્યો હતો. એનો માલિક ચાલીસેક વર્ષનો હતો. એની પૂછપરછ કરી, પણ એને કંઈ યાદ નહોતું આવતું. રોજ કેટકેટલા માણસો ફોન કરવા આવતા હોય, પરંતુ તેના રજિસ્ટરમાં સૂર્યકાંતને ફોન કરાયાની નોંધ જોવા મળી. છેવટે બધાએ એક લોજમાં જઈને રાતવાસો કર્યો.

56

મંગળવાર, તા. ०૬-०૬-२०००

સવારે સૂર્યકાંતનો સમય વીતતો નહોતો. રાતનો ઉજાગરો છતાં વહેલી ઊંઘ ઊડી ગઈ હતી. દશ વાગ્યે પુણે ક્રાઇમ બ્રાન્ચની ઑફિસ ખૂલે એટલે વર્માને મળવા તલપાપડ હતા. તેમણે સમયસર ઑફિસે પહોંચીને વર્માને સવિસ્તર કિસ્સો જણાવ્યો. સૂર્યકાંતને લાગ્યું કે વર્માજી બહુ ધ્યાન આપતા નહોતા. અંતે વર્માએ કહ્યું, 'અમારા માટે આ નજીવો કેસ છે, ફાલતુ મામલો છે. માત્ર એનો ફોન આવવા દો. બાકીનું અમે બધું જોઈ લઈશું.'

સૂર્યકાંતે કોશિશ કરી કે મને અને સાતારા પોલીસને સાથે રહેવા દો, પણ વર્મા ન માન્યા. અડધા કલાક બાદ સૂર્યકાંત અને સાતારા પોલીસવાળા નીચે ઊતર્યા. સૂર્યકાંતે બીજા બે-ત્રણ ઓળખીતા ઇન્સ્પેક્ટર સાથે અલપઝલપ વાત કરી. પછી પોતાની જીપ તરફ આગળ વધ્યા, ત્યાં મોબાઇલની બેલ વાગી. નંબર અજાણ્યો હતો, લૅન્ડલાઇન.

સૂર્યકાંતે ફોન રિસીવ કર્યો ને એ જ અવાજ સંભળાયો. સૂર્યકાંતે કાન અને રેકોર્ડિંગ મશીન પર ધ્યાન આપ્યું.

'હે બઘ, કાત્રજ – મુંબઈ બાયપાસ રોડચા કડેલા માર્બલચી દુકાન આહે... ઉજવ્યા બાજુલા ત્રિમૂર્તિ મંગલ કાર્યાલય આહે... તીથુન પુઢે ખીંડ હાય... તીચી ડાવ્યા બાજુલા એક બોર્ડ આહે... ત્યાંચા વર એક ટેલિફોન નંબર લિહલેલા આહે... ત્યાંચા પુઢે ચાલ્યાવર ઉજવ્યે બાજુલા આંબેગાંવ યેતીલ... તીથે શિવસૃષ્ટિચે કામ ચાલુ આહે... તીથે ટેકડીવર નીલગીરીચા ઝાડ આહે... ઝાડ ખાલી પૈસા ઠેવ... ઘરી જાતાશ તુલા મુલગા મિળેલ... એક તાસાત પૈસા દે...' (જો સાંભળ-કાત્રજ-મુંબઈ બાયપાસ રોડ પાસે માર્બલની દુકાન છે... એની જમણી બાજુએ ત્રિમૂર્તિ મંગલ કાર્યાલય આવશે... ત્યાંથી આગળ ખીણ છે... તેની ડાબી બાજુએ એક બોર્ડ છે... એના પર એક ટેલિફોન નંબર લખેલો છે... ત્યાંથી આગળ ચાલીને જમણી બાજુએ આંબેગાંવ આવશે... ત્યાં શિવસૃષ્ટિનું બાંધકામ ચાલે છે... ત્યાં ટેકરી પર એક નીલગીરીનું ઝાડ છે... ઝાડ નીચે પૈસા મૂકી દેજે... ઘરે પહોંચતાં જ તને તારો દીકરો મળી જશે... એક કલાકમાં પૈસા પહોંચાડી દે.)

ગુનેગારને સપડાવવા માટે જાળ બિછાવવાનું જરૂરી હતું. એક કલાકમાં પૈસા આપવાના હોય તો એ શક્ય ન બને એટલે સૂર્યકાંતે નાટક શરૂ કરી દીધું. રોદણાં રડવા માંડ્યા, 'અરે મી શિરવળલા આહે... યેથે યાયેલા દીઢ તાસ

લાગણાર... પૈશે પણ નાહિ માઝા કડે... મલા બઘાયલા લાગેલ... પાંચ-સહા માણસાના લોકોના ભેટુન... મલા જાસ્ત ટાઇમ દે... એવડા કમી વેળેત નાહિ હોઉ સકતે...' (અરે, હું તો શિરવળ છું... ત્યાં આવવામાં જ દોઢ કલાક લાગે... મારી પાસે પૈસાય નથી... મારે જોવું પડશે... પાંચ-છ જણને મળીને... મને થોડો વધુ સમય આપ... આટલા ઓછા સમયમાં નહીં આવી શકું.)

હકીકતમાં વ્યવસ્થિત અને એકદમ જડબેસલાક જાળ બિછાવવા માટે સૂર્યકાંતને સમય જોઈતો હતો; પણ એનો પનારો સામાન્ય ભેજા સાથે પડ્યો નહોતો. એ મક્કમ રહ્યો, 'ઠીક હાય, દોન વાજતા, યે...' (ઠીક છે, બે વાગે આવ.)

'નાહિ હોઉ સકણાર... વેળ લાગેલ! (નહીં થઈ શકે... સમય લાગશે.)

'ઠીક હાય... તીન વાજતા... હા શેવટચા ટાઇમ. આણી પોલીસાંચા કાહી નાટક કરુ નકા... નાહિતર મી પોરાલા સંપવીલ...' (ઠીક છે... ત્રણ વાગ્યે... આ છેલ્લી મુદત... અને પોલીસનું કોઈ નાટક કરતો નહીં... નહીંતર હું છોકરાને પતાવી નાખીશ.)

આટલું કહીને તેણે ફોન કટ કરી નાખ્યો. સૂર્યકાંત મોબાઇલ સામે જોઈ રહ્યો. સંકેત હાથવેંતમાં છે... ગુનેગાર સામે ચાલીને આવે છે... પોતાને બોલાવે છે... અજાણતાં પોલીસને આમંત્રણ આપે છે. આ વખતે પાસા પોબારા પડશેને! એકાદ નાનીઅમથી ભૂલથી ક્યાંક કિનારે આવેલું વહાણ ડૂબી ગયું તો? પણ આમાં પીછેહઠ શક્ય નહોતી, એનું વિચારવાનુંય પરવડે એમ નહોતું. એક જ વિકલ્પ હતો, આગેકૂચ.

◈

અપહરણકર્તા સાથે ફોન પર જે વાત થઈ... સરનામું અપાયું એ સૂર્યકાંત દોહરાવતા હતા. સાથેનો કૉન્સ્ટેબલ આ બધું પોતાની ડાયરીમાં નોંધતો હતો.

એકદમ ઉત્તેજિત અને આશાવાદ લઈને ફટાફટ દાદરા ચડીને સૂર્યકાંત ફરી ડી.સી.પી. વર્માની ઑફિસમાં ગયા. તેમને ફોનની વાત અને રેન્સમની વિગતો આપી. વર્માએ પોતાના માણસોને પોતાનો પ્લાન સમજાવ્યો. તેણે સાતારા લોકલ ક્રાઇમ બ્રાંચના પોલીસોને તાકીદ કરી કે તમે એકદમ દૂર રહેજો, એ તમને ઓળખી શકે છે.

સાતારા પોલીસવાળાના ચહેરા પર નિરાશા અને નારાજગીના આછા ભાવ દેખાયા. અત્યાર સુધી પોતે દોડધામ કરી, જૂતાં ખાધાં અને હવે જશ ખાટવાના સમયે દૂર રહેવાનું? એમની લાગણીની પરવા કર્યા વિના વર્માએ સૂર્યકાંતને સ્પષ્ટ શબ્દોમાં સૂચના આપી, 'મારા સ્ટાફવાળો કોઈ ટુ વ્હીલર ચલાવશે. તમે

પાછળ બેસજો. તમારે માત્ર ત્યાં જઈને રૂપિયા મૂકી દેવાના છે, બાકીનું બધું અમે સંભાળી લઈશું.'

સૂર્યકાંતે વિનંતી કરી કે, સાહેબ, ગાડી તો મને ચલાવવા દો, પ્લીઝ, પરંતુ વર્મા ધરાર ન માન્યા.

પુણે ક્રાઇમ બ્રાંચની ઑફિસેથી બધા નીકળ્યા. સૂર્યકાંત સાથે જીપમાં સાતારા ક્રાઇમ બ્રાંચના અધિકારી મિત્રો બેઠા. એમની પાછળ પૂણે ક્રાઇમ બ્રાંચની પાંચ બાઇક નીકળી, જેના પર દસ પોલીસવાળા બેઠા હતા. બપોરે બે વાગ્યે કાત્રજ પહોંચીને સૂર્યકાંતની જીપ ઊભી રહી. સાતારાના પોલીસવાળાને ત્યાં જ થોભી જવા કહી દેવાયું. દૂરથી સ્પોટનું નિરીક્ષણ કર્યા બાદ સૂર્યકાંતે ફરી મનાવવાનો પ્રયાસ કર્યો કે સ્કૂટર તો મને ચલાવવા દો. ફરી વિનંતીની કોઈ અસર ન થઈ. હકીકતમાં તો ત્રણ વાગ્યાને બદલે બે વાગ્યે પહોંચી ગયા હોવાથી ઘણો સમય હતો. એક કલાક આસપાસ તપાસ કરી બે-ત્રણ કિલોમીટરના વિસ્તારમાં પુણે ક્રાઇમ બ્રાંચે જાળ બિછાવી દીધી. બધા પુણેકર પોલીસ પાસે મોબાઇલ અને રિવૉલ્વર સાથે આત્મવિશ્વાસથી સજ્જ હતા, આજે તો એ પકડાયો જ સમજો. બરાબર ત્રણ વાગ્યે પુણે પોલીસને એલર્ટ કરાયા. એક આસિસ્ટન્ટ પોલીસ ઇન્સ્પેક્ટરે બાઇકને સ્ટાર્ટ કરી અને સૂર્યકાંતને ઇશારો કર્યો. તેઓ બાઇકની પાછળની સીટ પર બેસી ગયા. ત્રણેક મિનિટમાં તેઓ નીલગીરીના ઝાડ પાસે પહોંચી ગયા. આ ઝાડ પર પોલીસવાળાની નજર ચોટેલી હતી. મૂળ સંદેશા મુજબ પૈસા અહીં મૂકી દેવાના હતા.

પરંતુ અપહરણકાર ધાર્યા કરતાં વધુ ચાલાક હતો. ત્યાં ગાય છાપ ઝર્દાના પડીકાના કાગળ પર મરાઠીમાં લખેલું હતું, 'થોડે દૂર નાનો છોડ છે, ત્યાં પૈસા મૂકી દે.' પોલીસે દૂરથી જોયું કે સૂર્યકાંત નીલગીરીના ઝાડ પાસે બેઠા. તેમણે માની લીધું કે પૈસા મૂકી દેવાયા છે.

સૂર્યકાંત માટે મોબાઇલ ફોન કરીને કે અન્ય કોઈ પણ રીતે પોલીસને આ નવા ડેવલપમેન્ટની જાણકારી આપવાનું શક્ય નહોતું.

૬૦-૭૦ ફૂટનું અંતર કાપીને સૂર્યકાંત નાનકડા છોડ પાસે આવ્યા અને ત્યાં પૈસા મૂકી દીધા. પોલીસવાળાને થયું કે સૂર્યકાંત ત્યાં ઊભા રહીને રાહ જોવા માગે છે. પૈસા મૂકીને સૂર્યકાંત બાઇક પાસે આવીને બેસી ગયા. બાઇકને ઢાળ પરથી નીચે ઉતારવાની હતી. એ લોકો નીચે ઊતરતા હતા, ત્યાં જ પુણેના પોલીસ ઇન્સ્પેક્ટર વિકાસ જાધવે કોઈક ઇસમને આવતા, પૈસા ઉપાડતાં અને દોડી જતાં જોયો. જાધવે નીચેથી બૂમ પાડી એ રુક... આ સાથે ચારેબાજુ પોલીસોની દોડધામ મચી ગઈ, પરંતુ આ અંધાધૂધીમાં એ માણસ ક્યાં ગયો એ ન કોઈને દેખાયું, કે ન કોઈ અંદાજ આવ્યો.

57

મંગળવાર, તા. ૦૬-૦૬-૨૦૦૦

અચાનક એક કૉન્સ્ટેબલની નજર સામેથી ઝુમ્મ કરતી સુઝુકી સમુરાઈ બાઇક બંદૂકની ગોળીની જેમ પસાર થઈ ગઈ. હકીકતમાં તો એક ખાડામાં એ માણસે પોતાની બાઇક સંતાડી રાખી હતી. પોલીસની અરાજકતા વચ્ચે ખાડા સુધી પહોંચીને બાઇક સ્ટાર્ટ કરીને એ ભાગી છૂટ્યો હતો.

બધા પોલીસવાળાને ભેગા થવામાં પાંચ-છ મિનિટ લાગી. આ દોડધામ અને ઘોંઘાટને પગલે સાતારા પોલીસવાળાય દોડી આવ્યા. બધાને સ્વસ્થ થવામાં અને હકીકતનો ક્યાસ લગાવવામાં દસેક મિનિટ વીતી ગઈ.

સૂર્યકાંત ભયંકર ગુસ્સામાં હતા, હતાશ હતા. પોલીસ પાસે આટલી બધી માહિતી, સ્થળની જાણકારી હતી, પૂરતા માણસો હતા, બબ્બે જિલ્લાની પોલીસ હતી, શસ્ત્રો હતાં, વાહન હતાં અને જાળ બિછાવી હતી છતાં એ ભાગી ગયો! એ જ સમયે ઇન્સ્પેક્ટર વિલાસ જાધવ પાછળથી દોડતા દોડતા આવ્યા. એમના હાથની બે આંગળી વચ્ચે સળગતી સિગારેટ હતી. જાધવ કંઈ બોલવા માંડ્યા પણ સૂર્યકાંતથી આ લાપરવાહી સહન ન થઈ.

‘ઓ સાહેબ, બીડ્યા પીઉન કુઠે આરોપી પકડુ શકતો કાં આપણ? મી દહા વેળા સાંગીતલે કી મી બાઇક ચાલવતો... તુમચા માણૂસ ગાડી વળવું શકલા સુધ્ધાં નાહિ... તુમ્હી મલા ધોકા દિલા...’

(ઓ સાહેબ, આમ બીડી ફૂંકતા ગુનેગારને પકડી શકાય ખરા? મેં દસવાર કહ્યું કે, બાઇક મને ચલાવવા દો... તમારો માણસ ગાડી પાછીય ન વાળી શક્યો... તમે મને દગો દીધો છે...)

પુણે પોલીસવાળા પાસે ગુસ્સો હતો. મોઢા પર તમાચો મારી ગયેલા અપહરણકાર માટે અને બડબડ કરતા સૂર્યકાંત માટે, પરંતુ બચાવ માટે શબ્દો કે દલીલ નહોતાં. સાતારા પોલીસવાળા સૂર્યકાંતને સમજાવવા માંડ્યા. શાંત પાડવા માંડ્યા.

આ બધામાં વીસેક મિનિટ વીતી ગઈ. ત્યાં સૂર્યકાંતના મોબાઇલની રિંગ વાગી. સૂર્યકાંતે સ્વસ્થ થઈને મોબાઇલ હાથમાં લીધો. નંબર અજાણ્યો હતો, લૅન્ડલાઇનનો હતો. ફોન રિસીવ કર્યો અને ફરી એ જ રીતે અવાજ સંભળાયો.

‘કાય રે ખોટા નોટાસ દેતોય કાં? કાય રે સાલા પુલીસ ઘેઉન યેતોસ કા? મી બઘતો... તુઝા ખાનદાન સંપવતોસ... તુલા શૂટ કરતો... તુઝા દૂસર્યા મુલગાલા હી સંપવતોસ...’

(કેમ રે બનાવટી નોટ આપે છે તું? પોલીસને લઈને આવે છે તું? હવે હું જોઈ લઈશ... તારા ખાનદાનને પતાવી નાખીશ... તને શૂટ કરીશ... તારા બીજા દીકરાને પણ ખતમ કરી નાખીશ.)

એટલીવારમાં તો વિલાસ જાધવે સૂર્યકાંતના હાથમાંથી મોબાઇલ આંચકીને ગાળ આપી, 'સમોર યે. તુઝા એન્કાઉન્ટર કરતો.' (પાસે તો આવ... તારું એન્કાઉન્ટર કરી નાખીશ.) સામેથી ફોન તરત જ કટ થઈ ગયો.

વિલાસ જાધવની આવી બેવકૂફીભરી ધમકી સાંભળીને પહેલાં તો સૂર્યકાંત ડઘાઈ ગયા. પોતાના કાન પર વિશ્વાસ ન બેઠો. પછી જાણે જ્વાળામુખી ફાટ્યો, 'જાઓ... જતા રહો બધા... મને કોઈની જરૂર નથી... પુણેની પોલીસની કે સાતારા પોલીસની કોઈની જરૂર નથી... મને એકલો મૂકી દો... હું મારું ફોડી લઈશ... જાઓ...'

સૂર્યકાંતના અવાજમાં ગુસ્સો હતો અને આંખમાં આંસુ. તેઓ ખૂબ જ અપસેટ હતા. કારણો સ્વાભાવિક હતાં. સંકેત તો ન મળ્યો, પણ બાકીના બધા માટે ધમકી આપી. હવે જીવના જોખમ વચ્ચે જીવવાનું? આનો ગુસ્સો એ નરાધમ સંકેત પર કાઢશે તો?

આટલા બધા અપસેટ હોવા છતાં સૂર્યકાંતને જે સૂઝ્યું તે કોઈ પોલીસવાળાના ધ્યાનમાં ન આવ્યું. સૂર્યકાંતે પોતાના મોબાઇલ પર જે નંબર પરથી ફોન આવ્યો હતો તે નંબર રિડાયલ કર્યો. સામેથી અપંગ એસ.ટી.ડી. બુથવાળા ગણેશ શિંદેએ ફોન ઉપાડ્યો. સૂર્યકાંતે તરત જ કહ્યું, 'હમણાં ફોન કરનારો એક નાના છોકરાને ઉપાડીને ભાગી ગયો છે એને પકડો.'

આ સાંભળતાવેંત જ ગણેશ શિંદેએ વેચવા માટે રાખેલી કોલ્ડફ્રીઝની બૉટલો ફેંકી. બૉટલો ફૂટવાથી રસ્તામાં કાચ વેરાયા પણ એ માણસ સુઝુકી સમુરાઈ મારી મૂકીને ભાગી ગયો. તરત જ શિંદેએ સામેથી ફોન કરીને સૂર્યકાંતને કહ્યું કે, 'સૉરી સાહેબ, આપણા કમનસીબ, એ ભાગી ગયો, પરંતુ મેં એને બરાબર જોયો છે.'

સૂર્યકાંતે જવાબ આપ્યો, 'અમે તરત જ તમારી પાસે આવીએ છીએ. ઍડ્રેસ આપો.' ગણેશ શિંદેનું એસ.ટી.ડી. બૂથ ભેકરાઈ નગર, ફુરસંગી ખાતે હતું. અંતર માત્ર ૧૭ કિલોમીટરનું હતું, પણ રસ્તામાં ટ્રાફિક અને સિગ્નલ ઘણાં. ત્યાં પહોંચવામાં સૂર્યકાંત આણિ મંડળીને ૪૦-૪૫ મિનિટ લાગી અને એ બદમાશનો ફોન તો વીસ મિનિટમાં આવ્યો હતો. એટલે એ સારો, હિંમતબાજ અને ચાલાક બાઇક ડ્રાઇવર હોવાની સૂર્યકાંતે મનોમન નોંધ લીધી. સાતારા અને પુણે પોલીસ ટીમે ગણેશ શિંદેની ખૂબ પૂછપરછ કરી. ભાગેડુનું વર્ણન મેળવ્યું. બંને પોલીસ

ટીમ પોતપોતાની ઑફિસ માટે રવાના થઈ.

થોકબંધ હતાશા, નિરાશા, ભય અને થાક માથે લઈને સૂર્યકાંત ઘરે પહોંચ્યા. બધાને પૂરી વાત કરી બધા ખૂબ વ્યથિત થઈ ગયા. ગભરાઈ ગયા. પ્રતિભાએ ફરી યાદ કરાવ્યું કે પેલા લહુ પર ધ્યાન આપો તો ખરા.

સંકેત ન આવ્યાના અને વધુ મોટું જોખમ ઊભું થવાના ડરે બધા ફફડી ઊઠ્યા હતા. હવે શું થશે?

સોમવાર, તા. ૧૨-૦૬-૨૦૦૦

શિરવળના 'સાંઈ-વિહાર'માં સૌ માટે એક-એક પળ વિતાવવી મુશ્કેલ હતી. ઘરમાં ને ઘરમાં ડર લાગે. કોઈકને ઘરે આવવામાં જરા મોડું થાય તો અમંગળ કલ્પનાઓ આવવા માંડે. કોઈ મોબાઇલ ફોન ન ઉપાડે તો ડર લાગવા માંડે. ઘરના મોટા ભાગનાઓએ કામ પૂરતું જ ઘરની બહાર નીકળવાનું રાખ્યું.

રસ્તામાં આવતા-જતા કે કોઈ ઓળખીતા મળે તો વધુ વાર ઊભા રહેવાને બદલે સીધા ઘરે આવી જાય. ઘણાને લાગતું કે આ ફૅમિલીનું વર્તન દિવસે દિવસે બદલાઈ રહ્યું છે, કંઈક વિચિત્ર થઈ રહ્યું છે.

આ દરમિયાન સાતારા પોલીસ એસ.ટી.ડી. બૂથ ઑપરેટર ગણેશ શિંદે પાસેથી મળેલી માહિતીને આધારે શિરવળ, ખંડાલા, વાઈ, લોણંદ, સાસવડ, જેજુરી અને પુણે પહોંચીને આરોપીનો સ્કેચ લગાવી આવ્યા. બધી માહિતી મેળવીને આરોપીનો કમ્પ્યૂટર પર સ્કેચ તૈયાર કરાવ્યો હતો. આ સ્કેચ નજીકના પોલીસ સ્ટેશનોને વિગત-માહિતી સાથે મોકલી દેવાયો હતો. અજાણ્યા આરોપીને શોધવાના પોલીસના પ્રયાસો ચાલતા હતા, પણ એમની રીતે, સરકારી રીતે.

સૂર્યકાંત અને એની મિત્રમંડળી આ સ્કેચની કૉપી કરાવીને સ્થાનિક વિસ્તારમાં બધે ચિપકાવતી રહી. લોકો સાથે આ માણસ વિશે વાતચીત કરતી રહી, પૂછપરછ કરતી રહી, પણ ક્યાંયથી સમ ખાવા પૂરતીય સાચી દિશાનો અણસાર ન મળ્યો. દિશા એવી ને એવી રહી, થોડી વધુ માઠી દશા થાય એવા સમાચાર આવી રહ્યા હતા, એની કોઈને ખબર નહોતી.

બુધવાર તા. ૧૪-૦૬-૨૦૦૦

શિરવળમાં સવારના પહોરમાં ફરીથી ચહલપહલ મચી ગઈ. ગપોડિયાઓને વધુ મસાલેદાર ખોરાક મળી ગયો. 'પુઢારી' અખબારમાં મોટી સ્ટોરી લાણંદની ડેડલાઇન સાથે પ્રગટ થઈ હતી, 'સંકેત ભાંડેચ્યા વડિલાંકડૂન પુન્હા એક લાખાચી ખંડણી વસૂલ.' આ અહેવાલમાં સૂર્યકાંત પાસેથી એક લાખ રૂપિયા લઈને પલાયન

થઈ ગયેલા ગુનેગારે પોલીસને જાણ કર્યા બદલ જાનથી મારી નાખવાની ધમકી આપ્યાની સવિસ્તર નોંધ લેવાઈ હતી. છેલ્લા અહેવાલના છેલ્લા ફકરામાં લખાયું હતું કે, 'સંકેત ભાંડેપાટીલનું અપહરણ થયાને સાત મહિના થયા અને અત્યાર સુધી બે વખત મળીને બે લાખ રૂપિયાની ખંડણી અપહરણકર્તાએ વસૂલ કરી છે. આમ છતાં તે તપાસમાં પકડાયો ન હોવાથી શિરવળ પરિસર અને ખંડાલા તાલુકાના નાગરિક વાલીઓમાં ગભરાટનું વાતાવરણ છે?'

આ સમાચારે શિરવળમાં સંકેત અપહરણ કેસની ચર્ચા માટે નવું કારણ પૂરું પાડ્યું. ઘણાને સમજાતું નહોતું કે કેટલીવાર ખંડણી મગાશે? સૂર્યકાંત ક્યાં સુધી આપતો રહેશે? ખરેખર ચૂકવતો હશે? અને સંકેત હશે ક્યાં અત્યારે?

રવિવાર, તા.૨૯-૦૬-૨૦૦૦

સૂર્યકાંત સોફામાં બેઠા હતા. હાથમાં સવારનું છાપું હતું. ટેબલ પર ચા ક્યારનીય ઠરી રહી હતી. સૂર્યકાંત કંઈ વાંચતા નહોતા. એમની નજર અખબારના 'ફાધર્સ ડે'ના સ્પેશિયલ ફિચર આર્ટિકલ પર ચોંટેલી હતી. 'આજે ફાધર્સ ડે છે, પણ હું ક્યાં સંકેત માટે કંઈ કરી શકું છું? હું નિષ્ફળ પિતા છું, ટોટલ ફેઇલ્યોર.' ગળામાં ડૂમો ભરાઈ આવ્યો.

અચાનક પાછળથી એમના ખભા પર એક હાથ મુકાયો. સ્પર્શ સાથે જ સૂર્યકાંત સમજી ગયા કે પિતાજીનો હાથ છે આ. વિષ્ણુ ભાંડેપાટીલની નજર ફાધર્સ ડેના સ્પેશિયલ લેખ પર પડી. દીકરાનો વલોપાત સમજી ગયો એક બાપ. વિષ્ણુભાઉ વ્યથિત બેટાની બાજુમાં બેસી ગયા.

'જો વેસ્ટર્ન કલ્ચરમાં એક જ દિવસ ફાધર્સ ડે હોય. આપણા માટે તો રોજેરોજ ફાધર્સ ડે. સંકેતના જન્મ પહેલાંથી તું એને પ્રેમ કરે છે, કાયમ કરતો રહીશ. મારી સામે જો. આટલી ઉંમરેય તારી ચિંતા છોડી શક્યો છું? ના. ચિતા પર ચડ્યા પછીય એ તો રહેવાની. બેટા, આ જ તો બાપનો પ્રેમ છે, આજીવન રહેવાનો. એ કોઈ દિવસનો મોહતાજ નથી. સંકેતને શોધવા માટે તું જાત ઘસી રહ્યો છે એ શું છે? પ્રેમ, માત્ર પ્રેમ.'

સૂર્યકાંતને આ સાંભળવું ગમ્યું. ખૂબ ઇમોશનલ થઈ ગયા. વાત સંકેતની હતી. વરસો બાદ, કદાચ પહેલીવાર, બાપાએ ઠપકારનો હરફ સુધ્ધાં ઉચ્ચાર્યા વગર પોતાને કંઈક કીધું. મારાં વખાણ કર્યાં. એમનું એક નવું, અનોખું સ્વરૂપ જોવા મળ્યું. થેંક્સ ટુ સંકેત, માય સંકેત. સૂર્યકાંતના બંને હાથ પોતાની આંખની નજીક જાય ત્યાં જ વિષ્ણુભાઉ ઊભા થયા. સૂર્યકાંતની નજીક જઈને પાસે ખેંચ્યો. બેઠેલા દીકરાનું માથું બાપના પેટ અને છાતી વચ્ચે દેખાતું હતું, પણ

હકીકતમાં એ હૃદયની નજીક હતું. ખૂબ શાંતિ-સલામતી-હૂંફ અનુભવી સૂર્યકાંતે.

આ દુઃખ ન જીરવાતાં ચાર આંખમાં માવઠું ધસી આવ્યું. કોઈએ આંસુ લૂછવાની દરકાર ન કરી. ભલે વહી જતાં આજે...

58

સોમવાર, તા. ૧૦-૦૭-૨૦૦૦

સવારના પહોરમાં રફીક મુજાવરે 'સકાળ' અખબારમાં એક નાનકડા સમાચાર વાંચ્યા, 'નિરા ગામે એક લાખની ખંડણી માટે કિશોરનું અપહરણ.' આ સમાચારમાં છોકરાનું નામ કે વધુ વિગત નહોતી, પણ રફીકને લાગ્યું કે સૂર્યકાંતને વાત કરવી જોઈએ. તેણે ફોન કર્યો ત્યારે સૂર્યકાંત સાતારામાં હતા. ફોન પર રફીક પાસેથી વિગતો જાણ્યા બાદ સૂર્યકાંતે એકેય મિનિટ બગાડ્યા વિના તરત જ ફોન લગાવ્યો સાતારાના પોલીસ સુપરિન્ટેન્ડેન્ટ રામરાવ પવારને. સૂર્યકાંતે એકદમ ટૂંકમાં પતાવ્યું કે નિરામાં એક છોકરાનું અપહરણ થયું છે, તો હું આપને મળવા આવું છું.

જોકે સાતારા લોકલ ક્રાઇમ બ્રાંચની ઑફિસે પહોંચીને સૂર્યકાંતને આશ્ચર્ય થયું કે અહીં તો વાયરલેસ પર કિડનેપિંગ કેસની કોઈ માહિતી જ આવી નથી. અપહરણમાં સમાન પદ્ધતિ ઊડીને આંખે વળગતી હોય છતાં માહિતીનું આદાનપ્રદાન ન થાય એ કેવું વિચિત્ર? પવારસાહેબે નિરા પોલીસચોકીએ ફોન કર્યો, પણ ખાસ જાણકારી ન મળી. રામરાવ પવારે એ સમયે સૂર્યકાંતને કંઈ જ ન કહ્યું, પણ નિરા અપહરણ કેસ માટે ઑન ધ સ્પોટ એક ખાસ ટુકડી બનાવવાનું નક્કી કરી લીધું.

સૂર્યકાંત સાતારાથી શિરવળ ગયા. ત્યાંથી રફીક મુજાવર અને વિષ્ણુ મર્ડેકરને લઈને તરત જ નિરા ગામ જવા નીકળ્યા. ત્યારે રાતના આઠ વાગ્યા હતા. ગામમાં ચાર-પાંચ જણ સાથે વાતચીત કરતાં છોકરાના અપહરણની વાતને સમર્થન મળ્યું. તેર વર્ષના અમિત ચંદ્રકાંત સોનાવણેનું અપહરણ થયું હતું. સૂર્યકાંત સહિતની ત્રિપુટી ચંદ્રકાંત સોનાવણેના ઘર સુધી પહોંચી ગઈ.

આ જ સમયે સાતારા પોલીસવાળા પણ નિરા પોલીસચોકી પહોંચી ગયા હતા. ત્યાંથી જ સાતારા પોલીસના કોઈ અધિકારીએ સૂર્યકાંતને ફોન કરીને જણાવ્યું કે અમિતના પિતા ચંદ્રકાંત સોનાવણેએ આજે જ અપહરણકારને ૫૦ હજારની ખંડણી ચૂકવી છે અને અત્યારે તેઓ પોલીસ પાસે બેસીને બધી માહિતી આપી રહ્યા છે.

સૂર્યકાંત, મુજાવર અને મર્ડેકર સોનાવણેના ઘરથી થોડે દૂર ગાડીમાં રાહ જોતા બેસી રહ્યા. છૂટકોય નહોતો. રાતના અંધારા વચ્ચે સૌની નજર રસ્તા પર હતી. રાતે લગભગ એકાદ વાગ્યે ચંદ્રકાંત સોનાવણે આવતા દેખાયા. એમના ઘરની નજીક જ રાહ જોઈ રહેલા સૂર્યકાંત એમને પોતાની જીપમાં લઈ ગયા. ગાડી થોડે દૂર ઊભી રાખીને વાતચીત શરૂ કરી.

પોતાના પર આવી પડેલી દીકરાના અપહરણ અને ખંડણી ચૂકવ્યા બાદ પણ વહાલસોયાના પાછા ન આવવાના દુઃખભર્યા સંકટ વચ્ચે અડધી રાતે સાવ અજાણ્યા સાથે ચંદ્રકાંત સોનાવણેને વાત કરવી ન ગમે એ સ્વાભાવિક હતું. સૂર્યકાંત સમજતા હતા એટલે તેમણે સૌપ્રથમ પોતાની વેદના અને વ્યથા પ્રગટ કરી. સંકેતના અપહરણની સિલસિલાબંધ વિગતો ટૂંકમાં કહી સંભળાવી.

વિતક-કથા સાંભળીને ચંદ્રકાંત સોનાવણેને થયું કે આ માણસની વેદના મારાથી વધુ છે. આ ભાવ તેમના ચહેરા પર પણ વર્તાવા માંડ્યા. હવે ચંદ્રકાંત દિલથી ખૂલવા અને વાતોમાં ખીલવા માંડ્યા. આમેય એ જરા સ્વભાવે આકરા અને પાછા નિવૃત્ત લશ્કરી માણસ. સૂર્યકાંતે બહુ જ પ્રેમપૂર્વક સમજાવ્યું કે પોલીસ કંઈ નહીં કરે, આપણે જ કરવું પડશે, કારણ કે દીકરા આપણા ગયા છે. ચંદ્રકાંત સોનાવણે પણ પોલીસથી ખૂબ દાઝેલા હતા. સૂર્યકાંતે ખાતરી આપી કે તમારા દીકરાની પણ તપાસ કરીશું, મારી આખી ટીમ તમારી સાથે રહેશે. ફરી રેન્સમ આપવાની નોબત આવી તો તમને રોકડા પણ આપીશ. સાથે રાખેલી રિવૉલ્વર એક લાખ રૂપિયા રોકડા અને કોઈ ઉપાડે તો સાયરન વાગે એવી બૅગ પણ બતાવી જે રેન્સમ આપવા માટે વાપરી શકાય.

સૂર્યકાંતની પોતાની વિતકકથા, સજ્જતા અને મદદ કરવાની તૈયારીથી પ્રભાવિત થઈને ચંદ્રકાંત સોનાવણેએ પોતાની વાત કહેવાની શરૂ કરી અને જેમ જેમ વાત આગળ વધતી ગઈ એમ સૂર્યકાંતને કાન પર વિશ્વાસ બેસતો નહોતો કે આવું પણ થઈ શકે. ચંદ્રકાંત થોડા દિવસ અગાઉના અતીતમાં સરી પડ્યા...

ચોથી જુલાઈ અને મંગળવારનો દિવસ હતો એ સૂર્યકાંતે ડાયરીમાં ટપકાવ્યું. મંગળવાર તા. ૦૪-૦૭-૨૦૧૦ ફરી ચંદ્રકાંતની વાત પર ધ્યાન કેન્દ્રિત કર્યું...

પુણે જિલ્લાના નિરા ગામના મહાત્મા ગાંધી વિદ્યાલયનો આઠમા ધોરણનો તેર વર્ષનો વિદ્યાર્થી અમિત ચંદ્રકાંત સોનાવણે સવારે ૧૦.૩૦ વાગ્યે સ્કૂલે જવા ઘરેથી નીકળ્યો હતો. સફેદ શર્ટ, ખાખી હાફ-પેન્ટ અને સ્કૂલ બૅગ સાથે નીકળ્યો હતો. આ અગાઉ અમિતના પપ્પા ચંદ્રકાંત નામદેવ સોનાવણે સાથે ચાની દુકાને ગયો હતો. ૧૯૯૯માં લશ્કરમાં વીસ વર્ષની સેવા આપ્યા બાદ ચંદ્રકાંત સોનાવણે પોતાના નિરા ગામમાં સ્થાયી થયા હતા. પોતાની આસ્થાના પ્રતીક સમી દેવીના

નામે 'યમાઈ ટી સેન્ટર' નામની દુકાન ખોલી હતી. નાનકડા ગામમાં ચાની પત્તીના છૂટક વેપાર અને પેન્શનથી જીવન સરળ રીતે ચાલતું હતું, પણ કદાચ એ કોઈકને ખૂંચતું હતું.

'યમાઈ ટી સેન્ટર'થી ઘરે આવ્યા બાદ તૈયાર થઈને અમિત સાડાદસ વાગ્યે સ્કૂલે જવા નીકળ્યો અને સાંજે નાના દીકરા અજિતે જાણકારી આપી કે બધા દોસ્તો સ્કૂલેથી ઘરે પાછા આવી ગયા, પણ અમિત હજી આવ્યો નથી. ચંદ્રકાંતે માની લીધું કે અમિત કોઈ દોસ્તને ઘરે રમતો હશે. રાતે આઠ વાગ્યે ચંદ્રકાંત દુકાન વધાવીને અમિત સાથે ભણતા ધવલ સિગાડેને ઘરે ગયા. ધવલે જે કહ્યું એ સાંભળીને ચંદ્રકાંતને આંચકો લાગ્યો, 'અમિત તો આજે સ્કૂલે આવ્યો નહોતો.' ચંદ્રકાંત તરત જ અમિતના સ્કૂલ ટીચરને ઘરે દોડી ગયા. તેમણે પણ અમિત સ્કૂલે ન આવ્યાની વાત પર મત્તું મારી દીધું. ચંદ્રકાંતે તરત જ આડોશપાડોશનાં ઘરોમાં અને અમિતના બીજા મિત્રોના ઘરે તપાસ કરી. તેમણે બાજુના ન્હવાઈ ગામે રહેતા પોતાના ભાઈને ફોન કરીને ચિંતા વ્યક્ત કરી કે અમિતનો પતો લાગતો નથી.

ફરી બીજા દિવસે એટલે કે બુધવાર તારીખ પાંચમી જુલાઈએ ચંદ્રકાંત સોનાવણે અને તેમના ભાઈએ ગામના એક-એક ઘરે જઈને અમિતની પૂછપરછ કરી અને જાણકારી મેળવવાના પ્રયાસ કર્યા. વધતી ચિંતા અને હતાશા સાથે બપોરે દોઢ વાગ્યે ચંદ્રકાંત ઘરે પાછા ફર્યા. છેવટે સાંજે છ વાગ્યે ચંદ્રકાંતે નિરા પોલીસચોકીમાં અમિત લાપતા હોવાની ફરિયાદ લખાવી દીધી. ત્યાંથી ઘરે પાછા ફર્યા. ત્યારે પિતરાઈ સુધાકર સોનાવણેએ સમાચાર આપ્યા. એ સાંભળીને ચંદ્રકાંત અને બધા ઊભા ઊભા ઠરી ગયા. સુધાકરે જણાવ્યું કે બાજુમાં આવેલા ભાવકરના એસ.ટી.ડી. બૂથ પર કોઈ અજાણ્યા માણસે ફોન કરીને ધમકી આપી હતી કે અમિત મારા કબજામાં છે. પાછો જોઈતો હોય તો એક લાખની વ્યવસ્થા કરી રાખજો, નહીં તો હું એને મુંબઈ ભેગો કરી દઈશ. વધુ પૂછપરછમાં માત્ર એટલી વાત ખબર પડી કે ફોન કરનારો હિન્દીમાં વાતચીત કરતો હતો.

આમ છતાં ગુરુવાર, તારીખ છઠ્ઠી જુલાઈએ ચંદ્રકાંત, પરિવારજનો, મિત્રો અને ગ્રામજનોએ અમિતની શોધખોળ ચાલુ રાખી, પણ પરિણામ શૂન્ય. શુક્રવાર, તારીખ સાતમી જુલાઈના રોજ ચંદ્રકાંતના સરનામે એક આંતરદેશીય પત્ર આવ્યો. આ પત્ર ઉપર લખેલું સરનામું અમિતના અક્ષરમાં હોવાથી ચંદ્રકાંત એકદમ ખુશ થઈ ગયા કે ચાલો, કદાચ દીકરો ક્યાંક ગયો છે એની જાણ ઘરે કરી લાગે છે.

પરંતુ પત્ર ખોલ્યો અને વાંચતા ગયા તેમ પગ ઢીલા પડતા ગયા, 'સોનાવણે,

તારો દીકરો અમારા કબજામાં છે. રૂપિયા એક લાખની વ્યવસ્થા કર, નહીંતર એને મારી નાખીશું. ભાવકરના એસ.ટી.ડી. બૂથ પર રાહ જોજે. પૈસા ક્યાં મૂકવાના છે એ તને જણાવીશ.' ચંદ્રકાંતે તરત જ નિરા પોલીસચોકીએ જઈને આ પત્ર પણ બતાવી દીધો.

59

સોમવાર, તા. ૧૦-૦૭-૨૦૦૦

શનિવાર, તારીખ આઠમી જુલાઈએ ચંદ્રકાંત સવારથી કાગડોળે ફોનની રાહ જોતા હતા. છેક બપોરે ત્રણ વાગ્યે ભાવકરના એસ.ટી.ડી. બૂથ પર ફરી એનો ફોન આવ્યો, જે ચંદ્રકાંતના ભાઈ જ્ઞાનેશ્વર સોનાવણેએ રિસીવ કર્યો. ફોન કરનારે હિન્દીમાં સાફ શબ્દોમાં કહી દીધું કે, એક લાખની વ્યવસ્થા કરી રાખજો. એમ ન કરી શક્યા તો અમિતની એક-એક આંખના એક લાખ ચૂકવવા પડશે. તેણે ફરી વાયદો કર્યો કે પૈસા ક્યાં આપવા એ આવતી કાલે જણાવીશ.

આ દરમિયાન પોલીસની તપાસ ચાલતી હતી, પોલીસની રીતે એમાં ફરી ક્યાંય કોઈ કડી, સગડ કે દિશા હાથ ન લાગ્યાં.

રવિવાર તારીખ નવમી જુલાઈએ ચંદ્રકાંત સોનાવણે ભાવકરના એસ.ટી.ડી. બૂથ પાસે બેસી રહ્યા, કલાકો સુધી, પણ ન કોઈનો ફોન આવ્યો કે ન કોઈ મળવા આવ્યું. ચંદ્રકાંતનું ટેન્શન વધતું જતું હતું. આ વખતે ચાલાક અપહરણકારે ચંદ્રકાંતના મિત્ર કૈલાસ શિંદેને ફોન કર્યો. આ જાણીને લાચાર પિતા સડસડાટ કૈલાસ પાસે દોડી ગયા, પણ ફરી કોઈ ફોન ન આવ્યો. ચંદ્રકાંત ફરી આવીને એસ.ટી.ડી. બૂથ પાસે ગોઠવાઈ ગયા. જાણે મંદિરમાં ભગવાન પાસે બેસી ગયા. ભગવાને અરજ સાંભળી હોય એમ સવારે ૧૦.૩૦ વાગે ફોન આવ્યો ખરો. હિન્દીમાં ટૂંકો, ટચ અને સ્પષ્ટ સંદેશો, 'મોરગાંવ રોડ પર આવેલા સેવાગીરી મહારાજ મંદિર પાસે એક લાખ રૂપિયા આપવા આવ. પાછા ફરતી વખતે અમિત એક ટ્રકમાં બેસેલો મળી જશે.'

આ બધું સાંભળીને સૂર્યકાંત એક તારણ પર આવ્યા કે અમિતનો કિડનેપર ખૂબ ચાલાક છે, ચતુર છે અને લુચ્ચો છે. પોતાની સલામતી માટે તે ગમે ત્યારે, ગમે ત્યાંથી અને ગમે તેને ફોન કરે છે. એક વાત એ પણ નક્કી કે એની પાસે ચંદ્રકાંતની આસપાસના ઘણાના ટેલિફોન નંબર પણ છે. પૂરતી અને લાંબી તૈયારી બાદ એકદમ આયોજનબદ્ધ રીતે અપહરણ કરાયું છે. કોઈ એકલા માણસનું કામ

હોઈ શકે? કે પછી આખી ગેંગ હશે? બાળકના વાલી કે પોલીસ કંઈ વિચારીને પોતાને સપડાવવા માટે જાળ ન બિછાવી શકે એની પૂરતી તકેદારી રખાઈ રહી છે. મોડસ ઓપરેન્ડી એકદમ સંકેતના અપહરણકર્તાને મળતી નહોતી આવતી? ખરેખર એવું છે કે પોતાને લાગી રહ્યું છે?

મંગળવાર, તા. ૧૧-૦૭-૨૦૦૦

ચંદ્રકાંત સોનાવણે રાતે એક વાગ્યા પછી જ સૂર્યકાંત ભાંડેપાટીલને મળ્યા ત્યારે કેલેન્ડરમાં તો તારીખ દશથી બદલાઈને અગિયાર થઈ ગઈ હતી. એ જ મોડી રાતે ચંદ્રકાંત પોતાની વિતકકથા સૂર્યકાંતને સંભળાવી રહ્યા હતા. સૂર્યકાંતને ક્યારેક લાગતું હતું કે આ તો મારા જેવી જ વાત છે, મારી જ વાત છે... રાત આગળ વધી રહી હતી, વાત આગળ વધી રહી હતી...

અમિતના અપહરણકર્તાને ચંદ્રકાંત સોનાવણેએ સેવાગીરી મહારાજ મંદિર પાસે એક લાખ રૂપિયા આપવા જવાના હતા. ઘટના એકદમ તાજી હતી એટલે ચંદ્રકાંતને બધું બરાબર યાદ હતું અને જખમ પણ તાજા હતા. એને ફરી ખોતરવાના હતા

નવમી જુલાઈએ એક લાખ રૂપિયાની જેમ તેમ વ્યવસ્થા કરીને ચંદ્રકાંત નિરા પોલીસચોકી ગયા. ત્યાંના હેડ કૉન્સ્ટેબલ જાધવે ખાતરી આપી કે તમે એકવાર ત્યાં રકમ મૂકીને અમને સિગ્નલ આપી દેજો, બાકીનું પોલીસ ફોડી લેશે. ફફડતા હૃદયે ચંદ્રકાંતે સેવાગીરી મંદિર પાસે એક લાખ રૂપિયા મૂકી દીધા અને પોતે પાછા વળી ગયા, પરંતુ પાછા આવતી વખતે ન કોઈ ટ્રક દેખાઈ કે ન દેખાયો અમિત. આંખ તરસી ગઈ, પણ હૃદયને ટાઢક ન જ થઈ. એકદમ દુ:ખી અને વ્યથિત બાપ ભારે હૈયે ઘરે પાછો આવ્યો. થોડીવાર રાહ જોયા બાદ પોલીસે આવીને સમાચાર આપ્યા કે કોઈ એક લાખ રૂપિયા લેવા આવ્યું જ નહીં, લો રાખો આ રકમ.

દસમી જુલાઈએ એક ફર્નિચર કારીગર સહાનુભૂતિ બતાવવા ચંદ્રકાંત પાસે આવ્યો. તેણે દયાભાવ સાથે પૂછી લીધું કે પૈસાની વ્યવસ્થા થઈ ગઈ છેને? વ્યવસ્થિત જવાબ ન મળવાથી એ પોતાની કાળા રંગની સુઝુકી મોટરસાઇકલ પર જતો રહ્યો. સાંજે સાતેક વાગે ભાપકનરના એસ.ટી.ડી. બુથ પર સોનાવણે માટે એનો ફોન આવ્યો. કર્ણની અદાથી તેણે હિન્દીમાં જાહેર કર્યું કે મેં તારા ૫૦ હજાર માફ કરી દીધા છે, હવે તારે ૫૦ હજાર આપવાના છે. આ રકમ થોપ્ટે ગામમાં નિરા જેજુરી રોડ પરના ગુરહાલ (એટલે કે શેરડી પિલાણ કેન્દ્ર) પાસે મૂકી દેવાની. નિરા સ્ટેશન નજીક ઊભેલા ટેમ્પોમાં અમિત તને પાછો મળી જશે.

આટલું સાંભળીને ચંદ્રકાંત સોનાવણે રૂપિયા લઈને તરત જ નિરા ગેસ્ટહાઉસ પાસે ગયેલા પોલીસવાળા પાસે દોડી ગયા. ઝાઝો સમય તો હતો નહીં, છતાં પોલીસ કંઈ કરી છૂટવા માગતી હતી. પોલીસ ઇન્સ્પેક્ટર જગદાળેએ સૂર્યકાંતે લાવેલી ચલણી નોટમાંની વીસ-વીસ રૂપિયાની નોટના નંબર એક કાગળમાં નોંધી લીધા. સાથોસાથ નોટ પર 'પ્લસ'ની નિશાની કરી લીધી.

અહીંથી ચંદ્રકાંત સીધા ચીંધેલા સ્થળે પહોંચ્યા. ગુરહાલ પાસે પહોંચ્યા તો ત્યાંની રૂમના દરવાજા પર એક મૅસેજ લખાયેલો હતો, 'પૈસા અહીં મૂકી દે, છોકરો ૧૫ મિનિટમાં મળી જશે.' ત્યાં પૈસા મૂકીને ચંદ્રકાંત રીતસર પાછો દોડવા માંડ્યો. એ જ સમયે ધમાચકડી મચી ગઈ. પોલીસે કોઈકને આવતા જોયો. પોલીસે બૂમ પાડી, 'થાંબ... પળુ નકોસ. ગોળી ઘાલેન.' (ઊભો રહે... ભાગતો નહીં... ગોળી મારી દઈશ.) આ અંધાધૂંધીમાં એક ગોળી છૂટી... ગોળી શરીરને ઘસાઈને જતી રહી... પણ ઘાયલ થયો એક પોલીસવાળો જ. ગુનેગાર તો ફરાર થઈ ગયો. થોડીવાર પછી ચંદ્રકાંતે દોડીને જોયું તો રૂપિયા નહોતા. એ લઈ જવામાં બદમાશ સફળ થયો હતો. પોલીસની હાજરી છતાં અને પંદર તો ઠીક પચાસ મિનિટની પ્રતીક્ષા અને શોધખોળ છતાં અમિત ન મળ્યો.

60

મંગળવાર, તા. ૧૧-૦૭-૨૦૦૦

ચંદ્રકાંત સોનાવણેના મુખેથી જે કાંઈ સાંભળ્યું એ માની ન શક્યા સૂર્યકાંત. અસલ પોતાના સંકેત જેવો કિસ્સો હતો અપહરણ અને ખંડણી, પોલીસની હાજરી અને નિષ્ફળતા. એક બાપ લાચાર, અદલ પોતાના જેવો. અંધારાં, રાત, સ્થળ કે સમયની પરવા કર્યા વિના સૂર્યકાંતે એકદમ કળપૂર્વક કામ લેવાનું નક્કી કર્યું.

પોતાને મળતી માહિતીને આધારે સૂર્યકાંતે ઊલટતપાસ શરૂ કરી દીધી, પણ એકદમ સહજતા અને પ્રેમપૂર્વક. આપના ઘરમાં કોણ કોણ છે? આવું કેમ થયું હશે? તમને કોઈ પર જરાય શંકા ખરી? ચંદ્રકાંતને પણ આ માણસમાં વિશ્વાસ બેસતો જતો હતો. છાતી પર હાથ રાખીને બોલ્યા, 'સાચું કહું છું, મને કોઈની ઉપર શંકા નથી.' છાતી પર મૂકેલા હાથે ખિસ્સામાં કંઈક અનુભવ્યું અને ચંદ્રકાંતે એ બહાર કાઢીને જોયું. 'જુઓ આંતરદેશીય પત્ર મને ખંડણી માટે મળ્યો હતો.'

'અરે, તમે પોલીસને ન આપ્યો આ પત્ર?'

'આપ્યો હતો. તેમણે જોઈને પાછો આપી દીધો.'

સૂર્યકાંતને ખૂબ નવાઈ લાગી. આટલી મહત્ત્વની સાબિતી અને પુરાવો, પોતાની પાસે રાખી લેવાની સમજ સુધ્ધાં પોલીસમાં નથી. સૂર્યકાંતે ઝડપથી આખો પત્ર વાંચ્યો. ઉલટાવીને જોઈ લીધો. ચંદ્રકાંતને પાછો આપવા ગયા તો તેમણે કહ્યું, 'રાખો તમારી પાસે, કદાચ કામ લાગે.'

સૂર્યકાંતને ગળા સુધી ખાતરી થઈ ગઈ કે એક દીકરા ગુમાવેલા બાપને પોતાના જેવા બીજા બાપ પર હવે પૂરેપૂરો વિશ્વાસ બેસી ગયો છે. પાર્ક કરેલી ગાડીમાં આ વાતચીત ચાલતી હતી. એની બરાબર સામે જ ચંદ્રકાંતની દુકાન 'યમાઈ ટી સેન્ટર' હતી. સૂર્યકાંતે વિનંતી કરી કે તમારી દુકાન જોઈ શકાય અત્યારે? રાતના બે વાગી ગયા હતા, પણ ચંદ્રકાંત તરત તૈયાર થઈ ગયા.

તેમણે દુકાન ખોલી અને બધા અંદર ગયા. સૂર્યકાંતના ધ્યાનમાં આવ્યું કે ફર્નિચર એકદમ નવું છે. એકદમ સહજપણે પૂછતાં જાણવા મળ્યું કે દોઢ-બે મહિના પહેલાં જ આ નવું ફર્નિચર બનાવડાવ્યું છે. આસપાસ બધે જોઈને સૂર્યકાંતે હળવા સ્મિત સાથે ઇશારો કર્યો કે જોઈ લીધી દુકાન.

ફરી પાછા બધા ગાડીમાં આવીને બેઠા. ફરી સૂર્યકાંતના સવાલો શરૂ થયા. ફર્નિચરનું કામ કેટલા દિવસો ચાલ્યું હતું? કેટલા કારીગર હતા? એ બધા ક્યાંથી આવતા હતા? કયા વાહનમાં આવતા હતા? તમે કોઈને ઓળખો ખરા? કેટલા કારીગરોનાં નામ યાદ છે?

ચંદ્રકાંત એક પછી એક કારીગરનાં નામ બોલવા માંડ્યા. આખી યાદીમાં એકાદ નામ કૉમન નીકળ્યું, ઓળખીતું નીકળ્યું. સૂર્યકાંતના કાન એકદમ સરવા થઈ ગયા, પણ કંઈ કળાવા જ ન દીધું. એ નામ હતું લહુ રામચંદ્ર ઢેકણે.

સૂર્યકાંત ફરી આડીઅવળી વાત કરવા માંડ્યા. વચ્ચે વચ્ચે લહુ વિશે પૂછી લે. સૂર્યકાંત કંઈ સીધેસીધું કે વધુ પૂછવા માગતા નહોતા. જો ચંદ્રકાંતને શંકા જાય તો ઉશ્કેરાઈ જાય અને ઉતાવળમાં કામ બગડી જાય. કોઈ પણ સંજોગોમાં નવી આશાની ખીરમાં હવે સૂર્યકાંત લીંબુ નિચોવાય એમ ઇચ્છતા નહોતા.

લહુ ઢેકણે વિશે રફીક સુધ્ધાં જાણતો હતો, પણ તેણે ચૂપ રહીને માત્ર સૂર્યકાંતના બોલવા પર એક-એક કારીગરનું વર્ણન પૂછવાનું શરૂ કર્યું. લહુ વિશે ચંદ્રકાંતે કહ્યું, 'લાંબો, ઊંચો, પાતળો, વાંકડિયા વાળ, હાથમાં ગોલ્ડન ઘડિયાળ અને કાળા રંગની સુઝુકી મોટરસાઇકલ લઈને આવે. માણસ સારો છે. અમિત લાપતા થઈ ગયા બાદ કદાચ એકાદવાર મને મળવા પણ આવ્યો હતો. ચહેરા પર ચિંતા સાથે મને પૂછ્યું પણ ખરું કે, સાહેબ, બાબાને છોડાવવા માટે પૈસાની સગવડ તો થઈ ગઈને?'

સૂર્યકાંત અને રફીક સમજી ગયા કે લહુના આ વર્ણનની ઘણી બાબતો

એસ.ટી.ડી. ડેપોવાળા ગોવિંદ શિંદેએ આરોપીના કરેલા વર્ણન સાથે મળતી આવે છે. છતાં સૂર્યકાંતે લેશમાત્ર આવેશ કે ઉત્તેજના ન બતાવ્યાં. આ બધી વાતચીત પૂરી કરીને દીકરાને શોધતા બે બાપ છૂટા પડ્યા ત્યારે સવારના સાડાચાર વાગ્યા હતા. કાલે ફરી મળવાનું વચન આપીને સૂર્યકાંત રવાના થયા, ત્યારે મનમાં ઘણા સવાલો હતા, થોડી શક્યતા હતી અને ગજવામાં રાખેલો આંતરદેશીય પત્ર હતો.

ઘરે પહોંચીને સૂર્યકાંતે પ્રતિભાને કંઈ વાત ન કરી. માત્ર આંતરદેશીય પત્ર અને પોતાને મળેલો ગાય છાપ જર્દાના પડીકાનો ટુકડો પ્રતિભાને આપતાં કહ્યું, 'આ બંને પરનાં લખાણનો અભ્યાસ કરી જો. ક્યાંય કોઈ સમાનતા લાગે છે ખરી? ત્યાં સુધી હું નાહીધોઈને ફ્રેશ થઈને આવું છું.'

પ્રતિભાએ પહેલાં બંને લખાણ વાગ્યાં. જર્દાના પડીકા પરનું લખાણ મરાઠીમાં હતું તો ઇનલૅન્ડ પરનું લખાણ હિન્દીમાં હતું. હવે એકદમ ધ્યાનપૂર્વક બંને લખાણના એક એક અક્ષર પર નજર ફેરવવા માંડી. એની આંખમાં ચમક આવતી જતી હતી. ભાષા અલગ હોવા છતાં ઘણા અક્ષરમાં લખવામાં સમાનતા હતી... 'વર્ના'નો વ, 'તુમ્હારા'નો તુ, હૈ, હો અમે સોનાવણેના સો... આટલા અક્ષરો એકદમ સરખા હતા.

સૂર્યકાંત ફ્રેશ થઈને બહાર આવ્યા. વધુ ફ્રેશ કરી નાખતી માહિતી પ્રતિભાએ આપી, 'આ બંને લખાણ એક જ માણસનાં છે. જુઓ, તેણે કાગળ પર પેન્સિલથી માર્ક કરેલા એકસરખા અક્ષર બતાવ્યા. પ્રતિભાના ગળા સુધીના વિશ્વાસને જોઈને સૂર્યકાંતે પોતાની ચંદ્રકાંત સાથેની વાતચીત વિશે જણાવ્યું. એમાં લહુ ઢેકણેનો ઉલ્લેખ આવતાં તેને ૧૦૧ ટકા ખાતરી થઈ ગઈ કે એ માણસ જ વિલન છે. તેણે ફરી લહુ પરનો શક દોહરાવ્યો. હવે એને નકારી કાઢવા માટે સૂર્યકાંત પાસે કારણ નહોતાં. વહેલી સવારે અખબારમાં સમાચાર આવ્યા, 'ખંડણી સાઠી નીરા ગાવાતુન શાળકરી અમિતચે અપહરણ.' આ રિપોર્ટમાં સંકેત બાદ વધુ એક બાળકના કિડનેપિંગ અંગે પોલીસની ઝાટકણી કાઢી. બંને કેસની સમાનતાને લીધે વાલીઓમાં ફફડાટ વ્યાપી ગયા હોવાની પણ નોંધ લીધી હતી.

બુધવાર, તા. ૧૨-૦૭-૨૦૦૦ અને ગુરુવાર, તા. ૧૩-૦૭-૨૦૦૦

સૂર્યકાંત જરાય ઉતાવળ કરવા નહોતા માગતા. કોઈને જાણ કરવા નહોતા માગતા. પોતાની રીત બધેબધું જોઈ, નાણી અને ચકાસી લેવા માગતા હતા. ફરી ચંદ્રકાંતને મળીને ફર્નિચર કામ માટે મળેલા ક્વૉટેશન બિલ, માપ-સાઇઝ લખેલા કાગળ મેળવી લીધા. આમાં લહુએ આપેલું ક્વૉટેશન હતું. ઇનલૅન્ડ અને

જર્દા પેપર સાથેનાં લખાણ સાથે ક્વૉટેશનના ઘણા અક્ષર મળતા આવતા હતા.

બે દિવસ સુધી રઝળપાટ કરીને નિરામાં થાય એટલી તપાસ કરી લીધી. આ પૂછપરછ અને દોડધામમાંથી ઝાઝું કંઈ ન ઊપસ્યું. છતાં સૂર્યકાંતની અંદર જોશ, ગુસ્સો અને આવેગ ફાટ ફાટ થતાં હતાં કે હમણાં લહુને ગામ આખાની વચ્ચે ઢસડતો લઈ જઈને પૂછું કે બોલ, સંકેત ક્યાં છે બોલ? અને... અમિતને ક્યાં સંતાડ્યો છે...?

પણ અનુભવે તેમને ખૂબ શાંત, સૌમ્ય અને ઠરેલ સ્વભાવના બનાવી દીધા હતા. અત્યાર સુધી માત્ર આકાર અને વર્ણનમાં થોડી ઘણી સમાનતા જોવા મળી છે. કદાચ એ યોગાનુયોગ હોય તો? બીજું પોલીસની પાસે જવાથી એની એ રુટિન પૂછપરછ થશે. પાંચ-પચ્ચીસ સવાલ બાદ એ ફરી છૂટી જઈ શકે. એના કરતાં તો પોતે જ કંઈક જડબેસલાખ ઉપાય વિચારવો પડશે. શું કરવું? કઈ રીતે આગળ વધવું હવે?

61

શુક્રવાર, તા. ૧૪-૦૭-૨૦૦૦

સમસ્ત વિસ્તાર માટે આજે ખૂબ મોટો દિવસ હતો. બેંદુરનો દિવસ હતો, બૈલપોલનો દિવસ. બળદની પૂજા થાય અને તહેવાર ઊજવાય. કૃષિપ્રધાન સમાજનો બળદ પ્રત્યેનો અહોભાવ કરવાની એક રીત હતી. આ ઉત્સવના માહોલમાં જોડાવાને બદલે સૂર્યકાંતના મનમાં ગુસ્સાના આખલા દોડતા હતા, ઉતાવળના ઘોડા હણહણાટી કરતા હતા.

એકદમ કસમયે કે સત્વરે જવાનું યોગ્ય ન ગણાય, કદાચ કામ બગડી જાય. એટલે માંડ માંડ રાહ જોઈને સૂર્યકાંત ૧૧.૩૦ વાગે ઊભા થઈ ગયા. સાથે રફીક મુજાવર અને વિષ્ણુ મર્ડેકર. આ ત્રિપુટીની ગાડી નીકળી પડી દેગાંવ જવા. દેગાંવ એટલે લહુ રામચંદ્રનું વતન. એની માતા, ભાઈ અને ભાભી સાથે એ રહેતો હતો. શિરવળથી દેગાંવ માંડ ૨૦-૨૨ કિલોમીટર દૂર હશે. ત્રણેયની વિચારોની જેટ-સવારીમાં આટલું અંતર ક્યાં કપાઈ ગયું એની ખબર ન પડી.

હાઈવે એમ.એચ. ફોરથી દેગાંવ જવા માટે ગાડી વળી અને ૧૨૫-૧૫૦ ફૂટ જઈને સૂર્યકાંતે અચાનક ગાડીને બ્રેક મારી. સામેથી સત્તાવીસેક વર્ષનો યુવાન આવતો હતો. સૂર્યકાંત એને ઓળખે. નામ હૈયે હતું, પણ હોઠે નહોતું આવતું.

હા, યાદ આવ્યું, 'એ રવીન્દ્ર શ્રીરંગ યાદવ જ હતો. એ રોજ શિરવળના કારખાનામાં કામ કરવા આવતો હતો.' સૂર્યકાંતે યાદવને રોકીને લિફ્ટ દેવાને બહાને કારમાં બેસાડ્યો. સૂર્યકાંતે સહજ ભાવે પૂછ્યું, 'ક્યાં ગયો હતો?'

'આપણે મૂળ તો ખેડૂત. આજે બેંદુરનો તહેવાર એટલે ખેતરમાં પુરણપોળીનું નૈવેદ્ય ધરાવવા ગયો હતો. ઈશ્વર અને માતાજીની કૃપા વિના થોડું ચાલવાનું? પણ સાહેબ, તમે હમણાં આ બાજુ બે-ત્રણ વાર દેખાયા... કંઈ ખાસ?'

રવીન્દ્ર યાદવ સંકેતના અપહરણ વિશે જાણતો હોવાથી સૂર્યકાંત સીધા મુદ્દા પર આવ્યા, પણ થોડી ચાલાકી સાથે. 'આ સંકેતના મામલામાં લહુ પાસેથી વધુ માહિતી કે મદદ મળે એ માટે આવ્યા છીએ.'

'લહુ બિચારો હેરાન થઈ રહ્યો છે. અત્યાર સુધી બે-ત્રણ વાર પોલીસ પણ આવી ગઈ પૂછપરછ કરવા માટે.'

સૂર્યકાંત જાણતા હતા કે શિરવળ પોલીસ અને સાતારા લોકલ ક્રાઇમ બ્રાંચ લહુની પૂછપરછ કરી ગઈ છે. છતાં આશ્ચર્યનો ડોળ કરતાં તેમણે પૂછ્યું, 'અચ્છા? કેમ ચાલે છે લહુનું કામકાજ? એની આર્થિક સ્થિતિ કેવીક છે?'

'પાંચ-છ મહિનાથી પૈસા આવવા માંડ્યા લાગે છે.'

'સારું, સારું, પણ એવું શેના પરથી લાગે છે?'

'ગામની વીસીનું દેવું ચૂકવી દીધું. ખેતરમાં થોડો ઘણો ખર્ચો કર્યો. પૈસો આવે એ દેખાયા વિના થોડો રહે?'

'આનંદની બાબત કહેવાય. બીજું શું જાણે છે તું લહુ વિશે?'

'ખાસ કંઈ નહીં. એટલી ખબર છે કે બાજુના ગામ નસરાપુરની મહારાષ્ટ્ર બૅન્કમાં એનું ખાતું ચાલે છે.'

એટલીવારમાં રવીન્દ્ર યાદવનું ઊતરવાનું સ્થળ આવી ગયું. સાથોસાથ સૂર્યકાંતને નવી દિશા સૂઝી આવી. રવીન્દ્ર યાદવ તો જતો રહ્યો. એ સાથે સૂર્યકાંતે ગાડી દેગાંવ ભણી લેવાને બદલે પાછી વાળી શિરવળ તરફ. રવીન્દ્ર યાદવે આપેલી માહિતી મહત્ત્વની હતી, પણ હજી વધુ ખણખોદ કરવી પડશે. લહુ રામચંદ્ર ઢેકણેની આર્થિક સ્થિતિ સુધરી હોવાના પુરાવા મેળવવા પડે, નક્કર પુરાવા.

શનિવાર, તા. ૧૫-૦૭-૨૦૦૦

પ્રતિભા ઉતાવળી થતી હતી. આકુળવ્યાકુળ થતી હતી કે હવે લહુને પકડી પાડો. ઢીલ કરવાનું કારણ શું? સૂર્યકાંતે સમજાવી કે એકવાર મામલો પોલીસ કે કોર્ટમાં ગયો અને પછી પુરાવા વિના છૂટી જાય તો? આટલી રાહ જોઈ છે તો હજી થોડો સમય આપ. બહુ બહુ તો એક-બે દિવસ.

બપોરે દોઢેક વાગ્યે સૂર્યકાંત ઘરની બહાર નીકળ્યા. સીધા શ્રીમંત માલોજીરાજે સહકારી બૅન્ક તરફ ઉતાવળે પગલે ચાલવા માંડ્યા. એક તો ગામના આગેવાન, સંકેત કેસને લીધે સતત ચર્ચામાં અને પાછું બૅન્કનું મકાન પણ એમણે જ બાંધ્યું હતું. વળી, બૅન્કના માનવંતા ગ્રાહકોમાંના એક. સીધા મૅનેજર વસંતરાવ ભોસલેની કૅબિનમાં ગયા. ભોસલેને ઉચાટ હતો કે એક લાખ રૂપિયા જમા કરાવ્યાના મામલામાં પોતાને લીધે એમની ઘણી વાતો થઈ હતી. શંકા-કુશંકા થઈ હતી અને ઘણાએ તો રીતસરની બદનામી કરી હતી. વસંતરાવ ગ્લાનિ અનુભવી રહ્યા હતા. એમને સૂર્યકાંતના ઉગ્ર સ્વભાવની પણ ખબર. તેણે બે શબ્દો સાંભળી લેવાની અને સહન કરી લેવાની ગણતરી રાખી હતી. વસંતરાવ ભોસલેની ધારણાથી એકદમ વિપરીત વર્તન રહ્યું સૂર્યકાંતનું. પહેલાં સ્માઇલ આપ્યું. હાથ મિલાવ્યા. ભોસલેએ ડરતાં ડરતાં પૂછ્યું, ‘ચા લેશોને?’ ફરી એમની માન્યતાથી વિરુદ્ધનો પ્રતિસાદ ‘હા, આજ તો આપની સાથે ચા પીવાની ઇચ્છા છે.’ વસંતરાવને કંઈ સમજાતું નહોતું. બેલ મારીને બે ચા, સારી ચા લાવવાનું પ્યુનને જણાવી દીધું. સૂર્યકાંત ચૂપ હતા એટલે ભોસલે ટેબલ પર પડેલા કાચના ગોળ પેપરવેઇટને ફેરવવા માંડ્યા.

સૂર્યકાંતે ભોસલે સામે જોયું. ધીમેથી હાથ લંબાવીને પેપરવેઇટ લઈ લીધું. એની સામે જોઈ રહ્યા. સ્માઇલ સાથે કહ્યું, ‘આ પેપરવેઇટ ફેરવવામાં લાગ્યો એટલો જ ટાઇમ મને આપશો?’ ભોસલેના દિમાગમાં કંઈક ગડમથલ ચાલતી હતી. છતાં તેણે માથું હલાવીને હા પાડી. સૂર્યકાંતે એકદમ વિનમ્ર અવાજે વાત કરી. ‘તમારી મદદની જરૂર છે. ખૂબ મહત્ત્વની બાબત છે. મારી લાઇફનો બહુ મોટો પ્રૉબ્લેમ સોલ્વ થઈ શકે એમ છે. તો કરશોને હેલ્પ?’

વસંતરાવના મનને થોડી શાંતિ વળી. ‘સર આપની જ બૅન્ક છે આ. બોલો કેટલાની લોન કે ઓવરડ્રાફ્ટની જરૂર છે? ઝાઝો સમય નહીં લાગે મંજૂરીમાં.’

સૂર્યકાંતે માથું ધુણાવીને જવાબ આપ્યો. ‘ના, ના. લોનની જરૂર નથી. નસરાપુરમાં કોઈની ઓળખ ખરી? મહારાષ્ટ્ર બૅન્કમાં કોઈ જાણીતું ખરું આપનું?’

હવે વસંતરાવ વિચારમાં પડી ગયા. ટેલિફોનની ડાયરી ખોલી. સૂર્યકાંતે માંડીને વાત કરી, ‘સંકેતના અપહરણ કેસમાં ખૂબ મહત્ત્વની કડી મળી છે. મારે મહારાષ્ટ્ર બૅન્કના એક ખાતાની વિગત જોઈએ છે.’

ભોસલે સમજાવવા માંડ્યા કે આ મુશ્કેલ છે, પણ સૂર્યકાંતે વાતને આગળ વધારી, ‘તમારી મદદથી કદાચ કિડનેપર પકડાઈ જાય. સંકેત મળી જાય. પ્લીઝ આટલી હેલ્પ કરો.’

સ્વાભાવિકપણે ભોસલે પીગળી ગયા. તેઓ ધડાધડ ફોન કરવા માંડ્યા. એક

જણ પાસેથી બીજાનો રેફરન્સ લીધો. બીજા પાસેથી ત્રીજાનો નંબર લીધો. થોડી જહેમત બાદ નસરાપુરના મહારાષ્ટ્ર બૅન્કના મૅનેજર સુધી પહોંચી શક્યા. એમને પૂરી વાત સમજાવી. ભારપૂર્વક આગ્રહ અને વિનંતી કરી. સામેથી જવાબ મળ્યો, એમને તાત્કાલિક મોકલો તો ખરા. શક્ય એટલી મદદ કરીશ.

નસરાપુરના બૅન્ક મૅનેજરની વાત પત્યા બાદ ફોન મૂક્યા બાદ તેમણે સૂર્યકાંત સામે જોયું. 'મદદ કરવાનું વચન આપ્યું છે. વાતચીત પરથી તો સારા માણસ લાગ્યા. અત્યારે જ બોલાવ્યા છે.'

'અત્યારે? શનિવાર છે એટલે બૅન્ક તો વહેલી બંધ થશેને? પણ હું તો પહોંચી જઈશ.' આટલું બોલીને સૂર્યકાંત ઊભા થઈ ગયા. એકદમ પ્રેમપૂર્વક શકહેન્ડ કર્યા અને સાચા દિલથી આભાર માન્યો. સૂર્યકાંત કૅબિનની બહાર નીકળ્યા એ સાથે જ વસંતરાવ ભોસલેના મન પરથી ઘણો મોટો ભાર પણ ઊતરી ગયો. એમના મોઢામાંથી નીકળી પડ્યું, 'હે વિઠ્ઠલા, આ માણસની કસોટી હવે તો બંધ કર.'

અને સૂર્યકાંત શિરવળથી ૧૮-૨૦ કિલોમીટરનું અંતર કાપીને નસરાપુર પહોંચ્યા, ત્યારે સાંજના છ વાગ્યા હતા. મૅનેજર બૅન્કમાં જ હતા. આરંભિક અચકાટ બાદ સૂર્યકાંતની વાત તેમને ગળે ઊતરી ગઈ. સૂર્યકાંતે આજીજી કરી કે મને એક જ માણસના ખાતામાં દિલચસ્પી છે. તેના લેજરનું પેજ જોવું છે. ખાતું ક્યારે ખોલ્યું અને ક્યારે કેટલી રકમ જમા થઈ એટલું જ જાણવું છે.

લહુ રામચંદ્ર ઢેકણેના સેવિંગ્સ અકાઉન્ટમાં રૂ. એંસી હજાર જમા થયા હતા એ ઊડીને આંખે વળગતું હતું. એકાઉન્ટ ખોલાવ્યાના દિવસે જ આટલી મોટી રોકડ રકમ ૧૩મી ડિસેમ્બર, ૧૯૯૯ના રોજ જમા કરાવાઈ હતી. બધી ચલણી નોટો રૂ. 500-500ની હોવાની નોંધ હતી. પોતે ખંડણી સાતમી ડિસેમ્બર, ૧૯૯૯ના રોજ ચૂકવી હોવાનું એ સૂર્યકાંતને યાદ હતું. સૂર્યકાંતને જે કંઈ જાણવું હતું એ બધુ મળી ગયું. લહુ રામચંદ્ર ઢેકણે હવે મન-મગજમાંથી હટતો નહોતો.

62

રવિવાર, તા. ૧૬-૦૭-૨૦૦૦

સૂર્યકાંત એક પુરુષ હતા. પ્રૅક્ટિકલ માણસ હતા. બહુ દુનિયા જોઈ હતી. દુનિયાદારી જોઈ હતી. લાંબો સમય વીતી ગયો હોવાથી સંકેતના મળવા કે સાજાસમા મળવા વિશે મનમાં શંકા હતી. છતાં પિતાનું મન ચિત્કાર કરીકરીને

કહેતું હતું કે મારા સંકેતને કંઈ નહીં થયું હોય અને હવે એ મળવામાં જ છે. પુત્ર-પ્રેમને લીધે જરાય ઉતાવળ કરીને સૂર્યકાંત લહુને બરાબર સપડાવવામાં કોઈ જ કસર છોડવા માગતા નહોતા. પોલીસ ફરી ઉંબાળિયું કરે અને એ છૂટી જાય એવું એ કોઈ સંજોગોમાં ઇચ્છતા નહોતા. લહુ વિરુદ્ધના બધા પુરાવા, એકદમ નક્કર અને સજ્જડ હોવા જોઈએ અને એ કેવી રીતે મેળવવા, ક્યાંથી મેળવવા અને કઈ રીતે ઝડપભેર મેળવવા એના વિચારોમાં એકદમ ગરકાવ થઈ ગયા.

આ ઊંડા વિચારોમાં સૂર્યકાંતને સંકેત અને અમિતના કેસમાં ગજબનાક સામ્યતા નજરે ચડી. નિરા નદીની જમણી બાજુ સંકેતનું ગામ શિરવળ અને ડાબી બાજુ અમિતનું નિરા ગામ. એકના પિતા સૂર્યકાંત, બીજાના ચંદ્રકાંત. બંનેનું મૂળ વતન નિરા નદીની ડાબી બાજુએ. સૂર્યકાંતનું ભોંગોવલી ને ચંદ્રકાંતનું નાહ્વી. આ બંને ગામ એટલા નજીક કે નાહ્વી ભોંગોવલી તરીકે ઓળખાય. બંને વેપારી. સૂર્યકાંત ઘર છોડીને સાઇટ પર ગયા ત્યારે સંકેતનું અપહરણ થયું, તો ચંદ્રકાંત દુકાને ગયા ત્યારે અમિત કિડનેપ થયો. બંને છોકરા સ્કૂલે જતી કે આવતી વખતે કિડનેપ થયા. કિડનેપર પાસે બંને પરિવારના ઘરના અને નજીકના માણસોના ફોન નંબર હતા. બંને કેસમાં કિડનેપરે પૂરા પ્લાનિંગ સાથે ખંડણીની જગ્યા પસંદ કરી. પહેલીવાર ખંડણી લેવા ન આવ્યો. બીજીવાર પોલીસની હાજરી છતાં ખંડણીની રકમ ઉપાડી ગયો. બંનેના ઘરે નવા ફર્નિચરનું કામ થયું હતું. બેઉ જગ્યાએ પૉલિશિંગનું કામકાજ લહુ રામચંદ્ર ઢેકણેએ કર્યું હતું.

સૂર્યકાંત મનોમન ઈશ્વરને પ્રાર્થના કરવા માંડ્યા કે સંકેત અને અમિતના કેસમાં હજી બે સમાનતાની જરૂર છે. એક, બેઉ સાજાસમા હોય. બંને તરત જ પરિવારમાં હસતા રમતા પાછા ફરે. પ્રાર્થના તો કરી, પણ મનમાં શંકાનાં સાપોલિયાં સળવળાટ કરતાં હતાં કે ઈશ્વર અરજ સાંભળશેને?

સોમવાર, તા. ૧૭-૦૭-૨૦૦૦

સંકેત કેસમાં એકદમ ઘટનાત્મક બની રહેલા સોમવારનો દિવસ ફરી એકવાર આવ્યો. સૂર્યકાંત વિષ્ણુ ભાંડેપાટીલને થયું કે હવે સમય આવી પહોંચ્યો છે. ટાઇમ ટુ એક્ટ. સવારે દશેક વાગ્યે પોતાની સાથે રફીક મુજાવર અને વિષ્ણુ મર્ડેકરને લઈને તેઓ નીકળી પડ્યા. ઘરે કોઈને કંઈ જ વાત કરી નહોતી કે ક્યાં જાય છે, શા માટે જાય છે, શું કરવા જાય છે અને ક્યારે પાછા આવશે.

પહેલાં સીધા નિરા ગાંવ ગયા. ઇચ્છા એવી કે ચંદ્રકાંત સોનાવણેને મળીને કંઈ નવાજૂની હોય તો જાણી-સમજી લઈએ અને એમને પણ સાથે લઈ લેવા.

ત્યાં પહોંચીને ચંદ્રકાંત તો ન મળ્યા. એવી જાણકારી મળી કે તેઓ પુણે ક્રાઇમ બ્રાંચના અધિકારીઓને મળવા માટે જેજુરી ગેસ્ટહાઉસ ગયા છે, પણ હજી ત્યાં છે કે નીકળી ગયા એ જાણવા ફોન કર્યો, તો વાતચીત કરવા માટે એમને જ ત્યાં બોલાવી લીધા.

જેજુરી ગેસ્ટહાઉસમાં ડીવાયએસપી પોતાના પચ્ચીસેક ઑફિસર સાથે બેઠા હતા. ડીવાયએસપી સારા માણસ લાગ્યા. સૂર્યકાંતે તેમને બધી વાત કરી, પણ પછી મજાક અને કટાક્ષના સૂરમાં સૂર્યકાંતે કહ્યું, 'સાહેબ, તમે જરાય ટેન્શન ન લો. હું આરોપીને પકડીને બે-ત્રણ દિવસમાં આપને સોંપી દઈશ.' પચીસ પોલીસ અધિકારીઓ સામે મેં એમના સાહેબને પડકાર ફેંક્યો એટલે એકદમ સોપો પડી ગયો. બધા સૂર્યકાંત સામે જોઈ રહ્યા, પણ એ જોવા માટે સૂર્યકાંત ત્યાં ઊભા નહોતા. એ તો સડસડાટ બહાર નીકળી ગયા. એમને મનાવવા માટે ત્રણ કૉન્સ્ટેબલને પાછળ દોડાવ્યા, પણ માને એ બીજા.

ત્રણેય કૉન્સ્ટેબલ વીલે મોઢે પાછા ફર્યા એટલે ડીવાયએસપીએ બે પોલીસ અધિકારીઓને મુફતીમાં સૂર્યકાંતની પાછળ પાછળ જવાનો આદેશ આપ્યો. એમને સ્પષ્ટ સૂચના અપાઈ કે ચૂપચાપ નજર રાખજો. જરૂર પડે ત્યાં સુધી કંઈ કરવું નહીં. સૂર્યકાંતની ગાડી જેજુરીથી મુકાદમવાડી ભણી આગળ વધી રહી હતી. ત્યારે બે પોલીસ ઑફિસર મોટરસાઇકલ પર પીછો કરી રહ્યા હતા.

મુકાદમવાડીમાં લહુની બહેન રહેતી હતી. લહુ ઘણીવાર ત્યાં રહેતો હોવાની માહિતી હતી. એટલે શરૂઆત ત્યાંથી કરી, પણ એ ત્યાં નહોતો. એ દેગાંવમાં જ હોવાનું પાક્કે પાયે નક્કી થઈ ગયું.

ફરી ગાડી દોડવા માંડી. બહુ વહેલું અને ખાસ તો દિવસના અજવાળામાં લહુને ઘરે જવું નહોતું. આમેય બધા બહુ થાક્યા હતા, કંટાળ્યા હતા. લહુ હાથવગો હોવાની હૈયે ધરપત હતી. એટલે સાસવડમાં જમવા રોકાયા. સૂર્યકાંત છ-સાત મહિના બાદ વ્યવસ્થિત જમ્યા, પેટ ભરીને. સંકેતના અપહરણ બાદ ન જાણે કેટલાંય લંચ-ડિનર સ્ટિયરિંગ વ્હીલ પર વડાં-પાંઉથી થયા હતા કે સાવ ખાલી ગયાં હતાં. ન જાણે કેમ આજે તેઓ ખૂબ હળવાશ અનુભવી રહ્યા હતા.

સૂર્યકાંતે રફીક મુજાવર અને વિષ્ણુ મર્ડેકર સાથે વ્યવસ્થિત ચર્ચા કરીને બધું પ્લાન કરી લીધું કે ત્યાં જઈને શું કહેવાનું છે, શું કરવાનું છે અને શું-શું લેવાનું છે? લહુના ઘરની નજીક થોડીવાર રાહ જોઈ.

મંગળવાર, તા. ૧૮-૦૭-૨૦૦૦

દિવસ શરૂ થયાને અડધો કલાક પૂરો થયો. બરાબર રાતના ૧૨.૩૦

વાગ્યે સૂર્યકાંતની આંખના ઇશારે રફીક મુજાવર અને વિષ્ણુ મર્ડેકર નીચે ઊતર્યા. બંનેએ ઘરે જઈને લહુને ઊંઘમાંથી જગાડ્યો, 'ચાલ તો જરા સાથે, તારી મદદની જરૂર છે' કહીને બહાર લઈને આવ્યા. લહુ ગાડીમાં બેસતાવેંત જ સૂર્યકાંતને ઓળખી ગયો. રફીક અને વિષ્ણુ એની સુઝુકી સમુરાઈ અને સ્કૂટર શોધવા ગયા. ઘરની અંદર થોડી શોધખોળ કરતાં એસ.ટી.ડી. બૂથવાળા ગણેશ શિંદેએ કરેલા આરોપીના વર્ણન જેવાં કપડાં મળી આવ્યાં. એ પણ સાથે લઈ લીધાં.

રફીક મુજાવરે સુઝુકી સમુરાઈ ચલાવી અને લહુના ભાઈ અંકુશને સ્કૂટર ચલાવવા કહી દીધું. અંકુશે પૃચ્છા કરી કે, 'ક્યાં જવું છે?' નાહકની ઉપાધિ ટાળવા માટે સૂર્યકાંતે કહી દીધું કે, 'શિરવળ પોલીસ સ્ટેશન જવાનું છે, લહુએ એક માણસને ઓળખવાનો છે.' સૂર્યકાંતની ખાસ તાકીદ હતી કે દેગાંવમાં કંઈ ન કરવું. એનું ગામ હતું અને મોડી રાત હતી. થોડી બૂમાબૂમથી ધમાલ થઈ શકે અને બધી મહેનત પર પાણી ફરી વળે.

સૂર્યકાંતે ગાડી ચાલુ કરી. પાછળ બંને ટુ વ્હીલર, પરંતુ અંકુશને અધવચ્ચે છેદ આપીને ગાડી શિરવળ પાસેના પહાડ તરફ આગળ વધવા માંડી. એક ફાર્મહાઉસમાં લઈ જઈને લહુની પૂછપરછ શરૂ કરી.

સામે સગા દીકરા, વહાલસોયા સંકેતનો સંભવિત કિડનેપર બેઠો હતો. પોતાના કબજામાં હતો, પરંતુ સૂર્યકાંતના ચહેરા કે અવાજમાં લેશમાત્ર ઉશ્કેરાટ, આવેગ, ગુસ્સો કે ચીડ નહોતાં. એક પ્રોફેશનલ, સફળ અને ઠંડા કલેજાવાળા અનુભવી પોલીસની જેમ પૂછપરછ શરૂ કરી.

સૂર્યકાંત, રફીક કે વિષ્ણુએ નક્કી કર્યું હતું કે સીધા સવાલો ન કરવા. આજુબાજુની માહિતી કઢાવતાં રહેવી અને ધીરે ધીરે મૂળ મુદ્દા તરફ જવું. સંકેત કે અમિત વિશે સવાલ જ ન કર્યો. લહુને એક પછી એક સવાલ થવા માંડ્યા, 'તારું કામકાજ કેવું ચાલે છે.' 'કેટલું કમાઈ લે છે?' 'કંઈ બચત છે ખરી?' 'ઘર કોણ તું ચલાવે છે?'

લહુ કોઈ પણ સવાલનો જવાબ આપે, પણ એના અંતે સંકેત કે અમિતનો ઉલ્લેખ આવ્યા વિના ન રહે. 'જરૂર પૂરતું કમાઈ લઉં છું, પણ સાહેબ મેં સંકેત કે અમિતને જોયા નથી હો, ક્યારેક માંડ માંડ થોડી બચત થાય. સાચું કહું છું હો સાહેબ કે હું સંકેત કે અમિત વિશે કંઈ જાણતો નથી, ઘર તો હું જ ચલાવું છું. પૂરેપૂરી જવાબદારી મારી, પણ સાહેબ, આ સંકેત અને અમિતના મામલામાં મારી હેરાનગતિ ન થાય એવું કંઈક કરોને, પ્લીઝ.'

ગોળ ગોળ વાતો થતી રહી. સૂર્યકાંત, રફીક અને વિષ્ણુ ઇરાદાપૂર્વક સીધું

આક્રમણ નહોતા કરતા. લહુ મનોમન અકળાઈ રહ્યો હતો. કદાચ ગભરાઈ પણ રહ્યો હતો. સમય આગળ વધી રહ્યો હતો. જોતજોતામાં સવારના ૪.૩૦ વાગી ગયા.

63

મંગળવાર, તા. ૧૮-૦૭-૨૦૦૦

વહેલી સવારે સાડાચાર વાગ્યા સુધી લહુ મગનું નામ મરી પાડતો નહોતો. એ જ સમયે પોલીસની ગાડી આવી પહોંચી. હકીકતમાં થયું એવું હતું કે લહુને લઈ જતી ગાડી અને સુઝુકી સમુરાઈ પોતાને છેતરીને ક્યાંક બીજે નીકળી ગયા એવી જાણ થતાં અંકુશ ઢેકણે જેજુરી પોલીસ સ્ટેશન પહોંચી ગયો હતો. તેણે કકળાટ શરૂ કરી દીધો કે સૂર્યકાંતે મારા ભાઈ લહુનું અપહરણ કર્યું છે. જ્યારે ત્યારે પૂછપરછને નામે અમારી ખૂબ કનડગત થાય છે. પોલીસને શંકા પડી કે અપહરણ તો ઠીક પણ કંઈક રંધાઈ જરૂર રહ્યું છે.

પોલીસે સ્પષ્ટ શબ્દોમાં સૂર્યકાંતને આદેશ આપ્યો કે આ છોકરાને અમારે ચોકીમાં લઈ જવો પડશે. જરાય વિચલિત થયા વિના સૂર્યકાંતે બે શરત મૂકી, 'એક, એને પરાણે લઈ જાઓ છો, એ કબૂલવું પડશે. બે, એની જે કંઈ પૂછપરછ થાય, કાર્યવાહી થાય એ મારી નજર સામે જ થવી જોઈએ.' તરત જ પોલીસે બંને શરતો સ્વીકારી લીધી.

આખો કાફલો સાતારા જવા રવાના થયો. સવારે સાડાછ વાગ્યે પહોંચી ગયા. સૂર્યકાંત, રફીક અને વિષ્ણુ નજીકમાં જ રહેતા હેડ કૉન્સ્ટેબલ રમેશ દેશમુખને ઘરે જઈને ફટાફટ ફ્રેશ થઈ ગયા. પોલીસ સ્ટેશનમાંથી ફોન આવ્યો હોવાથી બધા સાહેબો પણ ઉતાવળે તૈયાર થવા માંડ્યા.

સવારે ૭.૩૦ વાગ્યે સૂર્યકાંત, રફીક, વિષ્ણુ ફરી સાતારાની લોકલ ક્રાઇમ બ્રાંચની ઑફિસે પહોંચ્યા કે તરત જ પોલીસ અધિકારીઓનું આગમન થવા માંડ્યું.

હવે સાચી પૂછપરછ શરૂ થવાની હતી. પોલીસે લહુને ઑર્ડર કર્યો કે કપડાં કાઢી નાખ. તેણે માત્ર ટી-શર્ટ કાઢ્યું. ગળામાં કંઈક ઘસરકા કે કાપાથી લાલચોળ ચાંભુ નજરે પડ્યું. એના ગળામાં કાળો દોરો લટકતો હતો. પોલીસે પૂછ્યું કે, 'આ શું વાગ્યું છે?' લહુ જાણતો હતો કે પોતે એકલો પડ્યો, ત્યારે ગળામાં પહેરેલા દોરાની મદદથી ગળું દબાવીને આપઘાતનો પ્રયાસ કર્યો હતો, પણ એકદમ સિફતપૂર્વક જૂઠાણું ચલાવ્યું. સૂર્યકાંત તરફ આંગળી ચીંધીને બોલ્યો કે,

આ સાહેબે રાતે મને માર્યું એનું નિશાન છે આ. સૂર્યકાંત સમજી ગયા કે મામલો શો છે? તેમણે પોલીસને સ્પષ્ટ શબ્દોમાં કહી દીધું કે, આ માણસે આપઘાતનો પ્રયાસ કર્યો લાગે છે, તમારે વધુ સંભાળવું પડશે.

આની સાથોસાથ લહુની નજર સામે જ સૂર્યકાંતે નાટક કર્યું. બે હાથ જોડીને પોલીસવાળાને વિનંતી કરી કે જે પૂછવું હોય એ ભલે પૂછો, પણ એને કોઈ હાથ લગાડતા નહીં. આપણે તો બધી હકીકત જાણીએ છીએ, પણ એ પોતાના મોઢે કહી દે એટલે પત્યું.

આ બધા ટેન્શન વચ્ચે સી.આઈ.ડી.ના બે માણસોની એન્ટ્રી થઈ. હકીકતમાં તો આગલા દિવસે જ સંકેત કેસની સત્તાવાર સોંપણી સી.આઈ.ડી.ને કરાઈ હતી. સૂર્યકાંત સાક્ષી હતા કે સાતારા લોકલ ક્રાઇમ બ્રાંચે કેટલી બધી દોડધામ કરી હતી. સી.આઈ.ડી.ની એન્ટ્રી સૂર્યકાંતને ન ગમી. સાતારા પોલીસ માટે પોતાની મહેનતને અંતે જશ બીજા લઈ જાય એવો મામલો હતો, નિરાશાજનક વાત હતી. સૂર્યકાંતે રામરાવ પવારને રસ્તો પૂછ્યો. તેમણે સલાહ આપી, 'તમારે લેખિતમાં અરજી આપવી પડે કે સાતારા ક્રાઇમ બ્રાંચની તપાસથી મને સંતોષ છે. હવે સી.આઈ.ડી. તપાસની જરૂર નથી.' સૂર્યકાંત એકદમ તૈયાર થઈ ગયા. પવારસાહેબે તરત જ અરજી ટાઇપ કરાવી આપી, સૂર્યકાંતે એના પર સહી કરી આપી. આ સાથે સી.આઈ.ડી.ની ટીમ પિક્ચરમાંથી હટી ગઈ.

આ તરફ ગમે તે સવાલ થાય. લહુ કાં મૌન રહે કે પોતે કંઈ ન જાણતો હોવાનો દાવો કરે. ખૂબ મીંઢો હતો એ. કાં તો એ સાવ નિર્દોષ હતો કાં હજી આબાદ છટકી જવાની ગળા સુધી ખાતરી હતી. નિષ્ફળ સવાલબાજી વચ્ચે પોલીસવડા રામરાવ પવાર આવી ગયા. થોડીવારમાં જેજુરી પોલીસની ટીમ આવી ગઈ. સાથોસાથ લહુનો ભાઈ અંકુશ પણ આવી ગયો.

સમજાવટ, પતાવટ, ધાકધમકી અને થર્ડ ડિગ્રીમાંથી કંઈ ન ઊપજ્યું. અઢી કલાક સુધી લહુએ મોઢું ન ખોલ્યું તે ન જ ખોલ્યું. સામાન્ય માણસને શંકા જાગે કે ફરી ખોટી દિશામાં હવાતિયાં માર્યાં, વધુ એકવાર કિનારે આવીને ડૂબવાનો વારો આવશે? આવા શંકા-હતાશાના માહોલ વચ્ચે સૂર્યકાંત, વિષ્ણુ ભાંડેપાટીલ ઊભા થયા, રામરાવ પવારની પાસે ગયા અને સાફ શબ્દોમાં વાત કરી, 'હવે એક તક મને આપો.'

બુધવાર, તા. ૧૯-૦૭-૨૦૦૦

પોલીસ સુપરિન્ટેન્ડન્ટ રામરાવ પવાર ધારીધારીને સૂર્યકાંત સામે જોતા રહ્યા. વર્ષોના અનુભવી પોલીસ અધિકારીઓ કલાકોની પૂછપરછમાં જાતજાતના હથકંડી,

ચાલાકી અને થર્ડ ડિગ્રીનો ઉપયોગ કરીનેય લહુ ઢેકણે પાસે એક હરફ સુધ્ધાં કઢાવી શક્યા નથી. પોતાની નજરે આ બધું જોઈને હતાશ થવાને બદલે સૂર્યકાંત પોતાને કહી રહ્યો છેઃ 'હવે એક તક મને આપો.'

સામાન્ય સંજોગોમાં બીજા કોઈ માણસે આવી વાત કરી હોત તો કાં હસવું આવ્યું હોત કાં ગુસ્સો, પરંતુ આ માણસ કંઈક અલગ માટીનો જ ઘડાયો હોવાનું પવારસાહેબ ટૂંક સમયમાં સમજી ગયા હતા. તેમણે સૂર્યકાંતને સસ્મિત મંજૂરી આપી કે તમેય અજમાયશ કરી જુઓ.

સૂર્યકાંતે લહુની નજર સામે જ એના ભાઈ અંકુશને બોલાવ્યો. ન લહુને કંઈ સમજાયું કે ન પોલીસ અધિકારીઓને. સૂર્યકાંતે લહુને પુછાયા હતા એ જ સવાલો થોડા શબ્દો ફેરવીને પૂછવાનું શરૂ કરી દીધું, 'તારે શેનું કામકાજ છે?', 'કેટલીક કમાણી થાય છે?', 'મહિનાભરના ખર્ચ બાદ હાથમાં કંઈ બચે કે નહીં?' અંકુશની સાથોસાથ પોલીસવાળાને પણ સમજાતું નહોતું કે આવા વાહિયાત સવાલો પૂછવાનું કારણ શું? કેસ સાથે આને શી નિસબત? છતાં અંકુશ વ્યવસ્થિપણે પણ ટૂંકમાં જવાબ આપતો ગયો, જેમાં સૂર્યકાંતને લેશમાત્ર રસ નહોતો. આ સવાલ અને જવાબની રમતમાં એમની નજર અંકુશને બદલે લહુના ચહેરા પર રહેતી હતી. તેઓ હાવભાવ વાંચવા મથતા હતા, પણ લહુ ઓછી માયા નહોતો. એ તો એકદમ નિર્વિકાર ભાવે બેઠો હતો. ચહેરા પર એક જ સરખા ભાવ.

સૂર્યકાંતે અંકુશને પૂછ્યું, 'ઘર કોણ ચલાવે છે?' અંકુશે તરત જવાબ આપ્યો, 'ઘર તો હું જ ચલાવું છું, વિકલ્પ જ નથી.' સૂર્યકાંતે થોડી કડકાઈ સાથે કહ્યું, 'જૂઠું નહીં બોલવાનું, ઘર તો લહુ ચલાવે છે.' પહેલાં સૂર્યકાંત અને પછી લહુ સામે જોઈને અંકુશ બોલ્યો, 'સાહેબ, ગપ્પા મારવાનું રહેવા દો.'

'ગપ્પાં? અરે તારા ભાઈ લહુએ હમણાં કીધું કે આખું ઘર એ ચલાવે છે. તો તું શું બેઠો-બેઠો મફતના રોટલા તોડીને ઐયાશી કરે છે.'

'સાહેબ, એ ખોટું બોલે છે. ગામ આખું જાણે છે કે ઘરની બધી જવાબદારી હું સંભાળું છું. આ લહુ તો...'

'અંકુશ, મને બધી ખબર છે. લહુએ સંકેત અને અમિતનું શું કર્યું એ પણ અમને ખબર છે, પરંતુ અમારે બધું લહુના મોઢે સાંભળવું છે. એ કંઈ બોલતો નથી, પણ વાંધો નહીં. ના છૂટકે અમારે ન ગમતાં પગલાં ભરવા પડશે. એકદમ ધ્યાનથી સાંભળ કે અમે પોલીસની ગાડી તારા ઘરે મોકલી દીધી છે, તારી મમ્મી અને પત્નીને લઈને આવવા માટે. જો લહુ હજી ચૂપ રહ્યો તો બધાની સામે એ બંનેને નિર્વસ્ત્ર કરવાં પડશે.'

આ સાંભળીને અંકુશ એકદમ હતપ્રભ થઈ ગયો. ચહેરા પરથી નૂર ઊડી ગયું. એ માંડ માંડ ઊભો થયો. સૂર્યકાંતના બંનેએ હાથ પકડીને વિનંતી કરી, 'સાહેબ, મને માત્ર દશ મિનિટ આપો. મારે લહુ સાથે વાત કરવી છે.'

કંઈ બોલ્યા વિના સૂર્યકાંત અને બધા પોલીસ અધિકારીઓ થોડા દૂર જઈને ઊભા રહ્યા હતા. અંકુશ સીધો લહુ પાસે ગયો. ધીમા અવાજે વાત કરવા માંડ્યો. કદાચ કંઈક ઉગ્ર દલીલો થઈ બંનેમાં. પોલીસ અધિકારીઓ અહોભાવપૂર્વક સૂર્યકાંતના મોઢા સામે જોઈ રહ્યા હતા. અત્યારે તો સૂર્યકાંતને કોઈ પ્રશંસા કે વાહવાહીમાં રસ નહોતો. લહુ શું કહે છે એ જાણવા માટે એમના આખેઆખા અસ્તિત્વમાં તાલાવેલીનાં જંગલ ઊગી નીકળ્યાં હતાં.

સૂર્યકાંતને સંકેત નજર સામે દેખાવા માંડ્યો. માતા, પિતા, પ્રતિભા, સૌરભ... બધા કુટુંબીજનોને સંકેત ગળે મળતો હોય, એકએકની આંખમાં હર્ષનાં આંસુ હોય, સંકેત હસતાં હસતાં બધા આંસુ લૂછતો હોય... સંકેત, પાયલ અને પરાગ ધમાચકડી મચાવતાં હોય... સૂર્યકાંતની જાણ બહાર આંખનો ખૂણો ભીનો થઈ રહ્યો હતો.

64

બુધવાર, તા. ૧૯-૦૭-૨૦૦૦

અંકુશને ધમકી આપી એટલે તે ડરી ગયો. તેણે લહુ સાથે વાત કરવા માટે દસ મિનિટ માગી અને સૂર્યકાંત સંકેતના વિચારે ચડી ગયા.

સૂર્યકાંતની વિચારતંદ્રાને તોડી અંકુશે દસ મિનિટ માગી ને માત્ર ત્રણ મિનિટમાં એ પાછો આવ્યો, 'હા સાહેબ, બધું લહુએ જ કર્યું છે.'

આ સાંભળતાવેંત સૂર્યકાંતના ચહેરા પરના ભાવ એકદમ બદલાવા માંડ્યા. ક્રોધ, હતાશા અને વેદનાને લીધે ચહેરો એવો થઈ ગયો કે જાણે એ સૂર્યકાંત જ ન હોય. સૂર્યકાંત અંકુશ કે લહુને કંઈ પણ કરી ન બેસે એ ડરથી ત્રણ-ચાર પોલીસવાળાએ એમને પકડી લીધા.

સાંજે પાંચેક વાગ્યે પોલીસવાળા લહુને અંદરના રૂમમાં લઈ ગયા. એને પૂછીને સ્ટેટમેન્ટ લખવાનું શરૂ કર્યું. સૂર્યકાંત અને બાકીના બધા બહાર બેઠા હતા. સૂર્યકાંત અચાનક ઊભા થઈને અંદર ગયા. તેમણે પોલીસવાળાને મોટા અવાજે કહ્યું, 'સ્ટેટમેન્ટ લખવાને બદલે રેકોર્ડ કરી લો. એના અવાજમાં બધી વાતોની કબૂલાત પણ રહેશે અને ઝડપથી પતી જશે. પછી તમે આરામથી સ્ટેટમેન્ટ લખવા બેસજો.'

હવે પોલીસવાળામાં સૂર્યકાંતનો દબદબો એકદમ વધી ગયો હતો, માન અને વિશ્વાસ પણ અસાધારણ હદે પહોંચી ગયાં હતાં. પોલીસવાળાને આ સૂચન વ્યવહારુ, સારું, સાદું અને સાચું લાગ્યું. સૂર્યકાંત ફરી રૂમ બહાર જઈને બેઠા.

હવે લહુને ઘરેથી ઉપાડી લેવાયાની વાત દાવાનળની જેમ ફેલાઈ ચૂકી હતી. સૂર્યકાંતનાં સગા અને ઓળખીતાઓ તથા સાતારાવાસીઓની ભીડ એકઠી થવા માંડી હતી. લહુ શું કહે છે અને પોલીસ શું કહે છે એના કરતાં સૌની ઉત્સુકતા એ બાબત પર હતી કે સંકેત ક્યાં છે? છતાં વારે વારે ફોન આવતા રહેવાથી છેવટે સૂર્યકાંતે કહી દીધું કે, લહુએ બધું કબૂલ કરી લીધું છે. એ અંદર પોલીસવાળાને બધું કહી રહ્યો છે. મને હજી કંઈ ખબર નથી.

સૂર્યકાંતની બાજુમાં વિષ્ણુ મર્ડેકર બેઠા હતા. સૂર્યકાંત પર વારંવાર પાનસરે અને પ્રેમજીભાઈ પટેલ જેવા મિત્રોના ફોન આવતા હતા કે શું થયું? ઘરેથી પણ ફોન પર ફોન આવતા હતા, પરંતુ સૂર્યકાંતે મન મક્કમ કરી લીધું કે હમણાં ઘરે કોઈને કંઈ કહેવું જ નથી. અંદર જે ચાલતું હોય કે લહુ જે કહેતો હોય એ, પણ બહાર સૂર્યકાંત ચૂપચાપ બેઠા હતા. ચહેરા પર અકળાવનારી શાંતિ હતી, પણ આ તો આયાસપૂર્વક પહેરી રાખેલ મુખવટો. મનમાં ખૂબ અજંપો હતો, રઘવાટ હતો, અકળામણ હતી. કોઈક વિચિત્ર લાગણીને લીધે એક અજાણ્યા ભયે અસ્તિત્વ પર ઘેરો જમાવી લીધો હતો. લહુને બદલે સતત સંકેતના વિચારો આવતા હતા. આટલા લાંબા સમય સુધી સંકેત હશે તો હેમખેમને?

સાંજે સાડાપાંચ વાગ્યે પોલીસવાળા બહાર આવ્યા. કૉન્સ્ટેબલ રમેશ દેશમુખે સૂર્યકાંતના ખભા પર હાથ મૂકીને કહ્યું, ‘ચાલો, આપણે જવાનું છે. એ આપણને કંઈક કહેવા માગે છે, બતાડવા માગે છે.’

ફલટનના ડેપ્યુટી પોલીસ સુપરિન્ટેન્ડન્ટ સંજય એનપુરે, સદાનંદ બેલાસરે, રમેશ દેશમુખ, રાજેન્દ્ર કદમ, મોઝેસ લોબો, પપ્પુ ઘોરપડે, અવિનાશ પવાર, પાનસરે, વાઘમારે વગેરેની ફોજ લહુ ઢેકણેને લઈને ગાડી તરફ ચાલવા માંડી. મોટા ભાગના પોલીસની મોટી ગાડીમાં બેસી ગયા. સૂર્યકાંતની ગાડીમાં એમની સાથે વિષ્ણુ મર્ડેકર અને કૉન્સ્ટેબલ રમેશ દેશમુખ બેઠા.

પ્રતિભાને કંઈક વિચિત્ર લાગણી થતી હતી. આસપાસ દોડધામ હતી. પોતાના સુધી અવાજ ન પહોંચે એવો ગણગણાટ થતો હતો, પરંતુ એની અંદર કોલાહલ ખૂબ વધી રહ્યો હતો. એ ચારેતરફ જોવા માંડી. રાષ્ટ્રધ્વજ ફરકાવતા સંકેતના ફોટા પર નજર પડી અને ત્યાં જ રોકાઈ ગઈ. કોઈ અકળ કારણસર પ્રતિભા હીબકાં ભરી ભરીને રડવા માંડી.

સૂર્યકાંતને ધડાધડ મિત્રોના ફોન આવતા હતા કે, 'અમારે પણ આવવું છે, ક્યાં પહોંચીએ? અમે શિરવળથી નીકળી ગયા છીએ.' દેશમુખે સ્પષ્ટપણે કહ્યું કે, 'હમણાં કોઈને બોલાવતા નહીં.' સૂર્યકાંતે આછી ચીડ સાથે કહ્યું કે, 'એ બધા નીકળી ગયા છે, તો ક્યાં આવવાનું કહ્યું?' દેશમુખે નારાજગી છુપાવવાનો પ્રયાસ કરતા સૂર્યકાંતનો ચાલુ ફોન માગીને બધાને જવાબ આપ્યો કે તમે શિરવળથી સીધા શુરુર પહોંચો. ત્યાં આવીને ગાડી સૂર્યકાંતભાઉને બદલે તમે કોઈક ચલાવજો. આમ કહેવાનું કારણ સૂર્યકાંતને સમજાયું નહીં, પણ અત્યારે એ બધું વિચારવાનો સમય ક્યાં હતો? સાંજે છ વાગ્યાની આસપાસ નેશનલ હાઈવે ફોર પરના ફાંટા પાસે શુરુર પહોંચી ગયા. સૂર્યકાંત આણિ પોલીસ મંડળી સાતારાથી ૪૦ કિલોમીટરનું અંતર કાપીને પહોંચી, ત્યારે શિરવળની ટીમ ૨૦ કિલોમીટર ગાડીઓ દોડાવીને પહોંચી ચૂકી હતી. દસ-બાર ગાડી લઈને સંજય ભાંડેપાટીલ, પ્રેમજીભાઈ પટેલ, ગુરુદેવ બરદાડે, રાજેન્દ્ર તાંબે, રવીન્દ્ર પાનસરે અને રફીક મુજાવર સહિતના લોકો રાહ જોતા હતા. આટલો મોટો કાફલો પોલીસવાળાને ન ગમ્યો, પરંતુ હવે આ લોકો કંઈ સાંભળવા કે સમજવા માગતા નહોતા. ડીવાયએસપી સંજય એનપુરેએ નારાજગી અને કડકાઈ મિશ્રિત ભાવે સૂર્યકાંત સામે જોયું, તો તેમણે ખભા ઊંચા કરીને જવાબ આપ્યો કે, હવે હું ન કંઈ કહી શકું કે ન કંઈ કરી શકું.

હવે પ્રેમજીભાઈ પટેલ આવીને સૂર્યકાંતની ગાડીમાં ડ્રાઇવરની સીટ પર બેસી ગયા. બધા ગાડી સ્ટાર્ટ કરતાં પહેલાં પૂછવા માંડ્યા કે, 'જવાનું છે ક્યાં?' પોલીસે ટૂંકમાં જવાબ આપ્યો કે, 'વાઈ તરફ.'

સૌથી આગળ લહુને લઈને પોલીસની ગાડી ચાલતી હતી. ગાડીની અંદર લહુ કંઈક વાત કરતો હતો. કદાચ કોઈક જગ્યા બતાવતો હશે. એટલે પોલીસની ગાડી રસ્તાની ડાબી બાજુ ચાલતી હતી, થોડી ધીમી ચાલતી હતી. એક તો અંધારું વધતું જતું હતું, એમાંય વરસાદનો સમય. લહુએ એક-બે વાર ગાડી રોકાવી, પણ પછી મૂંઝાઈ ગયો. કંઈ સ્પષ્ટપણે યાદ આવતું નહોતું. ફરી પોલીસની ગાડી આગળ ચાલી એની પાછળ ગાડીનો કાફલો. સૂર્યકાંતને ચંદ્રકાંત સોનાવણેના ફોન પર ફોન આવી રહ્યા હતા, પણ તેઓ ફોન ઉપાડતા નહોતા. બંને બાપ દીકરાની ફિકરમાં અડધા થઈ રહ્યા હતા, પણ એકદમ લાચાર હતા. વાદળના ગડગડાટરૂપે નિયતિએ બંનેની સ્થિતિ પર એકદમ ક્રૂર અટ્ટહાસ્ય કર્યું. શેંદુરજણે આવ્યું એના રસ્તા પર આગળ વધતા હળદરની ખેતી દેખાઈ. લહુ ફરી મૂંઝાયો, પણ ત્યાં જ રસ્તા પરની એક લાકડાની વખાર દેખાઈ અને એને બધું યાદ આવવા માંડ્યું, છતાં એ મૂંઝાયેલો હતો

કે અહીં શેરડીનાં ખેતર નહોતાં? આ તો હળદરની ખેતી છે. શેંદુરજણેના રોડ પર પોલીસની ગાડી ઊભી રહી ગઈ. પોલીસે સૂર્યકાંતને ગાડીમાંથી ઊતરવાની ના પાડી, તમે અંદર જ બેસી રહો, અમે તરત જ આવ્યા, પરંતુ સૂર્યકાંત ન માન્યા. એમને યાદ આવી ગયું કે થોડા દિવસ અગાઉ પોતાની ગાડી અહીં જ અટકી પડી હતી અને પોતે ખૂબ અસ્વસ્થ થઈ ગયા હતા. ફરી મન એકદમ વ્યાકુળતા અનુભવવા માંડ્યું.

સૂર્યકાંત ગાડીમાંથી ઊતરીને ધીમે પગલે ચાલવા માંડ્યો. એમનાથી ખૂબ આગળ લહુ સંજય એનપુરેને કહેતો હતો, 'અહીં હું એને શેરડી ખાવા લઈ આવ્યો. આજુબાજુ કાંઈ ન હોય એનું મેં ખાસ ધ્યાન રાખ્યું હતું. ખેતરની અંદર ૧૫-૨૦ ફૂટ અંદર લઈ ગયા બાદ મેં તેને નીચે બેસાડ્યો. હું એની બાજુમાં બેસી ગયો. એની પીઠ પર હાથ રાખીને પ્રેમથી પૂછ્યું કે, 'શેરડી ખાવી છેને?' તેણે માથું હલાવીને હા પાડી. મેં કહ્યું કે, તને શેરડી લાવી આપું, પણ નવા સ્પોર્ટ્સ શૂઝ કાઢી નાખ, કાદવમાં ગંદા થઈ જશે. મેં જ તેના શૂઝ કાઢી નાખ્યા. પછી એમાંથી લેસ કાઢી નાખ્યા. તે શેરડીની રાહ જોતો હતો, પણ તરત જ એના ગળામાં શૂ લેસ નાખીને હું બને છેડા ખેંચતો ગયો. બહુ વાર ન લાગી. આસાનીથી ફિનિશ કરી નાખ્યો...'

છેલ્લાં એક-બે વાક્ય કહેવાયાં ત્યારે સૂર્યકાંત ઘણા નજીક આવી રહ્યા હતા. સંજય એનપુરે ફરી આગ્રહપૂર્વક એમને દૂર મોકલી દીધા. સૂર્યકાંત દૂર ગયા અને એનપુરે લહુને લઈને આગળ ગયા. બંને વચ્ચે સલામત અંતર જોઈને એનપુરેએ લહુને પૂછ્યું, એનાં કપડાંનું શું કર્યું? ક્યાં છે?'

લહુએ એકદમ બેફિકરાઈથી જવાબ આપ્યો, 'કામ પતાવી નાખ્યા બાદ મેં એનાં કપડાં કાઢી નાખ્યાં.'

એનપુરેએ આશ્ચર્ય વ્યક્ત કર્યું, 'કેમ?'

'સાહેબ, કપડાં સફેદ હતાં. રિફ્લેક્શન પડે કે નહીં? અંધારામાં પણ કોઈ શેરડીને પાણી આપવા આવે તો તરત જ દેખાઈ આવે. શરીરનો રંગ માટી જેવો હોય એટલે જલદી ખબર ન પડે. મેં હાથેથી થોડી માટી આમતેમ કરીને કપડાં સંતાડી દીધાં, દાટી દીધાં.'

સંજય એનપુરે સમજી ગયા કે લહુ પાસે લાશને દાટવાની સગવડ, સમય કે ઇચ્છા નહોતાં. એ ઝડપથી ઘટનાસ્થળેથી ભાગી છૂટવા માગતો હશે. એનપુરેએ સવાલ કર્યો, 'એટલા નાનકડા બાળકના બૂટની લેસથી કેવી રીતે ગળું દાબી શકાય?'

એ સવાલ પૂછીને એનપુરેએ પાછળ જોયું તો સૂર્યકાંત એકદમ નજીક હતા. તેમણે છેલ્લો સવાલ પૂરો અને વ્યવસ્થિત સાંભળ્યો હતો. તેઓ એકદમ ઊકળી

પડ્યા, 'કેવા પાગલ આઈપીએસ છો તમે? અંધારું વધી રહ્યું છે... સંકેતની વાત મૂકો... એને અમિત વિશે પૂછવા માંડો...'

એક બાપે કઠોર વાસ્તવિકતા સ્વીકારીને દિલ પર હિમાલય ખડકી દીધો. તેમને લાગ્યું કે સંકેત માંડ ત્રણ વર્ષનો હતો અને અપહરણ થયાને આઠ મહિના વીતી ગયા છે એટલે કદાચ... એની સામે અમિત ૧૩-૧૪ વર્ષનો હતો અને એના કિડનેપિંગને માત્ર દસ દિવસ થયા છે... એના સહીસલામત મળી આવવાની શક્યતા ઘણી વધુ છે.

સૂર્યકાંતનો ગુસ્સો અને ઊંચા અવાજથી બધા ભેગા થઈ ગયા. તેઓ બરાબર ભડકેલા હતા પોલીસની કાર્યપદ્ધતિ પર. એનપુરેના ઇશારાને પગલે હવે વિષ્ણુ મર્ડેકરને સૂર્યકાંતથી દૂર રહેવાની સલાહ અપાઈ. ક્યાંક ગુસ્સામાં મર્ડેકરની સ્ટેનગન આંચકીને સૂર્યકાંત કંઈક ન કરવાનું કરી બેસે તો? બધા ગામવાળા મિત્રો સૂર્યકાંતને શાંત પાડવાની મથામણમાં લાગી ગયા. એમને થોડે દૂર લઈ ગયા. થોડા ગામવાળા પોલીસ સાથે ચર્ચા કરવા માંડ્યા. રફીક મુજાવરેએ હિંમત કરીને સંજય એનપુરે પાસે જઈને સલાહ આપી, 'સૂર્યકાંતભાઉ બરાબર કહે છે... અમિત વિશે પૂછવા માંડો, એને શોધવા લાગો.' ડીવાયએસપી સંજય એનપુરેને વાત તો સાચી લાગી. તેઓ માની ગયા.

65

રવિવાર, તા. ૧૬-૦૭-૨૦૦૦

સૂર્યકાંત ભાંડેપાટીલ કેટલા મજબૂત મનના માનવી હતા એ કોઈ જાણતું નહોતું. ખુદ પોતેય નહીં. આજે પોતાના સંકેતની તપાસ છોડીને અમિત પાછળ મહેનત કરવાની માગણી એક બાપ તરીકે ભલે ક્રૂર લાગે, પણ એક સહૃદય માનવી તરીકે કેટલી બધી ઉમદા હતી?

રાતે આઠ વાગ્યે બધી ગાડીઓ શેંદુરજણેથી રવાના થઈ. સૂર્યકાંત બેઠા હતા ગાડીમાં, પણ એમનું મન અને આત્મા હજી જાણે શેરડીમાંથી હળદરમાં ફેરવાઈ ગયેલા ખેતરમાં હતા. પોતે લહુ અને સંજય એનપુરેની વાતચીતમાં એકેય વાર સમ ખાવા પૂરતુંય, સંકેતનું નામ સાંભળ્યું નહોતું. છતાં એ બધી નહીં તોય થોડીઘણી પણ એકદમ કામની વાત સમજી ગયા હતા. આ સમજથી એકદમ વ્યથિત થઈ ગયા, દુઃખી દુઃખી થઈ ગયા, પણ ભાંગી પડવાને બદલે વધુ અડગ, વધારે મક્કમ થઈ ગયા.

શેંદુરજણેથી લોણંદ પહોંચ્યા, તો પોલીસે જાહેરાત કરી કે નિરા જવાનું છે. કદાચ લહુ ગાડીમાં વધુ માહિતી આપી રહ્યો હતો. લોણંદથી નિરા વચ્ચે ૬૦ કિલોમીટરનો રસ્તો. એમાંય ઘણો કાચો રસ્તો. એટલે સૂર્યકાંતના જીવનની જેમ મુસાફરી સડસડાટ, સીધી કે સરળ નહોતી એવી જ જિંદગીના ખૂબ મોટા આંચકા વિશે જ સૂર્યકાંત વિચારી રહ્યા હતા. 'આ લહુ તો ગુનેગાર છે, ગુંડો છે. કદાચ જૂઠું બોલતો હોય. એને ખબર હોય કે કંઈ નહીં મળે તો પોતાને છોડી મૂકશે. કદાચ સંકેત ક્યાંક હોય પણ ખરો...' સૂર્યકાંતના હૃદય અને મગજે આ બાબતે ખૂબ માથાકૂટ-દલીલ કરી. છેવટે સંકેત હયાત હોવાની અને પાછા મળવાની એકાદ ટકો આશા રાખવાની બાપના હૃદયને મગજે મંજૂરી આપી ખરી. 'ઔર જીને કો ક્યા ચાહીએ...' ગીત સાથે ગાડી સડસડાટ આગળ વધી રહી હતી.

રાતે દસેક વાગ્યે નિરા ગામ પહોંચી ગયા. પોલીસવાળા સીધા નિરા પોલીસચોકીએ ગયા. ચંદ્રકાંત સોનાવણેને બોલાવી લીધા. સૂર્યકાંત આણિ મિત્રમંડળી, સાતારા લોકલ ક્રાઇમ બ્રાંચ અને નિરા પોલીસચોકીનો કાફલો ઘાતકી 'વરરાજા' લહુને ફરી અંધારામાં સત્ય શોધવા નીકળી પડ્યો. અચાનક લહુવાળી પોલીસવાળી ગાડી ઊભી રહી ગઈ. બાકી બધી ગાડીની અંદર ઉત્કંઠા વધી ગઈ કે આપણે પહોંચી ગયા? ક્યાં? થોડીવારમાં જ બધા માટે પોલીસવાળા ચા અને વડાંપાંઉ લઈ આવ્યા. ઇચ્છા હતી કે નહોતી, બધાએ વિધિ પતાવી.

ફરી કાફલો ગતિમાં આવ્યો. નિરાથી આઠ-દસ કિલોમીટર દૂર રાઉડી ગયા. બધા રાઉડી પાસે સવાઅગિયાર-સાડાઅગિયાર વાગ્યા વચ્ચે પહોંચ્યા. ગાડીમાંથી ઊતરી જવું પડ્યું, કારણ કે અંદર અડધો કિલોમીટર જેવું પગપાળા જ જઈ શકાય એમ હતું. એમાં વધુ અડધો કે પોણો કલાક લાગી ગયો.

સોમવાર, તા. ૧૭-૦૭-૨૦૦૦

કૅલેન્ડરમાં દિવસ બદલાઈને સોમવાર થયો. સંકેત માટે સૌથી મહત્ત્વનો અને સૌથી વધુ ખરાબ દિવસ ફરી આવી ગયો.

શેરડીના ખેતર બાબતે આજે અંધારાને કારણે લહુ ઢેકણે ફરી મૂંઝાયો, દિશા ભૂલ્યો. એકાદ કલાકની રઝળપાટ બાદ લહુને એ ખેતર મળ્યું. આ વખતે સંજય એનપુરેએ સીધેસીધું પૂછી લીધું, 'અમિતનાં કપડાં ક્યાં છે?'

લહુએ આંગળી ચીંધી અને પોલીસે તરત જ શોધી કાઢ્યાં. આ કપડાં જોતાંવેત જ ચંદ્રકાંત સોનાવણે ભાંગી પડ્યા. આછી પાતળી ધારણા છતાં કડવી

હકીકત સામે આવીને ઊભી રહી ગઈ તો સહન ન થઈ શક્યું. કપડાં પાસેથી જ એક કાંસકો મળ્યો. એ કાંસકો હાથમાં લઈને ચંદ્રકાંત હીબકે હીબકે રડવા માંડ્યા. વરસાદી રાત વચ્ચે અંધારું પણ એક બાપના રુદનથી ગમગીન થઈ ગયું. તમરાં મૌન પાળવા માંડ્યા. ઇરાદાપૂર્વક દૂર ઊભા રખાયેલા સૂર્યકાંત પણ આ બધું જોઈને એકદમ ઢીલા પડી ગયા. શિરવળના મિત્રો સમજાવી-મનાવીને એમને દૂર લઈ ગયા. વિષ્ણુ મર્ડેકર સૂચનાનું પાલન કરી રહ્યો હતો કે સૂર્યકાંતથી સલામત અંતર જાળવવાનું પણ એમનું મન કોઈ નિયમ માનવા તૈયાર નહોતું. એ તો પોલીસની વર્દીમાંથી હરણાની જેમ ભાગી છૂટ્યું અને વ્યથિત સૂર્યકાંત પાસે રોકાઈ ગયું.

ડીવાયએસપી સંજય એનપુરેના સાથી અધિકારીએ લહુને ધમકાવ્યો, 'સ્પોટ બરાબર બતાવ. કોઈ નાટક કરવાનું રહેવા દેજે, નહીંતર અહીં જ તને ઢિબેડી નાખીશું.?' જોકે બધા સમજતા હતા કે ખૂબ અંધારું હતું. કોઈ દિશાની સમજ ન પડે કે ન કોઈ ઓળખ માટેની નિશાની હતી. શહેરથી ટૉર્ચ મંગાવવાનું નક્કી કરાયું.

રાતે બે વાગ્યે ટૉર્ચના અજવાળામાં શોધખોળ શરૂ થઈ. સાતારા લોકલ ક્રાઇમ બ્રાંચના ૧૦-૧૨ અધિકારી ટૉર્ચ લઈને શેરડીનું ખેતર ખૂંદવા માંડ્યા. થોડીવારમાં બધા ખાલી હાથે પાછા ફર્યા, ફરી લહુની પૂછપરછ શરૂ થઈ. હવે એમાં કંટાળો, ત્રાસ, ચીડ, થાક, ઊંઘ અને ગુસ્સો પણ હતાં. પૂછપરછમાં લહુ વ્યવસ્થિત જવાબ આપતો નહોતો. સાતારાના કૉન્સ્ટેબલ પપ્પુ ઘોરપડેએ જોરથી લહુના કાન નીચે ઝીંકી દીધી. લહુ પહેલાં તો સમસમી ગયો. જરાક સ્વસ્થ થઈને ખુલાસો કર્યો, 'મેં સંકેતવાળું સ્પોટ તો બતાવી દીધુંને? અહીં અંધારામાં કંઈ સમજ પડતી નથી તો શું કરું?'

દૂરથી બધું જોઈ રહેલા સૂર્યકાંત આગળ દોડી આવ્યા. તેમણે કહ્યું, 'ચાલો આપણે બધા મળીને શોધીએ. એ કહે છે તો ક્યાંક કંઈક હશે જ.'

ફરી બધા ટૉર્ચ લઈને અલગ અલગ દિશામાં મથામણ કરવા માંડ્યા. રાતે લગભગ ત્રણ વાગ્યે પપ્પુ ઘોરપડેને કંઈક દેખાયું. તેણે બૂમ પાડી તો બધા દોડી ગયા. બધાએ જઈને જોયું તો માનવ અસ્થિનો ઢગલો પડ્યો હતો. એ કમરના ભાગ પર બાંધેલા દોરાએ હજી હાડકાના ઢગલાને વિખેરાઈ જતાં રોકી રાખ્યો હતો. જંગલી જાનવરો લાશ પરથી માંસની મિજબાની કરી ચૂક્યા હતા. પૂરેપૂરું, ચિત્ર સ્પષ્ટ થયું ત્યારે સવારના ચાર વાગ્યા હતા. ચંદ્રકાંત સોનાવણેની દુનિયા સાવ લૂંટાઈ ગઈ હતી એટલે એમને ફરક ન પડ્યો કે ચાર વાગ્યા છે કે બાર?

અમિતનો કિસ્સો ખતમ થઈ ગયો હતો, પણ સંકેતનું કંઈ જ હાથ લાગ્યું નહોતું. સંકેત મળવાની આશા ખરી, એક ટકો તો એક ટકો. પોલીસે રફીક મુજાવરને સમજાવ્યા કે હવે સૂર્યકાંતભાઉને ઘરે લઈ જાવ અહીંનું કામ પતી ગયું છે અને બાકીનું પોલીસે કરવાનું છે.

વાત સાચી હતી. ઇન્વેસ્ટિગેશન પૂરું થયું હતું. પોલીસે હવે પુરાવા ને સાબિતી અને સાક્ષી મેળવવાના હતા. નિવેદનો નોંધવાનાં હતાં. સાચા-જૂઠાને અલગ તારવવાનાં હતાં. એ બધુંય પછી, અત્યારે તો બધા ખૂબ જ થાક્યા હતા. સૂર્યકાંત સવારે છ વાગ્યે ઘરે પહોંચ્યા. હજી સુધી રસ્તામાંથી કોઈને કંઈ જણાવ્યું નહોતું. બધા આતુરતાથી રાહ જોતા હતા. પ્રતીક્ષા સાથે ચિંતા હતી. સૂર્યકાંતે બધાને ટૂંકમાં સમજાવ્યું, 'એ કંઈ ને કંઈ કરી રહ્યો છે... કંઈ સ્પષ્ટ થતું નથી... કન્ફર્મ નથી... હું ખૂબ થાક્યો છું હવે... નિરાંતે વાત કરીશું.'

બધા મિત્રોને પણ સવારે ૧૦.૩૦ કે ૧૧ વાગ્યે આવવા માટે અને ત્યાં સુધી આરામ કરવાની વિનંતી કરી. ઘરવાળા સૌ જાણતા હતા કે છેલ્લા બે દિવસ અને ત્રણ રાતથી સૂર્યકાંત ગાંડાની જેમ રઝળપાટ કરી રહ્યા છે. ન જાણે શું ખાધું-પીધું હશે? ઊંઘ તો નહીં જ થઈ હોય... સંકેતના વિચારોમાં સૂર્યકાંતની બેય આંખની પાંપણો ક્યાંય સુધી એક ન થઈ. પછી બંનેએ સપનામાં સંકેતને બોલાવવાનું કાવતરું રચીને એક થઈ ગઈ.

સતત ફિકર, અલપઝલપ ઊંઘના ઉજાગરા અને અધકચરી માહિતીને લીધે બળતી અને લાલચોળ થઈ ગયેલી આંખ સાથે પ્રતિભા ઘરનાં કામકાજ પતાવતી હતી, પણ મન ક્યાંય લાગતું નહોતું. તેણે સૂર્યકાંત પાસેથી વિગતવાર જાણવું હતું કે લહુએ શું કીધું? સંકેત વિશે કહેવાયેલો એક એક શબ્દ સાંભળવો હતો. સંકેતના ગયા બાદ આટલો બધો વિષાદ કેમ થઈ રહ્યો છે એ પ્રતિભાને સમજાતું નહોતું.

પ્રતિભા કમને પરાણે અને જાતને ઢસડીને રોજિંદાં કામ કરતી હતી. આજે ન જાણે કેમ એ ઘરમાં જ્યાં જતી, ત્યાં ત્યાં એને સંકેત દેખાતો... હસતો સંકેત... બોલાવતો સંકેત... ચૂપચાપ મલકાતો સંકેત... પરાણે વહાલો લાગતો સંકેત... પ્રતિભાને સમજાતું નહોતું કે પોતાની સાથે થઈ શું રહ્યું છે?

સૂર્યકાંત ભલે આરામથી ઊંઘી લે એવું કાયમ ઇચ્છતી પ્રતિભાને થયું કે એ જલદી જાગે તો સારું. એમની સાથે બહુ બધી વાતો કરવી છે. પાછળથી સંકેતનો અવાજ સંભળાયો. મારી વાતો કરવી છે ને મમ્મી. પ્રતિભાએ એકદમ પાછળ વળીને જોયું તો એક ખૂણામાં સંકેતની સાઇકલ હતી, પણ સંકેત નહોતો. ત્યાં જ એ ફસડાઈ પડી. રડવા માંડી. કોઈ અવાજ ન સાંભળી જાય એટલે

મોઢા પર સાડીનો છેડો રાખી દીધો, પણ ઘરના એક છેડેથી જનાબાઈએ અને બીજે છેડેથી સૌરભે બધું જોયું, બંનેમાંથી એકેય આગળ ન આવ્યા. પ્રતિભાને નિરાંતે રડી લેવા દીધી.

66

સોમવાર, તા. ૧૭-૦૭-૨૦૦૦

ફરી આવી સોમવારની સવાર. સંકેત કેસનો સૌથી વધુ ઘટનાત્મક, નાટ્યાત્મક અને આઘાતજનક વાર. તે દિવસના સૂર્યોદય સાથે જ સૌને તાલાવેલી હતી કે થયું છે શું? ફિકર હતી કે સંકેત ક્યાં છે? કેવી સ્થિતિમાં છે? કોઈનામાં હિંમત નહોતી જઈને સૂર્યકાંતને જગાડવાની, પણ સૌ મનોમન ઇચ્છતા હતા કે હવે એ જલદી જાગે અને થોડી ઘણી વાતો કરે તો સારું, પછી ભલે ફરીથી ઊંઘી જાય.

અગિયારેક વાગ્યાથી ગામના આગેવાનોની આવવાની શરૂઆત થઈ. ઘણા રાતે દોડધામ કરીને આવ્યા હતા, કેટલાક સાવ અંધારામાં હતા. બરાબર બાર વાગ્યે મિત્રો, ઓળખીતા, ઘરના બધા સભ્યો અને પ્રતિભાના પિયરવાળાં પણ ભેગાં થયાં હતાં. સૂર્યકાંત સોફા પર બેઠા હતા. બાજુમાં મિત્ર અને ગ્રામ પંચાયતના સભ્ય રાજેન્દ્ર તાંબે બેઠા હતા. બધા સાંભળવા ઉત્સુક હતા, પણ કોઈની જીભ ઊપડતી નહોતી.

સૂર્યકાંતે આસપાસ પોતાને તાકી રહેલા બધા સામે જોયું. સૂર્યકાંત કંઈ બોલી શકવાની સ્થિતિમાં નહોતા. કંઈ બોલી શકે એમ નહોતા. અચાનક બાજુમાં બેઠેલા રાજેન્દ્ર તાંબેને વળગીને રડવા માંડ્યા. ખૂબ રડ્યા. મોટા મોટા અવાજે રડ્યા. જિંદગીમાં ક્યારેય નહોતા રડ્યા એટલું અને એવું રડ્યા. કોઈને કંઈ કહેવાયું નહોતું, જણાવ્યું નહોતું છતાંય બધાને અંદાજ આવી ગયો. એક પછી એક સૌ રડવા માંડ્યા. ગમગીનીનું સામ્રાજ્ય 'સાંઈ-વિહાર'માં જ છવાઈ ગયું. આ બધી વાત ક્યારે બહાર દોડી ગઈ એ ખબર ન પડી. ધીરે ધીરે ગામના બધા ઘરની બહાર એકઠા થવા માંડ્યા.

છેવટે સૂર્યકાંતે પોતે જ જાત પર કન્ટ્રોલ કરી લીધો. પોતે રડવાનું બંધ કર્યું, છતાં તેઓ ગમે ત્યારે રડી પડે એવી હાલત હતી. એમને જોઈને ઘરવાળા ફરીથી અને વધુ ઢીલા પડી જવાના ભયે મિત્રો ઊભા થયા.

સૂર્યકાંતને લઈને ટૅરેસ પર જતા રહ્યા. એ જ સમયે ટૅરેસ પર અજાણી

ત્રિપુટીનું આગમન થયું. નિવૃત્ત કર્નલ પ્રકાશ પવાર અને પ્રકાશ અર્જુન સાવંત અને સાથે જ્યોતિ શીવતરે. આ બંને ભાઈ ખાનગી ડિટેક્ટિવ હતા. એક સ્ત્રી તેમની સાથીદાર હતી. આ બંને ડિટેક્ટિવ પોલીસ સુપરિન્ટેન્ડન્ટ રામરાવ પવારના અંગત મિત્ર હતા. પવારની વિનંતીને માન આપીને જ તેઓ આ કેસમાં પુરાવા-સાબિતી મેળવતા સૂર્યકાંતને મદદ કરવા માટે આવી પહોંચ્યા હતા, પરંતુ ગંભીર માહોલ અને સંજોગોની નજાકત જોઈને કોઈએ ઝાઝી વાતો કરવાનું મુનાસિબ ન માન્યું.

સૂર્યકાંત અને મિત્રો ટૅરેસ પરથી નીચે ઊતર્યા, ત્યાં સુધીમાં પ્રેમજીભાઈ પટેલ અને શિવલાલ પટેલે હકીકતથી બધાને વાકેફ કરી દીધા હતા. બધા એકદમ શોકાતુર હતા. ગામવાળાને વધુ કહેવાની ઇચ્છા નહોતી કે જરૂરેય નહોતી. વિનંતી કરીને બધાને પાછા મોકલી દીધા.

બધાએ ખૂબ આગ્રહ કર્યો, તો સૂર્યકાંતે માંડ માંડ થોડું ખાધું, પરાણે પરાણે. સાથોસાથ ડિટેક્ટિવ ટીમ સાથે ચર્ચા કરી કે લહુ ઢેકણે વિરુદ્ધનો કેસ એકદમ જડબેસલાક કેવી રીતે બનાવવો? નાનામાં નાના પુરાવા, સાબિતી અને સાક્ષી ભેગાં કરી લઈએ. પોલીસ ભલે પોતાની રીતે આગળ વધતી પણ પોતે હજી પગ વાળીને નહીં બેસે, એવી સૂર્યકાંત ભાંડેપાટીલે મનોમન ગાંઠ બાંધી લીધી.

બપોરે સાડાત્રણ વાગ્યે તો સૂર્યકાંત અને ટીમ શેંદુરજણે જવા માટે રવાના થઈ ગઈ. એ ત્યાં પહોંચ્યા ત્યાં વાઈથી મિત્રોનો મોટો કાફલો હાજર હતો. સૂર્યકાંતે ૧૮-૧૮ વર્ષ વાઈમાં ગુજાર્યાં હોવાથી મિત્રમંડળ ખૂબ બહોળું હતું. હવે બધા એક-એક દિશામાં જ્યાં જે સૂઝ્યું તે જોવા, જાણવા અને પૂછવા નીકળી પડ્યા. આ ખેતરનો માલિક કોણ? જવાબ મળ્યો, મીઠાલાલ જૈન. અહીં કામ કરનારા દાડિયા કેટલા? કોણ? શેરડીનો પાક લણ્યો ક્યારે? અને કોણે? કોઈને ક્યારેય કંઈ અજુગતું દેખાયું?

ખેતરને અડીને આવેલા રસ્તા પરના ચા-પાનના ગલ્લાવાળા પર સવાલોની ઝડી વરસી, 'તમને ક્યારેય કોઈ અવાજ ન આવ્યો? કંઈ શંકાસ્પદ ન લાગ્યું? જાનવર મરી જાય તોય ખૂબ વાસ આવે, તો માનવ-શબની જરાય દુર્ગંધ ન આવી?'

સવાલોના જવાબોમાં કંઈ જ કામનું ન મળ્યું, પણ સૂર્યકાંત ઍન્ડ મંડળી હતાશ ન થઈ. થાક્યા કે કંટાળ્યા વિના ત્યાંથી સીધા નિરા ગાંવ ગયા. ત્યાં પૂછપરછ કરી. ફરી એનું એ પરિણામ.

રાતે નવેક વાગ્યે નિરાથી ડિટેક્ટિવ ટીમ પુણે ગઈ અને સૂર્યકાંત શિરવળ જવા નીકળ્યા. સૂર્યકાંત જરાય કચાશ છોડવા માગતા નહોતા, કારણ કે તેઓ

લહુને આકરામાં આકરી સજા થાય એમ ઇચ્છતા હતા. વધુ મહત્ત્વની બાબત એ હતી કે સંકેત વિશે કંઈ એકદમ નિશ્ચિત કે નક્કર ન હતું. નહોતો કોઈ ખૂનનો સાક્ષી કે નહોતી લાશ કે હાડપિંજર. અદાલતમાં ટકી રહેવા એવા સાંયોગિક પુરાવા શોધવાનું અનિવાર્ય હતું, નહીંતર લહુ કદાચ આબાદ છટકી જાય અને ફરી ન જાણે કેટલાય સંકેતના જીવ જોખમમાં આવી પડે. ના, ના હું એવું નહીં જ થવા દઉં.

એ લહુ રામચંદ્ર ઢેકણે પાસેથી માહિતી મેળવવાનું મુશ્કેલ નહોતું. ન જાણે કેમ એ પોલીસ પૂછે એટલું બધુ સાચેસાચું કહી દેતો અને એને અનુરૂપ વધારાની માહિતી સુધ્ધાં સ્વેચ્છાએ આપી દેતો હતો.

પોલીસને એક પછી એક કડી તર્કબદ્ધ રીતે મળી રહી હતી. અમિત ચંદ્રકાંત સોનાવણેનો કેસ તાજો હતો, પુરાવા હતા અને હાડપિંજર મળ્યું હતું એટલે એ મામલો આસાન હતો, પરંતુ બંને કેસમાં ગુનેગાર એક હતો. અપરાધ સરખા હતા એટલે બંને કેસને એકદમ અલગ પાડવાનું શક્ય નહોતું. અંકોડા જોડાયેલા હતા.

લહુએ આપેલી માહિતીને પગલે પોલીસે એની આર્થિક પ્રવૃત્તિની, આવકની અને સોદાઓની વિગતો નોંધવા માંડી. હકીકતમાં તો લહુ આ ફર્નિચર પૉલિશિંગના કામથી કંટાળ્યો હતો. એની મહત્ત્વાકાંક્ષા પોતાની દુકાન કરવાની. ઓટો મોબાઇલ યા સ્પેરપાર્ટ્સની દુકાન, પરંતુ ખાટલે મોટી ખોટ એ કે ધંધો શરૂ કરવા માટે મૂડીના નામે કાણી કોડીય નહોતી કે નહોતી ઇમેજ કોઈ ઉધાર ધરે એવી.

આ પોતાના ધંધાનું સપનું સાકાર કરવા માટે તેણે કેટકેટલાનાં સપનાંનો કચ્ચરઘાણ વાળી નાખ્યો. પોતાની મહત્ત્વાકાંક્ષાના હવનમાં બીજાનાં સંતાનો હોમી દીધાં, એમના અરમાન-લાગણીની હોળી સળગાવી. ઓટોમોબાઇલ સ્પેરપાર્ટ્સનો ધંધો કરવા માટે માસૂમોના શરીરના સ્પેરપાર્ટ્સ છૂટા પાડી દીધા, એ વિચારીને જ પોલીસને પણ કમકમાં આવી ગયાં.

આ કિડનેપિંગમાંથી મેળવેલા પૈસાનું શું કર્યું એની વિગતો પોલીસ મેળવવા માંડી. ગામનું દેવું ચૂકવ્યું, મુકાદમવાડીમાં રહેતી બહેનને થોડા પૈસા આપ્યા. દુકાન કરવા માટે શિરવળથી ૧૫ કિ.મી. અને દેગાંવથી ૭ કિ.મી. દૂર આવેલા કપુરહોલે ગામમાં દુકાન ભાડે રાખી લીધી અને એને માટે રૂપિયા પાંચ હજારની ડિપોઝિટ ભરી હતી. પોલીસ પૂછપરછ બાદ શક્ય એટલી વધુ લોકોની જુબાની લેવાની હતી. જ્યાંથી મળે ત્યાંથી રકમ પાછી મેળવવાની હતી.

સંકેતના અપહરણ બાદ ટીચર અંજલિ વાળીમ્બેએ કરેલા વર્ણનની સૌને ખબર મળી હતી. આ વર્ણનને આધારે પકડાઈ ન જવાય એ માટે લહુ બે મહિના કોલ્હાપુર જતો રહ્યો, ત્યાં અખાડામાં જઈને કસરત-કુસ્તી અને તબિયત

બનાવી લીધી. ત્યાંથી પાછા ફરીને નિરામાં ચંદ્રકાંત સોનાવણેનું કામ હાથ પર લીધું ત્યારે જ અમિત એના શેતાની દિમાગમાં રમવા માંડ્યો હતો.

પોતાના દરેક કામને અંજામ આપવા માટે લહુ અલગ-અલગ વાહન વાપરતો હતો. આ ટુ વ્હીલર ખરીદવાની તો તાકાત નહીં. તો પછી કરવાનું શું? અફકોર્સ, ચોરી. સૂર્યકાંત ભાંડેપાટીલે જપ્ત કરીને પોલીસને સોંપી દીધેલી સુઝુકી સમુરાઈ મોટરસાઇકલ અને સ્કૂટરની તપાસ શરૂ કરી. એ પહેલાં લહુએ કબૂલ કરી લીધું કે શિરવળમાંથી સંકેતનું અપહરણ કર્યાના સાત મહિના અગાઉ એટલે કે છ મે, ૧૯૯૯ના રોજ પુણેના એરંડવાણાના રહેવાસી બંડુ રામચંદ્ર સાળુંખેનું ભાવસાર સુમંગળ કાર્યાલય બહાર પાર્ક કરેલું બજાજ સ્કૂટર, નંબર એમ.એફ.એલ. ૧૦૯૯, સિફતપૂર્વક ચોરી લીધું. આ સ્કૂટર પર બનાવેલી નંબર પ્લેટ એમ.ઈ.સી. ૧૦૯૯ લગાવી દીધી. આ સ્કૂટર પર રખડી રખડીને લહુ પૉલિશના કામકાજ મેળવતો હતો. આ ગ્રે કલરના સ્કૂટર પર જ તેણે સંકેતનું અપહરણ કર્યું હતું.

જ્યારે અમિત સોનાવણેના કિડનેપિંગમાં વાપરી ટી.વી.એસ. સુઝુકી મોટરસાઇકલ. આ વાહન પુણેના કર્વેનગરમાં રહેતા સદાનંદ સાતોબા ધરપડેની. આ ધરપડેભાઉએ ૨૫ એપ્રિલ, ૨૦૦૦ના રોજ પુણેના સ્વારગેટ એસ.ટી. સ્ટેન્ડ પાસે ગાડી પાર્ક કરી અને એને પગ આવી ગયા. અહીંની ભીડભાડ અને ટ્રાફિકનો લાભ લઈને લહુ સુઝુકી લઈને પલાયન થઈ ગયો. પછી ધરપડે પોતાની એમ.એચ. ૧૨-ઈ.એ. ૯૦૪૫ને શોધતા જ રહ્યા.

પોલીસને એક વાત સમજાતી નહોતી કે અપહરણ માટે સંકેત ભાંડેપાટીલ અને અમિત સોનાવણેની પસંદગી શા માટે કરી? સૂર્યકાંત કે ચંદ્રકાંત સાથે કોઈ વેર હતું? વાંધો હતો? લહુએ એકદમ નિર્દોષ ચહેરા સાથે સહજતાથી જવાબ આપ્યો, 'કોઈ જ દુશ્મની કે વાંધો નહોતાં. મારે પૈસા જોઈતા હતા એ મેળવવા માટે સંકેત અને અમિત સૌથી વધુ શ્રેષ્ઠ ઉમેદવાર હતા.'

67

મંગળવાર, તા. ૧૮-૦૭-૨૦૦૦

સાતારા પોલીસની પૂછપરછ અને ઊલટતપાસ વ્યવસ્થિત ચાલી રહી હતી. લહુ ઢેકણેને કોર્ટમાં હાજર કરીને આઠ દિવસની એટલે કે ૨૪મી જુલાઈ સુધીની પોલીસ કસ્ટડી મેળવી લેવાઈ હતી. પોલીસને હવે લહુની વધુ પૂછપરછની જરૂર નહોતી.

'સાંઈ-વિહાર'માં બધા ગુમસૂમ હતા, વિષાદ કાયમી થતો જતો હતો. આની વચ્ચે સૂર્યકાંત પોતાની ટીમ અને મિત્રમંડળી સાથે દોડધામ કર્યે રાખતા હતા. સંકેત અપહરણ કેસ ઉકેલાઈ ગયો એનાથી સિક્યુરિટી ગાર્ડ વિષ્ણુ મર્ડેકર રજા મૂકીને ઘરે જતો રહ્યો હતો. કેસ ઉકેલાઈ ગયો અને લહુ પકડાઈ ગયો એટલે હવે કેવું જોખમ?

પહેલાં પોલીસ અને સૂર્યકાંતના પરિવારને જાણ થઈ કે લહુએ સંકેત સાથે શું કર્યું, ક્યારે કર્યું અને કેવી રીતે કર્યું? પછી અખબારો થકી વિગત વાંચીને શિરવળ જ નહીં, સાતારા-પુણે જિલ્લામાં અને સમગ્ર મહારાષ્ટ્રમાં અરેરાટી વ્યાપી ગઈ.

સૂર્યકાંતે ઘરમાં બધાને આંચકો આપ્યો. 'સૌ પોતપોતાના કામે વળગી જાઓ. રડતાં બેસી રહેવાથી સંકેત પાછો આવી જવાનો નથી. નસીબમાં હતા એટલા એના સાથ, સંગાથ અને સ્નેહ મળ્યાં.'

પ્રતિભા સામે જોઈને સૂર્યકાંત બોલ્યા, 'આજથી સ્કૂલે જવાનું શરૂ કરી દો. ત્યાં ઘણા સંકેતને તારા પ્રેમ, શિક્ષણ અને ઉછેરની જરૂર છે.'

જનાબાઈ કંઈ કહેવા ગયાં, પણ પતિ વિષ્ણુએ રોકી લીધી, 'સૂર્યકાંતની વાત સાચી છે. સંકેતના સમાચાર આવ્યા અગાઉ બધાં ખૂબ દુ:ખી થયાં, ખૂબ રડ્યાં. હવે વધુ દુ:ખી થઈશું તો કોઈની તબિયત બગડી શકશે.'

પ્રતિભા એકદમ ધસી જઈને સાસુમાને વળગી પડી. એ રડવા માગતી હતી પણ અંકુશ રાખવામાં સફળ થઈ. આ જોઈને બધાં થોડાં ઢીલા પડી ગયાં, પરંતુ ફરી વિષ્ણુ ભાંડેપાટીલે વડીલ તરીકે પહેલ કરી, 'અને સૂર્યકાંત, તું ક્યારથી કામે લાગવાનો છો? બેટા, તેં ખૂબ દોડધામ કરી છે, લડાઈ કરી છે, બદનામી પણ સહન કરી છે. ખૂબ થાક્યો હોઈશ તનથી, મનથી. થોડા દિવસ આરામ કરવો હોય તો કરી લે, પછી તું પણ કામકાજ શરૂ કરી દે.'

સૂર્યકાંત સંકેતના ફોટા પાસે જઈને ઊભા રહ્યા, 'સંકેત તો ગયો, પણ એનો હત્યારો છટકી ન જવો જોઈએ. એટલે લહુ સામેના પુરાવા અને સાબિતી અને સાંયોગિક પુરાવા ભેગા કરવાની મથામણ હજી થોડા દિવસ ચાલશે. આની સાથોસાથ હું પણ કામ પર ધ્યાન આપવાનું હવે ચાલુ કરી દઈશ.'

એ જ દિવસે પ્રતિભાને સ્કૂલમાં જોઈને બધા સ્તબ્ધ થઈ ગયા. શિક્ષકો તો એની સામે જોઈને હાથ જોડતા. કોઈક શિક્ષિકા હૂંફથી એનો હાથ પકડીને દબાવતી. સંકેતના ગાલ ખેંચનાર અને પપ્પી કરનારી છોકરીઓ તો પ્રતિભાને વળગીને રડી જ પડી. પ્રતિભાએ માંડ માંડ એક એકને શાંત પાડી. બધી ચૂપ થયા બાદ એમની સામે જોયા વિના પ્રતિભા પોતાના ક્લાસ તરફ ચાલવા માંડી.

સૂર્યકાંત એક ડાયરી અને બોલપેન લઈને રફીક સાથે બેઠા હતા, 'રફીકભાઈ,

મૈં સંકેત કી ડિટેઇલ્સ પઢતા હૂં. હમ સોચતે હૈં કિ કહાં ક્યા મિલ સકતા હૈ...' રફીકે ધીમેથી કહ્યું, 'હમણાં આરામ કરવો હોય તો કરી લો. બે કલાક પછી આવું છું.'

'ના, આરામ તો આખી જિંદગી કરવાનો છે. મોડું કરવામાં ક્યાંક કોઈ પુરાવા કે સાબિતીનો નાશ થાય તો? સંકેત માટેનો પ્રેમ વ્યક્ત કરવાની જ આ રીત છે. લહુ છટકવો ન જોઈએ. કોઈ પણ સંજોગોમાં. તેણે મારા સંકેતને...'

સૂર્યકાંત આગળ ન બોલી શક્યા. રફીકે ટેબલ પર પડેલો પાણીનો ગ્લાસ આગળ ધર્યો. સૂર્યકાંત રફીક સામે જોઈ રહ્યા. ગ્લાસમાંથી એક ઘૂંટડો પાણી પીધું. ગ્લાસ નીચે મૂકીને બોલ્યા, 'ધ્યાન સે સૂનિયે લહુ બપોરે ૧૨.૩૦ વાગ્યે સંકેતને ફોસલાવીને સ્કૂટર પર લઈ ગયો... આપણા શિરવળના બજાર પેઠમાંથી થઈને એન.એચ. ફોર પર પહોંચ્યો... એ જ રોડ પર ૧૨ કિ.મી દૂર ખંડાલા પહોંચ્યો... ખંડાલા એસ.ટી. સ્ટેન્ડ પાસેના પાનના ગલ્લા પરથી સંકેત માટે પીપરમેન્ટ કે બિસ્કિટ લીધાં... ત્યાંથી વાઈ ગયો અને એસ.ટી.ડી. બૂથ પરથી ફોન કર્યો, જે ફાતિમાએ ઉપાડ્યો હતો... પછી ન જાણે મનમાં શું આવ્યું કે વાઇથી રિટર્ન થયો. શેંદુરજણે ગામ આવ્યો. ત્યાં રોડને અડીને ગટર... ગટરને અડીને મોટી ભીંત... બપોરના બે વાગ્યે લાગ જોઈને ખેતરમાં ઘૂસી ગયો. પછી સવા બે વાગ્યે સંકેતને ખતમ કરી નાખ્યો...'

રફીકને નવાઈ લાગી. કેવું દિલ પર પથ્થર મૂકીને પોતાના વહાલસોયા દીકરાના અંતિમ કલાકોનું વર્ણન કરી રહ્યો છે. મન પર કેવી વીતી હશે? વધુ રોકાયા વિના સૂર્યકાંતે એ કાગળ મૂકીને બીજો કાગળ ઉપાડ્યો.

'રફીકભાઈ, સંકેત અને અમિતનો ગુનેગાર એક જ છે. અમિતના કેસની વિગતો લઈએ... ચંદ્રકાંત સોનાવણેની દુકાનમાં લહુએ કામ કર્યું હતું... ક્યારેક ઘરે પણ આવવા-જવાનું થતું હતું... એટલે અમિત એને ઓળખે... મોટરસાઇકલ પર આંટો મરાવવાને બહાને અમિતને સ્કૂલેથી ઉપાડી લીધો... નિરા ગામથી નિરા નદી તરફ ગયો... નિરા પરનો પુલ વટાવીને લોણંદ રોડ તરફ આગળ વધ્યો... અગાઉ કરેલી તૈયારી મુજબ વચ્ચે પ્લાસ્ટિકની ફેક્ટરી પાસે ગાડી ઊભી રાખી... ત્યાં પડેલા કચરાના ઢગલામાંથી પસંદ કરીને પેકિંગ માટેની પ્લાસ્ટિકની સફેદ પટ્ટી ઉપાડી લીધી... પછી અમિતને લઈને રાવડી ગામ ગયો. ત્યાંના નિર્જન ખેતરમાં પ્લાસ્ટિકની પટ્ટીથી ગળું દાબી દીધું... કપડાં દૂર દાટી દીધાં...'

એ જ સમયે દરવાજા પર ટપાલી આવ્યો. રજિસ્ટર્ડ એ.ડી.થી સૂર્યકાંત માટે કોઈ પત્ર આવ્યો હતો. ઓળખીતા ટપાલીએ સહી લઈને વિષ્ણુ ભાંડેપાટીલને કવર આપ્યું. વિષ્ણુ અંદર આવ્યા. સૂર્યકાંત કાગળ પર કંઈક લખી રહ્યા હતા.

કવર રફીકને આપીને વિષ્ણુ ત્યાં જ બેસી ગયા. સૂર્યકાંતે ઊંચું જોયું તો રફીકે કહ્યું, 'તમારો રજિસ્ટર્ડ પત્ર આવ્યો છે.'

સૂર્યકાંતે હળવા સ્મિત સાથે કહ્યું, 'ખોલો અને જુઓ તો ખરા... તમારાથી શું છુપાવવાનું હોય?' રફીકને આનંદ અને આશ્ચર્ય બંને થયાં. સૂર્યકાંતને પોતાના પર આટલો બધો વિશ્વાસ?! તેમણે પરબીડિયું ખોલ્યું. અંદરનો કાગળ વાંચ્યો. પહેલાં સૂર્યકાંત સામે જોયું, પછી વિષ્ણુ તરફ.

વિષ્ણુ ભાંડેપાટીલથી ન રહેવાયું, 'શેનો કાગળ છે... કંઈક સરકારી લાગે છે.'

રફીક ગેગેફેંફે થવા માંડ્યા, 'ચાચા યે તો હૈ ન વો...'

સૂર્યકાંતે વચ્ચે જ રોક્યા, 'કંઈ છુપાવવાની જરૂર નથી. બોલો શું છે?'

રફીક ધીમેથી બોલ્યો, 'લાઇસન્સ છે... રિવૉલ્વર રાખવાનું અને ખરીદવાનું લાઇસન્સ.'

વિષ્ણુ ભાંડેપાટીલ એકદમ ઊભા થઈ ગયા, 'રિવૉલ્વરનું લાઇસન્સ?... સૂર્યકાંત આ શું છે બધું?... આપણે ખેડૂત માણસ... એ છોડીને મેં નોકરી કરી... તારી જીદ હતી તો વેપાર કરવા દીધો... હવે આ રિવૉલ્વર લઈને કરવા શું માગે છે તું?'

સૂર્યકાંત કહેવા ગયા, 'એ તો હું...' વિષ્ણુ ભાંડેપાટીલ ભડક્યા, 'તેં ઘરમાં પૂછ્યું કોઈને? વાત કરી? હું હજી જીવતો છુંને?'

સૂર્યકાંત નજીક આવ્યા, એમને ખુરશીમાં બેસાડ્યા, 'કબૂલ કે ઘરમાં કોઈ સાથે વાત થઈ નથી. ધમાલ અને દોડધામમાં રહી ગયું...'

વિષ્ણુ ભાંડેપાટીલે તીખા અવાજમાં પૂછ્યું, 'કહેવાનું રહી ગયું. કોઈને ગોળી માર્યા પછી કહેવાનો હતો?'

'બાબા, ગુસ્સો કરવો હોય એટલો કરજો. પહેલાં મારી વાત તો સાંભળો. રામરાવ પવાર સાહેબ આવ્યા, ત્યારે તેમને મળવા ગયો હતો. સંકેત કેસની વિગતો જાણતા હતા. લહુએ નવી નવી ધમકી આપી હતી. આપણા સૌ પર જોખમ હતું.'

'એટલે રિવૉલ્વર લઈ લેવાની?' વિષ્ણુના ગોળીબાર ચાલતા રહ્યા.

'એવું નથી બાબા. પવાર સાહેબે આગ્રહ કર્યો કે લાઇસન્સ કઢાવી લો. ક્યારેક મુશ્કેલીમાં જરૂર પડશે તો રિવૉલ્વર સ્વ-બચાવમાં કામ લાગશે. તેમણે પોલીસવાળા પાસે જ ફૉર્મ ભરાવ્યું. મેં ચૂપચાપ સહી કરી આપી. પછી સંકેતની દોડધામમાં સાવ ભૂલી ગયો.'

'અચ્છા... એમ વાત છે. તો હવે શું કરવાનું આ લાઇસન્સનું...?'

સૂર્યકાંતે ખાતરી આપી, 'કંઈ નહીં. મેં ફૉર્મ ભરતી વખતે જ નિર્ણય લઈ લીધો હતો કે રિવૉલ્વર નહીં ખરીદું... આ કાગળિયું પડ્યું રહેશે ઘરમાં...'

કંઈ બોલ્યા વિના વિષ્ણુ ભાંડેપાટીલ ઊભા થઈને જતા રહ્યા. રફીકે ધીમેથી પૂછ્યું, 'ભાઉ, સચમુચ આપ રિવૉલ્વર નહીં લેનેવાલે હો?'

સૂર્યકાંતે રફીકના હાથમાંથી કાગળ લઈને કવરની અંદર મૂક્યો. કવર ફાઇલમાં મૂક્યું, 'આ કવર અહીં જ રહેશે કાયમ માટે... ડોન્ટ વરી. હવે જે કંઈ કરવાનું છે એ મારે નથી કરવાનું... એમાં રિવૉલ્વરની જરૂર નહીં પડે.'

સાતારા લોકલ ક્રાઇમ બ્રાંચની પૂછપરછ લગભગ પતી ગઈ હતી. ઝાઝું કંઈ પૂછવાનું રહેતું નહોતું. લહુ ઢેકણેએ બંને અપહરણ અને હત્યાની કબૂલાત કરી લીધી હતી. પોલીસ ચાર્જશીટની તૈયારી કરવામાં ડૂબી ગઈ. લહુ બે ટાઇમ મસ્ત દબાવીને ખાતો-પીતો અને સરસ ઊંઘતો હતો. લહુ જાણે વૅકેશન પર આવ્યો હોય એમ આરામ ફરમાવી રહ્યો હતો. મોટા ભાગના પોલીસવાળાએ ઘણા ગુનેગારને જોયા હતા, પણ આવો માણસ ક્યારેય જોયો નહોતો. ન કોઈ પસ્તાવો, ન કોઈ ફિકર, બલકે ખૂન કેસમાં પકડાયા બાદ પોતાનું શું થશે એની જરાય ચિંતા ચહેરા પર નહીં.

લહુના ચહેરા પર કંઈ નહોતું, પણ મગજમાં જે ભયંકર વિચારો ચાલતા હતા એ વાંચી કે જાણી શકાયા હોત તો પોલીસવાળાની ઊંઘ હરામ થઈ ગઈ હોત, ભૂખ ભાંગી ગઈ હોત અને નોકરી જોખમમાં મુકાઈ ગઈ હોત.

68

ગુરુવાર, તા. ૨૨-૦૮-૨૦૧૩

આખા ભારતની નજર મુંબઈ પર મંડાયેલી હતી. શિવસેનાના સુપ્રીમો બાળાસાહેબ ઠાકરેની સંભવિત અટકાયત થશે? એના રિએક્શન કેવા આવશે? પરિણામ શું આવશે? મહારાષ્ટ્રભરમાં કાયદો અને વ્યવસ્થાની સંભવિત મુશ્કેલીને પહોંચી વળવા માટે પોલીસનાં ધાડેધાડાં ઊતરી આવ્યાં હતાં. રાજ્ય સરકાર કોઈ પણ સંજોગોમાં કાયદો વ્યવસ્થા જાળવવા માટે કટિબદ્ધ હતી.

સાતારા શહેર પણ ઠાકરે-જ્વરમાંથી મુક્ત નહોતું. શહેરનાં રાજવાડાં, મોતી ચોક, રાજપથ, માર્કેટ યાર્ડ અને કેન્દ્રીય બસ ડેપોના પરિસરમાં જ્યાં જુઓ ત્યાં વર્દીધારી. સ્થાનિક પોલીસ ઉપરાંત રાજ્ય અનામત પોલીસદળના જવાનો ખડેપગે હતા. જનતાના જાનમાલના રક્ષણ માટે રાજ્ય સરકાર અને પોલીસતંત્ર પૂરેપૂરું સજ્જ છે એવા વિશ્વાસનો અહેસાસ પ્રજાને કરાવવાની નેમ હતી. આ માટે સાતારા શહેરની પોલીસ જેલ અને ડિસ્ટ્રિક્ટ જેલમાં બંદોબસ્ત માટે ખાસ

નિયુક્ત કરાયેલા જવાનોની પણ મદદ લેવાઈ હતી. ડિસ્ટ્રિક્ટ જેલમાં કેદીઓને અંકુશમાં રાખવા અને બંદોબસ્ત માટે ૪૫ પોલીસવાળા ફરજ બજાવતા હતા. આમાંથી ૨૫ જવાનોને શહેરમાં કાયદો અને વ્યવસ્થાની જાળવણી માટે બોલાવી લેવાયા હતા.

હવે સાતારા ડિસ્ટ્રિક્ટ જેલમાં માત્ર વીસ પોલીસવાળા રહ્યા હતા. આમાંનો એક હતો કૉન્સ્ટેબલ આર. એ. નિપાણે. લગભગ બપોરે દોઢેક વાગ્યે લહુ ઢેકણેએ શૌચાલય જવાની ઇચ્છા વ્યક્ત કરી. એને લઈ જવાની જવાબદારી સોંપાઈ નિપાણેને. એક તો ઓછા માણસોને લીધે વધુ પડતું કામ એમાંય બહાર જે કંઈ થતું હોય એનાથી અજાણ અને પાછું પરિવારનું ટેન્શન.

નિપાણે બબડ્યો, 'ખાવાનું દબાવીને અને પછી કહેવાનું કે...' નિપાણે સાથે ચડ્ડી અને બનિયાન પહેરેલો લહુ ચાલતો હતો. લહુ શૌચાલયમાં ગયો. નિપાણે બહાર રાહ જોતો હતો. અંદર જઈને લહુએ બેસીને હલકા થવાને બદલે આસપાસ જોયું. ઉપર નજર કરી તો બારીમાં સળિયા કે કાચ કંઈ નહોતું. ચહેરા પર સ્મિત આવી ગયું.

બે મિનિટ, પાંચ મિનિટ... નિપાણેએ ઘડિયાળમાં જોયું... દસ મિનિટ થઈ ગઈ... આટલું બધું ખાવું જ શું કામ કે...? ૧૧, ૧૨, ૧૩, ૧૪ અને ૧૫ મિનિટ થઈ. નિપાણેને શક ગયો. તેણે એક-બે વાર લહુને બોલાવ્યો. કંઈ જવાબ ન મળ્યો. છેવટે તેણે શૌચાલયના દરવાજાને જોરથી ધકેલ્યો. અંદરની કડી વિના લડાઈએ હારી ગઈ અને દરવાજો ખૂલી ગયો. અંદર લહુ નહોતો.

તરત જ પોલીસની દોડધામ વધી ગઈ. જેલમાં તપાસ કરી તો લહુ ક્યાંય નહોતો.

પોલીસ તરત જ સમજી ગઈ કે શૌચાલયની પાછળ આવેલી ભીંત કૂદીને લહુ પલાયન થયો છે. બહાર ભીંતને અડીને આવેલી રાધિકા હોટેલ પાસે પોલીસ દોડી ગઈ. પૂછપરછ કરી પણ કંઈ ન મળ્યું.

પોલીસ છાવણીમાં ફેરવાઈ ગયેલા સાતારા શહેરમાં એક ભયંકર ગુનેગારનું જેલમાંથી પલાયન થવું એટલે પોલીસતંત્ર પર અટ્ટહાસ્ય, ગાલ પર સણસણતો તમાચો અને કાયદા વ્યવસ્થાની ક્રૂર મજાક. વર્દીધારીઓની ટેન્શનભરી દોડધામ વચ્ચે લહુ ઢેકણે તો પોતાની રીતે વધુ ને વધુ દૂર જઈ રહ્યો હતો, વધારે સલામતી તરફ.

શૌચાલયની બારીમાંથી મહામહેનતે બહાર નીકળ્યો. મુઠ્ઠીભર રક્ષકોની નજર ચૂકવીને થોડી મહેનતે જેલની ભીંત કુદાવી દીધી. આગળ જઈને સામાન્ય જનતામાં ભળી જવાનું મુશ્કેલ નહોતું. જેલનો યુનિફૉર્મ પહેરવાનો સમય આવ્યો

નહોતો એનો લહુને લાભ થયો. એ ઉતાવળે પગલે ચાલતો જનતાની ભીડમાં ઓગળી ગયો. લહુ ચાલતો ચાલતો સાતારા એસ.ટી. સ્ટેન્ડ પર આવ્યો. જ્યાં અનેક કાયદારક્ષકો ખડેપગે હતા, હાથમાં હથિયાર લઈને. તે નજીકમાં આવેલી ભૂવિકાસ બૅન્ક કૉલોનીમાં ઘૂસી ગયો. થોડી રઝળપાટમાં એક બંગલો પસંદ કરીને અંદર ઘૂસી ગયો. ત્યાં સુકાઈ રહેલાં કપડાંમાંથી પસંદ કરીને બે-ત્રણ પહેરી લીધાં.

પોલીસે કરેલાં કપડાંના વર્ણનના બંધનમાંથી મુક્ત થઈને લહુ ફરી ચાલવા માંડ્યો. ઠેર ઠેર પોલીસ અને અન્ય વર્દીધારીઓ ઊભા હતા છતાં એ પોતાની દિશામાં આગળ વધતો રહ્યો. એ સમયે એના મનમાં શું ચાલતું હશે? સાતારાની નજીક આવેલા યવતેશ્વર પહોંચી ગયો. એક સ્થળે બેસવાને બદલે મંદિર અને જોવાલાયક સ્થળોએ ફરી આવ્યો. ફરી ચાલીને નેશનલ હાઈવે ફોર પર આવ્યો, ત્યાંથી ૧૫ કિ.મી. પગને તકલીફ આપીને પાંચવડ પહોંચ્યો. સાંજ પડી ચૂકી હતી.

લહુએ જોયું કે એક ટ્રક આવીને ઊભી રહી. ડ્રાઇવર સામે ધાબામાં જમવા ગયો. ટ્રકની આસપાસ એક-બે આંટા મારીને લહુ તાડપત્રી ઊંચકીને ટ્રકમાં સંતાઈ ગયો. એ ટ્રક ઊપડી અને પુણેના માર્કેટ યાર્ડમાં આવીને ઊભી રહી. થોડો આરામ થઈ ગયા બાદ લહુ ઊતર્યો ત્યારે પેટમાં કૂકડા કૂદાકૂદ કરવા માંડ્યા હતા. લહુ નસીબદાર હતો. વધુ મહેનત ન કરવી પડી. માર્કેટ યાર્ડમાં ફળના ઢગલા હતા. જ્યાં ત્યાં પડી ગયેલાં ફળ ઉપાડીને પેટપૂજા કરી અને પ્રમાણમાં સલામત એવા એક ખૂણામાં જઈને ઊંઘી ગયો ઘસઘસાટ.

ગુનેગાર તો સૂઈ ગયો, પણ પોલીસની ઊંઘ સાથે ભૂખ હરામ થઈ જવાની હતી.

લહુની શોધખોળ સાથોસાથ સાતારા લોકલ ક્રાઇમ બ્રાન્ચના ઑફિસર એકદમ કામે લાગી ગયા. પોલીસ સુપરિન્ટેન્ડન્ટ રામરાવ પવારને લહુના ફરાર થયાની જાણ કરી દેવાઈ હતી. આ ઘટનાની ગંભીરતા અને એના ભયંકર પ્રત્યાઘાતની શક્યતા તેઓ આસાનીથી જોઈ શક્યા.

સૌથી પહેલાં સૂર્યકાંત ભાંડેપાટીલને મોબાઇલ કરાવડાવ્યો, પણ તેમનો ફોન ન લાગ્યો. કમાલ છે! પછી સૂર્યકાંતના ઘરે ફોન કર્યો. રવિવારની રજા હોવાથી ઘરે હાજર પ્રતિભાએ ફોન ઉપાડ્યો. તેને લહુના ભાગી જવાની માહિતી અપાઈ. સાથોસાથ તાકીદ કરાઈ કે સૂર્યકાંતભાઉને ફોન કરીને જાણ કરી દેજો. એમનો ફોન લાગતો નથી. પ્રતિભાએ તરત ફોન કર્યો. નોટ અવેલેબલ. આવું તો ક્યારેય બનતું નથી! ઘરવાળા ફોન કરતા રહ્યા પણ સૂર્યકાંતનો ફોન લાગતો જ નહોતો.

પોલીસવાળા વારંવાર સૂર્યકાંતને લહુ ભાગી ગયાની માહિતી આપીને સાવધ

રહેવાની ચેતવણી આપવા માગતા હતા, પણ ફોન લાગે તોને? અચાનક વિષ્ણુ ભાંડેપાટીલને જાણે શું સૂઝ્યું કે સૂર્યકાંતની રૂમમાં જઈને કંઈક શોધવા માંડ્યા. પ્રતિભાએ મદદ કરવાના ઇરાદાથી પૂછ્યું કે, 'શું શોધો છો, બાબા?' સહેજ અચકાટ સાથે વિષ્ણુએ જવાબ આપ્યો કે, 'સૂર્યકાંતે મેળવેલું રિવૉલ્વરનું લાઇસન્સ શોધું છું, પણ ક્યાંય દેખાતું નથી. મને તો ડર લાગે છે કે ક્યાંક...?'

ઘરવાળાને તો ઠીક, પોલીસવાળાનેય સમજાતું નહોતું કે સૂર્યકાંત ભાંડેપાટીલનો ફોન કેમ ક્યારનોય લાગતો નથી? અગાઉ ક્યારેય આવું બન્યું નથી. આજે લહુ જેલમાંથી ગયો ત્યારે જ ફોન ન લાગે? આ માત્ર યોગાનુયોગ છે કે...? અને ઘરવાળાનેય ખબર નથી કે એ ક્યાં ગયા છે, શા માટે ગયા છે અને ક્યારે આવશે?

બધા પોલીસવાળામાં ઇન્સ્પેક્ટર મોઝેસ લોબો થોડી દૂરનું અને હટકે વિચારનારા હતા. લોબો તરત જ રામરાવ પવાર પાસે પહોંચી ગયા. લોબોએ મડદાને ઊભા કરી દે એવો તર્ક રજૂ કર્યો, 'સર, લહુનું ભાગી જવું અને સૂર્યકાંતનું આપણી પહોંચની બહાર રહેવું મને યોગાનુયોગથી વધુ કંઈક લાગે છે. સૂર્યકાંત ભાંડેપાટીલ અલગ માટીનો બનેલો માણસ છે. તેણે પોલીસની નિષ્ફળતા અને નિષ્ક્રિયતાની વારંવાર ચીસો પાડી છે. આટલું કહીને ઘરે બેસી રહેવાને બદલે લહુને પકડાવવામાં રાત-દિવસ એક કર્યા છે. કદાચ પોતે જ ન્યાય તોળવા માટે લહુને ગાયબ નહીં કર્યો હોયને?'

પવારે માથું હલાવ્યું. અચાનક ચપટી વગાડીને બોલ્યા, 'કદાચ એવું પણ બની ગયું હોય કે પોતાની ધમકીનો અમલ કરવા માટે લહુ એમના સુધી પહોંચી ગયો હોય. તેણે જ સૂર્યકાંતનો ફોન બંધ કરી દીધો હોય કે એમને કંઈ કરી નાખ્યું હોય?'

લોબોને માનવામાં ન આવ્યું છતાં વિવેક સાથે જવાબ આપ્યો, 'ઈટ ઈઝ પૉસિબલ, સર.'

રામરાવ પવારે આદેશ આપ્યો, 'બધા પોલીસોને સૂર્યકાંત ભાંડેપાટીલને શોધવાનું કહી દે અર્જન્ટ!'

અડધા કલાકની અંદર તો સમગ્ર સાતારા અને પુણે જિલ્લાની પોલીસ સુધી મૅસેજ પહોંચી ગયો કે શિરવળના સૂર્યકાંત ભાંડેપાટીલને શોધી કાઢો.

વિધિની વક્રતા જુઓ કે બે ખૂનના ગુનેગાર લહુ રામચંદ્ર ઢેકણેને છોડીને પોલીસ એ બદમાશની ક્રૂરતાનો શિકાર બનેલા સૂર્યકાંત વિષ્ણુ ભાંડેપાટીલને શોધવા માટે પોલીસ સક્રિય થઈ ચૂકી હતી.

નહોતી પ્રતિભાની આંગળી થાકતી કે નહોતું મગજ થાકતું. આંગળી સતત

સૂર્યકાંતનો મોબાઇલ નંબર રિ-ડાયલ કરતી હતી, તો મગજ સતત વિચારોના ચકરાવે ચઢેલું હતું. લહુનું ભાગવું, લાંબા સમયથી સૂર્યકાંતનો મોબાઇલ નોન-રિચેબલ આવવો અને ઘરમાંથી રિવૉલ્વરના લાઇસન્સ પેપરનું ન મળવું? આ બધું ઓચિંતા અને અજાણતા અને બની ગયેલો એકમાત્ર યોગાનુયોગ છે? મનમાં છૂપો ફફડાટ હતો કે લહુ જેવો ક્રૂર રાક્ષસ છૂટો ફરતો હોય, ધમકી આપી ચૂક્યો હોય અને ઘર-ધણીનો સંપર્ક સાધી ન શકાતો હોય તો માનવું શું? કરવું શું? સામેની ફોટોફ્રેમમાં બાળપણનો સંકેત અને સૌરભ દેખાતા હતા. સંકેતને તો લહુએ આંચકી લીધો અને હવે સૌરભ જોખમમાં છે... ના, ના, એવું નહીં થાય. થવા જ નહીં દઈએ.

બપોરના ત્રણ વાગ્યા. સૂર્યકાંત ઘરે હોત તો કદાચ પોતે ચા બનાવવા ગઈ હોત. પ્રતિભાએ ફરી સૂર્યકાંતનો નંબર રિ-ડાયલ કર્યો. એ એકદમ ઊભી થઈ ગઈ. રેકોર્ડેડ મૅસેજને બદલે સૂર્યકાંતની કોલરટ્યૂન સંભળાઈ, જય જય મહારાષ્ટ્ર માઝા...

પ્રતિભાને પોતાના કાન પર વિશ્વાસ ન બેઠો ત્યાં સૂર્યકાંતનો અવાજ સંભળાયો, ‘હા, બોલ?’

‘હું હું... અરે, પેલો લહુ જેલમાંથી ભાગી ગયો છે... તમે ક્યાં છો?’

‘હું બહાર છું... આવું છું ઘરે... અને...’ અચાનક ફોન કટ થઈ ગયો. પ્રતિભાને મોબાઇલના નેટવર્ક પર ખૂબ ગુસ્સો આવ્યો. સાથોસાથ આનંદ થયો કે સૂર્યકાંત સાથે વાત થઈ શકી.

હકીકતમાં એ દિવસે સવારે અગિયાર વાગ્યે સૂર્યકાંત અને રફીક મુજાવર શિરવાથી નીકળીને નિરા ગામ ગયા હતા. સંકેત હેમખેમ હોવાના એકાદ ટકા આશાવાદને સાકાર કરવામાં સૂર્યકાંત લેશમાત્ર કચાશ છોડવા માગતા નહોતા. સંકેત ન મળે તો લહુ વિરુદ્ધના સાંયોગિક પુરાવા તો મળી જ શકે, જેને આધારે તેને આકરી સજા થઈ શકે.

સૂયકાંત અને રફીક નિરા પહોંચ્યા. ત્યાં આઇડિયા મોબાઇલનું નેટવર્ક મળતું નહોતું. પોતાની તપાસ, પૂછપરછ અને ઊલટતપાસમાં ખાસ કંઈ હાથ ન લાગ્યું. તો લગભગ ૨.૩૦ વાગ્યે બંને નિરાથી નીકળી ગયા. ત્રણેક વાગ્યે. થોડું નેટવર્ક મળ્યું તો પ્રતિભાનો ફોન આવ્યો. થોડી વાત થઈ ન થઈ, ત્યાં ફોન કટ થઈ ગયો. લહુ ભાગી ગયાનું જાણીને સૂર્યકાંતે ગાડી ઝડપથી દોડાવી. લગભગ સાડાત્રણ વાગ્યે મોબાઇલમાં ફુલ નેટવર્ક દેખાવા માંડ્યું. આ સાથે ફોન પર ફોન આવવા માંડ્યા. ઘરેથી, મિત્રોના, પોલીસના અને સગાના ફોન પર ફોન.

પસાર થતી વખતે રસ્તામાં સૂર્યકાંતનું સાસરાનું ગામ ક્ષેત્રમાવલી પડતું હતું.

ત્યાંના મિત્રોને કહી દીધું કે, બધા લહુને શોધવા નીકળી પડો. પોતાના દોસ્તોને પણ મૅસેજ આપી દીધો કે, તૈયાર રહેજો, આપણે લહુને શોધવા નીકળવાનું છે.

ઘરે પહોંચ્યા ન પહોંચ્યા અને પાંચ વાગ્યે તો સૂર્યકાંત અને મિત્રો દસ-બાર કાર લઈને લહુ નામના લુચ્ચા શિયાળને શોધવા માટે રસ્તા પર ઊતરી પડ્યા હતા. પોલીસના ફોન પર ફોન આવતા હતા કે પત્રકારોના ફોન ઉપાડતા નહીં. શક્ય હોય તો લહુના ફરાર થયાના સમાચાર ન છપાય એ માટે કોશિશ કરો. પોલીસને ખબર હતી કે પોતાના પર બરાબરની પસ્તાળ પડવાની છે. એટલે લહુ સાવધાન ન થઈ જાય એવા બહાના હેઠળ એના ફરાર થયાના મામલાને દબાવવા માગતા હતા, પણ સૂર્યકાંતે આમ કરવામાં પોતાની અસમર્થતા સ્પષ્ટ શબ્દોમાં વ્યક્ત કરી દીધી. તેઓ જાણતા હતા કે આ શક્ય જ નથી.

સાંજે છ વાગ્યાથી પત્રકારોના ફોન આવવા માંડ્યા. બધાને સૂર્યકાંતનો પ્રતિભાવ જાણવો હતો. પોલીસની નિષ્ક્રિયતા અને બિન-કાર્યક્ષમતા વિશે સૂર્યકાંતની શાબ્દિક ઉશ્કેરણી થઈ રહી હતી. તેઓ એક જ જવાબ આપતા કે જે લખવું હોય તે લખો, પણ હમણાં મને એકલો મૂકી દો. મારા એક દીકરાનો કાતિલ ભાગી ગયો છે અને બીજા દીકરાનો જીવ જોખમમાં છે.

ભટકતાં-ભટકતાં રાત પડી ને થાક્યા-પાક્યા બધા ઘરે પાછા ફર્યા. સૂર્યકાંતે ઘરમાં સૌને હિંમત આપી કે જરાય ડરવાની જરૂર નથી. એ અહીં સુધી આવવાનું જોખમ નહીં લે. ખૂબ જ થાક અને કંટાળાને લીધે સૂર્યકાંત રૂમમાં જતા રહ્યા. સૌરભને પોતાની સાથે લઈ લીધો.

વિષ્ણુ અને જનાબાઈએ એક-એક દરવાજા અને બારી બરાબર બંધ થયાનું બે વાર ચેક કરી લીધું. બહાર રાતના અંધકારમાં કૂતરો ભસવા માંડ્યો. કદાચ કોઈ અજાણ્યા માણસને જોયો હશે.

69

સોમવાર, તા. ૨૪-૦૭-૨૦૦૦

ફરી સોમવાર. સોમવાર આવવાના ડરે જ સૂર્યકાંત ખૂબ વહેલા જાગી ગયા. કોઈને જગાડ્યા વિના ક્યાંય સુધી ચૂપચાપ સોફામાં બેસી રહ્યા. મગજમાં એક જ નામ ઘુમરાતું હતુંઃ લહુ, લહુ. આટઆટલી મહેનત કર્યા બાદ લહુ ઢેકણેને પકડાવ્યો, તો એ ધોળે દિવસે, પોલીસની નજર સામેથી અને જેલની અંદરથી ભાગી ગયો!

સવારના બધાં મરાઠી અખબારોની હેડલાઇન્સ પણ લહુના વિચારોને કંપની આપવા દોડી આવી, 'પોલિસાંચ્યા હાતાવર તુરી દેઉન ક્રૂરકર્મા લહુ ઢેકણેચે પલાયન.' 'બાલક હત્યા પ્રકરણાતીલ આરોપી લહુ ઢેકણેચે ભરદિવસા કોઠડીતુન પલાયન.' એક અખબારે તો તંત્રીલેખ 'તો નરાધમ નિસટલા'માં પોલીસ વ્યવસ્થાના છોતરાં ફાડી નાખ્યાં.

એક અખબારે લખ્યું કે, લહુ શૌચાલય જવાને બહાને કોટડીમાંથી નીકળ્યો, તો બીજાએ વિશ્વસનીય સૂત્રોને ટાંકીને છાપ્યું કે, એ તો કપડાં ધોવા માટે સ્વચ્છતાગૃહમાં ગયો હતો. એકના અહેવાલ મુજબ એ માત્ર પટ્ટાવાળી ચડ્ડી અને ગંજી-બનિયાન પહેરીને ભાગી ગયો, તો બીજાની માહિતીમાં એ ફુલ પેન્ટ-શર્ટમાં રફુચક્કર થઈ ગયો હતો.

આ અખબારી વિરોધાભાસ વચ્ચે આમજનતામાં એકસરખી લાગણી દાવાનળની જેમ પ્રસરી રહી હતી: ગુસ્સો, નારાજગી અને આક્રોશની. બધા વાલીને અને સ્કૂલને બાળકોની ફિકર થવા માંડી. પોલીસ પર ફિટકાર વરસાવવામાં લેશમાત્ર કમી ના રહી. આ ક્રોધ સ્વયંભૂપણે ધીરે-ધીરે સામૂહિક આંદોલનમાં ફેરવાઈ ગયો.

મંગળવાર, તા. ૨૫-૦૭-૨૦૦૦

લહુ ઢેકણેના કોઈ સગડ પોલીસને હાથ લાગતા નહોતા. રાજ્યભરનાં પોલીસ સ્ટેશનમાં વાયરલેસ થકી એનું વર્ણન મોકલી દેવાયું હતું, પરંતુ લહુ સુધી દોરી જતી કોઈ દિશા હાથ લાગતી નહોતી અને પોલીસની દશા બગડવાની શરૂઆત થઈ ચૂકી હતી. શિરવળ, ખંડાલા અને સરોળામાં જોરદાર ઉત્સ્ફૂર્ત વિરોધને વાચા આપવા માટે જનતા રસ્તા પર ઊતરી આવી. માત્ર ગામમાં જ વિરોધ ન થયો, હાઈવે પર પણ રસ્તા રોકો આંદોલન થયું.

આંદોલનકારીઓ ખૂબ રોષમાં હતા. તેમની બે જ માગણી હતી, એક, લહુ ઢેકણેને તાત્કાલિક જેલભેગો કરો. બે, પોલીસ વડા રામરાવ પવાર અને કમિશનર અનિલ ઉદ્ધવરાવ ડિગ્ગીકર પોતે આવીને માફી માગે. ત્યાર બાદ જ ટ્રાફિક ચાલુ થવા દેવાશે. જોકે મોટુંમસ ટોળું અને ઊકળતા ક્રોધ વચ્ચે આ બંનેનું જનતા સામે હાજર થવાનું ઇચ્છનીય નહોતું.

સૂર્યકાંત ભાંડેપાટીલને પોલીસ અધિકારીઓનો ફોન આવ્યો કે તમે અમને મળવા આવો અને આ મુશ્કેલીમાંથી કંઈક રસ્તો કાઢો. આંદોલનકારીઓ સુધ્ધાં સમજી ગયા હતા કે આમાં સૂર્યકાંત ભાંડેપાટીલને હાથો બનાવીને આક્રોશને શાંત પાડી દેવાશે.

સૂર્યકાંત યેનકેન પ્રકારે બધાની નજર ચૂકવીને ઘરમાંથી પલાયન થઈ ગયા. સૂર્યકાંત માંડ માંડ રામરાવ પવાર અને અનિલ ડિગ્ગીકર ઘેરાયેલા હતા એ ગાડી સુધી પહોંચ્યા. આ જોઈને એકદમ ધાંધલધમાલ મચી ગઈ. પવારસાહેબે સૂર્યકાંતને વિનંતી કરી કે તમે બધા આંદોલનકારીઓને સમજાવો. રામરાવ પવાર અને અનિલ ડિગ્ગીકરે જનતાની માફી માગી. સાથોસાથ લહુ ઢેકણેને તરત જ જેલભેગા કરવા માટે શક્ય બધું કરી છૂટવાની ખાતરી ઉચ્ચારી. સૂર્યકાંતે ઉશ્કેરાયેલી જનતાને હાથ જોડીને વિનંતી કરી, 'પ્લીઝ, બધા પોલીસને સહકાર આપો. બધાથી ભૂલ થાય. પોલીસવાળા પણ માણસ છે. આમાં કંઈક અછાજતી કે નવાજૂની થશે તો વધારાની લમણાઝીંક શરૂ થશે.'

એક હત્યા કરાયેલા નિર્દોષ બાળકના પિતાની અપીલમાં જનતાને સચ્ચાઈનો રણકાર સંભળાયો. સૂર્યકાંતના શબ્દો લોકોના હૃદય સુધી પહોંચ્યા, સ્પર્શી ગયા અને ધારી અસર ઊભી કરવા માંડ્યા. પોતાના માસૂમ દીકરાનો ખૂની ભાગી ગયો એના વિરોધમાં થયેલા આંદોલનમાં જાનમાલને નુકસાન ન પહોંચે એવી ખેવના રાખનારા કેટલા? પ્રજાનો આક્રોશ, અવાજ અને આંદોલનનો ઉશ્કેરાટ ધીમે ધીમે શમી રહ્યો હતો.

આ સમયે આખા આંદોલનના કેન્દ્રમાં રહેલો લહુ રામચંદ્ર ઢેકણે કંઈક નવું વિચારી રહ્યો હતો. એનો મનસૂબો પાર પડશે ખરો?

બુધવાર, તા. ૨૬-૦૭-૨૦૦૦થી...

સમય વહી રહ્યો હતો. સામાજિક સંગઠનો બેઠક યોજીને પોલીસ યંત્રણાની કામગીરીની બેફામ ટીકા કરવા માંડ્યાં. લહુના પલાયન થવાના નિષેધની લાગણી તત્કાલીન કેન્દ્રીય ગૃહપ્રધાન લાલ કૃષ્ણ અડવાણી, મહારાષ્ટ્રના મુખ્યપ્રધાન વિલાસરાવ દેશમુખ અને ગૃહપ્રધાન છગન ભુજબળને નિવેદન થકી પહોંચાડાઈ. સ્થાનિક અખબારોમાં વાચકોના પત્રમાં આ નીચ નરાધમને પકડીને તાત્કાલિક ફાંસીએ ચડાવી દેવાની માગણીઓ બુલંદ બનવા માંડી.

આ બધાથી અકળાઈને પોલીસે પણ કરી બતાવવું પડે. સાચું બતાવવાનું તો લહુને પકડવાનું હતું, પણ એ તો હાથ લાગતો નહોતો. પોલીસ પાસે એના ઘરનું સરનામું હતું, સગાં, ઓળખીતાં-પાળખીતાનાં નામ-સરનામાં હતાં, એના ફોટા હતા, અવાજનું રેકોર્ડિંગ હતું. છતાં એ માણસનો અણસાર સુધ્ધાં મળતો નહોતો. એની ચાલાકી પોલીસની બદનામીનું નિમિત્ત બની રહી હતી.

સાતારાના પોલીસ વડા રામરાવ પવારે જિલ્લાના બધા પોલીસ અધિકારીઓની ખાસ બેઠક બોલાવી. આ બેઠકમાં લહુની શોધને એક ઝુંબેશ, એક અભિયાનનો

દરવાજો આપવાનો નિર્ણય લેવાયો. આની સાથોસાથ જનતા લેશમાત્ર ભયભીત ન થાય એનાં પગલાં ભરવાની વચનબદ્ધતાનો પુનરુચ્ચાર થયો. લહુની ઉપયોગી માહિતી આપનારને રોકડ ઇનામ આપવાની જાહેરાત કરવા સાથે લહુ શોધો ઝુંબેશમાં સામેલ થવા માટે જનતાને આહ્‌વાન સુધ્ધાં કરાયું.

પોલીસ જેવી જ હાલત સૂર્યકાંત અને તેમના મિત્રોની હતી. કોઈના મગજમાં ઘડ બેસતી નહોતી કે લહુ જઈ ક્યાં શકે? શક્યતઃ બધાં સરનામાં, ઓળખીતા, મિત્રોની સીધી, આડકતરી અને ધાકધમકીથી પૂછપરછ થઈ પણ કોઈ પાસેથી ચપટીક ઉપયોગી માહિતી હાથ ન લાગી.

આ બધા વચ્ચે શિરવળવાળા એકદમ આશ્ચર્યચકિત હતા કે પ્રતિભા અને સૌરભ રોજેરોજ સ્કૂલ જાય છે. જનાબાઈ એકલાં મંદિરે જાય છે. ખુદ સૂર્યકાંત હવે બોડીગાર્ડ વિના દોડધામ કરે છે. ભાંડેપાટીલ પરિવારના સભ્યો જાણે કંઈ બન્યું જ નથી કે હવે કોઈ જોખમ નથી એવી રીતે હિંમતપૂર્વક કઈ રીતે જીવી શકે છે અને હરીફરી શકે છે એ ગામવાળાના દિમાગમાં ઊતરતું નહોતું. કોઈ અહોભાવથી જોતું, કોઈ આને ગાંડપણ કહેતું તો કોઈ ખોટી ડંફાશ. કેટલાક બીકણ બિલાડી કાનફૂસી કરતા હતા કે એક દીકરો ગુમાવ્યો છતાંય સમજ પડતી નથી, બીજાને તો સાચવવો જોઈએ કે નહીં?

રવિવાર, તા. ૦૬-૦૮-૨૦૦૦

લહુ જઈ શકે કે કોઈ ગુનેગાર ભાગીને જઈ શકે એવાં બધાં ગામ, સ્થળ અને જગ્યાએ પોલીસે તપાસ કરી અને સૂર્યકાંતે મિત્રો સાથે ખૂબ દોડધામ કરી, પરંતુ લહુ તો ઠીક એની તરફ ઇશારો કરનારી એકાદ કડી પણ હાથ ન લાગી. ખરો જાદુગર નીકળ્યો આ શેતાન?

છેવટે બધાની મંજિલ સમાન સ્વપ્નનગરી મુંબઈ જઈને પ્રયાસ કરવાનો નિર્ણય લીધો. મુંબઈમાં લહુને શોધવો એટલે ઘાસની ગંજીમાંથી સોય શોધવાનું મુશ્કેલ કામ. સૂર્યકાંત અને મિત્રો તથા સાતારા લોકલ ક્રાઇમ બ્રાંચની ટીમ મુંબઈ જવા માટે રવાના થઈ. રાતે આઠ વાગ્યે લોનાવાલા પહોંચ્યા, ત્યાં સાતારા પોલીસને ફોન આવ્યો કે પુણેની સ્વારગેટ પોલીસે લહુ જેવા દેખાતા કોઈ માણસને પકડ્યો છે. તમે તાત્કાલિક ઓળખ કરવા આવી જાઓ.

રાતે દસ વાગ્યે કાફલો પુણે પહોંચ્યો. સૂર્યકાંતે સ્વારગેટની પોલીસ કસ્ટડીમાં જઈને જોયું તો લહુ ઠેકણે જ હતો. સૂર્યકાંત આવ્યાની જાણ થવા છતાં તેણે માથું ઊંચું કરીને જોયું નહીં.

બધાને હાશકારો થયો. પોલીસવાળાએ ઘણી નિરાંત અનુભવી, છાતી પરથી

કેટલાય મણનો પથરો હટી ગયો, પરંતુ સૂર્યકાંતને એ કેવી રીતે અને ક્યાંથી પકડાયો એ જાણવામાં વધુ રસ હતો. સ્વારગેટ સ્ટેશનનો પોલીસ ઑફિસર પોતાને લહુએ કહેલી વાતો દોહરાવવા માંડ્યો.

લહુ ટ્રકમાં છુપાઈને પુણે તો પહોંચી ગયો હતો. માર્કેટયાર્ડમાં ફળ ખાઈને રાતે ઊંઘી ગયો. સવારે જાગતાવેંત પોલીસથી છુપાતા ફરવાની જરૂરિયાત હતી. આ આસાન નહોતું. એક તો ચારે તરફ પોલીસ પોતાને શોધતી હશે. ગજવામાં એક નવો પૈસો નથી અને નથી કોઈ વાહન. ઘરે કે કોઈ મિત્રને ફોન કરવાનું જોખમી બની શકે.

પુણેમાં જ એક સ્થળેથી બીજે અને બીજેથી ત્રીજે સ્થળે રઝળપાટ કરતો રહેતો હતો. માંડ માંડ જે મળે તે ખાઈને પેટ ભરી લેતો હતો. થોડા દિવસે સમજાયું કે એક જ શહેરમાં ગાંડાની જેમ ભટકતા ફરવામાં સાર નથી. ક્યાંક કોઈ જોઈ જાય અને ઓળખી લે તો? એના કરતાં મહારાષ્ટ્રથી દૂર જતા રહેવામાં વધુ ભલાઈ અને સલામતી છે, પણ એના માટે પૈસા જોઈએ પૈસા.

પહેલી ઑગસ્ટે કામ શોધવાનું શરૂ કર્યું. નસીબ પાધરાં કે પુણેના સ્વારગેટમાં ફર્નિચર પૉલિશિંગનું કામ મળી ગયું. પહેલા દિવસની મજૂરી રૂ. ૨૦૦ મળી પરંતુ આટલી રકમમાં ક્યાં સુધી પહોંચાય? બીજા દિવસે કામ કરવા પહોંચ્યો. આજની મજૂરી લઈને નીકળી જઈશ, દૂર દૂર કાયમ માટે.

સાંજ પડી ત્યારે માલિકે કહી દીધું કે, આજે મજૂરી નહીં મળે. કાલે આવજે. માલિકનો ઇરાદો એવો કે આજે પૈસા આપી દઉં અને કાલે ન આવે તો કામ રખડી પડે. લહુએ ખૂબ માથાકૂટ કરી, પણ માલિક મક્કમ રહ્યો. ઝઘડો કરીને વધુ લોકોના ધ્યાનમાં આવવાનું હિતાવહ નહોતું. એ ચાલતો ચાલતો પ્રેમનગરમાં ગયો અને એક મકાનના દાદરા નીચે ઊંઘી ગયો.

ગુરુવાર સવારની ખુશનુમા હવામાં એને મુક્તિનો અહેસાસ થવા માંડ્યો હતો. બીજા દિવસની મજૂરી લઈ લાંબી મુસાફરી શરૂ કરતા પહેલાં નાહીને એકદમ તાજામાજા થવાનું મન થયું. આછા વરસાદમાં એ ચાલતો ચાલતો કેનાલ પર ગયો. વરસાદ વધી રહ્યો હતો છતાં એને કેનાલના પાણીમાં નાહતો જોઈને એક માણસને કંઈક વિચિત્ર લાગ્યું. એ માણસ હતો પોલીસનો ખબરી.

ખબરીએ તરત જ સ્વારગેટ પોલીસ સ્ટેશને પોતાના માનીતા ઑફિસરને ફોન કર્યો કે અહીં કેનાલ પર એક માણસ ખૂબ વિચિત્ર વર્તન કરી રહ્યો છે. સ્વારગેટ પોલીસે મારતી જીપે પહોંચીને લહુને તાબામાં લીધો ત્યારે કોઈને ખબર નહોતી કે આ તો રાજ્યભરની પોલીસની ઊંઘ ઉડાડી દેનારો અને નાક કાપનારો લહુ ઢેકણે છે. રસ્તામાંથી જ વાયરલેસ પર ફટાફટ મૅસેજ પહોંચવા માંડ્યા કે

આવા વર્ણનવાળા માણસને સ્વારગેટ પોલીસે અટકમાં લીધો છે.

પોલીસ સ્ટેશને જઈને પૂછપરછ શરૂ થઈ. પોતાના કોઈ વ્યૂહના ભાગરૂપે કે મારપીટની બીકે, લહુએ બહુ આસાનીથી કબૂલ કરી લીધું કે હું સાતારા જેલમાંથી ભાગેલો લહુ ઢેકણે છું. સ્વારગેટ પોલીસની હાલત બગાસું ખાતાં મોઢામાં પતાસું આવી ગયા જેવી થઈ ગઈ હતી. આ પતાસાની મીઠાશનો સ્વાદ આખા રાજ્યની પોલીસે અનુભવ્યો હતો.

સોમવાર, તા. ૦૭-૦૮-૨૦૦૦થી...

સંકેત અપહરણ કેસના સૌથી વધુ નાટ્યાત્મક દિવસ સોમવારના રોજ પોલીસ ઇન્સ્પેક્ટર સેજલ તપાસમાં આગળ વધ્યા. તેઓ લહુ ઢેકણેને લઈને શિરવળ ગયા. પંચની હાજરીમાં સૂર્યકાંત, પ્રતિભા અને અન્ય સાક્ષીઓ સાથે ટેલિફોનમાં વાત કરવાનો આદેશ આપ્યો. લહુ ચૂપચાપ વાત કરતો ગયો. લહુ સાથે વાત કરતી વખતે સૂર્યકાંત અને પ્રતિભાને જૂની વાતો, ધમકી યાદ આવતાં હતાં. કાનૂની પ્રક્રિયાના ભાગરૂપે લહુ સાથે વાત કરતી વખતે સૂર્યકાંતનું મન વિગ્રહ કરતું હતું કે સંકેતને મારનારો સામે જ ઊભો છે, એને પતાવી નાખ. પ્રતિભાની આંખ સામે શેરડીના ખેતરમાં બૂટની દોરીથી સંકેતનું ગળું દાબતો લહુ દેખાવા માંડ્યો. એકદમ જોરથી 'ના, ના...'ની ચીસ પાડી, ફોન ફેંકીને પ્રતિભા નીચે બેસી ગઈ અને રડવા માંડી. સૂર્યકાંત પ્રતિભાને સંભાળવામાં વ્યસ્ત થઈ ગયો.

સૌએ જોયું કે આ બધાથી લહુના ચહેરા પર કોઈ અસર દેખાતી નહોતી. એ ભાવહીન ચહેરા સાથે ઊભો હતો. મોઢા પર નહોતી લાગણી કે નહોતો પસ્તાવો.

હવે લહુ પોલીસના કબજામાં હતો. ગુનો કબૂલ કરી ચૂક્યો હતો. ઘટનાક્રમ બતાવી ચૂક્યો હતો. અમિતનું હાડપિંજર અને કપડાં મળી ગયાં હતાં એટલે એના કેસની તૈયારી કરવાનું પ્રમાણમાં આસાન હતું, પરંતુ પોલીસ બરાબર જાણતી અને સમજતી હતી કે સંકેતનો કેસ થોડોઘણો નબળો છે, જેનો આરોપીને લાભ મળી શકે. નથી સંકેતની લાશ મળી કે નથી કોઈ આંખે જોનારો સાક્ષી... એટલે પોલીસ ફૂંકી ફૂંકીને છાશ પી રહી હતી. સૂર્યકાંત પણ પોતાની રીતે સતત પોલીસના સંપર્કમાં હતા અને શક્ય એટલી મદદ કરી રહ્યા હતા.

સૂર્યકાંત ભાંડેપાટીલને ફરી પોતાના કામે વળગ્યા સિવાય છૂટકો નહોતો. પ્રતિભા ફરી સ્કૂલમાં સેંકડો સંકેતમાં ખોવાઈ ગઈ. સૌરભ ધીરે ધીરે સ્વસ્થ થવા માંડ્યો હતો, પરંતુ આ ત્રણેય સંકેતને એક પળ માટે ભૂલી શકતાં નહોતાં. એના નામોલ્લેખમાત્રથી ત્રણેયની આંખ ભીની થઈ જતી હતી.

પોલીસે ચાર્જશીટ દાખલ કરી દીધી. અદાલતમાં સુનાવણી શરૂ થઈ ગઈ. સૂર્યકાંત એકેય દિવસ કોર્ટમાં જવાનું ચૂકે નહીં, પછી એ સંકેતનો કેસ હોય કે અમિતનો કેસ હોય, પણ ચંદ્રકાંત સોનાવણે ક્યારેય નજરે ના ચડ્યા. ભાંડેપાટીલ પરિવાર સિવાય સંકેતનું અસ્તિત્વ હવે પોલીસના પેપર્સ, વકીલોની દલીલ, સાક્ષીઓની જુબાની અને અખબારોના કાળા અક્ષરો પૂરતું મર્યાદિત થઈ ચૂક્યું હતું. બાકીની દુનિયા અને સમય પોતાની રીતે, પોતાની ગતિએ આગળ વધી રહ્યાં હતાં, સમયની કેડી પર ક્યાંક રડ્યાખડ્યાં સંભારણાં હતાં, જૂના જખમોના પૂરેપૂરા ન રુઝાયેલા ઘા હતા, તો ક્યાંક હજી સંભળાતાં ડૂસકાંના પડઘા હતા. વહી ગયેલા આંસુની પૂરેપૂરી ન સુકાયેલી ભીનાશ હતી...

70

મંગળવાર, તા. ૨૨-૧૧-૨૦૦૧

સૂર્યકાંત ભાંડેપાટીલ ઇચ્છતા હતા કંઈક અને થયું એકદમ ભળતું જ. ખબર નહીં એ આગમનાં એંધાણ હશે કે માત્ર યોગાનુયોગ.

એમને ગળા સુધી ખાતરી હતી કે પોતે કંઈ ખોટું નહોતું કર્યું. મનની વાત માની હતી. ભલભલાને ભૂ પાઈ દે, છક્કા છોડાવી દે એવી મારકણી અને કાતિલ અદાવાળીને એ આજે પોતાની સાથે ઘરે લઈ જઈ રહ્યા હતા. પ્રયાસ પૂરેપૂરા હતા કે ગામવાળા કોઈ જોઈ ન જાય. એટલે રસ્તામાં કોઈની સાથે વાતચીત કરવા, રામરામ કરવા કે સ્મિત ફરકાવવા પૂરતાય ઊભા ન રહ્યા.

સંકેત જીવનમાંથી જતો રહ્યો છે. સૌરભ સ્વસ્થ થઈને ફરી ભણવામાં ધ્યાન પરોવવા માંડ્યો છે. રમતગમતમાં એની દિલચસ્પી નોંધપાત્ર છે. પ્રતિભા હજી છાનીમાની રડી લે છે પણ જીવન થાળે પડી રહ્યું છે, ઉપરછલ્લું તો ઉપરછલ્લું. સૂર્યકાંતને લાગ્યું કે પોતાના આ પગલાથી શાંત દેખાતાં પાણીમાં ફરી ભારે વમળ તો નહીં સર્જાયને!

છેવટે બધાની હાજરીમાં જ હિંમત કરીને સૂર્યકાંતે વાત છેડી કે... કે... મેં રૂપિયા એક લાખ પાંસઠ હજાર ખર્ચીને રિવૉલ્વર ખરીદી છે. સૌને આંચકો લાગ્યો, રિવૉલ્વર? શા માટે? માંડ ખૂનામરકીથી છુટકારો મળ્યો છે.

સૂર્યકાંત પાસે કારણ, સાચા કારણ જાહેર કરવા સિવાયનો છૂટકો નહોતો. સાતારાના પોલીસ સુપરિન્ટેન્ડેન્ટ રામરાવ પવારના પ્રેમભર્યા આગ્રહને લીધે પોતાને રિવૉલ્વરનું લાઇસન્સ મળ્યું હતું. આ લાઇસન્સ દર વર્ષે રિન્યુ કરાવવું પડે. આની

અરજી પર ગામના પોલીસ પાટીલથી લઈને ડેપ્યુટી પોલીસ સુપરિન્ટેન્ડેન્ટ સુધીની અને ગામના તલાટીથી લઈને કલેક્ટર સુધીની સહીની જરૂર પડે.

આ વખતે રિન્યુઅલ એપ્લિકેશન સાથે કલેક્ટર અનિલ ડિગ્ગીકરને મળ્યા, તો તેમણે સમજાવ્યા, 'જુઓ, સંકેતનો કેસ ઉકેલાઈ ગયો છે, છતાં લાઇસન્સ છે તો રિવૉલ્વર રાખવામાં વાંધો શો છે? લોકો રિવૉલ્વરનું લાઇસન્સ મેળવવા ઊંધાચત્તાં કરતા હોય છે. તમને પૈસાનો પ્રૉબ્લેમ નથી જ છતાં એવું હોય તો હમણાં હું પૈસા ચૂકવી દઈશ. તમે રિવૉલ્વર લઈ જ લો, કામ લાગશે ક્યારેક. ત્યારે મને યાદ કરજો.'

ડિગ્ગીકરસાહેબની વાત એને ગળે ઊતરી અને આગ્રહ સાચો લાગ્યો, ત્યારે ઇમ્પોર્ટેડ શસ્ત્રો લાવવાની મનાઈ હતી. ઇન્ડિયન આર્મરીમાં અરજી કરે તો છ મહિના નીકળી જાય.

એની વચ્ચે પહેલાં મહારાષ્ટ્ર કેસરી કુશ્તીબાજ કાકાસાહેબ સંભાજી પાટીલ ઉર્ફે દહ્યારીકરને રિવૉલ્વર વેચવાની હોવાનું ધ્યાનમાં આવ્યું. સાંગલીના દહ્યાના રહેવાસી કાકાસાહેબ સાથે સેકન્ડ હેન્ડ રિવૉલ્વરનો સોદો કર્યો રૂ. ૧.૬૫ લાખમાં. હવે સૂર્યકાંત પાસે હતું આર્મ લાઇસન્સ નંબર ૧૨૬/૩/ખંડાલા. શસ્ત્ર હતું. પિસ્તોલ (એન.પી.બોર ૩૨), વેપન નં. ૪૯૯૨૫૯ કંપની સીઝ, બનાવટ ચેકોસ્લોવેકિયાની લાઇસન્સની મૂળ.

શુક્રવાર, તા. ૨૫-૮-૨૦૦૦

એક તો સંકેતના કેસમાં સૂર્યકાંતે મચાવેલો સપાટો, મીડિયામાં મેળવેલું પ્રાધાન્ય, મોટા નેતા-અફસરો સાથે ઊઠ-બેસ અને અગાઉનો આકરો સ્વભાવ. હવે સફળ કૉન્ટ્રાક્ટરમાંથી નાના પણ સફળ બિલ્ડર તરીકેની દોડતી ગાડી. એમાં લીધી આ રિવૉલ્વર. ઘણાં સગાં દૂર હતાં એ વધુ દૂર રહેવા માંડ્યાં. કેટલાક ખાસ મિત્રો સિવાયના દોસ્તોય સલામત અંતર રાખવા માંડ્યા.

સદ્ભાગ્યે, ઘરના બધાએ સૂર્યકાંતની દલીલ સ્વીકારી લીધી કે રિવૉલ્વર માત્ર ને માત્ર સ્વબચાવ માટે લીધી છે. આમ છતાં વિષ્ણુ ભાંડેપાટીલને રિવૉલ્વર સામે જોવું ગમતું નહીં. પ્રતિભાની નજર એ ચમકતા હથિયાર પર પડતી ને મન પ્રાર્થના કરવા માંડતું. મોટો થતો સૌરભ કંઈક કુતૂહલ અને જિજ્ઞાસાથી એને જોઈ રહેતો. માત્ર સમય અને રિવૉલ્વર જ જાણતાં હતાં કે આનો ઉપયોગ થવાનો છે? ક્યારે? કેવી રીતે? અને કોની સામે?

સૌ નૉર્મલ થઈ રહ્યા હતા અથવા એવો ડોળ કરી રહ્યા હતા. બધા બીજાને દુઃખી ન કરવા માટે પોતાની વેદના દિલમાં ધરબી રાખતા હતા અને એકાંત

મળે સંકેતની યાદમાં આંસુ સારી લેતાં હતાં. ઘરની દીવાલોના ખૂણા પાસે પૂરો હિસાબ હતો કે સૂર્યકાંત, પ્રતિભા અને સૌરભ કેટલીવાર એકલાં એકલાં રડી લે છે. આ બધાંનાં આંસુ સુકાતાં નહોતાં અને લહુ ઢેકણે જેલમાં કોર્ટના ચુકાદાની પ્રતીક્ષામાં સરકારી રોટલા તોડીને શરીર જમાવી રહ્યો હતો.

સંકેત... સંકેત... સંકેત... મન, મગજ અને આંખ પાસેથી હટવાનું નામ નહોતી લેતી આ છોકરાની યાદ. સૂર્યકાંતને થયું કે એની સ્મૃતિમાં કંઈક રચનાત્મક કાર્ય કરવું જ જોઈએ. આવા વિચાર-વલોણામાંથી જન્મ થયો એક રમતોત્સવનો. શિરવળમાં છત્રપતિ શિવાજી મહારાજ ક્રીડા પ્રતિષ્ઠાનના ઉપક્રમે ૨૦૦૦ની ૩૦મી ઑક્ટોબરથી બીજી નવેમ્બર વચ્ચે સંકેત ભાંડે સ્મૃતિ દિન માટે રાજ્ય સ્તરીય કબડ્ડી સ્પર્ધાનું આયોજન થયું. આ સ્પર્ધાને મળેલા ભવ્ય પ્રતિસાદથી ભાંડે પાટીલ પરિવારના સભ્યોના હૈયે ટાઢક વળી.

આ સફળતાથી પ્રેરાઈને ૨૦૦૧માં પોતાના ભાવિ સાહસ માટે ભંડોળ એકઠું કરવાની નેમ સાથે સ્વિમિંગ ચેમ્પિયન બની ચૂકેલી બાપ-દીકરીની બેલડી સતીશ કદમ અને સ્નેહલ કદમ શિરવળ આવી. આ બંનેનાં પરાક્રમ અને સિદ્ધિમાંથી પ્રેરણા લઈને સૂર્યકાંત પણ સૌરભને સ્વિમિંગ શીખવવા માંડ્યા. આ નિમિત્તે દીકરા સાથે વધુ સમય ગાળવાની નેમ પણ ખરી. આથી સૌરભને સાથ આપવા સૂર્યકાંત પણ નિરા નદીના પાણીમાં ધુબાકો લગાવ્યો. હા, શિરવળમાં તો પ્રૅક્ટિસ હોય કે સ્પર્ધા, નિરા નદી સિવાયનો વિકલ્પ નહોતો. કોચની ગેરહાજરી, સાધનોના અજ્ઞાન અને વ્યવસ્થિત તાલીમના અભાવ અને છોગામાં સલામતીની સદંતર ગેરહાજરી છતાં બંને બાપ-દીકરો જોમ અને જોશના જોરે સામા પ્રવાહે તરતા રહ્યા, સતત ને શીખતા રહ્યા.

આ બધા વચ્ચે સૂર્યકાંત અચૂક અને નિયમિતપણે સંકેતના કેસની સુનાવણીમાં હાજર રહે, ધ્યાનપૂર્વક દલીલો સાંભળે, લહુને જુએ ને મનમાં કંઈ ને કંઈ થાય, પણ પરાણે જાત પર અંકુશ રાખે. સૂર્યકાંતને જ નહીં, આખા શિરવળને રાહ હતી સંકેત કેસના ચુકાદાની.

ગુરુવાર, તા. ૦૮-૦૮-૨૦૦૨

સાતારાની સેશન્સ કોર્ટમાં સારી એવી ભીડ હતી. સૂર્યકાંત મિત્રો સાથે આવ્યા હતા. બધા અધ્ધરશ્વાસે બેઠા હતા. આજે જજમેન્ટ ડે હતો. ન્યાયમૂર્તિ એ. કે. ગુંજોટીકરે સંકેતના અપહરણ અને હત્યાના અપરાધ સબબ લહુ રામચંદ્ર ઢેકણેને દોષિત જાહેર કર્યો. આનાથી કોઈને નવાઈ ન લાગી. ત્યાર બાદ સજા ફરમાવાઈ જન્મટીપની.

આ સાંભળીને સૂર્યકાંત એકદમ સુન્ન થઈ ગયા. આવા ઘાતકી હત્યારાને તો ફાંસી જ થવી જોઈએ, એકદમ તાત્કાલિક.

બધાએ સૂર્યકાંતને શાંત પાડ્યા કે હજી અમિત સોનાવણે કેસનો ચુકાદો પણ આવવો જ જોઈએ. એમાં થોડો બચી શકવાનો હતો. એ ઉપરાંત આપણી પાસે અપીલ કરવાનો સમય છે. કદાચ રાજ્ય સરકાર જ અપીલ કરશે.

કોઈના મોતની કામના કરવી ગમતી નહોતી, પણ એ સાંજે કોઈએ ઘરમાં ડિનર ન લીધું. કોઈની નજર સામેથી સંકેત હટતો નહોતો.

મંગળવાર, તા. ૦૭-૧૦-૨૦૦૩

નિરાના રહેવાસી અમિત ચંદ્રકાંત સોનાવણે (ઉંમર વર્ષ તેર)ના અપહરણ અને ખૂન બદલ પુણેના એડિશનલ સેશન્સ જજ વી. વી. બોરીકરે લહુ રામચંદ્ર ઢેકણેને તકસીરવાર જાહેર કરતો ચુકાદો આપ્યો. સૌને આતુરતાપૂર્વક પ્રતીક્ષા હતી કે આ કેસમાં નરાધમને કેવી સજા થશે? આકરામાં આકરી સજા પણ અધૂરી ગણાશે.

બુધવાર, તા. ૦૮-૧૦-૨૦૦૩

જજ વી. વી. બોરીકરે અમિત સોનાવણેની હત્યા અને અપહરણના અપરાધ બદલ લહુ રામચંદ્ર ઢેકણેને મૃત્યુદંડની સજા ફટકારી. આ જાણીને સમસ્ત પુણે અને સાતારા જિલ્લામાં સંતોષની લાગણી પ્રસરી ગઈ. ઘણાનાં મનમાં એક જ ઇચ્છા કે હવે ઝડપભેર ફાંસીએ લટકાવી દો. આવા માણસને વધુ સમય જીવવાનો અધિકાર નથી.

આ સાંભળીને અનેકને હૈયે ટાઢક વળી, પણ એ રાતે વધારે પડતું જમ્યા બાદ લહુ ક્યાંય સુધી વિચારતો રહ્યો. અચાનક એવું અટ્ટહાસ્ય કરવા માંડ્યો કે અંધારું અને એકલતા થરથરવા માંડ્યાં.

મંગળવાર, તા. ૨૪-૦૨-૨૦૦૪

ખૂબ સમજદારીથી સૂર્યકાંતે પોતાની જાતને, પરિવારને અને ખાસ તો સૌરભને સંભાળ્યો હતો. સંકેતની અકાળે આઘાતજનક ચિરવિદાયે અપાર વેદના, અથાગ આક્રોશ અને આંસુનાં ઘોડાપૂર સર્જ્યાં હતાં. આમાંથી વિનાશ, હતાશા અને નકારાત્મકતા જ ઊપજી શકે, પરંતુ સૂર્યકાંતને પીડાને પાવરમાં, આંસુને મુસ્કાનમાં અને હતાશાને આશામાં ફેરવવાં હતાં, કોઈ પણ કિંમતે.

એના જ પરિપાકરૂપે આજે સૌરભ એકદમ તન-મનથી સ્વસ્થ નાગરિક

બનવા ભણી અગ્રેસર હતો. એને ભૂતકાળથી વધુ ભવિષ્યમાં રસ હતો. એ સાચો ખેલાડી હતો, ખેલદિલીથી ભરપૂર. સૂર્યકાંતને આ બાબતનો સંતોષ જ નહીં, ગૌરવ પણ ખરું અને સૌરભે આ ગૌરવને વધુ ઊજળું કરતું પરાક્રમ કરી બતાવ્યું. પાણીમાં રહીને બરાબરનું પોતાનું પાણી બતાવી દીધું.

પોતાના તરવાના શોખની કસોટી કરવાનો સૂર્યકાંત અને સૌરભે નિર્ણય કર્યો. પડકાર જરાય આસાન નહોતો. બંને સાથે અરબી સમુદ્રમાં ધરમતરથી ગેટવે ઑફ ઇન્ડિયા તરીને ગયા. ૩૮ કિલોમીટરનું અંતર નવ કલાક આઠ મિનિટમાં પાસ કરીને વિક્રમ રચ્યો. આવી સિદ્ધિ મેળવનારા તેઓ પ્રથમ ભારતીય પિતા-પુત્ર બન્યા.

સફળતાપૂર્વક આ મંજિલ કાપીને સૂર્યકાંત ગેટ વે ઑફ ઇન્ડિયા પર સપાટી પર દેખાયા. ત્યારે મોઢામાં દરિયાના પાણીનો સ્વાદ ખારાને બદલે એકદમ મીઠો લાગ્યો. સમુદ્રનું ખારું પાણી જવાથી આંખ બળવા માંડી, પણ એ એમને ખૂબ ગમ્યું. સૌરભની સિદ્ધિ અને સૌરભની સફળતા... આ બધાંમાં સંકેત જ નિમિત્ત હોય એવું એમને લાગ્યું અને એ ક્યાં ખોટું હતું?

સંકેતના અપહરણ બાદ સાવ નખાઈ ગયેલો, ખોવાઈ ગયેલો અને ભાંગી પડેલો સૌરભ આ જ છે? નજરે જોયું ન હોય તો મુશ્કેલ લાગે.

ઘરમાં બધાં ખુશખુશાલ હતાં કે સૌરભ પોતાનું હીર બનાવી રહ્યો છે. ઘરનું નામ રોશન કરી રહ્યો છે. આ બધી ખુશીઓ વચ્ચે સંકેત અને એનો શેતાન ખૂની કાયમ મન, મગજ અને હૃદયમાં રહે જ. આ પીડાદાયક પ્રક્રિયા પર પૂર્ણવિરામ એટલે લહુ ઢેકણેને મૃત્યુદંડ. સૌની મીટ મુંબઈ હાઈ કોર્ટના ચુકાદા પર હતી.

71

મંગળવાર, તા. ૩૧-૦૮-૨૦૦૪

અમિત ચંદ્રકાંત સોનાવણે કેસમાં પોતાને થયેલી ફાંસીને અને સંકેત સૂર્યકાંત ભાંડેપાટીલ કેસમાં થયેલી જન્મટીપની સજાને લહુકુમાર રામચંદ્ર ઢેકણેએ મુંબઈ હાઈકોર્ટમાં પડકારી હતી

ન્યાયમૂર્તિ હેમંત ગોખલે અને ન્યાયમૂર્તિ એ. એસ. અગ્યારની અદાલતમાં બંને અપીલની સુનાવણી બાદ ચુકાદો સંભળાવાયો. પુણે જિલ્લાના પુરંદર તાલુકાના નિરા ગામના અમિતની હત્યા અને અપહરણ બદલ કરાયેલી મૃત્યુદંડની સજા રદ કરાઈ. એને બદલે વીસ વર્ષની કેદની સજા ભોગવવાનો આદેશ આપ્યો. પુરાવાનો નાશ બદલ વધુ પાંચ વર્ષની કેદ.

અદાલતમાં ઘણાના ચહેરા પડી ગયા. સૂર્યકાંતને તાલાવેલી સાથે ફફડાટ થવા લાગ્યો કે હવે સંકેતના કેસમાં શું થશે? અને શિરવળના સંકેત અપહરણ-હત્યા કેસમાં મુંબઈ વડી અદાલતે જન્મટીપની સજા રદ જ ન કરી, બલકે પૂરતા પુરાવાના અભાવે લહુ ઢેકણેને નિર્દોષ જાહેર કરી દીધો.

સૂર્યકાંતને પહેલેથી ભય હતો એવું જ થયું. પ્રતિભા અને ઘરવાળાં બધાં એકદમ રડમસ થઈ ગયા. સંકેતનાં નસીબમાં મૃત્યુ પછીય નિરાંત નથી? ન્યાય નથી? આખા શિરવળમાં સોપો પડી ગયો.

પરંતુ પોલીસે આ બંને સજા સામે સર્વોચ્ચ અદાલતમાં અપીલ કરવાનો નિર્ણય લીધો. આ નરપિશાચ પ્રત્યે કોઈ જાતની રહેમ કેવી રીતે હોઈ શકે? સૂર્યકાંત ભાંડેપાટીલે વધુ મક્કમતાથી મુઠ્ઠી વાળી, 'મારા માસૂમ દીકરાની હત્યા કરનારાને નિર્દોષ છૂટવા નહીં જ દઉં, ગમે તે ભોગે એને સજા મળશે જ?'

હવે માત્ર સુપ્રીમ કોર્ટમાં જવાના કે ઈશ્વર ભણી જોતા રહેવાનો વિકલ્પ બચ્યો હતો.

એ રાતે સૂર્યકાંત જમ્યા નહીં. લાંબો સમય સુધી સંકેત કેસને લગતી નોંધ, પેપર્સ અને અખબારો વાંચતા રહ્યા. અચાનક ન જાણે શું સૂઝ્યું કે કબાટની તિજોરીમાંથી રિવૉલ્વર કાઢી, નેપકિનથી બરાબર સાફ કરી અને એને જોઈ જ રહ્યા. દૂધનો ગ્લાસ લઈને આવતી પ્રતિભા પતિને રિવૉલ્વર સાથે રમતા જોઈને ત્યાં ને ત્યાં થાંભલો થઈ ગઈ. મનમાં ફફડાટ પેસી ગયો કે તેઓ કરવા શું માગે છે?

સોમવાર, તા. ૨૯-૧૧-૨૦૦૪

સંકેતના જીવનનો સૌથી મહત્ત્વનો, નાટ્યાત્મક અને આઘાતજનક દિવસ એટલે સોમવાર. ફરી એ દિવસ આવ્યો હતો. સંકેતની પાંચમી પુણ્યતિથિ. આ સ્મૃતિદિનને યાદગાર બનાવવાનો સૂર્યકાંત અને સૌરભે નિર્ણય કર્યો હતો. આ વિચારો ખૂબ જોખમી હોવા છતાં પરિવારે તેમની લાગણીને માન આપીને પૂરેપૂરો ટેકો સાથ-સહકાર આપ્યા હતા.

સંકેતની સ્મૃતિને યાદગાર બનાવવા અને એને શ્રદ્ધાંજલિ આપવા માટેના અનન્ય પરાક્રમમાં સૂર્યકાંત અને સૌરભે અડધાથી વધુ મજલ કાપી ચૂક્યા હતા. હકીકતમાં આ સિદ્ધિ માટેની આગેકૂચ બંનેએ આગલા દિવસે, ભરદરિયે શરૂ કરી દીધી હતી. બંનેની નેમ પળભરનોય વિરામ કર્યા વિના ધરમતરથી ગેટ વે ઑફ ઇન્ડિયા અને ગેટ વે ઑફ ઇન્ડિયાથી ધરમતર અને ફરી રિટર્ન જર્નીનું અંતર તરવાની હતી. અગાઉ દુનિયાના કોઈ બાપ-બેટાએ આ સાહસ ખેડ્યું જ

નહોતું એટલે સફળ-નિષ્ફળ થવાનો સવાલ જ નહોતો. નાનુંસૂનું સાહસ નહોતું આ. એકધારા દરિયામાં ૭૦ કિલોમીટર સુધી તરવાનું હતું. મોટા ભાગના નિષ્ણાતો અને સ્વિમર્સને આ શક્ય નહોતું લાગતું. મહારાષ્ટ્રના નાનકડા ગામમાં સગવડ, પ્રૅક્ટિસ અને કોચ વિનાના બાપ-બેટા કંઈ પ્રોફેશનલ સ્વિમર કે ચેમ્પિયન ન કરી શકે એવું સાહસ થોડા પૂરું કરી શકે? લાગણીના આવેશ કે જોશમાં આવીને માત્ર આંધળુકિયાં કર્યાં છે આંધળુકિયાં.

જમીન પર લોકો જે કંઈ વિચારે એની લેશમાત્ર પરવા કર્યા વિના સૂર્યકાંત અને સૌરભને માત્ર અર્જુનની જેમ, પંખીની આંખ એટલે કે ધરમતર અને ગેટ વે ઑફ ઇન્ડિયા દેખાતાં હતાં. સંકેતનું સ્મિત દેખાતું હતું. દરિયામાં સંકેત પોતાને બોલાવતો હોય, પાછળ પાછળ દોડીને આવવા કહેતો હોય એમ બંને પોતાના હાથ જોશભેર દરિયાના પાણી પર પછાડતા હતા અને પગ પણ એટલી જ તાકાતથી સાથ આપતા હતા.

અંતે પૂરા ૨૧ કલાક અને ૪૪ મિનિટ સુધી એકધારા તરતા રહીને સૂર્યકાંત, વિષ્ણુ ભાંડેપાટીલ અને સૌરભ સૂર્યકાંત ભાંડેપાટીલે વિશ્વવિક્રમ રચ્યો, જે આજ સુધી (૨૦૧૭ના ફેબ્રુઆરી સુધી) અણનમ છે.

ઇતિહાસ રચીને બંને દરિયામાંથી બહાર આવ્યા ત્યારે બંનેની આંખમાં આંસુ હતાં, હરખનાં આંસુ, સંકેતની સ્મૃતિમાં અનન્ય કરી શક્યાનાં આનંદનાં આંસુ.

એ રાતે સૂર્યકાંત, પ્રતિભા અને સૌરભ પલાંઠી વાળીને સંકેતના ફોટા સામે બેઠાં. આજે કોઈને આંસુ છુપાવવાની જરૂર ન લાગી. ઘણો સમય ત્રણેય આંસુભીની આંખે સંકેતને જોઈ રહ્યાં. ન જાણે આજે કેમ સંકેત ફોટામાં વધુ હસતો હોય એવું લાગતું હતું કે એ ભ્રમ હતો? સૂર્યકાંતે જમણો હાથ ઊંચો કર્યો, સૌરભના વાળમાં હાથ ફેરવવા માંડ્યા. પ્રતિભા વારાફરતી સૌરભ, સૂર્યકાંત અને સંકેતના ફોટા સામે જોતી હતી. સાડીના છેડાથી આંસુ લૂછતી હતી અને મનોમન ઈશ્વરનો આભાર માની રહી હતી.

એ જ પળે સૂર્યકાંતના મનમાં એક વિચાર ઝબકી ગયો. થોડીવારમાં લાગ્યું, 'ના, ના. મારા નિર્ણય સાથે પ્રતિભા, સૌરભ કે કોઈ સહમત નહીં થાય, પરંતુ મારે એમને મનાવવાં જ પડશે. કડવો તો કડવો પણ નિર્ણય લીધા વગર છૂટકો નથી.'

સૂર્યકાંતે મનોમન ગાંઠ વાળી લીધી કે ગમે તે સંજોગોમાં તેઓ પોતાના આ નિર્ણયમાં આગળ વધીને જ રહેશે.

વર્ષ ૨૦૦૬

સૂર્યકાંત પોતાનો નિર્ણય મનાવીને રહ્યા. તેમની એકમાત્ર અને મુખ્ય દલીલ

એ કે સૌરભને સ્વિમિંગ માટે વ્યવસ્થિત અને સલામત તાલીમ તથા પ્રોફેશનલ કોચ શિરવળમાં નહીં મળે, તો આપણે પુણે રહેવા જતા રહીએ. પોતાના ગામથી, પોતાના મૂળથી અળગા થવાની કોઈની ઇચ્છા નહોતી. એમાંય શિરવળ સાથે તો સંકેત હતો, એના છેલ્લા દિવસોનાં સંભારણાં હતાં, પરંતુ સૂર્યકાંતની વાતેય કોઈને ખોટી ન લાગી. હવે સૌરભના ભવિષ્યનો વિચાર કરવો પડે.

અને મે મહિનામાં ભાંડેપાટીલ પરિવાર પુણેમાં આવીને વસ્યો. શિરવળના પહેલા સિવિલ એન્જિનિયર અને કૉન્ટ્રાક્ટર તથા ૧૯૯૯માં બિલ્ડર બનેલા સૂર્યકાંતે પુણેમાં પણ ઘર બનાવવાના વ્યવસાયમાં ઝંપલાવ્યું. સિદ્ધાંત એના એ જ : કામ નાનાં કરવાં, પણ સારાં કરવાં અને કોઈની સાડીબાર ન રાખવી. સદ્ભાગ્યે ૨૦૦૩માં જ ખાસ મિત્ર પ્રેમજીભાઈ પટેલ પુણે શિફ્ટ થઈ ગયા હતા. હાર્ડવેરની દુકાન સારી ચાલતી હતી. અહીં બંને કન્સ્ટ્રક્શનના કામકાજમાં ભાગીદાર બની ગયા.

પુણે શિફ્ટિંગનો નિર્ણય ઝડપભેર સાચો પડવા માંડ્યો. પશ્ચિમ બંગાળની ભગીરથી નદીમાં યોજાતી વિશ્વની સૌથી લાંબી તરણ સ્પર્ધા સૌરભે પૂરી કરી બતાવી. આમાં ૮૧ કિલોમીટર સ્વિમિંગ કરવાનું હતું. હવે બાપ-બેટા દર વર્ષે ધરમતરથી ગેટવે ઑફ ઇન્ડિયા વચ્ચે સ્વિમિંગ કરતા હતા. બધા સૌરભ માટે ગર્વ અનુભવતા હતા, પણ સૌરભ મનોમન સંકેતને પૂરો જશ આપતો હતો. શિરવળ ભલે છૂટ્યું, પણ સાથે લાવેલા સામાનમાં સંકેતનાં બધેબધાં સંભારણાં જાણતાં-અજાણતાં આવી ગયાં હતાં. આ બાબતની સૌને ખુશી હતી.

જીવન એકદમ સરળ અને સડસડાટ ચાલતું હતું. ત્યાં અચાનક નવો વળાંક આવ્યો. એક દિવસ પ્રેમજીભાઈ મળવા આવ્યા, ત્યારે કોઈ જાણતું નહોતું કે જીવન નવી દિશામાં ફંટાવા જઈ રહ્યું હતું. પ્રેમજીભાઈના સાતારામાં રહેલા કઝિન ચંદુભાઈ પટેલનો લાકડાની વખાર પ્લાયવુડ-હાર્ડવેરની દુકાનનો જામેલો ધંધો. ચંદુભાઈને ધમકીભર્યા ફોન આવવા માંડ્યા, 'એક કરોડ રૂપિયા આપી દે, નહીંતર તારું આવી બન્યું સમજ. તારા અને તારાં ઘરવાળાંની એક-એકની હિલચાલ પર અમારી નજર છે.' ચંદુભાઈએ પ્રેમજીભાઈને વાત કરી અને પ્રેમજીભાઈએ સ્વાભાવિકપણે સૂર્યકાંતને જણાવ્યું. વધુ પૂછપરછમાં ખબર પડી કે ચંદુભાઈ પોલીસ સ્ટેશનમાં ગયા હતા, પણ પોલીસે એફ.આઈ.આર.ને બદલે એન.સી. જ લખી. વાત હળવાશથી લીધી. કારણ? હજી તો ખાલી ફોન જ આવે છે ને?

સૂર્યકાંતને મામલો ગંભીર લાગ્યો. તેઓ તરત જ પ્રેમજીભાઈ સાથે સાતારા ગયા. ચંદુભાઈને જે નંબર પરથી ફોન આવ્યો હતો એની તપાસ કરાવી તો ખબર પડી કે એ ઔરંગાબાદ જિલ્લામાં નોંધાયેલો ફોન હતો. જિલ્લો અલગ પડી

જવાથી પોલીસ માટે તપાસમાં ઘણી અડચણ આવે. સૂર્યકાંત અને પ્રેમજીભાઈ સાતારાના પોલીસ સુપરિન્ટેન્ડેન્ટ પ્રકાશ મુટ્યાલને મળ્યા. સૂર્યકાંતે સમજાવ્યા મુજબ પ્રેમજીભાઈએ સાફ શબ્દોમાં કહી દીધું કે, માત્ર એન.સી. લખવાનો શો અર્થ? શું અપહરણ થયા પછી એફ.આઈ.આર. લેવાની છે પોલીસ? આની સાથોસાથ પ્રેમજીભાઈ પોલીસે શું કરવું જોઈએ એની શિખામણ આપવા માંડ્યા. હવે મુટ્યાલ ઊકળી ઊઠ્યા કે, તમે કોણ છો અમને શિખવાડનારા? એમના ગુસ્સાના પ્રતિભાવમાં સૂર્યકાંત ઊભા થઈ ગયા અને તરત જ પ્રેમજીભાઈને લઈને બહાર નીકળી ગયા.

નીચે આવીને ગાડીમાં બેસતાવેંત સૂર્યકાંતે પ્રેમજીભાઈને સાચવી લીધા. 'તમે હિંમત રાખજો. પોલીસને છોડી દો. હવે બધું આપણે પોતે કરીશું.' વધુ તપાસમાં ખબર પડી કે ફોનના રજિસ્ટ્રેશનમાં નંબર ઔરંગાબાદના વાશીમનો હતો. સાતારાથી સીધી ગાડી વાશીમ લીધી. સરનામું શોધતાં આગળ વધતી વખતે બંને ખૂબ રોમાંચિત હતા કે ધમકી આપનારાને ઝડપી લઈશું, પરંતુ જે માણસના નામે ફોન લેવાયેલો હતો એ તો સાવ સામાન્ય માણસ લાગ્યો. ગામડાનો ખેડૂત હતો.

પરંતુ દેખાવ છેતરામણો હોઈ શકે એટલે સૂર્યકાંતે સવાલો પૂછવાનું શરૂ કર્યું. આમાંથી સચ્ચાઈ જાણવા મળી કે આ માણસનું સ્કૂટરનું લાઇસન્સ ગુમ થઈ ગયું હતું. સૂર્યકાંત સમજી ગયા કે ગુમ થયેલા લાઇસન્સને ઓળખપત્ર ગણાવીને સીમકાર્ડ ખરીદાયાં છે.

હવે વાશીમમાં મોબાઇલ ફોન અને સીમકાર્ડ વેચનારી દુકાનોની તપાસ શરૂ કરી. પાંચ-છ દુકાન હતી. એમાં પ્રેમજીભાઈના ગુજરાતી કનેકશનને લીધે કામ આસાન થઈ ગયું. દુકાને દુકાને ફરતાં એ સિમ જ્યાંથી ખરીદાયું હતું એ દુકાન મળી ગઈ, પણ દુકાનદારને ખરીદનારાનું વર્ણન સાંભરતું નહોતું.

72

સોમવાર, તા. ૨૯-૧૧-૧૯૯૯

વર્ષ ૨૦૦૬.

અચાનક સૂર્યકાંતના દિમાગમાં ઝબકારો થયો કે આ જ લાઇસન્સની કોપીનો ઉપયોગ કરીને બીજું કોઈ સીમકાર્ડ નથી લેવાયુંને? યસ, બીજું સીમકાર્ડ પણ ખરીદાયું હતું. કોલ રેકોર્ડની તપાસ કરાઈ તો એક સીમકાર્ડ ખંડણીની ધમકી

માટે વપરાતું હતું, તો બીજું સીમકાર્ડ અંગત કામ માટે. સ્માર્ટ મૅન. સૂર્યકાંત એનાથી વધુ સ્માર્ટ હતા. ખંડણીવાળા સિમથી સાતારા એટલે કે ચંદુભાઈ પટેલને ઘણા ફોન થયાનું જાણવા મળ્યું. બધા રેકોર્ડ મેળવીને બંને પર્સનલ કામ માટેનાં સીમકાર્ડ પરથી નંબર પર વધુ ફોન થતા હતા એની માહિતી લીધી. આમાંથી બધા ગુનાહિત પ્રવૃત્તિમાં સામેલ ન હોય, પણ મૂળ ગુનેગાર સુધી પહોંચવા માટે આ બધાને મળવું જરૂરી હતું.

વાશીમથી નીકળ્યા અને સાતારાની આસપાસ ૧૮ માણસોને મળ્યા. આમાંથી એક માણસ તો ચારેક વર્ષ અગાઉ ચંદુભાઈ પટેલની વખારમાં મજૂરી કરતો હતો. ચંદુભાઈ સહિત બધાએ પ્રમાણપત્ર આપ્યું – ના રે ના, સાબળે આવું ન કરે. એકદમ સીધો માણસ છે. સૂર્યકાંતે મનોમન કંઈક નોંધ લીધી.

આ કેસની તપાસ દરમિયાન જ્યારે જ્યારે સમય મળે ત્યારે પ્રેમજીભાઈ પટેલ ઇન્ટરનેટ પર જાય. ખાનગી ડિટેક્ટિવ એજન્સીઓ વિશે વાંચે અને જાણે. તેઓ વારંવાર ચંદુભાઈ કે સૂર્યકાંતને કહે કે કોઈ પ્રાઇવેટ ડિટેક્ટિવ એજન્સીને કેસ સોંપી દઈએ. એટલે આપણે છૂટીએ.

પરંતુ સૂર્યકાંત અધવચ્ચે કાંઈ પ્રયોગ કરવા નહોતા માગતા. સૂર્યકાંતે ફરી એ અઢારને બોલાવ્યા, નવાસવા આઈ.પી.એસ. બનેલા અમિત કાળે ખાસ સાથે બેઠા. સૂર્યકાંત કેવી રીતે તપાસ અને પૂછપરછ કરે છે, એ તેમણે જોયું હતું. સમજવું હતું. મનમાં કુતૂહલ હતું કે મજાક એ તો રામ જાણે.

સૂર્યકાંતે એક રૂમમાં અઢારે અઢાર જણને બેસાડ્યા. એક રૂમમાં પોતે બેઠા, સાથે આઈ.પી.એસ. અમિત કાળે અને એક કૉન્સ્ટેબલ. આ કૉન્સ્ટેબલને સૂચના આપી કે હાથમાં પટ્ટો તૈયાર રાખ, માત્ર મારા આદેશની રાહ જોવાની. એક પછી એકને બોલાવીને સવાલો થવા માંડ્યા, 'નામ શું?, કરે છે શું?, રહે છે ક્યાં?, કયો મોબાઇલ વાપરે છે?, અમુક દિવસોમાં ક્યાં હતો?' સવાલબાજી થતી જાય એટલે એ માણસને ત્રીજી રૂમમાં બેસાડવાનો, એટલે આગામી શકમંદને એ કહી ન શકે કે કેવા પ્રશ્નો પુછાય છે.

આ પ્રક્રિયા પતી ગયા પછી સૂર્યકાંતે બે માણસને પાછા બોલાવ્યા. સાબળે અને અન્ય એકને. સૂર્યકાંતે કાળેને કહ્યું કે, 'આ બેમાંથી એક ગુનેગાર છે, બોલો કોણ?' અમિત કાળેને કંઈ ગતાગમ ન પડી. સૂર્યકાંતે સ્મિત સાથે કહ્યું, 'બસ, થોડીવારમાં બધી ખબર પડી જશે.' તેમણે બેમાંથી જે અન્ય માણસ હતો, એને બોલાવ્યો અને બધાં કપડાં કઢાવ્યાં. પછી એ માણસની આંખમાં આંખ નાખીને જોતા રહ્યા. સૂર્યકાંતે કૉન્સ્ટેબલને સૂચના આપી કે, થોડો દૂર જા, ત્યાંથી ઝડપભેર આવ અને આ માણસને પટ્ટાથી ઝૂડવાનું શરૂ કરી દે. એ સાચું બોલે નહીં, ત્યાં

સુધી તારા હાથ રોકાવા ન જોઈએ.

કૉન્સ્ટેબલ દૂર જવા માંડ્યો. એ પાછો વળીને જુએ એ પહેલાં તો સાબળે દોડીને સૂર્યકાંતના પગમાં પડી ગયો કે, 'સાહેબ, હું બધું સાચું કહી દેવા તૈયાર છું.' તરત જ કબૂલ કરી લીધું, 'મેં જ ચંદુભાઈ પટેલની બધી માહિતી આપી હતી. મેં જ આઇડિયા આપ્યો હતો કે અહીં ઘણા પૈસા છે. આસાનીથી મળી જશે!'

સૂર્યકાંતે બીજા માણસને કપડાં પહેરી લેવાનો ઇશારો કર્યો. હકીકતમાં તેમને સાબળે પર પૂરેપૂરો શક હતો, પરંતુ એને ડરાવવા બીજા માણસને મારવાનો ખેલ રચાવ્યો હતો. અમિત કાળે તો આશ્ચર્યથી જોઈ રહ્યા.

સૂર્યકાંતને હજી એક અડચણ લાગતી હતી. ફોનમાં રેકોર્ડ કરેલો ખંડણીબાજનો અવાજ સાબળે જેવો નહોતો. વધુ પૂછે એ પહેલાં સાબળેએ ફોન કરનારાનું નામ આપી દીધું. નિકમ. એ ક્ષેત્રમાવલીમાં રહેતો હતો. સૂર્યકાંતના સાસરિયાંના ગામનો માણસ.

એ સમયે રાતના બે વાગી ગયા હતા એટલે પોલીસવાળા કહેવા માંડ્યા કે કેસ સોલ્વ થઈ ગયો છે, કાલે ગુનેગારને પકડી લઈએ. સૂર્યકાંતે જવાબ આપ્યો, 'ચાર દિવસ રાતથી ભટકવાનું ચાલે છે, પણ કાલે શું થશે એ કોને ખબર. તમે લોકો જાઓ, હું તો આજે જ કામ પતાવીશ.'

તેમણે ક્ષેત્રમાવલીના મિત્રોને ફોન કરીને નિકમની પૂછપરછ કરી. થોડીવારમાં જવાબ મળ્યો કે એ ઘરમાં જ છે, કદાચ સૂતો હશે. સૂર્યકાંતે તાકીદ કરી કે એ ભાગી ન જાય એનું ધ્યાન રાખજો. હું આવું છું. બને એટલો જલદી. નાછૂટકે પોલીસવાળા સાથે ગયા. નિકમને પોલીસે ઊંઘતો જ ઝડપી લીધો. પોતાના ગામમાંથી અડધી રાતે યુવાનને ઉપાડવા સામે શિવસેનાવાળા ઉશ્કેરાયા. તાણભર્યા માહોલમાં શિવસેનાના નેતાને સૂર્યકાંતે સમજાવ્યા. હકીકત જાણીને એ શાંત પડ્યા. નિકમને લઈને પોલીસ નીકળી ત્યારે સવાર પડવાને ઝાઝી વાર નહોતી.

આ બનાવ અને પ્રેમજીભાઈ પટેલના વારંવારના ઉલ્લેખને લીધે સૂર્યકાંત ભાંડેપાટીલને વિચાર આવ્યો કે શા માટે પોતે જ ડિટેક્ટિવ એજન્સી શરૂ ન કરે? સંકેત બાદ મહારાષ્ટ્રમાં ૨૩ બાળકોનાં અપહરણ થયાં હતાં. આવા કેસનું પ્રમાણ ઝડપભેર વધી રહ્યું હતું. બાળકોના કિડનેપિંગ પર વિશેષ ધ્યાન આપવા માટે સૂર્યકાંતે શરૂ કરી સ્પાય સંકેત રજિસ્ટ્રેશન નંબર ૧૬૩૧૦૦૦૩૧૦૦૯૮૨૨૨.

સંકેતે નવી પ્રેરણા આપી હતી, સૂર્યકાંતને નવી દિશા મળી હતી. તેઓ હવે અનેક લહુનો કાળ બનીને ન જાણે કેટલાય સંકેતને બચાવવાના હતા.

ગુરુવાર, તા. ૨૨-૦૮-૨૦૧૩

સાતારા અને પુણે પોલીસ, શિરવળ અને નીરા ગામ તથા ભાંડેપાટીલ અને સોનાવણે પરિવારની મીટ દિલ્હી ભણી મંડાયેલી હતી. સર્વોચ્ચ અદાલતમાં સંકેત અને અમિત કેસમાં ત્રણ અપીલ દાખલ થઈ હતી. મુંબઈ હાઈકોર્ટના બંને ચુકાદા સામે રાજ્ય સરકારે અલગ-અલગ અપીલ કરી હતી અને એક અપીલ લહુએ કરી હતી. ત્રણેયની સુનાવણી બાદ ચુકાદો આવવાનો હતો.

ન્યાયમૂર્તિ ચંદ્રમૌલીકુમાર પ્રસાદ અને ન્યાયમૂર્તિ કુરિયન જોસેફની બેન્ચે અમિત સોનાવણે હત્યા-અપહરણ કેસમાં હાઈકોર્ટે કરેલી જન્મટીપની સજાને બહાલી આપી. આ ચુકાદાથી ન પોલીસને ખુશી થઈ કે ન લહુને. સોનાવણે પરિવારને તો આનંદ થવાનો સવાલ જ નહોતો.

સંકેત અપહરણ-હત્યા કેસમાં ચુકાદો છઠ્ઠી સપ્ટેમ્બરે આપવાનું જાહેર કરાયું. ફરી પ્રતીક્ષા અને પ્રાર્થના.

શુક્રવાર, તા. ૦૬-૦૯-૨૦૧૩

સુપ્રીમ કોર્ટની બેન્ચે સંકેત ભાંડેપાટીલ કિડનેપિંગ-મર્ડર કેસમાં સાક્ષીઓ વિશ્વસનીય ન હોવાને કારણે લહુ ઢેકણેને નિર્દોષ છોડી મૂકવાનો હાઈકોર્ટનો ચુકાદો સ્વીકાર્ય ન લાગ્યો. એ ચુકાદો રદબાતલ કરીને સાતારા સેશન્સ કોર્ટે કરેલી જન્મટીપની સજા પર જ સુપ્રીમ કોર્ટે મંજૂરીનું મત્તું માર્યું.

લહુ ગુનેગાર ઠર્યાનો આનંદ થયો, પણ મૃત્યુદંડથી બચી ગયાનો ખૂબ અફસોસ સૂર્યકાંત, પ્રતિભા અને સૌરભ સહિતના સમસ્ત શિરવળવાસીઓએ અનુભવ્યો. ન્યાયતંત્રને લાગેવળગે છે, ત્યાં સુધી તો લહુનું ભાવિ નક્કી થઈ ચૂક્યું હતું. પૂરાં ૨૫ વર્ષ જેલમાં કાઢવાનાં, પરંતુ લહુ શાંત બેસી રહેવાનો હતો ખરો? એની નિયતિમાં શું લખાયું હતું? લહુ ઢેકણે નામના ગુનેગારના ઘાતકી ખેલ પર આખરી પડદો પડી ગયો? લહુને તો એવું લાગતું નહોતું. ખોટું કર્યાનો પસ્તાવો કે લાંબી સજા થયાની વેદના વિના એ નિર્વિકારભાવે દિલ્હીથી કોલ્હાપુર જવા રવાના થયો, ત્યારે કંઈક વિચારી રહ્યો હતો. વિચારો ખતરનાક હતા. ખૂબ ખતરનાક. કોલ્હાપુર સ્થિત કળંબા સેન્ટ્રલ જેલની કોટડીમાં હજી ઘણું વિચારવા-કરવા માગતો હતો લહુ. એની નજર જાળીની બહાર ખુલ્લા આકાશને નિહાળતી હતી, પંખીઓને શોધતી હતી. મનમાં કંઈક કંઈક થતું હતું, પણ ચહેરો રાબેતા મુજબનો હતો. એકદમ નૉર્મલ, ભાવહીન.

વર્ષ ૨૦૦૯

હવે સૂર્યકાંતનો નવો નિત્યક્રમ બની ગયો. અગાઉ ચાનો પહેલો કપ પીધા

પછી સવાર પડતી. હવે છાપું આવે. એ હાથમાં લે. પ્રતિભા આવીને ચાનો કપ લઈને ઊભી રહે, પણ ધ્યાન ન જાય. કંટાળીને પ્રતિભા કપ મૂકીને જતી રહે. સૂર્યકાંત ખૂણેખાંચરે એક જ સમાચાર શોધે, બાળકના અપહરણના, બાળક લાપતા થયાના, બાળક માટે ખંડણી મંગાયાના... સમાચાર મળે તો પહેલાં નોંધ કરી લે. પછી ચાનો કપ હાથમાં લેવાનો. ચા ઠરી ગઈ હોય છતાં ફટાફટ પી લેવાની. પછી બાળકનું અપહરણ જ્યાં થયું હોય એ વિસ્તારની આસપાસના મળે એટલા માણસોના ટેલિફોન નંબર શોધવાના અને એમની સાથે ફોન પર વાતચીત કરવાની. ઘટનાની પૂછપરછ કરવાની.

આટલાં બધાં વર્ષો લહુ અને સંકેતના કેસ નિમિત્તે અપહરણના અનેક કેસની વિગતો ઊંડાણપૂર્વક વાંચનારા અને જાણનારા સૂર્યકાંત હવે બહુ આસાનીથી ગુનેગારની મોડસ ઓપરેન્ડી સમજી લેતા હતા.

ક્યારેક પ્રતિભાને ખૂબ ગુસ્સો આવતો, પણ તરત જ વિચારે કે સૂર્યકાંતની આ પ્રવૃત્તિથી એકાદ માતાય પોતાના દીકરાને પાછો મેળવી શકે તો જશ મારા સંકેતને જ મળવાનોને? સંકેતના ફોટા સામે જોઈને આછું હસી લે, આંખનો ખૂણો લૂછી લે અને ધીમેથી બોલે, 'થેન્ક્યુ બેટા.' સંકેત મર્યો નહોતો, એ તો ન જાણે બાળકૃષ્ણની જેમ અનેક સંકેતોના ઉદ્ધારક અને રક્ષક તરીકે સૂર્યકાંતને નિઃસ્વાર્થભાવે કામ કરવાની પ્રેરણા આપતો હતો.

સૂર્યકાંતને નવી દિશા મળી હતી, તેઓ નવો ઉમંગ, નવો જોશ અને નવો જોમ અનુભવતા હતા. મનમાં સતત સારા કાર્યમાં પ્રવૃત્ત થવાનો સંતોષ હતો, આનંદ હતો. હવે સંકેતની સ્મૃતિથી વેદના ઓછી થતી હતી અને અદ્‌ભુત શાંતિ અનુભવાતી હતી. સતત સંકેતની હાજરી અને સહવાસનો અહેસાસ થતો હતો.

મંગળવાર, તા. ૨૪-૦૨-૨૦૦૯

સવારે રોજનો સિનારિયો હતો. ચા ઠરતી હતી. પ્રતિભા થોડે દૂર ચૂપચાપ ઊભી આછા સ્મિત અને વિસ્મય સાથે પતિને જોઈ રહી હતી. દરિયામાંથી મોતી શોધવાના હોય એમ પોતાના કામના સમાચાર પર સૂર્યકાંતની નજર ફરી રહી હતી. અચાનક સૂર્યકાંતે બે હાથમાં પકડી રાખેલું બ્રોડશીટ પેપર વાળી લીધું. પેપર વધુ ફોલ્ડ કરીને નજીક લીધું. એકદમ ધ્યાનથી વાંચવા માંડ્યા. બાજુમાં પડેલી ડાયરીમાં ક્યાંક ટપકાવવા માંડ્યા. ધડાધડ ફોન કરવા માંડ્યા.

પ્રતિભા નજીક આવી. કંઈ કહ્યા કે પૂછ્યા વિના ચાનો કપ ઉપાડીને જવા માંડી. સૂર્યકાંતે ફરી સમાચાર વાંચ્યા: સાંજે ચાર વાગ્યે કરાડ નજીક કૃષ્ણા નદીના કિનારેથી એક રેક્ઝિનની બૅગમાંથી બાળકનો મૃતદેહ મળ્યો હતો.

સૂર્યકાંતે પોતાના પોલીસખાતાના એક કરાડના અન્ય મિત્રોને તાકીદ કરી : આ મૃત બાળકની ઓળખ મળે કે તરત જ મને કહેજો, પ્લીઝ. સાથોસાથ મિસિંગ પર્સન બ્યુરોમાં ફોન કર્યો, પણ લાગ્યો નહીં. પ્રતિભા ચાનો કપ લઈને આવી. 'ગરમાગરમ ચા પી લો. વધુ સ્ફૂર્તિથી કામ કરવાનું જોમ મળશે.'

સૂર્યકાંતે અવાજમાં ચીડ સાથે કહ્યું, 'વધુ એક સંકેતનો જીવ ગયો છે. આના લહુને હું નહીં છોડું.' 'કોણ હશે આ બાળક, ક્યાંનો હશે?'

73

ગુરુવાર, તા. ૨૬-૦૨-૨૦૦૯

કરાડમાં મળેલા બાળકના મૃતદેહનો કબજો હવે અંધેરી પોલીસ સ્ટેશને લઈ લીધો હતો. આગલા દિવસે બુધવારે અંધેરીમાં જ રહેતાં કમનસીબ માતા-પિતા અંકુશ તુકારામ દળવી અને મનીષા તુકારામ દળવીએ હૈયાફાટ રુદન સાથે પોતાના સાત વર્ષના વહાલસોયા દીકરા સાહિલની લાશ ઓળખી કાઢી હતી. સાહિલનું અપહરણ થયું હતું.

આ માહિતી છાપામાં પ્રગટ થઈ એ અગાઉ સૂર્યકાંત સુધી પહોંચી ગઈ. સૂર્યકાંતે સાહિલ દળવી કેસની રજેરજની માહિતી ફોન પર મેળવવા માંડી: એમનું સરનામું, અપહરણની તારીખ-સમય અને લાગતુંવળગતું પોલીસ સ્ટેશન.

ઘડિયાળના કાંટા આગળ વધી રહ્યા હતા અને સૂર્યકાંત કામકાજ ભૂલીને નવા લહુની પાછળ પડી ગયા હતા.

રાતે ૧૧.૩૦ વાગ્યે સૂર્યકાંતે પ્રતિભાને કહ્યું, 'આપણે ૧૫ મિનિટમાં મુંબઈ માટે નીકળવાનું છે!'

શુક્રવાર, તા. ૨૭-૦૨-૨૦૦૯

રાતે લગભગ ત્રણ વાગ્યાના સુમારે સૂર્યકાંત અને પ્રતિભા પોતાની ગાડીમાં મુંબઈના એમ.આઈ.ડી.સી. પોલીસ સ્ટેશન પહોંચ્યાં. અંધેરી સ્થિત પોલીસ સ્ટેશનમાં અગાઉથી વાતચીત થઈ ચૂકી હતી. સાહિલના પિતા અંકુશ દળવી હજી એમ.આઈ.ડી.સી. પોલીસ સ્ટેશનમાં સવાલોના જવાબ આપવામાં, ઔપચારિકતા પતાવવા વ્યસ્ત હતા. રાહ જોવા સિવાય છૂટકો નહોતો.

અંકુશ દળવી ફ્રી થયા ત્યારે ખૂબ વ્યથિત-દુઃખી હતા, પરંતુ લાગણીશીલ થઈને સમય ગુમાવવામાં વધુ નુકસાન થાય. ગુનેગારોને વધુ દૂર ભાગી જવા

કે પુરાવાનો નાશ કરવાનો મોકો મળી જાય. પોલીસે પણ સૂર્યકાંતને આપેલા પ્રતિસાદથી અંકુશ દળવીને કોઈ શંકા તો નહોતી રહી, પણ વાત કરવાની ઇચ્છા થતી નહોતી.

અંકુશ દળવીએ પોતાની પત્ની મનીષા હૉસ્પિટલમાં હોવાનું જણાવ્યું. પ્રતિભાએ તરત જ ચિંતા બતાવતાં કહ્યું કે, મારે એમને મળવું છે. આવા સમયે એક માની વેદનાને મારાથી વધુ કોણ સમજે? અંકુશ દળવીને વાતમાં દમ લાગ્યો. પોલીસ સ્ટેશનથી નીકળીને બધાં હૉસ્પિટલ ગયાં.

ખાનગી હૉસ્પિટલ, અંકુશ દળવીની ઓળખાણ, માસૂમ બાળકના કમોતના સંજોગો અને મનીષાના એકલા હોવાને લીધે મોડી રાત્રે હૉસ્પિટલમાં જવા અને બેસવા, વાતચીત કરવામાં તકલીફ ન પડી. મનીષાએ આગંતુકોને ઓળખ્યા નહીં, એટલે અંકુશે ઝડપભેર પરિચય આપ્યો. પોતાની વેદના અને બીમારી વચ્ચે અજાણ્યાઓનું આગમન બહુ ન ગમ્યું.

છેવટે અંકુશ દળવીએ વાત કહેવાની શરૂ કરી. મંગળવાર, તારીખ ત્રીજી ફેબ્રુઆરી, ૨૦૦૯ના રોજ સેંટ ઝેવિયર્સના બીજા ધોરણમાં ભણતો સાહિલ રાબેતા મુજબ સાંઈધામ સોસાયટીના છઠ્ઠા માળેથી નીકળીને પહેલે માળે મિસિસ સરકાર પાસે સવારે ટ્યૂશનમાં ગયો અને પાછો ફર્યો જ નહીં. મિસિસ સરકારને ઘરે તપાસ કરી, તો જાણવા મળ્યું કે એ ટ્યૂશન પતાવીને રોજના સમયે નીકળી ગયો હતો. ખૂબ શોધખોળ બાદ ચિંતાતુર અંકુશ દળવીએ એ જ દિવસે અંધેરીના એમ.આઇ.ડી.સી. પોલીસ સ્ટેશનમાં ફરિયાદ નોંધાવી. બીજા દિવસે એટલે કે બુધવાર તારીખ ચોથી ફેબ્રુઆરીએ અંકુશ પર ફોન આવ્યો, રૂપિયા પંદર લાખ તૈયાર રાખ, નહીંતર તારા દીકરાને ખતમ કરી નાખીશું. ફોન કરનારે ન કામ જણાવ્યું કે ન કોઈ વધુ માહિતી આપી.

પછી અપહરણકાર શાંત પડી ગયો, પોલીસ કામ કરતી રહી અને દળવી પરિવારનાં વેદના-ચિંતા વધતાં રહ્યાં. ૨૩ ફેબ્રુઆરીએ કરાડ નદીના કિનારે અજાણ્યા બાળકની લાશ મળી, જેની ઓળખ માટે પોલીસે દળવી પરિવારને કહેણ મોકલ્યું. લાશ જોઈને અંકુશ-મનીષાના પગ નીચેથી જમીન સરકી ગઈ, મનીષા ત્યાં ને ત્યાં ફસડાઈ પડી. મુંબઈ પહોંચીને મનીષાને તાત્કાલિક હૉસ્પિટલમાં દાખલ કરવી પડી. બોલતી વખતે અંકુશ આંસુ રોકી ન શક્યા. પ્રતિભાએ ધીમેથી મનીષાનો હાથ દાબ્યો. આ સાથે જ મનીષા ન જાણે કેમ પ્રતિભાને વળગીને રડવા માંડી. બંને વચ્ચે ન ઝાઝી ઓળખાણ, ન વધુ પિછાણ પણ ઘણી સામ્યતાએ બંનેને એક કર્યાં. બંને સ્ત્રી, માતા, પુત્રના મોતની તડપ, અંદર હિલોળા લેતાં આંસુની સુનામી...

સહેજ સ્વસ્થ થઈને અંકુશે વ્યથા-કથાને આગળ ધપાવી. ૨૫મી ફેબ્રુઆરીએ મોબાઇલ પરથી ફોન આવ્યો. 'સબ કુછ કિયા હૈ, તુઝે કરના હૈ વો તૂ કર લે. તેરે સાહિલ કો પશ્ચિમ બંગાલ મેં રખા હૈ.' ફરી પોલીસ પાસે ગયા પણ ત્યાંથી વાતચીત પતાવીને આવ્યા, ત્યાં તમે નીચે મળી ગયા, એટલું કહીને અંકુશ દળવીએ વાત પૂરી કરી.

સૂર્યકાંતે થોડીવાર વિચાર્યું પછી ડાયરીમાં કંઈક ટપકાવ્યું. પછી અંકુશ દળવીને સવાલ પર સવાલ પૂછતા રહ્યા. જાત જાતના પ્રશ્નો. અસંગત લાગે એવા એવા સવાલો. મનીષા સાથેય ખાસ્સી સવાલબાજી કરી. અંકુશ દળવીના વ્યાવસાયિક જીવન, પતિ-પત્નીનાં કૌટુંબિક-અંગત જીવન, મિત્રમંડળ અને સગાં-સંબંધી વિશે સવાલો કર્યા. અંકુશ તો એક બિલ્ડર પાસે કામ કરતો હતો એટલે વ્યાપારલક્ષી વેરભાવના આવતી નહોતી.

હવે સૂર્યકાંત મુખ્ય મુદ્દા પર આવ્યા. આડોશીપાડોશી, સાંઈધામના રહેવાસીઓ અને વૉચમૅન. લેશમાત્ર કંટાળા, ઊંઘ, થાક કે હતાશા વિના સૂર્યકાંત સવાલો પૂછ્યે જ જતા હતા. આ બધામાં બીજા માળે રહેતા ઉમેશ જાધવમાં સૂર્યકાંતને રસ પડ્યો. ૨૪ વર્ષનો ઉમેશ ગ્રેજ્યુએટ ડ્રોપ-આઉટ હતો. એ મમ્મી છાયા જાધવ સાથે રહેતો હતો. અંકુશને જાધવ પરિવાર અંગે વાતચીત કરવામાં રસ ન હતો. એક સમયે એમની સાથે સંબંધ ખૂબ સારા હતા. એકદમ ઘર જેવા. પછી જાધવ પરિવારે દળવી પાસેથી થોડી રકમ ઉધાર લીધી. ઉધારી નિયત સમયે ન ચૂકવી, પછી હળવા અવાજે ઉઘરાણી અને ઉગ્ર શબ્દોમાં ઉઘરાણી. રકમ તો પાછી ન આવી પણ સંબંધ ડૂબી ગયા. ત્રણ વર્ષથી બંને પરિવારના બોલચાલના અને વાટકી વ્યવહાર પર સીલ લાગી ગયાં. હવે તો સામે મળે તો ઔપચારિક સ્મિતને બદલે મોઢાં બગાડાય. સૂર્યકાંત વિચારમાં પડી ગયા.

શનિવાર તા. ૨૮-૦૨-૨૦૦૯થી

સૂર્યકાંતે અંકુશ દળવી પાસેથી ચોથી ફેબ્રુઆરીએ આવેલા ખંડણી માટેના પહેલા ફોનનો ચોક્કસ સમય મેળવ્યો હતો. ઉમેશ જાધવનો મોબાઇલ નંબર લીધો હતો. ધડાધડ ફોન કરીને કોઈકને વિનંતી કરતા રહ્યા. સૌને એક વાત કહે, અર્જન્ટ હૈ કામ. થોડીવારમાં માહિતી આવી કે પહેલવહેલો ફોન બોરીવલીથી આવ્યો હતો, એસટીડી બુથ પરથી. સૂર્યકાંતે બુથનો ટેલિફોન નંબર લખી લીધો. ઉમેશ જાધવના ફોનનું લોકેશન આંખ પહોળી કરી નાખે એવું હતું. અપહરણના જ દિવસે પુણેનો સ્વારગેટ એરિયા અને પછી કરાડ. ૨૫મી ફેબ્રુઆરીએ મોબાઇલ પરથી આવેલા નંબરને આધારે સૂર્યકાંતે એનો

આઈ.એમ.ઈ. નંબર મેળવ્યો. અપહરણના દિવસના લોકેશન જાણ્યા. સાંજે કરાડમાં કોનો નંબર છે એ વિગત મેળવી. આ સીમકાર્ડ ઉમેશ દેસાઈને નામે હતું. ઉમેશના ફોનનું લોકેશન રાતે પાછું ઘરનું બતાવતું હતું એટલે એ પુણે-કરાડ થઈને પાછો આવી ગયો હતો.

આ બધી માહિતી મેળવવામાં સૂર્યકાંતને ખાસ્સો સમય લાગી ગયો. ત્યાં સુધીમાં પોલીસે પણ પોતાની રીતે ઘણી માહિતી એકઠી કરી હતી. પહેલી એપ્રિલે સૂર્યકાંત ભાંડેપાટીલ અને અંકુશ દળવીએ પોલીસ સ્ટેશન જઈને બધી માહિતી આપી અને સાંયોગિક પુરાવાને આધારે શકમંદની તાત્કાલિક અટકાયત કરવા પર ભાર મૂક્યો. પોલીસને અત્યાર સુધી મળેલી કડીઓ અને માહિતીમાં સૂર્યકાંતે કરેલા ખૂબ ઉપયોગી ઉમેરા બાદ હવે રાહ જોવાનો પ્રશ્ન જ ક્યાં હતો?

શનિવાર, તા. ૨૮-૦૨-૨૦૦૯થી...

સાહિલ અંકુશ દળવી અપહરણ અને હત્યા કેસમાં સૂર્યકાંત ભાંડેપાટીલ, અંકુશ દળવી અને ખુદ પોલીસને પણ ઉમેશ ગણેશ જાધવ હવે મુખ્ય શકમંદ લાગતો હતો. બીજી એપ્રિલે પોલીસે ઉમેશને તાબામાં લીધો.

ઉમેશે એકદમ આશ્ચર્ય વ્યક્ત કર્યું. ખોટું થઈ રહ્યું હોવાની દલીલ કરી. પોતાની નિર્દોષતા સાબિત કરવા માટે ઘણું કહ્યું, ઘણું કર્યું. પોલીસ એની વ્યવસ્થિત પૂછપરછ કરતી હતી. ત્રણ દિવસના સવાલ-જવાબના સત્ર બાદ પોલીસ અંકુશને કરાડ લઈ ગઈ. ત્યાં પોલીસ એને પૂછી રહી હતી, ફેરવી રહી હતી. કરાડ અને આસપાસ ઉમેશના કોણ કોણ સંબંધી છે એની માહિતી જ ન મેળવી, પણ ત્યાં ઉમેશને લઈ ગઈ. રાતે ૧૦.૩૦ વાગ્યે સંબંધીને ઘરે ઉમેશ પોલીસને લઈ ગયો. અહીંથી પોલીસને થાપ આપીને ઉમેશ જાધવ ભાગી ગયો. સ્માર્ટ કેટલો કે ભાગતા અગાઉ માસી પાસેથી વીસ રૂપિયા પણ માગીને લઈ લીધા હતા.

અંધેરી પોલીસે તરત જ ઉમેશ ભાગી ગયાની જાણકારી કરાડ પોલીસને મોકલાવી. વર્ણનના આધારે ઉમેશ ફરી પકડઈ ગયો. ઇસ્લામપુરમાં પકડાયા બાદ એને અંધેરીના એમ.આઈ.ડી.સી. પોલીસ સ્ટેશને લવાયો. ઉમેશ જાધવના ભાગી જવાથી કિડનેપિંગ મર્ડર કેસની તપાસ ખોરંભે ચડી ગઈ હતી. છઠ્ઠી એપ્રિલે પોલીસે ઉમેશને છોડી મૂક્યો.

74

શનિવાર, તા. ૨૮-૦૨-૨૦૦૯

પોલીસે ઉમેશ જાધવને છોડી મૂકવાથી એકદમ આઘાત અનુભવ્યા બાદ અંકુશ દળવીએ ફોન કરીને સૂર્યકાંતને આ વાત કરી, પણ સૂર્યકાંતને બહુ આશ્ચર્ય ન થયું. ખૂનનો શકમંદ ભાગી જાય તો પોલીસની ખૂબ બદનામી થાય. એટલે કદાચ પોલીસે વધુ નક્કર પુરાવા, સાબિતી અને સાક્ષી મળે પછી આગળ વધવાનું નક્કી કર્યું હોઈ શકે એવું સૂર્યકાંતને લાગ્યું, પરંતુ ત્યાં સુધીમાં શકમંદ ભાગી જાય તો? ક્યાંનો ક્યાં જઈને છુપાઈ જાય કે એના સુધી પહોંચવામાં કાયદાના લાંબા હાથ ટૂંકા પડી જાય.

સૂર્યકાંતે પોતાની રીતે આગળ વધવાની શક્યતા ચકાસવા માંડી. પોતાના અભ્યાસ અને નિષ્ણાતોના અભિપ્રાય લીધા બાદ નવો વ્યૂહ અપનાવ્યો કે જેનાથી પોલીસ જાગે, સક્રિય થવાની ફરજ પડે અને કેસ આગળ વધે. સૂર્યકાંત ભાંડેપાટીલે અંકુશ અને મનીષા દળવી સાથે ૨૫મી મેના રોજ પત્રકાર પરિષદ યોજીને પોતાની માગણીઓને વાચા આપી. આ કેસમાં પોલીસ તપાસ વેગવાન બને અને શંકાસ્પદ આરોપીની ડી.એન.એ. ટેસ્ટ થાય એવી ડિમાન્ડ કરાઈ.

લેશમાત્ર શબ્દો ચોર્યા વિના જરૂર પડ્યે તપાસ વધુ કાર્યક્ષમ એકમને સોંપવાની માગણી સુધ્ધાં કરાઈ. આની સાથોસાથ અદાલતમાં અરજી કરાઈ કે સૂર્યકાંત ભાંડેપાટીલે મેળવેલી માહિતી-જાણકારીને આધારે તપાસ કરવાનો પોલીસને તાત્કાલિક નિર્દેશ આપવામાં આવે.

આ બધા પ્રયાસોના પડઘા પડ્યા વિના ન રહ્યા. કેસની તપાસ મુંબઈ ક્રાઇમ બ્રાંચને સોંપી દેવાઈ. ૧૩મી જુલાઈએ ક્રાઇમ બ્રાંચે ધડાકો કર્યો, સાહિલ અંકુશ દળવીના અપહરણ અને ખૂન બદલ ઉમેશ ગણપત જાધવ (ઉં. વર્ષ ૨૪), તેની માતા છાયા ગણપત જાધવ (ઉં. વર્ષ ૫૦) અને ઉમેશના પિતરાઈ અતુલ દીપક દેસાઈ (ઉં. વર્ષ ૨૦)ની ધરપકડ કર્યાની જાહેરાત કરી. આ ત્રણેએ પોતાના ગુનાની કબૂલાત પણ કરી લીધી હતી.

આ લોકોની મોડસ ઓપરેન્ડી લગભગ સૂર્યકાંત ભાંડેપાટીલની ધારણા જેવી જ હતી. સૌથી પહેલાં ગુના પાછળનું ધ્યેય જોઈએ. એક, દળવી પરિવારે કરેલા અપમાનનું વેર વાળવું અને બે, ઉધાર લીધેલી રકમ દળવીના મોઢા પર મારવી અને એ પણ એની પાસેથી વસૂલેલી ખંડણીમાંથી જ.

૨૬મી જાન્યુઆરીએ ઉમેશે કઝિન અતુલને આ કાવતરાની જાણ કરીને

પોતાની સાથે સામેલ કર્યો. પછી એ મોકાની રાહ જોવા લાગ્યો, પરંતુ રોજ કોઈ ને કોઈ અડચણ આવતી હતી. ત્રીજી ફેબ્રુઆરીએ સાંઈધામ સોસાયટીના છઠ્ઠે માળે આવેલા પોતાના ઘરેથી સવારે સાહિલ ટ્યૂશન માટે ગયો, એ ઉમેશે જોયું. એ ટ્યૂશન પતાવીને પાછો જતો હતો, ત્યારે નવી વીડિયો ગેમ રમવાની લાલચે પોતાના ઘરમાં બોલાવ્યો. સાહિલની બાળસહજ બુદ્ધિમાં ક્યાંથી આવે કે આ વીડિયો ગેમ રમવાનું નહીં, મોતના ખેલનું આમંત્રણ છે અને તેમાં પોતે હારવાનું છે, શિકાર થવાનું છે. સાહિલ જેવો અંદર જઈને બેઠો કે ઉમેશે પોતાના મજબૂત હાથ સાહિલના ગળા અને મોઢા પર દબાવ્યા, તો છાયાએ પગ પકડી રાખ્યા. આવી બર્બરતા સામે બાળક ટકે કેટલું? જોતજોતામાં એની જીવનરમતનો અંત લાવી દેવાયો. હવે? સાહિલની લાશને રેક્ઝિનની થેલીમાં મૂકીને ટ્રાવેલિંગ બૅગમાં ઠૂંસી દીધી. મા-દીકરો બૅગ લઈને ખાનગી બસમાં મુંબઈથી પહોંચ્યાં પુણે. ત્યાં સ્વારગેટ ઊતરીને કરાડની બસ પકડી. કરાડ પહોંચીને ઉમેશે ફોન કરીને અતુલ દેસાઈને બોલાવી લીધો. એ રિક્ષા લઈને આવ્યો. રિક્ષામાં કૃષ્ણા નદીના પુલ પર ગયા અને સાહિલની લાશને ફેંકી દીધી. ઉમેશ અને છાયા એ રાતે મુંબઈ પાછા આવી ગયાં, જાણે કંઈ જ ન બન્યું હોય એમ વર્તવા માંડ્યાં. બીજા દિવસે ઉમેશે બોરીવલી જઈને અંકુશ દળવીને પી.સી.ઓ. પરથી ફોન કરીને ધમકી આપી કે પંદર લાખ તૈયાર રાખ, નહીંતર તારા દીકરાનું ક્યારેય મોં જોવા નહીં મળે.

આ કેસમાં આવેલા પરિણામથી સૂર્યકાંતને સંતોષ થયો, પણ ઉમેશની વહેલી ધરપકડ થવાની જરૂર હતી. જો એ રીઢો ગુનેગાર હોત તો વધુ કેટલા સાહિલ અને સંકેતને જીવતાં ભરખી ગયો હોત? છતાં એક લહુને જેલભેગો કરાવવામાં પોતે ભજવેલી ભૂમિકા બદલ સૂર્યકાંતને આનંદ થયો. તેમણે સંકેતના ફોટા સામે જોયું, નજીક જઈને ફોટા પર હાથ ફેરવતાં બોલ્યા, 'થેન્ક યુ બેટા.' આ જોઈને પ્રતિભાની આંખમાં આંસુ આવી ગયાં, ખુશીનાં આંસુ.

જુલાઈ, ૨૦૧૪

કોલ્હાપુરની કળંબા સેન્ટ્રલ જેલમાં લહુ ઢેકણે જનમટીપની સજા કાપી રહ્યો હતો. ના અફસોસ, ન પસ્તાવો. એ જેલનું જીવન માણી રહ્યો હતો. બે ટાઇમ પેટ ભરીને જમવા મળે, સમયસર ઊંઘવા મળે. કોઈ વાતનું ટેન્શન નહીં. એ શરીર જમાવવા માંડ્યો હતો. છતાં દિમાગ સાવ શાંત બેઠું નહોતું. એને જેલના સળિયા નહોતા ગમતા. સતત ધ્યાન રાખતા ચોકીદાર નહોતા ગમતા. કેદ કરી રાખતી જેલની ઊંચી-ઊંચી દીવાલ આંખમાં ખૂંચતી હતી. પોતાના માટે ક્યારેય

ન ખૂલતો જેલનો મેઇન ગેટ એની ક્રૂર મજાક કરતો હતો. આ બધું એ સહન કરતો હતો, કારણ કે લહુની મોટી આશા એક કાગળમાં હતી. એક અરજીમાં હતી. હા, લહુએ આટલી લાંબી કેદ બાદ પેરોલ પર છૂટવા માટે અરજી કરી હતી, પરંતુ એનો જવાબ ક્યારે આવશે?

હકારાત્મક આવશે કે નકારાત્મક? આ સવાલો લહુને દિવસ-રાત સતાવતા હતા.

ઑગસ્ટ, ૨૦૧૪

હા, લહુની આશા ફળી. એની પેરોલ મંજૂર થઈ ગઈ. એક મહિના માટે ઘરે જવા મળશે. લહુને ઘર કરતાં વધુ રસ હતો મુક્તિમાં. એને સ્વતંત્રતા કરતાં સ્વૈરવિહારમાં, સ્વચ્છંદતામાં દિલચસ્પી હતી.

કળંબા જેલથી છૂટીને લહુ સીધો ગયો પોતાના વતન દેગાંવ. એ ભાઈ અંકુશની સાથે રહ્યો. સતત ઘરમાં જ રહે, ક્યારેય બહાર ન નીકળે. કોઈને મળે નહીં. મળે તો વાત પણ શું કરવી? કદાચ ગામવાળાનેય એની સાથે વાત કરવી ન ગમે. પોતે કોઈ પરાક્રમ કરીને તો ઘરે આવ્યો નહોતો કે બધા મળવા દોડી આવે, આવકારે, પૂછપરછ કરે. એ તો ખૂની હતો. બબ્બે માસૂમ બાળકોનો હત્યારો. એકદમ ઘાતકી, નરાધમ, પાશવી અને ક્રૂર. ગામમાં ઘણાને તો એનું પાછું આવવુંય ગમ્યું નહોતું, પણ આદમખોરને કહે કોણ કે તારું મોં ગંધાય છે. અંકુશ માટે તો ભાઈને સંઘરવા સિવાય છૂટકો નહોતો. લોહીના સંબંધ હતા, આંખની શરમ હતી, સમાજનો દસ્તૂર હતો. ઘરમાં થોડોઘણો હક પાછો લહુનો ગણાય. એકલતા, દૂરથી તાકી રહેતી નફરતભરી છતાં ડરેલી નજર અને એનું વૅકેશન પૂરું થવાની સેંકડોની પ્રતીક્ષામાં એક મહિનો પૂરો થયો. દેગાંવના રહેવાસીઓએ હાશકારો અનુભવ્યો. શેતાન સખણો રહ્યો.

સપ્ટેમ્બર, ૨૦૧૪

અંકુશ ઢેકણે ભાઈ લહુને લઈને કોલ્હાપુરની કળંબા જેલમાં પહોંચ્યો ત્યારે બપોરના ૨.૩૦ વાગ્યા હતા. લહુ એક ઝાડ નીચે બેઠો. તેણે અંકુશને સમજાવ્યો કે ચાર વાગ્યે કારાગૃહના પોલીસોની ડ્યૂટી બદલાશે, ત્યારે હું અંદર જતો રહીશ. તું તારે નીકળ, બસ મળી જાય તો સમયસર ગામ પહોંચી જવાય.

અંકુશે સૂચન માની લીધું અને એ તરત જ રવાના થઈ ગયો. જેલના પરિસરમાં લહુ એક ઝાડ નીચે બેઠો હતો. સરસ ઠંડો પવન વાતો હતો. પંખીઓ કલરવ કરતાં હતાં. કેવા મુક્તમને વિહરતાં હતાં. આકાશમાં મન થાય એ ડાળે બેસતાં હતાં અને દિલ કરે ત્યારે ઊડી જતાં હતાં.

લહુની દાઢમાંય સ્વતંત્રતાનો સ્વાદ બરાબરનો ચોંટ્યો હતો. પાછું કેદ થવાનું મન માનતું નહોતું. કંઈક કરવું પડશે. શું કરવું? શું કરવું? એમ કરતાં વિચારમાં તે આસપાસ જોવા માંડ્યો. કોઈનું ધ્યાન એના પર નહોતું. કેટલાક કામમાં મશગૂલ હતા તો કેટલાક વળી પોતાની ડ્યૂટી પૂરી થવાની રાહ જોવામાં વ્યસ્ત હતા.

આમ ને આમ પાંચ વાગી ગયા. તે ધીમેથી ઊભો થયો. કારાગૃહમાં અંદર જવાને બદલે તે મેઇન ગેટ પર ગયો. દરવાજો ખુલ્લો હતો. કદાચ પોલીસોની અવરજવરના સમયને કારણે દરવાજો બંધ નહોતો. જરાય અસ્વસ્થતા કે ગભરામણ વગર લહુ ઢેકણે દરવાજા ભણી આગળ વધતો રહ્યો. મનમાં ફફડાટ ખરો પકડાઈ જવાનો પણ ચહેરા પર એવા કોઈ ભાવ નહીં. પોતે જાણે કોઈને જેલમાં મળવા આવ્યો હોય અને હવે પાછો જઈ રહ્યો હોય, એટલી સહજતા, સરળતા અને સહજતાથી લહુ ઢેકણે દરવાજામાંથી બહાર નીકળી ગયો. એનાં નસીબ પાધરાં કે આ ન કોઈની નજરમાં આવ્યું કે ન કોઈનું ધ્યાન દોરાયું.

બબ્બે હત્યાની જેલ ભોગવતો ગુનેગાર ફરી એકવાર કાયદાને થાપ આપવામાં સફળ થયો. થોડે દૂર ગયા બાદ તે પોતાની ચાલવાની ગતિ વધારવા માંડ્યો. આ સ્પીડ સતત વધતી રહી, પણ એ રીતે કે કોઈને કંઈક અજુગતું થયાની શંકા ન આવે. કોલ્હાપુર સ્ટેશન નજીક પહોંચ્યો તો એને કંઈ યાદ આવ્યું કે કંઈક ખાધાને ઘણા કલાક થઈ ગયા. કકડીને ભૂખ લાગી હોવાથી ખિસ્સામાં હાથ નાખ્યા. થોડાઘણા રૂપિયા હતા. પેરોલ માટે આપેલી અરજીની કૉપી હતી. દેગાંવમાં અંકુશની નજર ચુકાવીને ઘરમાંથી ઉપાડી લીધેલો મોબાઇલ ફોન હતો. આ ફોન અંકુશની પત્નીનો હતો.

ગજવામાં હતા એટલા બધા રૂપિયા ખર્ચીને ભરપેટ નાસ્તો કર્યો. જીભની સ્વાદ માટેની શક્ય એટલી ઇચ્છા પૂરી કરી. પછી આગળનું વિચારવા માંડ્યો. ઓળખ છુપાવવા અને પેટ ભરવા માટે કંઈક કામધંધો શોધવાનો નિર્ણય કર્યો, પરંતુ એ બધું આવતી કાલથી. અત્યારે તો આ મુક્તિને માણવા માટે મીઠી ઊંઘ જોઈએ. જેલમાંથી છૂટવાનાં સપનાં વિનાની નિદ્રા.

75

સોમવાર, તા. ૨૯-૧૧-૧૯૯૯

લહુનું પેરોલ પરથી જેલમાં પાછું ન ફરવું જેલના સત્તાધીશો માટે શિરદર્દ હતું. કાયદા પ્રમાણે અંકુશ ઢેકણેએ લહુને પાછા મૂકી જવાની જવાબદારી લીધી

હતી, પરંતુ જેલના રેકોર્ડમાં એ પાછો આવ્યાની નોંધ જ ન હોવાથી એની જેલમાંથી ભાગી ગયાની સત્તાવાર જાહેરાત ન કરાઈ. નહીંતર આ ગુના બદલ પણ લહુ સામે કેસ ચાલી શકે, સજા થઈ જ શકે.

કલ્પના કરો કે એ સીધો વેર વાળવા છાનોમાનો શિરવળ કે પુણે પહોંચી જાય અને સૂર્યકાંત, પ્રતિભા કે સૌરભને કંઈ કરી બેસે તો? બે માસૂમ બાળકોની હત્યા કરનારો માતેલા સાંઢની જેમ ખુલ્લેઆમ રખડતો હોય તો માતા-પિતાને ફફડાટ રહે, પરંતુ કોઈ જાણતું જ નહોતું કે પેરોલ પૂરી કરીને લહુ પાછો જેલ પહોંચ્યો નથી. લહુના મનમાં શું હતું? બીજા દિવસનાં અખબારોમાં પહેલા પાને મોટા મથાળા સાથે તો ઠીક અંદરના પાને ક્યાંય નાનકડા ફકરામાંય હત્યારો કેદી લહુ રામચંદ્ર ઢેકણે પલાયન થઈ ગયાના સમાચાર નહોતા. કારણ શું? આ હકીકત સમજવા જેવી છે.

કળંબા જેલમાંથી ભાગી છૂટ્યાના બીજે દિવસે લહુ કોલ્હાપુરથી નીકળીને ટેક્સટાઇલ સિટી કે માંચેસ્ટર ઑફ મહારાષ્ટ્ર તરીકે જાણીતા ઇચલકરંજી ગયો. ભાભીનો ચોરેલો મોબાઇલ સ્ટાર્ટ કરીને તેણે અંકુશને કહી દીધું કે હું જેલમાં ગયો નથી. આટલું કહીને મોબાઇલ સ્વીચ ઑફ કરી નાખ્યો.

ઇચલકરંજી પહોંચ્યા બાદ એક સમસ્યા સામી આવીને ઊભી રહી ગઈ. ગજવાં સાવ ખાલીખમ. દસમી પાસ કર્યા બાદ કોહિનુર ટેક્નિકલ ઇન્સ્ટિટ્યૂટમાં મેકેનિક ડ્રાફ્ટસમેનનો કોર્સ કર્યો હતો. ત્યાર બાદ ફર્નિચરને પૉલિશ કરવાનો વ્યવસાય અપનાવ્યો, પરંતુ કાયમી કામ નહીં અને નિયમિત આવક નહીં. એટલે શોર્ટકટ અપનાવવા માંડ્યો હતો. ઇચલકરંજીમાં સાવ નવોસવો એટલે કામ મેળવવાનું આસાન નહોતું. વધુ પ્રયાસ એને કરવા નહોતા એટલે ફરી આડાઅવળાં કામ સિવાયનો છૂટકો નહોતો. ઇચલકરંજીના શાહપુરમાં એક બંગલોમાં ઘરફોડી માટે ઘૂસ્યો. કોઈક જોઈ ગયું અને બૂમાબૂમ થવા માંડી તો જેમતેમ જીવ બચાવીને ભાગ્યો, પરંતુ આ દોડધામમાં ભાભીનો મોબાઇલ પડી ગયો. અજાણ્યા ઇસમ સામે પોલીસે ગુનો દાખલ કર્યો. તપાસમાં બહાર આવ્યું કે આ મોબાઇલ ચોરાયેલો હતો અને દેગાંવની રહેવાસી મહિલાનો હતો. જો પોલીસ વધુ ઊંડી ઊતરી હોત કે અંકુશે સચ્ચાઈ કહેવાની હિંમત કરી હોત તો લહુના કુકર્મ પર બ્રેક લાગી ગઈ હોત.

હવે લહુની રઝળપાટ શરૂ થઈ ગઈ. એક તો પેટનો ખાડો પૂરવાનો અને બીજું પોલીસથી છુપાતા ફરવાનું. પોતાની ભાગેડુ કેદી તરીકેની ઇમેજ હવે તેનાથી સહન થતી નહોતી, પણ કરવું શું? તેણે બનાવટી નામ રાખ્યું સાવંત. ભાડાની ઝૂંપડી રાખી. હોટેલમાં કામ કર્યું. લોજમાં કામ કર્યું.

આમ કેટલા દિવસ ભટકતા રહેવાનું? આ સવાલને સથવારે એ સાત મહિના રઝળતો, ભટકતો રહ્યો. હવે કંટાળ્યો હતો એ. અનિશ્ચિતતાથી, દોડાદોડીથી, છૂપાછૂપીથી અને ભાગેડુ કેદીની ઇમેજથી. લહુ ઢેકણેએ મનોમન નક્કી કરી નાખ્યું, બસ, બહુ થયું હવે. એના ભીંસાતા જડબા સાથે આંખમાં લાલાશ ઊમટી રહી હતી અને હોઠના ખૂણે દેખાયું લુચ્ચું સ્મિત, ક્રૂર સ્મિત, ઘાતકી સ્મિત. લહુએ બે પળ માટે એકદમ બંને આંખ મીંચી દીધી. માથાને એક ઝાટકો આપ્યો. આંખો ખોલી અને દૂર દૂર ધ્યાનથી જોવા માંડ્યો. ૨૦૧૫ના મે મહિનામાં લહુ ઢેકણેને લાગ્યું કે હવે નિરાંત અનુભવવાનો સમય આવી પહોંચ્યો છે. તેની નજરમાં કોઈક વસી ગયું હતું. પોતાની ધ્યેયપ્રાપ્તિ માટે લહુ ઢેકણેએ વ્યવસ્થિત પ્લાનિંગ કર્યું. એક એક નાની નાની બાબતોનો બારીકાઈથી વિચાર કર્યો. અને એ નીકળી પડ્યો લક્ષ્ય વીંધવા માટે.

એ એક-એક કદમ આગેકૂચ કરી રહ્યો હતો. નિશાન નક્કી કર્યું હતું, પરિણામની ગણતરી માંડી હતી, ધારણા બાંધી હતી, પણ ખરેખર અંજામ કેવો આવવાનો હતો એ કોઈ નહોતું જાણતું.

રવિવાર, તા. ૧૬-૦૫-૨૦૧૫

કોલ્હાપુરથી પાંચ કિલોમીટરના અંતરે આવેલા ગિરગાંવ પરિસરમાં કંદલગાવ પાસે એક ડુંગર. એકદમ અવાવરુ અને નિર્જન વિસ્તાર. ક્યારેક ભરવાડ ડોબા ચરાવવા આવે. સવારે એક ભરવાડ પસાર થઈ રહ્યો હતો. મે મહિનાની ગરમીમાં સવારનું વાતાવરણ ખુશનુમા લાગતું હતું.

આ માહોલને માણતાં માણતાં કંઈક ગીતના ગણગણાટ સાથે એ આગળ વધતો હતો. અચાનક તેના પગ રોકાઈ ગયા. હાથેથી નાક દબાવી દીધું કે જેથી દુર્ગંધ નાકમાં જઈને શરીરમાં કાયમ માટે ભરાઈ ન જાય. આસપાસ નજર નાખી એક ખુલ્લા ખેતરમાં કંઈક અજુગતું દેખાયું, નજીક જઈને જોયું તો મોઢામાંથી ઊલટીને નીકળતા માંડ માંડ રોકી શક્યો.

સામે એક લાશ પડી હતી. માનવ લાશ. નહોતું એનું માથું કે નહોતાં બંને હાથનાં કાંડાં. તેણે તરત જ પાંચગાંવના પોલીસ પાટીલ તાત્યોસા પાટીલને જાણ કરી અને તેણે સ્થાનિક કરવીર પોલીસને માહિતી આપી. જોતજોતામાં પોલીસવાળા શ્વાન પથક સાથે ઘટનાસ્થળે પહોંચી ગયા. પહેલી નજરે તો પોલીસનેય કમકમાં આવી ગયા: આટલી બેરહમીથી હત્યા? માથું કાપી નખાયાના કિસ્સા ક્યારેક બન્યા હતા, પણ હાથના કાંડા કાપી નાખવાની બર્બરતા? આના હાથે કોઈ પાપ કર્યાં હશે કે એની સજા મળી?

વિચારો છોડીને પોલીસે આસપાસ માથા, બંને હાથનાં કાંડાં, હથિયાર કે અન્ય કંઈક ઉપયોગી પુરાવા કે કડી મળે એ માટે શોધખોળ આદરી, પણ કંઈ કામનું ન મળ્યું. તાલીમબદ્ધ શ્વાન પણ ઘટનાસ્થળેથી મેઇન રોડ સુધી પહોંચીને અટકી જતા હતા.

હવે લાશનાં કપડાં પર પોલીસે ધ્યાન આપ્યું. એના શર્ટ-પેન્ટનાં ખિસ્સાં ફંફોસ્યાં. કંઈક તો મળ્યું ખરું. અરે વાહ, એક ડાયરી મળી. અને મતદાર ઓળખપત્ર. વૉટર આઇડી પર નામ લખેલું હતું લહુ રામચંદ્ર ઢેકણે. પોલીસને તરત જ બત્તી થઈ કે આ તો ભયંકર અપરાધી અને હત્યારો લહુ. સદ્ભાગ્યે ડાયરીમાં એના ભાઈ અંકુશ ઢેકણેનો અને બહેનનો નંબર લખેલો હતો. થોડે દૂરથી ચશ્માં મળ્યાં.

એક પોલીસવાળાએ હાશકારો અનુભવ્યો કે ચાલો, લાશની ઓળખ તો મળી ગઈ. બીજા પોલીસવાળાએ મનોમન વિચાર્યું કે બબ્બે બાળકોની હત્યાની સજામાંથી ભાગી છૂટ્યો હતો, પણ ઉપરવાળાની સજામાંથી ક્યાં કોઈ બચી શકે છે? ત્રીજો પોલીસવાળો એકદમ પ્રૅક્ટિકલ માણસ એટલે સીધી વાત વિચારી કે સારું થયું, ખોટો ભાર ઘટ્યો પૃથ્વી પરથી.

પરંતુ આ બધાને એક સવાલ સતાવતો હતો કે લહુને માર્યો કોણે? એક ભાગેડુ કેદીને પકડી પાડવો અને પછી આટલી સિફતથી મારી નાખવો એ કોઈ કાચાપોચા હૃદયવાળાનું કામ નહીં. વિચારોના વમળ વચ્ચે જરૂરી વિધિ પતાવીને લાશને ઘટનાસ્થળેથી હટાવી. લહુના ભાઈ અંકુશને તાત્કાલિક પોલીસ સ્ટેશન આવી જવા માટે કહી દેવાયું.

અંકુશ પોલીસ સ્ટેશન પહોંચ્યો અને લાશનાં કપડાં જોતાવેંત ઓળખી ગયો કે આ લહુ જ છે. આંખમાં આંસુ સાથે તેણે જણાવ્યું કે હું તેને ઘરેથી જેલ મૂકવા ગયો ત્યારે આ જ કપડાં પહેર્યાં હતાં. લહુનું વૉટર આઇડી જોઈને એ રડવા માંડ્યો. ડાયરીમાં અક્ષર પણ લહુના જ હોવાનું તેણે ખાતરીપૂર્વક કહી દીધું. ૧૫ વર્ષ જેલમાં રહેલા ભાઈને અંકુશ તરત ઓળખી ગયો.

પોલીસ માટે એક પ્રશ્ન પત્યો, લાશની ઓળખનો. હવે ખૂનીને શોધવાનો હતો. ખૂની એકથી વધુ હોઈ શકે. પહેલી નજરે મામલો જૂની દુશ્મનાવટનો લાગતો હતો. કદાચ અનૈતિક સંબંધનું પરિણામ હોઈ શકે. એક માણસને મારવો અને આ રીતે કાપવો એ એકલા માણસનું કામ ન પણ હોય. પોલીસે તરત જ હત્યારાની ખોજમાં પુણે, સાતારા, કરાડ, ઇચલકરંજી અને જયસિંગપુર જેવા સ્થળે ટુકડી રવાના કરી દીધી.

રવિવાર, તા. ૧૭-૦૫-૨૦૧૫

સૂર્યકાંત ભાંડેપાટીલ ફ્રેશ થઈને આવ્યા. ત્યાં પ્રતિભા ચાનો કપ લઈને આવી, પરંતુ ચા લાવવામાં પ્રતિભા થોડી સેકન્ડ મોડી પડી અને સૂર્યકાંતે હાથમાં છાપું લઈ લીધું. પહેલે પાને જ સમાચાર હતા, 'પુણ્યાતીલ અટ્ટલ ગુંડ લહુ ઢેકણે યાચા ખૂન.' લહુની હત્યા?! સૂર્યકાંત ઝડપભેર સમાચાર વાંચવા માંડ્યા. છાપું પ્રતિભાને બતાવ્યું.

અંગ્રેજી છાપું ઉપાડ્યું. એમાં ન્યૂઝ હતા, 'ડિસમેમ્બર્ડ બોડી ઑફ અ મૅન ફાઉન્ડ.'

લહુ ઢેકણે ખતમ? બબ્બે ખૂન કરીને લાંબો સમય સાંઢની જેમ ખુલ્લો ફરતો રહેનારો લહુ મરી ગયો અને એ પણ આ રીતે?

સંકેત અને અમિતના કેસમાં પાંચ-પાંચ વખત ખંડણી માગતી વખતે સંખ્યાબંધ પોલીસની હાજરી વચ્ચેય છૂમંતર થઈ જનારા કાબેલ ખેલાડીનો આ રીતે ખાત્મો?

બે વખતે પોલીસવાળાને પોલીસ સ્ટેશન અને જેલની અંદર હાથતાળી આપીને પલાયન થઈ જનારા લહુનો આવો બર્બરતાભર્યો અંત? એને કોણ આટલી બધી ક્રૂર રીતે મારે? શા માટે? વધુ કોઈ ગુના કર્યા હશે? એના અપરાધનો શિકાર બનેલા કોઈએ વેર વાળ્યું? એના હજી કેટલા ગુના બહાર આવવાના બાકી હશે?

સૂર્યકાંતનું મગજ ચકરાવે ચડી ગયું. એમને લાગતું હતું કે જે દેખાય છે એ બધું કદાચ સાચું ન હોઈ શકે. ક્યાંક કંઈક ખટકે છે, ખૂંચે છે. સૂર્યકાંતે પોતાનાં ચક્રો ગતિમાન કરી દીધાં. ફોન પર ફોન કરવા માંડ્યા. લહુ વિશે શક્ય એટલી માહિતી ભેગી કરવાની શરૂઆત આદરી દીધી.

કરવીર પોલીસ સ્ટેશનમાંથી આ કેસને લગતી બધી માહિતી અને લાશના ફોટા મગાવી લીધા. સૂર્યકાંતે ફરી સંકેત અને અમિત અપહરણ કેસ અને લહુ રામચંદ્ર ઢેકણે વિશેની નાની નાની વિગતો પર વિચારવાનું શરૂ કરી દીધું.

ઈ-મેલમાં બધી માહિતી અને લાશના ફોટા આવી ગયા. ચહેરો નહોતો એટલે ઓળખ મુશ્કેલ. હાથ નહોતા એટલે ફિંગરપ્રિન્ટ મેચ કરી ન શકાય. એક રસ્તો બચતો હતો ડીએનએ મેચિંગનો, પણ એ માટે પોલીસ માનવી જોઈએ અને એમાં ખાસ્સો લાંબો સમય નીકળી જાય.

સૂર્યકાંત લાશના ફોટાને પોતાના લેપટોપ પર ક્યાંય સુધી જોતા રહ્યા. ફોટાના એક સેન્ટિમીટરના ભાગને ઝૂમ કરીને જુએ અને કંઈક કાગળ પર નોંધે. ન જાણે આ પ્રક્રિયા ક્યાંય સુધી ચાલી. ત્યાર બાદ પોતાની પાસેના લહુના થોકબંધ

ફોટાનું ફોલ્ડર ખોલ્યું. એક પછી એક ફોટા જોતા ગયા. એક લહુનો આખો ફોટો હતો. એમાં પગ વ્યવસ્થિત દેખાતા હતા. પગને ક્યાંય સુધી જોયા, પછી માત્ર પગને ઝૂમ કર્યો. માત્ર પગનો ભાગ કટ કરીને અલગથી પેસ્ટ કર્યો. એની બાજુમાં જ લાશના પગના ભાગનો ફોટો ફરી કટ કરીને પેસ્ટ કર્યો.

76

રવિવાર, તા. ૧૭-૦૫-૨૦૧૫

હવે સૂર્યકાંતે લહુના અને લાશના પગના ભાગની સરખામણી કરી. ઝૂમ કરીને એક ભાગ જુએ, પછી બીજો ભાગ જુએ. અચાનક તેમણે ટેબલ પર હાથ પછાડ્યા: કંઈક તો ગરબડ છે. બંને પગ મેચ થતા લાગતા નથી.

તેમણે ફરી વાર પોલીસે નોંધેલી વિગતો પર નજર નાખી. અંકુશના કહેવા પ્રમાણે શર્ટ-પેન્ટ લહુનાં હતાં. ખિસ્સામાં વૉટર આઇડી અને ડાયરી મળ્યાં. જન્મટીપ કાપતો માણસ પેરોલ પર ઘરે જાય. પેરોલ કાપીને પાછો જાય ત્યારે વૉટર આઇડી કે એની કૉપી શું કામ સાથે રાખે? ડાયરીમાં લહુ અંકુશના કે એની બહેનના મોબાઇલ નંબર સિવાય બીજું શું લખાણ હતું? કે અન્ય કોઈના નંબર હતા? કોના કોના? આ બધા સવાલોના જવાબ જાણવા પડશે. ડેડ બોડીનાં કપડાંમાથી રૂમાલ ન મળ્યો? શક્ય છે ન હોય કે ખૂની લઈ ગયા હોય, પણ પણ... અંડરવેર ક્યાં? અત્યારે લહુ ૩૯ વર્ષનો થયો... આવડો મોટો માણસ અંડરવેર ન પહેરે અને માથું ને બંને હાથ ધડથી અલગ કરી નખાયાં તો પણ કપડાં પર લોહીનો એક ડાઘ નથી. માનવામાં નથી આવતું. કુછ તો ગરબડ હૈ. સચમુચ.

સૂર્યકાંતની શંકા મજબૂત થવા માંડી કે લહુએ ફરી નવો ખેલ શરૂ કર્યો લાગે છે. જીવલેણ ખેલ. એવું હોય તો પોતે એને સફળ નહીં થવા દે.

સૂર્યકાંતને સંકેતનો હસતો ચહેરો દેખાયો. અચાનક એ ભૂલકાના ગળા પર ખેંચાતી આવતી બૂટની દોરી દેખાઈ, અટ્ટહાસ્ય કરતો લહુ દેખાયો. સૂર્યકાંતે દાંત ભીંસ્યા. મુઠ્ઠી વાળી અને દૂર સુધી જોતા રહ્યા. થોડીવારમાં મોબાઇલ ફોન ઉપાડીને એક નંબર ડાયલ કર્યો. ક્યાંય સુધી સામે છેડે રિંગ વાગતી રહી, પછી સૂર્યકાંત જોશભેર બોલ્યા,

'હલ્લો, ધ્યાન સે સુનો જો મેં બતાતા હૂં...'

સોમવાર, તા. ૧૮-૫-૨૦૧૫

શંકા માત્ર સૂર્યકાંત ભાંડેપાટીલને જ નહોતી, કોલ્હાપુરના કરવીર પોલીસ સ્ટેશનના ઇનચાર્જ દયાનંદ ઢોમે પણ એ દિશામાં વિચારતા હતા. પંદર વર્ષ જેલમાં કાઢ્યા બાદ પેરોલ પર છૂટીને ગયેલા ઢેકણેએ છ મહિનામાં એવું તે શું કરી નાખ્યું કે કોઈ મારી નાખે? કપડાં પર લોહીનું ટીપુંય કેમ નથી? લહુનો મોબાઇલ કેમ લાશ સાથે નથી? લહુની ઓળખ સાબિત કરવા સિવાયની કોઈ ચીજવસ્તુ મળી નથી. એના ભાઈના કહેવા મુજબ એ ક્યારેય નશો કરતો નથી તો લાશ પાસે દારૂની બૉટલ કેમ? પોસ્ટમોર્ટમમાં મૃતકે ઘણો દારૂ પીધાનું સાબિત થાય છે.

વધુ ખાતરી કરવા માટે મૃતક લહુ અને એના ભાઈ અંકુશનો ડીએનએ ટેસ્ટ કરાવવા પડશે. પોલીસે બંનેના નમૂના મુંબઈની ફૉરેન્સિક લેબમાં મોકલી દીધા. આની સાથોસાથ લહુ વિશે શક્ય એટલી વધુ માહિતી મેળવવા અને આ ખૂનનો કેસ ઉકેલવા માટે એક ખાસ પોલીસ ટુકડીની રચના કરાઈ, કારણ એ કે કોલ્હાપુરના પોલીસ વડા અને ડૉ. મનોજકુમાર શર્માને ૧૬મી રાતે જ માહિતી મળી હતી કે લાશ લહુની નથી અને લહુ તો કોલ્હાપુરમાં રખડતો દેખાયો હતો. આથી ડૉ. શર્માએ સહાયક પોલીસ વડા અનિલ દેશમુખની આગેવાનીમાં વિકાસ જાધવ, શિવાજી ખોરાટે, રાજુ સાડુરકર, સુનિલ ઇંગ્વલે અને અમર અડસુળેની ખાસ ટુકડીને કામ સોંપ્યું કે પેરોલ પર છૂટ્યા બાદ લહુ ક્યાં ક્યાં ગયો અને શું શું કર્યું એ જાણી લાવો. આની સાથોસાથ આસપાસના વિસ્તારમાંથી લાપતા થયેલા માણસોની વિગત મેળવવાની શરૂઆત થઈ.

બુધવાર, તા. ૨૦-૫-૨૦૧૫

લહુના ભાઈ અંકુશે મૃતદેહનો કબજો લેવાનો ઇનકાર કરતાં સ્પષ્ટ કર્યું કે ગામ લઈ જઈને શું કરું? સાહેબ, તમે જ અંતિમ સંસ્કાર કરી નાખો. પોલીસે લહુ ઢેકણેના શબને અગ્નિદાહ આપ્યો. આની જાહેરાત સાથે એક પ્રકરણ પર કાયમ માટે પૂર્ણવિરામ થયાની લાગણી ઘણાએ અનુભવી. કુદરતે પોતાને ન્યાય તોળ્યાનું કેટલાયના મનમાં આવ્યું.

જોકે સૂર્યકાંત ભાંડેપાટીલની માગણી અને પોલીસની સતર્કતા વચ્ચે લહુ ઢેકણેના પ્રકરણ પર હજી પડદો પડ્યો નહોતો. પેરોલ બાદ કળંબા જેલમાં જવાને બદલે ભાગી ગયેલો લહુ ઉચગાંવ, ટેંબલાઈવાડી, વિક્રમનગર જેવા વિસ્તારોમાં રહ્યો હતો. રહેવા માટે એક રૂમ ભાડે રાખી હતી. ચોરી કરેલી મોટરસાઇકલ

પર રખડતો હોવાની જાણકારી મળી હતી. રૂઈકર કૉલોનીમાં કંઈક કામ કરતો હોવાની ખબર પડી તો ત્યાં જઈને પોલીસે તપાસ કરી. પાચગાવ પરિસરમાં મૃતદેહ મળ્યો એ દિવસેય લહુ જેવો માણસ ટેંબલાઈવાડીમાં નજરે પડ્યો હતો. હવે પોલીસનો શક ખાતરીમાં બદલાઈ ગયો. એટલે જ પોલીસની વધારાની આંખ સમા અનેક ખબરીઓ લહુને શોધતા હતા.

શુક્રવાર, તા. ૨૨-૦૫-૨૦૧૫

સૂર્યકાંત અને કોલ્હાપુર પોલીસની શંકાને સાચી ઠેરવતો એક ફોન કોલ્હાપુર લોકલ ક્રાઇમ બ્રાન્ચના પોલીસ ઑફિસર અનિલ દેશમુખને આવ્યો. એક ખબરીએ લહુ જેવા માણસને જોયાની માહિતી આપી. દેશમુખે એ શકમંદ પર સતત નજર રાખવા અને એની એક-એક હિલચાલની માહિતી આપતા રહેવા જણાવ્યું. સાંજ થવા આવી હતી અને વધુ સમય બગાડવો પાલવે એમ નહોતો. ઘડીના છઠ્ઠા ભાગમાં ટીમ રેડી થઈ અને આ પોલીસની ગાડી રસ્તા પર દોડવા માંડી.

ખબરીની માહિતી પ્રમાણે ગાડી આગળ વધતી વધતી કોલહાપુર સ્ટેશને જઈને રોકાઈ ગઈ. તરત જ મુફતીમાં આવેલી પોલીસ ટીમ સ્ટેશન તરફ ઉતાવળે પગલે ચાલવા માંડી. થોડી મિનિટોમાં પ્લૅટફૉર્મના બંને છેડે, વચ્ચે અને ઓવરબ્રિજ પર પોલીસના માણસો ગોઠવાઈ ગયા. પ્રવાસીઓ, એમને વળાવવા આવેલા સંબંધી, ફેરિયા, કુલી અને લુખ્ખાઓની ભીડમાં એક માણસને શોધવાનું આસાન નહોતું. એ આવશે? એ દેખાશે?

આ ચિંતા વચ્ચે એ દેખાયો. એનાથી ઘણો દૂર અને પાછળ પાછળ ખબરી ચાલી રહ્યો હતો. આયોજન અને અનુભવને આધારે પોલીસવાળા લહુની નજીક જવા માંડ્યા. ધીરે ધીરે એને રીતસર ઘેરી લીધો, પણ મુફતીમાં હોવાથી લહુને જરાય અણસાર ન આવ્યો. અનિલ દેશમુખ સામેથી ચાલતા આવતા લહુની સામે જઈને ઊભા રહી ગયા. લહુએ ઊંચું માથું કરીને જોયું તો અનિલ દેશમુખે સ્માઇલ આપ્યું. પાછળથી એક હાથ લહુના ખભા પર મુકાયો. એ ધીરેથી લહુના કાનમાં બોલ્યો, 'પોલીસ.'

કંઈ જ પ્રતિભાવ આપ્યા વિના લહુએ અનિલ દેશમુખને કહ્યું, 'ચલા.' સ્ટેશન પર ઊમટેલા કીડિયારા વચ્ચેથી પોલીસવાળા ખૂંખાર હત્યારાને એવી સહજતા-સરળતાપૂર્વક લઈ ગયા કે એની સામે માખણમાં છરી ફેરવવાનું કામ મુશ્કેલ લાગે. પોલીસવાળાને આશ્ચર્ય એ વાતનું થયું કે ન લહુએ પ્રતિકાર કર્યો, ન કોઈ પ્રતિસાદ આપ્યો. એના ચહેરા પરના ભાવમાં કોઈ જ ફેરફાર ના થયો.

શનિવાર, તા. ૨૩-૫-૨૦૧૫

સવારના પહોરમાં મહારાષ્ટ્રભરનાં અખબારોમાં પહેલે પાને ચમકેલા સમાચારોમાં એક નામ કૉમન નામ હતું, લહુ ઢેકણેનું. 'ખૂનના બનાવ કરણારા ગુંડ ઢેકણે જેરબંદ', 'કુખ્યાત ગુંડ લહુ ઢેકણેલા જિવંત પકડલે', 'ગુંડ લહુ ઢેકણે જિવંતચ!', 'ગુંડ લહુ ઢેકણે અટકેત', 'મગ શીર નસલેલા મૃતદેહ કોણાચા?' અને અંગ્રેજીમાં હેડિંગ અપાયું, 'ડેડ' ગેંગસ્ટર ઢેકણે ફાઉન્ડ એલાઈવ, અરેસ્ટેડ.

પોલીસે સંતોષનો અને પ્રજાએ સલામતીનો શ્વાસ લીધો. શિરવળમાં સૌને આનંદ થયો. પુણેમાં સૂર્યકાંતને એક વાત સમજાતી નહોતી કે બબ્બે માસૂમના ખૂન કરનારા ઘાતકીને જીવતો રાખીને ખવડાવવાનું શા માટે? ત્રીજાની હત્યા કરે એ માટે? ત્રણ-ત્રણ ખૂન અને બબ્બે વાર પોલીસના તાબામાંથી પલાયન થનારા ખૂનખાર ગુનેગાર સમાજ માટે કલંક ગણાય, કંટક ગણાય અને જોખમ ગણાય છતાં એને જીવતો રાખવાનો? સૂર્યકાંતને થયું કે પોતાનું ચાલે તો ચેકોસ્લોવેકિયા બનાવટની ખરીદેલી રિવૉલ્વરની બધી ગોળી લહુની છાતીમાં એકસામટી ધરબી દે.

લહુ ઢેકણેની ધરપકડ સાથે પોલીસની એક સમસ્યા ઉકેલાઈ હતી, તો બીજી સમસ્યાએ માથું ઊંચક્યું હતું. પોતે લહુ તરીકે અગ્નિદાહ કરી દીધો એ માણસ કોણ? એને શા માટે, કેવી રીતે લહુએ મારી નાખ્યો? અગાઉ ખંડણી માટે બાળકને મારી નાખનારા લહુને આ માણસ સામે એવો તો કેવો વાંધો પડ્યો હશે કે આટલી બધી ક્રૂરતાથી ખાત્મો બોલાવવો પડ્યો?

શનિવાર, તા. ૨૪-૫-૨૦૧૫

લહુ રામચંદ્ર ઢેકણે ગમે તેટલો પાજી, લુચ્ચો, લબાડ, ક્રૂર, ઘાતકી, પાશવી કે ગણતરીબાજ હોય, પરંતુ એકવાર પકડાઈ ગયા બાદ પોલીસને ઝાઝું પજવતો નહીં. જેલમાંય કોઈ ધાંધલ-ધમાલ નહીં. પોલીસ સાથે સંતાકૂકડી ખૂબ રમે. પોલીસ પોતાને શોધવા માટે કેવી દોડાદોડી કરે છે એ તમાશો જોવા પણ રોકાઈ જાય. કિંતુ એકવાર પોલીસના હાથ લાગ્યો કે પોપટની જેમ બધેબધું કહી દેવાનું.

'ઘાતકીપણે હત્યા' કરાયેલો લહુ 'ચમત્કારિક રીતે જીવતો' પકડાયો. એના બીજા જ દિવસે કોઈ જાતના રંજ, વેદના કે પસ્તાવા વિના પોલીસને આસાનીથી બધું કહેવા માંડ્યો. એક-એક વાત.

મે મહિનો આવતાં સુધીમાં કંઈક કરી લેવાનો લહુએ નિર્ણય લઈ લીધો હતો.

આ માટે લહુ ઉચગાંવ પરિસરમાં પહોંચ્યો. ત્યાંના બિયરબાર, પરમિટરૂમ અને દેશી કન્ટ્રી લીકર બારના આંટાફેરા કરવા માંડ્યો.

પોતે તો ક્યારેય છાંટોપાણી ન કરે છતાં આવી જગ્યાએ રખડવાનું શરૂ કરી દીધું. વચ્ચે એક મોટરસાઇકલને વિના પૈસે પોતાની કરી લીધી. બજારમાં જઈને થોડી ખાસ ખરીદી કરી લીધી. હવે લહુ એકદમ સજ્જ હતો. હવે તેને પ્રતીક્ષા હતી યોગ્ય વ્યક્તિ અને સરસ મોકો મળવાની.

આખરે લહુને એ વ્યક્તિ મળી ગઈ. નામ દત્તાત્રય પાંડુરંગ નાયકુડે. કોલ્હાપુર નજીકના સરનોબતવાડીનો રહેવાસી. ૪૫ વર્ષનો દત્તાત્રય મજૂરી કરે. કન્સ્ટ્રક્શન સાઇટ પરનો સેટિંગ કામદાર. કરવીર તાલુકાના સરનોબતવાડીની મનીષા કોલોનીમાં રહે. પરિવારમાં પત્ની સંજીવન, ભાઈ પ્રકાશ, એક દીકરો અને એક દીકરી. બે દીકરીને સાસરે વળાવી ચૂક્યો હતો.

દત્તાત્રય નાયકુડે કામ માટે આસપાસના ગામ કે પરિસરમાં જાય... ક્યારેક બે-ત્રણ દિવસ ઘરે પાછો ન ફરે. બહાનું એવું કાઢે કે આખા દિવસનો થાક્યા-પાક્યા ક્યાં ઘરે આવવું અને ખોટો પ્રવાસખર્ચ કરવો. હકીકત તો સાંજ પડે એના મનમાં ઘંટી નહોતી વાગતી, પણ ઘંટારવ ગાજવા માંડતા હતા: દારૂ, દારૂ, દારૂ.

77

શનિવાર, તા. ૨૪-૦૫-૨૦૧૫

આવા જ એક દેશી બારમાં દત્તાત્રય ભટકાઈ ગયો લહુને. પોતાના જેવા રંગરૂપ અને કદકાઠી, છોગામાં પોતાને કામ લાગે એવી આદતો. લહુ ખુશ થઈ ગયો. તેણે દત્તાત્રય સાથે વાતચીત શરૂ કરી. ઝડપભેર દોસ્તી જમાવી. આને માટેનો સૌથી સીધો રસ્તો જતો હતો, દારૂના ગ્લાસમાંથી થઈને.

લહુ એકદમ ઉદારતાથી દત્તાત્રયને દારૂ પાવા માંડ્યો. નોન-વેજ ખવડાવવા માંડ્યો અને દોસ્તીની મીઠી મીઠી વાતો કરવા માંડ્યો.

ઓછું ભણેલા, ગામડિયા અને ભોળા દત્તાત્રયને દારૂ અને દોસ્તીનો બરાબરનો નશો ચડવા માંડ્યો હતો. લહુ આ નશો ઊતરવા દેવાની રાહ જોવાને બદલે સતત અને રોજ રોજ મોટા ભાગે જામ આપવા માંડ્યો. મદિરા અને મટનની મિજબાનીમાં લહુએ દત્તાત્રય પાસેથી ઘણું બધું જાણી લીધું. એને થયું કે હવે વધુ સમય બગાડવાનો અર્થ નથી. લહુ નાટકીય ઢબે દત્તાત્રય સમક્ષ બોલ્યો,

'યાર, જમીન લીધી, પણ ત્યાં કામમાં મદદ કરવા કોઈ મળતું નથી. તું એક દોસ્ત તરીકે મને મદદ નહીં કરે?'

દત્તાત્રયના ગ્લાસમાં ક્વાર્ટર ખાલી કરતાં લહુએ પૂછ્યું. દત્તાત્રય દોસ્તીની પરીક્ષામાં બેસવા માટે તરત જ તૈયાર થઈ ગયો.

૨૦૧૫ની ૧૫મી મેના રોજ સાંજે સાડાપાંચ વાગ્યે બંને વાઇન શોપ પર મળ્યા. લહુએ ત્યાં ને ત્યાં એક ક્વાર્ટર દત્તાત્રયને પીવડાવી દીધી. એના ગજવામાં બસો રૂપિયા પરાણે મૂકી દીધા સાથે દારૂના ત્રણ ક્વાર્ટર લઈ લીધાં.

ખાડા ખોદવાની માટી, જમીન જોઈને આવીએ એમ કહીને લહુ એને મોટરસાઇકલ પર બેસાડીને લઈ ગયો. પાંચગાવ કંદલગાંવ રોડ પરની એક સૂમસામ ટેકરી પાસે મોટરસાઇકલ ઊભી રાખી. લહુ નીચે જમીન પર બેસી ગયો. 'કામ પછી, પહેલાં મજા,' કહીને હાથ ખેંચીને દત્તાત્રયને બેસાડી દીધો. એક સાચા મિત્રની અદાથી લહુ એક પછી એક ક્વાર્ટર ખોલતો ગયો, દત્તાત્રય નવા દોસ્તની સાથે દોસ્તી નિભાવતો ગયો. ત્રણ ક્વાર્ટર પત્યા ત્યાં સુધીમાં દત્તાત્રય એકદમ આઉટ થઈ ગયો હતો. કોઈ જાતના હોશહવાશ નહોતા, માત્ર લહુ જેવો દોસ્ત આપવા માટે ઈશ્વરનો આભાર માનતો બડબડાટ કરતો હતો.

સાંજનું અંધારું ઊતરી રહ્યું હતું એનું દત્તાત્રયને જરાય ભાન નહોતું. અને લહુ બરાબર સજાગ જ નહોતો, એ તો સાંજ ઢળવાની રાહ જોતો હતો.

લહુ ધીમેથી ઊભો થયો. પોતાની બૅગમાંથી કોયતો (મોટો છરો) કાઢ્યો. એકદમ જોશભેર દત્તાત્રયના માથા પર ફટકાર્યો. ખોપડી તૂટવાના અવાજ સાથે લોહીની ધાર વહેવા માંડી. દત્તાત્રય મરણતોલ ચીસો પાડવા સાથે તરફડવા માંડ્યો. જાણે કંઈ બન્યું જ ન હોય એમ લહુ ચૂપચાપ બેસીને જોઈ રહ્યો, ક્યાંય સુધી એના શરીરમાંથી લગભગ બધું લોહી વહી ગયું કે વહેતું બંધ થયું ત્યારે લહુ ઊભો થયો. એ મૃતદેહની નજીક ગયો. તેણે પોતાની પાસેનાં ઓજારોની મદદથી તેણે લેશમાત્ર અચકાટ વગર દત્તાત્રયના ધડને માથાથી અલગ કાપી નાખ્યું, પછી બંને હાથને કાંડાથી કાપી નાખ્યાં.

પછી ઊભા થઈને પોતે કરેલા વ્યવસ્થિત કામથી જાતને શાબાશી આપી. અચાનક પોતાનાં કપડાં ઉતારવા માંડ્યા. પછી લાશનાં કપડાં કાઢી નાખ્યાં. પોતાનાં શર્ટ-પેન્ટ લાશને જેમતેમ પહેરાવી દીધાં. એનાં કપડાં ફટાફટ પોતે પહેરી લીધાં. લાશને તાજા પહેરાવેલા પેન્ટના ખિસ્સામાં પોતાના વૉટર આઇડીની કૉપી, કળંબા કારાગૃહમાં પેરોલ માટે આપેલી અરજીની કૉપી અને પોતાનાં ભાઈ-બહેનના ટેલિફોન નંબર લખેલી નાનકડી ડાયરી મૂકી દીધી. પોતે પહેરેલા દત્તાત્રયના શર્ટના ખિસ્સામાંથી ૨૦૦ રૂપિયા કાઢીને એને ચુંબન કર્યું. પછી સિમેન્ટની ખાલી

કોથળીમાં કાપેલું માથું, બંને હાથ અને હત્યા કરવા માટે વાપરેલાં શસ્ત્રો મૂક્યાં. કોથળાનું મોઢું બાંધી દીધું. પછી મોટરસાઇકલ તરફ ચાલવા માંડ્યો. એકવાર પણ પાછળ જોયા વિના મોટરસાઇકલ એકદમ મારી મૂકી. ત્યારે સાંજના સાડાસાત વાગ્યા હતા.

મોટરસાઇકલની સ્પીડમાં એન્જિનની તાકાત સાથે લહુનો સફળતાનો મદ જોર કરતો હતો. થોડા સમય બાદ કર્ણાટકની હદમાં આવેલી દૂધગંગા નદી પરના પુલ પરથી સિમેન્ટની કોથળી નીચે ફગાવી દીધી. લહુને લાગ્યું કે જાણે પોતે ભાગેડુ કેદીની ઇમેજને ફગાવી દઈને એમાંથી કાયમ માટે છુટકારો મેળવી લીધો.

ત્યાર બાદ લહુ કોલ્હાપુર જઈને રહ્યો. એ જોવા, જાણવા અને માણવા માગતો હતો કે પોલીસ આ કેસમાં કેવા ફાંફાં મારે છે. પોલીસે લાશને લહુ ઢેકણેની ગણીને અંતિમસંસ્કાર કરી નાખ્યા, ત્યારે લહુને નવજીવન મળી ગયાનો સંતોષ થયો. પોતાની જાત પર ખૂબ ગર્વ થયો. રસ્તાના એક ખૂણે ઊભો ઊભો તે આ બધું વિચારી રહ્યો હતો. પોતાની ચાલાકી અને સફળતા પર એટલો બધો ખુશ થઈ ગયો કે અચાનક ગાંડાની જેમ મોટેમોટેથી હસવા માંડ્યો. થોડે દૂરથી આવતો એક માણસ એને ગાંડો સમજીને પોતાનો રસ્તો છોડીને ઊલટી દિશામાં ભાગવા માંડ્યો. આ જોઈને લહુ બહુ હસવા માંડ્યો, હસીહસીને બેવડ વળી ગયો.

પોલીસને આ ઘટનાનું વર્ણન કર્યું, ત્યારેય એ હસવાનું રોકી ન શક્યો. તેણે એકદમ સ્થિતપ્રજ્ઞ ભાવે પોલીસને એક એક સ્થળ બતાવ્યાં. ત્યાં પોતે શું અને કઈ રીતે કર્યું એનું યંત્રવત્ રીતે ડેમોસ્ટ્રેશન કરીને બતાવ્યું. આ બધું કરતી કે કહેતી વખતે લહુએ એક પળ પૂરતો પણ દત્તાત્રય, એની પત્ની, એના ભાઈ કે એના બાળકોનો વિચાર સુધ્ધાં ન કર્યો.

સૂર્યકાંતને દત્તાત્રયનું મૃત્યુ ભયંકર, ક્રૂર અને ખૂબ કરુણ લાગ્યું. હવે ખાતરી થઈ ગઈ કે આ હત્યાના સજ્જ પુરાવા છે. લહુના નામે ત્રીજું ખૂન બોલે છે. આથી હવે તેને ફાંસીના માંચડેથી કોઈ બચાવી નહીં શકે.

એક ગુનાહિત માનસના ખાત્મા માટે આટલા બધા નિર્દોષોનાં બલિદાન માગતી વ્યવસ્થા પર તેમના મનમાં ખૂબ રોષ જાગ્યો.

સંકેત, અમિત અને દત્તાત્રય જીવથી ગયા અને તેની સજા કાયદો પોતાની રીતે લહુને આપશે, પરંતુ ભાંડેપાટીલ, સોનાવણે અને નાયકડે પરિવારે આજીવન સહન કરવાની એકલતા, વેદના અને યાતનાની એને કોઈ સજા નહીં? આ નિર્દોષોને કોઈ વળતર નહીં? આના જવાબ સૂર્યકાંત પાસે નહોતા, પરંતુ તેમને એક જ રસ્તો દેખાયો : વધુ ને વધુ લહુને બને એટલા જલદી ખતમ કરવા,

જેલ ભેગા કરવા. આ કામમાં પોતે ક્યારેય પાછીપાની કે આળસ નહીં કરે, સંકેતના સોગંદ.

સાહિલ અંકુશ દળવી હત્યા-અપહરણ કેસમાં ત્રણેય આરોપીની ધરપકડ બાદ એક અંગ્રેજી પત્રકારે મુંબઈના તત્કાલીન જોઇન્ટ પોલીસ કમિશનર રાકેશ મારિયાને કેસ ઉકેલવામાં સૂર્યકાંતે કરેલી મદદ વિશે સવાલ પૂછ્યો, તો તેમણે સ્પષ્ટ શબ્દોમાં કોઈ મદદ લીધાનો સ્પષ્ટ ઇનકાર કરી દીધો હતો, પણ સૂર્યકાંત ક્યાં આ બધું નામના કે નાણાં રળવા માટે કરતા હતા? આ જ સમયે અંકુશ દળવીએ એક મરાઠી ટીવી પ્રોગ્રામમાં એન્કર રેણુકા શહાણે સમક્ષ ભાવવિભોર થઈને કબૂલ કર્યું કે સૂર્યકાંત ભાંડેપાટીલ મારા જીવનમાં ઈશ્વર થઈને આવ્યા, નહીંતર મારા દીકરાના હત્યારા પકડાયા ન હોત.

પરંતુ સૂર્યકાંતને ક્યાં જશ, આવક કે શાબાશીની પરવા હતી. વધુ એક લહુને જેલભેગા કર્યાનો સંતોષ હતો. તેમનું ધ્યેય એક જ હતું કે કોઈ નિર્દોષ સંકેત ગુનાખોરીનો ભોગ બનવો ન જોઈએ. આ માટે તેઓ બધું કરી છૂટવા તૈયાર હતા.

78

સોમવાર, તા. ૧૩-૦૨-૧૯૯૯

સૂર્યકાંત ભાંડેપાટીલની સવાર રાબેતા મુજબ અખબારથી પડી. તેમની બાજનજર સમાચારોના ઢગલામાં ખૂણેખાંચરે કોઈની અધમ લાલચવૃત્તિનો શિકાર બનેલા માસૂમ સંકેતને શોધતી હતી. તેઓ નવા લહુને નજરકેદ કરીને ઝેરબંધ કરવા તત્પર હતા. થોડે દૂર પ્રતિભા ચાનો કપ લઈને મંદ મંદ સ્મિત સાથે અખબાર વંચાઈ જવાની પ્રતીક્ષા કરતી હતી. હવે ચાનો કપ મૂકીને જતા રહેવાને બદલે રાહ જોવાનું તેને ગમતું હતું. પતિએ આટલો મોટો યજ્ઞ આદર્યો હોય, તો એમાં બે-પાંચ-દસ મિનિટ માટે ઊભા રહેવામાં વાંધો નહોતો, આનંદ હતો.

સૂર્યકાંતે છાપું નીચે મૂકી દીધું. એક જાતનો હાશકારો અનુભવ્યો. હાશ, બધાં ભૂલકાં સલામત છે. સામેથી આવીને પ્રતિભા ચા આપીને બાજુમાં બેસી ગઈ. હવે સિવિલ એન્જિનિયર જ નહીં, પપ્પાના વ્યવસાયનો ભાગ બની ચૂકેલ સૌરભ પણ બાજુમાં આવીને બેઠો. ત્રણેયે સંકેતના ફોટા સામે જોઈને સ્મિત કર્યું, જાણે 'ગુડ મૉર્નિંગ ડિયર સંકેત' કહેતા હોય. આ જોઈને આખું ઘર હસું હસું થઈ ગયું, પણ એક રહસ્ય માત્ર અમુક ભીંતો અને કેટલાક ખૂણા જ જાણતા

હતા કે સૂર્યકાંત, પ્રતિભા અને સૌરભ હજીય સંકેત માટે છાશવારે રડી લેતાં હતાં, પણ એકમેકને ખબર ન પડે એવી ચોકસાઈ રાખીને.

સૂર્યકાંતને આનંદ, ગર્વ અને સંતોષ હતાં કે સંકેતના મોતથી નસીબનો વાંક કાઢીને પોતે બેસી ન રહ્યા. દુ:ખી થઈને રડીને બેસી ન રહ્યા. પોલીસ પર દોષારોપણ કરીને મોઢું સીવી ન લીધું. માથે હાથ દઈને આંસુ સારતા પડ્યા ન રહ્યા. તેમણે પોતાની વેદનાને વજ્રાસ્ત્ર, પીડાને પ્રેરણા અને સપનાને ધ્યેય બનાવ્યું.

સૂર્યકાંતે મનોમન ઉમદા નિર્ણય લીધો, તેમાં પરિવારે પૂરેપૂરો સાથ-સહકાર આપ્યો. સૂર્યકાંતના વિચારો એકદમ સ્પષ્ટ હતા. પોતે જે સ્થિતિ-સંજોગોમાંથી પસાર થયા છે તેવો માઠો સમય કોઈનો ન આવે, એ ધ્યેયને લક્ષમાં રાખીને તેઓ પોલીસને મદદ કરતા હતા. સંકેતના અપહરણ બાદ વર્ષો સુધી અપહરણના સેંકડો કિસ્સાનો અભ્યાસ કર્યો. દરેક કિસ્સામાં કંઈક ને કંઈક સમાનતા હોય જ. આ દૃષ્ટિકોણ ધ્યાનમાં રાખીને તપાસ કરે. જ્યાં અપહરણ કે ખંડણી માગવાનો બનાવ બન્યો હોય ત્યાં જઈને તપાસ કરે, ક્યારેક કુટુંબીજનો માહિતી ન આપે કે અજાણતાં અપમાન કરે, પણ એમની માનસિક સ્થિતિ સમજીને, સ્વીકારીને પોતાના પ્રયાસ ચાલુ જ રાખે. સંકટમાં સપડાયેલા લોકો અજાણ્યા પર વિશ્વાસ ન મૂકે એ સ્વાભાવિક છે. આ કાર્ય-સિદ્ધિ માટે સૂર્યકાંતે ક્યારેય સમય કે પૈસાની પરવા કરી નથી. એક-બે કેસમાં તો તપાસની દોડધામ પાછળ પોતાના ગજવામાંથી બે-ત્રણ લાખ રૂપિયાનો ખર્ચ કર્યો. આમેય બાળકોના અપહરણના કેસની તપાસમાં ફી લેવાનું તો જવા દો, આવવા-જવાનો ખર્ચ કે ચા-પાણી સુધ્ધાં નહીં લેવાના.

સૂર્યકાંતને હવે ગુનેગારને પકડાવવા કરતાં કોઈક નિર્દોષને પીડામાંથી બચાવ્યાની વધુ ખુશી થાય છે. અત્યાર સુધી ગુનાખોરીના પચાસેક કેસ ઉકેલવામાં પોતે પોલીસને મદદરૂપ થયાનો તેમને આનંદ છે, પરંતુ પરમાનંદ તો બાળકોના અપહરણના કેસમાં અપરાધીઓને પકડાવીને થાય. એનું કારણ એટલું જ કે આ રીઢા ગુનેગારોના હાથ બીજા માસૂમ સુધી ન પહોંચે.

નિરાંતે બેઠા હોય, સંકેતના ફોટા સામે જોતા હોય કે વિચારે ચડી ગયા હોય ત્યારે એક-એક કેસનો ફ્લેશબેક નજર સામે આવી જાય. પોતાના વહાલસોયા સંકેત, પછી અમિત સોનાવણે. અને...

સન ૨૦૦૦માં મહારાષ્ટ્રના ઇસ્લામપુર હુપરીના સાત વર્ષના ઋષિકુમાર પિપળગાંવકરનું અપહરણ થયું, એક લાખની ખંડણી મંગાઈ, પણ બદનસીબ ઋષિકુમારની શેરડીના ખેતરમાં હત્યા કરી નખાઈ. પોલીસ પાસેથી વિગતો

મેળવીને સૂર્યકાંતે જહેમત ઉઠાવી. મૃતક બાળકના પિતા ચાંદીના કારખાનાના માલિક અને તેના ત્રણ મજૂર પર શંકા પડી. આ ત્રણેય ખૂનીને ઝડપવામાં મદદ કરી. આ આગ્રાવાસી ત્રિપુટી થઈ ગઈ જેલવાસી.

સન ૨૦૦૩માં મહારાષ્ટ્રના સાસવડમાં બાર વર્ષના હૃષીકેશ માઈનકર ખંડણીની લાલચમાં અપહરણ અને હત્યાનો ભોગ બન્યો. વિચિત્ર કેસ હતો. ત્રણેય આરોપી ટીનએજર. ૧૬, ૧૭ અને ૧૮ વર્ષના. પોલીસે એકને ઝડપીને કેસની ફાઈલ બંધ કરી દીધી, પણ સૂર્યકાંતે બાકીના બે ભાગેડુ કિશોરને જેલભેગા કરાવ્યા.

૨૦૦૯માં બન્યો મુંબઈના અંધેરીમાં રહેતા સાહિલ અંકુશ દળવીનો દુઃખદ કિસ્સો.

૨૦૧૦માં પુણેના વાકડમાંથી સાગર નવલે નામનો છોકરો લાપતા થઈ ગયો. પોલીસે પોતાની રીતે બધી તપાસ કરી. સૂર્યકાંતેય અથાગ મહેનત કરી, પણ આજ સુધી નથી સાગર મળ્યો કે નથી કોઈ સગડ હાથ લાગ્યા. આ કેસ કાંટાની જેમ હૃદયમાં વાગે. વારંવાર વિચારે પણ...

૨૦૧૦માં જ હૈદરાબાદના દીપ પટેલનું અપહરણ થયું, ખંડણી માટે. પટેલ કનેક્શનને લીધે ઝડપભેર વાત સૂર્યકાંત પાસે આવી. દીપના કુટુંબીજનો છેક હૈદરાબાદથી પુણે લાવ્યા. પૂરી વાત જાણીને પુણેમાં બેઠાં બેઠાં સૂર્યકાંતે બે આરોપીને પકડવામાં મદદ કરી પણ તેઓ દીપની હત્યા કરી ચૂક્યા હતા.

૨૦૧૧માં ડોંબિવલીના સાતેક વર્ષના યશ શાહનું અપહરણ થયું. પછી એની લાશ મળી. કોઈ પત્રકારે ફોન કરતાં સૂર્યકાંત સક્રિય થયા. બે ગુનેગાર સુધી પહોંચવામાં પોલીસને મદદ કરી.

૨૦૧૧માં બનેલા મુંબઈના કર્ણિત શાહના કેસને સૂર્યકાંત ક્યારે ભૂલી નહીં શકે. આમાં પોતે આપેલા પ્રદાન બદલ આજેય આનંદ અને ગર્વ અનુભવે છે. એ તેમના અવાજમાં અને આંખની ચમકમાં વર્તાઈ આવે. આ કેસમાં દીપક ગુપ્તા નામના આરોપીનું પગેરું નાશિકથી ઉત્તર પ્રદેશ જઈને મેળવવામાં સૂર્યકાંતે પોલીસને મદદ કરી. દીપક ગુપ્તા તો પકડાઈ ગયો, પણ સૌથી મોટી સિદ્ધિ, સફળતા એ કે કર્ણિત હેમખેમ અને હસતો-રમતો પાછો મળ્યો. સૂર્યકાંત જાત પ્રત્યે થોડી નારાજગી સાથે બબડે છે કે અપહરણના કેસમાં જીવતો મળેલો એક માત્ર નસીબદાર બાળક એટલે આ કર્ણિત. કાશ, વધુ કર્ણિતોને પોતે બચાવી શક્યા હોત?

સૂર્યકાંત પોતે બરાબર સમજી ગયા છે અને સૌને ગળે ઉતારવા મથે છે કે નાના બાળકનું અપહરણ કરવું આસાન છે. એને આસાનીથી ફોસલાવી શકાય, ઝડપભેર સરળતાથી ગમે ત્યાં લઈ જઈ શકાય અને જરૂર પડ્યે

વગર પ્રતિકારે કાસળ કાઢી શકાય. શાળામાં ભણતાં ભૂલકાંના અપહરણ કરીને ખંડણી માગવાની પ્રવૃત્તિ વધી રહી છે. આવા સંજોગોમાં આરોપીને પકડવો તો જરૂરી છે જ, પણ એને સજા થાય એ વધુ અનિવાર્ય છે. જો ખંડણીબાજ નિર્દોષ છૂટી જાય તો એનો જોશ વધે અને બીજાને પ્રેરણા મળે. આ માટે ખંડણીબાજને સજા કરાવવા શક્ય એટલા પુરાવા અને માહિતી મેળવીને તેઓ તો પોલીસને આપે જ, પરંતુ સૌએ આંખ અને કાન ખુલ્લા રાખવા જોઈએ, એવી હિમાયત કરે.

ભૂલકાંઓને પાછાં મેળવવા, ખંડણીખોરને પકડાવવા કે એમને સજા કરાવવી એ સૂર્યકાંત માટે વ્યવસાય નથી, આવક રળવાનું સાધન નથી કે નામના રળવાની પ્રવૃત્તિ નથી. આ એમનું ક્યારેય ન તૂટનારું સપનું છે. અવિરત ચાલનારો યજ્ઞ છે, સંકેત માટેનો અગાધ પ્રેમ છે, એને પળે પળે અપાતી સ્મરણાંજલિ છે.

આજે સૂર્યકાંત પોતાના વહાલા દીકરા સંકેતની વસમી વિદાયની વેદનાને લીધે નિષ્ક્રિય બેસી રહ્યા નથી. સંકેત ભાંડેપાટિલ ચેરિટેબલ ટ્રસ્ટ રચીને સામાજિક કાર્યમાં ગળાડૂબ છે. ૨૦૧૮ના એપ્રિલમાં પ્રતિભા અને સૌરભ સાથે સમુદ્રમાં પાંચ કિ.મી. તરીને સૂર્યકાંતે પિતા, માતા અને પુત્રના સહિયારા સ્વિમિંગનો વર્લ્ડ રેકોર્ડ બનાવ્યો. તરવાની, મેરેથોન દોડવાની પ્રવૃત્તિમાં આ પરિવાર સદૈવ સક્રિય રહે છે. નાનકડો સૌરભ મોટો થઈને સોફ્ટવેર એન્જિનિયર બન્યા બાદ પ્રભુતામાં પગલાંય માંડી દીધા છે. આમ છતાં પરિવારના હૃદયમાં હજી માસૂમ સંકેત રમતો રહે છે.

પોતાની વેદનાના અડાબીડ અંધકારભર્યા જંગલમાં પારકાઓ માટે ખુશીના ચમકતા-મહેકતા પુષ્પ ખીલવવા સતત મથી રહેનારો સૂર્યકાંત નામનો વીરલો આપણા સમાજનો આદર્શ નથી, પણ સાવ અજાણ્યો છે. આવા સૂર્યકાંતને સાથ આપીએ, પ્રોત્સાહન આપીએ, તો કેટકેટલાંય ભૂલકાંના સ્મિત અને આવરદાનું રખોપું કરી શકીશું. સાચી વાત કે નહીં?

79

મંગળવાર, તા. ૧૪-૦૨-૨૦૧૭

ડૉક્યુ-નૉવેલ 'દશ્યમ્-અદશ્યમ્' ૭૮ પ્રકરણ બાદ આજે અંતિમ પડાવ પર આવી છે. એનાં સાચુકલાં પાત્રોની જીવન-સફર આગળ વધતી રહેશે. કથા-

પ્રવાહને ઘટનાપ્રદ બનાવવા માટે પાત્રોની મનોવેદના કેટલી ઊપસી શકે? આ કથા ભલે પૂરી થઈ હોય પણ એમની વેદના મટી નથી. એમના મનોજગતમાં ડોકિયું કરવાની નેમ સાથે આજે ત્રણેય મુખ્ય પાત્ર સાથે કરીએ થોડી વાતચીત.

ગાડીમાં ફરવાની સંકેતની જીદ સૂર્યકાંત નહીં ભૂલે

માસૂમ બાળકના જતા રહેવાથી અનુભવાતી પિતાની વેદના કાળા શબ્દરૂપે અખબાર કે નવલકથાના પાને સાંગોપાંગ અવતરતી નથી. સૂર્યકાંત વિષ્ણુ ભાંડેપાટીલે ૪૯ વર્ષની ઉંમરમાં ઘણી પીડા ભોગવી, દર્દને પચાવી જાણ્યું અને અપ્રતિમ લડાઈ આપી. આ હટકે અભિગમને લીધે જ ડૉકયુ-નૉવેલ દશ્યમ્-અદશ્યમ્‌ના નાયક બની શકે. સૂર્યકાંતના મનમાં હજી ઘણું ધરબાયેલું છે, જે નવલકથાના વિસ્તાર-ક્ષેત્રથી પર હતું. આ માણસ, એની મનઃસ્થિતિ અને લાગણીનો પૂરેપૂરો ચિતાર મેળવવા પેશ છે થોડા સવાલ-જવાબ.

* **સંકેતના મામલામાં એવી કઈ ભૂલ જાણતાં-અજાણતાં થઈ ગઈ કે જે ન થવાથી આજે કદાચ સંકેત આપની સાથે હોત?**

'વાલી તરીકે અમે, અને ખાસ તો હું, વધુ પડતા આત્મવિશ્વાસી રહ્યો કે ગામ સાવ નાનું છે, બધા ઓળખીતા છે એટલે કંઈ વાંધો ન જ આવે. ૧૯૯૯ની ૨૯મી નવેમ્બરના કમભાગી દિવસે અમે સંકેતને લેવા સમયસર તે સ્કૂલે ન પહોંચ્યા. મોડેથી પણ ન ગયા, એ હકીકત સ્વીકારવી રહી. હકીકતમાં દિવાળી અગાઉ અમારા જૂના ઘરેથી સંકેત રિક્ષામાં સ્કૂલે જતો હતો. પછી ઘર શિફ્ટ કર્યું. સ્કૂલ ચાલુ થયા બાદ ઓટો-રિક્ષાનું ગોઠવવાનું નક્કી કર્યું હતું, પરંતુ ગામમાં સૌ ઓળખે છે, માત્ર દોઢ કિલોમીટરનો રસ્તો છે, એ રસ્તો જરાય અવાવરું નથી, એના પર ઘણાં ઘર છે, દુકાનો છે. આમાં કોઈ તકલીફ પડે એવું સપનેય વિચાર્યું નહોતું. આ અતિ-વિશ્વાસ અમને ખૂબ ભારે પડી ગયો. ટૂંકા અને સાફ શબ્દોમાં સ્વીકારીશ કે સંકેત પ્રકરણ માટે અમે પેરેન્ટ્સ જ જવાબદાર છીએ. ત્યાર બાદ સ્કૂલ-મૅનેજમેન્ટનો વાંક ખરો.'

* **એક પિતા તરીકે કંઈ ન કરી શક્યાનો અફસોસ જીવનની આખરી ઘડી સુધી રહેશે?**

'ઓટોરિક્ષાની વ્યવસ્થા ન કર્યાનો વસવસો આજીવન રહેવાનો. સાથોસાથ આવી ઘટનાની શક્યતાની કલ્પના સુધ્ધાં ન આવી એનો રંજ પણ ખરો.'

*** તમારા મતે પોલીસને આ કેસમાં સફળતા કેમ ન મળી?**

'સાફ શબ્દોમાં કહું તો પોલીસ બેદરકાર રહી. તેમણે ફરિયાદી કે શકમંદોની વાત પર ભરોસો કરવાને બદલે પોતાનું કામ પોતાની રીતે કરવું જોઈએ. અપહરણના દિવસે પોતે ક્યાં હતો એનો લહુ ઢેકણેનો જવાબ પોલીસે સાચો માની લીધો. જો એના કથનની સચ્ચાઈ તપાસાઈ હોત તો અમિત સોનાવણે અને દત્તાત્રય નાયકુંડે જીવતા હોત. સાથોસાથ કાનૂની યંત્રણાના અમૂલ્ય ૧૫ વર્ષ બગડ્યાં ન હોત.'

*** સંકેતના અપહરણના કિસ્સા વખતે પરિવાર, ગામ અને સમાજનું વલણ કેવું લાગ્યું? સાચું કે ખોટું? આવા સંજોગોમાં તેમણે શું કરવું જોઈતું હતું?**

'સંકેત અપહરણ કેસમાં સામાન્યપણે બનતું હોય છે એવું જ બન્યું. અમારી જેમ ગામવાળાય અતિવિશ્વાસમાં રાચતા હતા. શરૂઆતમાં તો લોકો ગંભીરતા સમજ્યા વિના જાત જાતનું વિચારતા હતા. પછી ખંડણીની માગણી થઈ ત્યારે એક નાના નિર્દોષ બાળકનું સાચોસાચ અપહરણ થયાની હકીકત ગળે ઊતરી અને સહાનુભૂતિથી આખા મામલાને જોવા માંડ્યા. મને લાગતું નથી કે કોઈનું વર્તન કે વલણ અમે જોયું-અનુભવ્યું એનાથી અલગ હોઈ શકે.'

*** આ ઘટનામાં સૌથી મોટો આઘાત કે ઇમોશનલ શોક ક્યારે અનુભવ્યો?**

'સાચું કહું તો ક્યારેય નહીં. એટલા માટે કે પહેલેથી આ કેસમાં મારું વધુ પડતું ઇન્વોલ્વમેન્ટ હતું. બધી શુભ-અશુભ શક્યતા અને સીધાં-અવળાં પાસાં વિશે અમે ખૂબ વિચાર-મંથન કર્યું હતું. કંઈ પણ બનવાની મનોમન તૈયારી આપમેળે ઊભી થઈ ગઈ હતી. કદાચ આ પ્રક્રિયામાં એક પિતાની લાગણી પર આમ નાગરિક અને ન્યાયની ઝંખના સવાર થઈ ગઈ હતી.'

*** અન્ય બાળકોને બચાવવા અને એમના અપહરણકર્તાને જેલભેગા કરવાની ઝુંબેશમાંથી શું શીખવા મળ્યું? આ પ્રક્રિયાને નક્કરપણે આગળ વધારવા શું વિચાર્યું છે?**

'મને રોજેરોજ શીખવા મળે છે, ખૂબ જાણવા-સમજવા મળે છે. જે વેદના મારા પર વીતી ચૂકી છે, અતીત બની ચૂકી છે એને ફરી ફરી જીવું છું, ભોગવું છું. પ્રૅક્ટિકલી કહીએ તો સંકેત માત્ર ત્રણ વર્ષ અને બે મહિનાનો હતો ત્યારે અમારા જીવનમાંથી હટી ગયો હતો. એના ઉછેરમાં એટલાં બધાં સમય કે લાગણીનું રોકાણ થયું નહોતું. એની ઉંમર ખૂબ નાની હતી એટલે એના પર

નિર્ભરતાનોય સવાલ નહોતો. હવે ઘણા કેસ વિચારતા કરી મૂકે છે. ક્યાંક મોટી ઉંમરના છોકરાનું અપહરણ થાય. આથી બધેબધું કાયમ માટે લૂંટાઈ ગયાનો કારમો આઘાત લાગે. એ પાછળ વધુ સંભારણાં, લાગણીસભર શક્યતાઓ અને અકાળે તૂટી ગયેલા સપનાનો કાટમાળ મૂકી જાય. આ ખૂબ હૃદયવિદારક સ્થિતિ છે. મારી આ ઝુંબેશને વધુ સબળ, સરળ અને સફળ બનાવવા માટે હું સતત વિચારશીલ રહું છું. લગભગ બધા કે ઓછામાં ૯૦ ટકા ક્રાઇમ કેસમાં વાહન કે મોબાઇલનો ઉપયોગ થાય ને થાય જ. આમાં હું આધુનિક ટેક્નિકને સથવારે આગળ વધવા માગું છું. હવે આધારકાર્ડને બૅન્ક સાથે લિન્ક કરાય છે એટલે શકમંદ, આરોપી કે ગુનેગારની માહિતી બૅન્ક પાસેથી મળી શકે. સાથોસાથ મોબાઇલ કંપનીઓને પણ ગ્રાહકોના આધારકાર્ડની કૉપી મેળવવા જણાવી દેવાયાનું ચર્ચાય છે. આ પગલું ખૂબ ઉપયોગી બનશે. વધુ એક સ્થળે સૌની માહિતીનો સંચય થશે. બૅન્ક અને મોબાઇલ પણ કનેક્ટ થાય. આ રીતે આસાનીથી કોઈ પણ વ્યક્તિની મોટા ભાગની વિગતો હાથવગી થઈ પડે. આનો ઉપયોગ ગુનાને નાથવામાં થોડો અને ગુનેગારને પકડવામાં ઘણો થઈ શકશે.'

*** સતત કથળતી સામાજિક વ્યવસ્થા અને બગડતા કાયદા અને વ્યવસ્થાના તંત્ર વચ્ચે ટકી રહેવા શું કરવું જોઈએ?**

'સૌએ પોતપોતાની જવાબદારી બરાબર સમજવી જોઈએ અને પૂરેપૂરી નિભાવવી જોઈએ. સૌપ્રથમ પોતાનાં સંતાનોની વ્યવસ્થિત દેખરેખ રાખો અને ક્યારેક જરૂર પડ્યે, પારકાના સંતાન પર પણ ધ્યાન આપો. અન્ય માટેની તમારી બે-પાંચ મિનિટ ઘણી કીમતી સાબિત થઈ શકે. તમે રોજ બાળકને સ્કૂલે મૂકવા-તેડવા જાઓ. ક્યારેક કોઈ ઓળખીતા કે અજાણ્યાનું બાળક એકલું દેખાય તો એના પર ધ્યાન આપો. માતા-પિતાએ કોઈ અજાણ્યા માણસ પર પૂરેપૂરો કે વધુ પડતો વિશ્વાસ મૂકવો ન જોઈએ. પોતે જ સંતાનનું બધી રીતે ધ્યાન રાખવું જોઈએ. કોઈક કારણસર બધું પોતે ન કરી શકે અને અન્ય પર જવાબદારી નાખવી પડે તો છાશવારે ઓચિંતા ઇસ્પેક્શનની આદત પાડો. પોલીસે વધુ પડતા કામના બોજ વચ્ચેય આવા અપહરણ કે ખંડણીના કેસ આવે તો એને પૂરતી ગંભીરતાથી લેવા જોઈએ. ખરેખર તો આ કામ માટે વધુ માણસો કે વિશાળ યંત્રણાની જરૂર નથી. મેં પોતે એકલપંડે આ સાબિત કરી આપ્યું છે. દરેક કેસમાં એક વ્યક્તિ ખાસ હોવી જોઈએ જે કેસની રજેરજની માહિતી જાણતી હોય, પછી ભલેને એ કૉન્સ્ટેબલ લેવલનો પોલીસવાળો કેમ ન હોય. હવે પોલીસવાળા સાઇબર સાથે કનેક્ટ થવાથી

વધુ ઝડપથી ઘણી માહિતી મેળવી શકે. આ જાણકારી મળવામાં ૨૦-૩૦થી વધુ મિનિટ ન લાગે પણ નોકરશાહી પ્રક્રિયામાં ત્રણ-ચાર દિવસ લાગી જાય એ એકદમ ખોટું છે. આ સદંતર ટાળવું જોઈએ. સાથોસાથ પોલીસની કામગીરીમાં સ્પેશ્યલાઇઝેશન લાવવાની જરૂર છે. એક જ પોલીસવાળો સમાન અપરાધના કેસની તપાસ કરે તો સમયાંતરે એ નિપુણ બની શકે અને અનુભવ મળે. એક વધુ ફેરફાર કરવાની જરૂર છે. કોઈ ગુનો થાય ત્યારે પોલીસવાળાને વાયરલેસ મૅસેજ મળે, પણ હવે સમય સાથે ચાલવાની જરૂર છે. વાયરલેસ ઉપરાંત ઠેર ઠેર જાહેરમાં મુકાયેલા સીસીટીવીના સ્ક્રીન પર ગુનાની નોંધ, શકમંદના વર્ણન અને ફોટા બતાવવા જોઈએ. આનાથી જાગૃતિ વધશે અને કદાચ ગુનેગાર જલદી પકડાઈ જશે. સોશ્યલ નેટવર્કિંગ થકી આ દિશામાં ઘણું સધ્ધર અને નક્કર કામ થઈ શકે છે. આપણે કોઈ પણ પોસ્ટ ચેક કર્યા વગર ફોરવર્ડ કરવાનું ટાળીએ તો? વૉટ્સએપ અને અન્ય મીડિયાથી ઘણાં સારાં પરિણામ મળી શકે એમ છે.'

*** કદાચ સમયકાળમાં પાછા જવા મળે તો સંકેત કેસમાં શું કરો?**

'એવું બને તો હું ૧૯૯૯ની ૨૯મી નવેમ્બરે સંકેતની સ્કૂલે પહોંચીને એને તેડીને ઘરે લઈ જાઉં. એટલે કંઈ જ ન બને. હકીકતમાં તો ફાતિમાએ મને મૅસેજ આપ્યો હતો કે હું સંકેતને સ્કૂલેથી લઈ આવું એવું પ્રતિભા ઇચ્છતી હતી, પણ હું...'

*** આજે સંકેતની કઈ બાબત સૌથી વધુ સાંભરે છે?**

'મારી સાથે ગાડીમાં ફરવા આવવાની એની મીઠી જીદ હું અંતિમ શ્વાસ સુધી નહીં ભૂલી શકું. હકીકતમાં તો એ સમયે હું ખૂબ વ્યસ્ત હોવાથી ઘરમાંય બહુ ધ્યાન આપી શકતો નહોતો, પરંતુ સંકેતની અકાળે ચિરવિદાય બાદ સંકેતની એક એક વાત જાણવા, સાંભળવા મળી અને ત્યારે સમજાયું કે જીવનમાં મેં કેટકેટલું ગુમાવ્યું હતું.'

સવારે પ્રતિભાને સંકેતનો અવાજ સંભળાય જ

સંતાન એટલે માતા માટે સર્વસ્વ. એમાંય જીવનમાં સંકેત જેવી અકલ્પ્ય અને આઘાતજનક ઘટનામાંથી ગુજરનારી મહિલાના હૃદય પર શી વીતે એની કલ્પનામાત્ર કંપાવી નાખે. પચાસ વર્ષનાં શિક્ષિકા પ્રતિભા સૂર્યકાંત ભાંડેપાટીલ આમ મહિલા હોવા છતાં એકદમ અલગ છે.

*** સંકેત અપહરણ કેસ બાદ માતા તરીકે લાગે છે કે આપે કંઈક અલગ કર્યું હોત તો પરિણામ અલગ હોત?**

'મારી કે કોઈ માતાની વાત હોય, સૌ માટે એક જ સલાહ છે. યાદ રહે કે બાળકને જન્મ આપવાનું આસાન છે પણ એનામાં સંસ્કારનું સિંચન કરવું અને ઉછેર કરવાનું ખૂબ કપરું કામ છે. બાળક પર પૂરેપૂરું ધ્યાન આપો. આ કામમાં કોઈના પર વિશ્વાસ ન મૂકો, સાવ નજીકના માણસ પર પણ નહીં. અમારે આ ભૂલની ખૂબ મોટી કિંમત ચૂકવવી પડી.'

*** સંકેત સલામત રહે એ માટે પતિ, પરિવાર અને ગામ પાસેથી કેવી અપેક્ષા રાખવાનું ગમ્યું હોત?**

'સાચું કહું તો સંકેતના અપહરણ વખતે સૂર્યકાંતજીનું ઘર પર ધ્યાન નહોતું. તેઓ ધંધામાં ગળાડૂબ હતા. આથી અપહરણ બાદ લાંબો સમય ગુસ્સામાં મેં તેમની સાથે વ્યવસ્થિત વાતચીત પણ કરી નહોતી. હું એકેએક પિતાને વિનંતી કરીશ કે ધંધાથી વધુ ધ્યાન સંતાન પર આપો. હકીકતમાં તો મારાં સાસુ અમારી સાથે રહીને સંકેતને સાચવવા તૈયાર હતાં, પરંતુ સૂર્યકાંતજીએ આગ્રહ રાખ્યો કે આઈ એક જ મહિનો રોકાશે, નહીંતર સંકેત એમનો હેવાયો થઈ જશે તો બીજા કોઈની સાથે નહીં રહે. સંકેત નાનો હતો ત્યારે એને સાચવવા માટે બે બાઈ રાખી હતી અને તેમણે સંકેતને ખૂબ સારી રીતે રાખ્યો હતો, પરંતુ એ સ્કૂલે જવા માંડ્યો ત્યારથી અમારી સાથે રાખવા માંડ્યો. ત્યાર બાદ જ અપહરણનો કિસ્સો બન્યો, જેનું મને પારાવાર દુઃખ છે. સંકેતને સાચવતી એક બાઈ તો મને દિલાસો આપવા આવી ત્યારે બોલી પણ હતી કે તમે પોતીકા જ દીકરાને સાચવી ન શક્યા. મારા માટે આ સાંભળવું ખૂબ આઘાતજનક હતું. અમારી જેમ ગામવાળાએ પણ કિડનેપિંગની ઘટનાને શરૂઆતમાં સિરિયસલી લીધી નહીં. સાફ શબ્દોમાં કહું તો સંકેત સાથે જે કંઈ થયું એ બદલ મને મારી જાત પર ખૂબ ગુસ્સો છે.'

*** સંકેતનો પત્તો લાંબા સમય સુધી ન લાગ્યો, પણ સૌથી કારમો આઘાત ક્યારે અનુભવ્યો?**

'છ-સાત મહિના સુધી જાતજાતની વાતો સંભળાતી રહી. એવા સૂર અને મારી આશામાં એક સમાનતા હતી કે સંકેત ક્યાંક છે અને ઘરે પાછો આવશે. મનોમન ખાતરી હતી કે ઈશ્વર મને અન્યાય નહીં જ કરે, પરંતુ સંકેતની હત્યાની

ખબર પડી ત્યારે ભયંકર આઘાત લાગ્યો હતો કે આ બધું મારી સાથે જ શા માટે? સંકેત સાથે જે બન્યું એ મારી સાથે કેમ ન બન્યું? આ ઘટના પછી મેં જ્યોતિષીઓ પર વિશ્વાસ મૂકવાનું બંધ કરી દીધું.'

*** આપની આપવીતીના પરિપાકરૂપે અન્ય માતાઓને શું સલાહ આપશો?**

'ઘણાને નહીં ગમે, પણ હું સાફ કહીશ કે કરિયર પછી, પહેલાં બાળક પર ધ્યાન આપો. એમાંય સંતાન ત્રણ-ચાર વર્ષનું ન થાય ત્યાં સુધી તો વિશેષ કાળજી રાખો. નાની ઉંમરે તો બાળકને પારણાઘરમાં મૂકવાનું પણ ટાળવું જોઈએ. ગમે તે સંજોગોમાં પાંચ વર્ષ સુધી બાળકને ઘરમાં રાખો, પોતાની પાસે જ રાખો.'

*** સંકેતના ગાયબ થયા બાદ સૂર્યકાંતજી અન્ય બાળકોના અપહરણ કેસમાં મદદ કરવા દોડી જાય છે એ વિશે શું કહેવું છે?**

'આ કામમાં હું સાચા દિલથી તેમને સાથ આપું છું. એક ડૉક્ટર દંપતીના તેર વર્ષના બાળકનું અપહરણ થયું હતું. પત્ની રૂમનો દરવાજો બંધ કરીને અંદર બેસી ગઈ. ન રડે કે ન કંઈ બોલે, એકદમ ગુમસૂમ. ડૉક્ટર પતિએ ટેન્શનમાં આવીને સૂર્યકાંતજીની મદદ માગી કે આવી સ્થિતિ તમે કઈ રીતે સંભાળી હતી? સૂર્યકાંતજી મને પોતાની સાથે લઈ ગયા. એક મહિલાનો અવાજ સાંભળ્યા અને મારો અલ્પ પરિચય મેળવ્યા બાદ એ દુઃખી માતાએ દરવાજો ખોલ્યો. મારા પર આ બધું વીતી ચૂક્યું છે એ જાણીને તેઓ રડી પડ્યાં. તેમને નવાઈ લાગી કે મારી પોતાની આટઆટલી વેદના હોવા છતાં હું તેમનું દુઃખ હળવું કરવા આવી હતી. એ મહિલા ડૉક્ટરે રડતાં રડતાં વચન આપ્યું કે આજથી હું પણ આપની જેમ દુઃખી માતાની વહારે પહોંચી જઈશ. સૂર્યકાંતજીની આ પ્રવૃત્તિમાં સામેલ થવાથી મારું મન પરમ શાંતિ અને સંતોષ અનુભવે છે.'

*** સંકેત સાથેનાં ઘણાં સંભારણાં હશે, પણ ક્યારેય ન ભૂલી શકાય એવું કંઈ ખાસ?**

'સંકેત સવારે ઊઠતાવેંત મમ્મી બૂમ પાડીને મને બોલાવે. હું પાસે જાઉં ત્યાં સુધી પથારીની બહાર પગ ન મૂકે. હું નજીક જાઉં કે તરત એક જ સવાલ પૂછે કે મમ્મી ચા બની ગઈ? એને ચા ખૂબ ભાવતી હતી. રોજ સવારે સંકેતનો અવાજ કાનમાં પડઘાય જ.' (બોલતાં બોલતાં પ્રતિભાજીને ગળે ડૂમો ભરાઈ આવ્યો.)

સંકેતે છેલ્લા દિવસે મારી વૉટરબૉટલ પાછી કેમ આપી?ઃ સૌરભ

સૌરભ સૂર્યકાંત ભાંડેપાટીલ એટલે 'દશ્યમ્-અદશ્યમ્'માં સતત હાજર, કદાચ સૌથી વધુ પીડિત, પણ અકારણ મહત્ત્વ ન મેળવી શકનારી વ્યક્તિ. આજે ૨૪ વર્ષનો સૌરભ સિવિલ એન્જિનિયર થઈ ગયો છે. પપ્પા સાથે સ્વિમિંગના રેકોર્ડ્સ કરે છે અને ધંધામાં કદમ મિલાવે છે, પણ નજર સામેથી વ્હાલા નાના ભાઈને કાયમ માટે અદશ્ય થતો જોવાની પીડા અને સંભારણાંની દુનિયા હજી આંખ સામેથી હટતી નથી.

*** સૌરભ, ભાઈ સંકેતના અપહરણ વખતે તારી ઉંમર નાની હતી, પણ છતાં ત્યારે શું અનુભવ્યું?**

'એ સમયે મારી અને સંકેતની ઉંમર બહુ નાની. સાવ બાળઉંમરને લીધે હું ટ્રેજેડીની ગંભીરતા સમજી નહોતો શક્યો. એટલે કદાચ પૂરું રિએક્ટ ન કરી શક્યો. ઉંમરના વધવા સાથે હકીકત સમજાવા માંડી, ત્યારે પોતાની લાગણી અનુભવી ન શકવાને લીધે વ્યક્ત ન કરી શક્યો એનો રંજ આજેય છે. ખૂબ નાની ઉંમરમાં આ કરુણાંતિકા બની એટલે સંકેત સાથેનાં બહુ સંભારણાં નથી પણ જે કંઈ બાળસહજ સંભારણાં છે એ ખૂબ મીઠાં છે.'

*** સંકેતની ઓચિંતી એક્ઝિટને લીધે તારા જીવનમાં કેવા ફેરફાર આવ્યા?**

'મારી અને સંકેતની સ્કૂલ એક જ. એના અપહરણને પગલે મને ઇંગ્લિશમાંથી મરાઠી માધ્યમની સ્કૂલમાં ખસેડાયો હતો. મારી નાનીએ વીસ દિવસ સુધી ભારે જહેમત લઈને મને મરાઠી શીખવ્યું હતું. ઇંગ્લિશ સ્કૂલમાં હું એવરેજ હતો, પણ મરાઠી માધ્યમમાં એકદમ તેજસ્વી વિદ્યાર્થી બની ગયો હતો. આની સાથોસાથ ટ્રેજેડીની વિગતો સાંભળવા-સમજવાને લીધે સમયાંતરે હું વધુ પડતો પરિપક્વ થતો ગયો. જાણ બહાર હું બાળપણ ગુમાવતો જતો હતો. સાતમા-આઠમા ધોરણમાં તો હું મોટા માણસની જેમ વિચારતો-બોલતો થઈ ગયો હતો.'

*** સંકેતના અપહરણના કિસ્સાનો તું મૂક સાક્ષી. આજેય આવા કેસમાં પપ્પાને સક્રિયપણે કામ કરતા જોઈને એ કહી શકે કે અપહરણ જેવી ઘટનાને રોકવા શું થવું જોઈએ?**

'લોકોમાં સમજ અને જાગૃતિ આવવી જોઈએ કે આવી અણધારી ઘટના

કેમ થાય છે. ક્યાં ભૂલ થઈ ગઈ અને ખાસ તો એ કે દુર્ઘટના બની ગયા બાદ કેમ વર્તવું? પપ્પાએ મદદ કર્યા એ બધા કેસમાં એક વાત ઊડીને આંખે વળગે છે કે મોટા ભાગના કેસમાં અપહૃત બાળકને મારી નખાય છે. એટલે પહેલા બે દિવસની નાનીસૂની ઘટના કે નજીવી વાતને ન હળવાશથી લેવી કે ન એની અવગણના કરવી. સંકેતના અપહરણની રાતે જ લહુ ઢેકણે પોલીસ સ્ટેશનમાં હતો, પણ...'

*** સંકેત સાથેની એવી કોઈ યાદગાર પળ ખરી જે ક્યારેય ભૂલી નહીં શકાય?**

'મમ્મી મારા માટે વૉટરબૉટલ લાવ્યાં હતાં, પણ સંકેત રોજ મારી સાથે ઝઘડો કરી અને જીદ કરીને પોતે જ બૉટલ લઈ જાય, પરંતુ અપહરણના દિવસે ન જાણે કેમ તેણે સામેથી વૉટરબૉટલ મને આપીને કહ્યું કે, દાદા, હી બૉટલ તું ઘેઉન ટાક. આજ સુધી સમજાતું નથી કે તેણે અચાનક આવું કેમ કર્યું હશે?'

* * *

સંકેતની સ્મરણયાત્રા

વહાલસોયા સંકેતની મસ્તી

પિતાની ગોદમાં માસૂમ સંકેત

માતાપિતાની મીટ

સંકેત પર

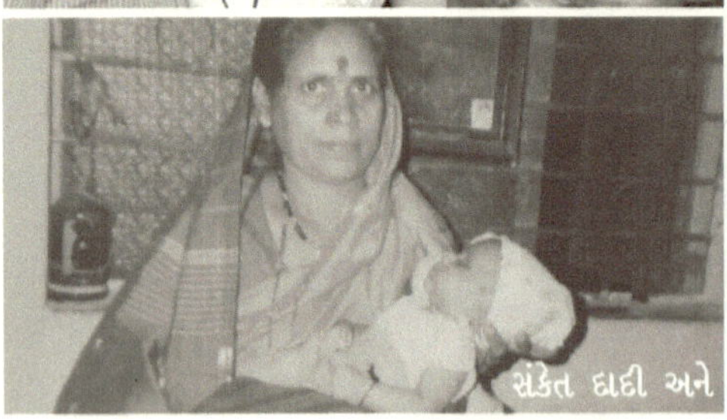

સંકેત દાદી અને

માતા સાથે

શિરવળ ગામ અને સંકેતની સ્કૂલ

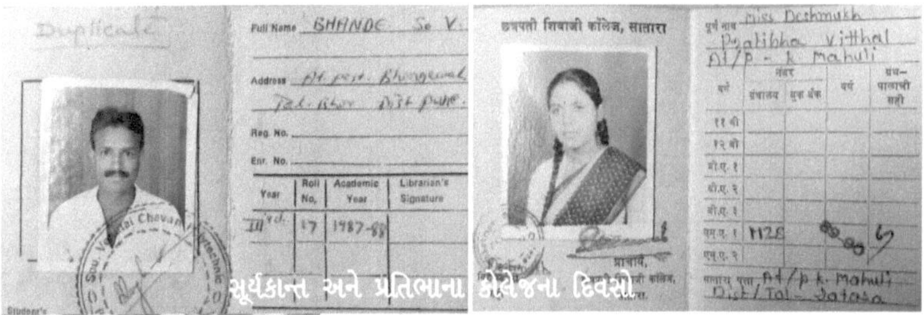

સૂર્યકાન્ત અને પ્રતિભાના કોલેજના દિવસો

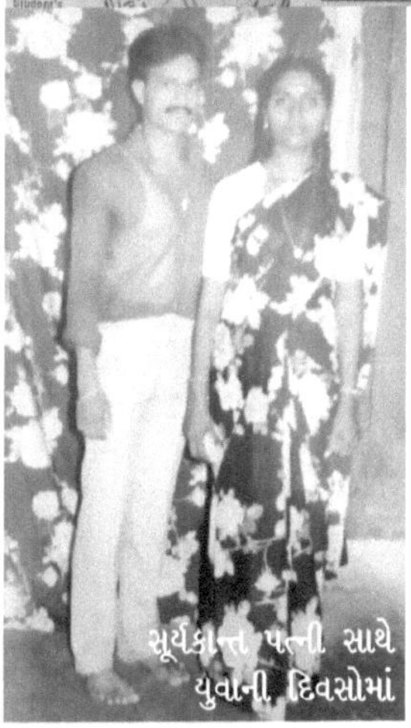

સૂર્યકાન્ત પત્ની સાથે
યુવાની દિવસોમાં

અમિત સોનાવણે

રિવોલ્વર સાથે સૂર્યકાન્ત

સૂર્યકાન્ત અને પ્રતિભા સાથે સૌરભ

લહુ ઢેકણે,

વિક્રમી સ્વિમર્સ પરિવાર

'દશ્યમ્ અદશ્યમ્'ની અંગ્રેજી-હિન્દી આવૃત્તિને
આવકારતા બોલીવુડ સ્ટાર હિમેશ રેશમિયા

અખબારોમાં છવાયેલા સૂર્યકાન્ત

મુંબઈ સમાચાર

MUMBAI SAMACHAR

કવર સ્ટોરી

વીક એન્ડ

સમુદ્રમાં વિક્રમ સર્જશે

'મુંબઈ સમાચાર'ના વાચકોનાં હૃદયને સ્પર્શી ગયેલી ડોક્યુ-નોવેલ 'દ... અદશ્યમ'ના સૂર્યકાંત, પ્રતિભા સૌરભ રચશે નવો વર્લ્ડ રેકોર્ડ

SUNDAY hindustan times

BEYOND HURT

A father turns private eye

Kidnapper was a witness in murder case

Domestic help for case

Recovery's slow: Abducted doc

He helps trace kids, for free

DO-GOODER spy

He helps trace kids, for free

DO-GOODER spy

Mumbai

સૂર્યકાન્તની વધુ નામના

સૌરભના લગ્નપ્રસંગે ભોંડેપાટીલ પરિવાર સાથે લેખક

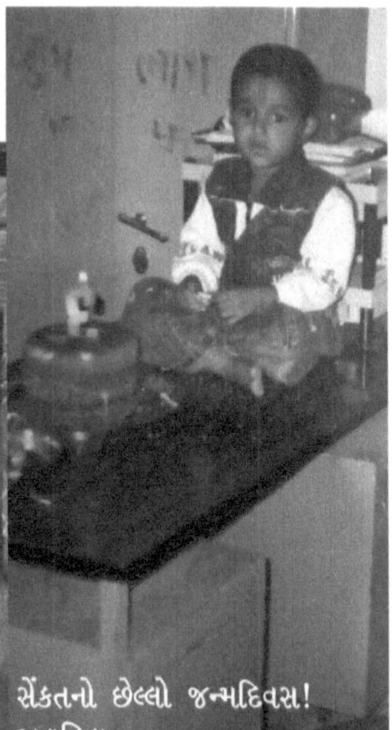
સંકેતનો છેલ્લો જન્મદિવસ! અલવિદા...

www.ingramcontent.com/pod-product-compliance
Lightning Source LLC
LaVergne TN
LVHW040420051026
849517LV00002B/397

* 9 7 8 9 3 9 5 3 3 9 5 0 6 *